पुणे विद्यापीठाच्या द्वितीय वर्ष वाणिज्य शाखेच्या (S.Y.B.Com.) २०१४-१५च्या
सुधारित अभ्यासक्रमानुसार लिहिलेले क्रमिक पुस्तक
तसेच महाराष्ट्रातील इतर सर्व विद्यापीठांना उपयुक्त.

व्यवसाय व्यवस्थापन

Business Management

डॉ. पंतोजी गजेंद्र शेळके **डॉ. अजिनाथ मारुती डोके**

डायमंड पब्लिकेशन्स

व्यवसाय व्यवस्थापन
डॉ. पंतोजी गजेंद्र शेळके
डॉ. अजिनाथ मारुती डोके

Vyavasay Vyavastapan
Dr. Pantoji Gajendra Shelake
Dr. Ajinath Maruti Doke

ISBN 978-81-8483-577-9

प्रथम आवृत्ती : जून २०१४

© डायमंड पब्लिकेशन्स

मुखपृष्ठ
शाम भालेकर

मुद्रक
रेप्रो नॉलेज कास्ट लिमिटेड, ठाणे

प्रकाशक
डायमंड पब्लिकेशन्स
२६४/३ शनिवार पेठ, ३०२ अनुग्रह अपार्टमेंट
ओंकारेश्वर मंदिराजवळ, पुणे–४११ 030
☎ 020–२४४५२३८७, २४४६६६४२

info@diamondbookspune.com
www.diamondbookspune.com

प्रमुख वितरक
डायमंड बुक डेपो
६६१ नारायण पेठ, अप्पा बळवंत चौक
पुणे–४११ 030 ☎ 020–२४४८०६७७

मनोगत

आम्हाला हे पुस्तक सादर करताना आनंद होत आहे की, प्रत्येकाला मातृभाषेतील शिक्षणामुळे प्रत्येक विषय सहज समजावून घेण्यास मदत होते. ज्या भाषेचे आपल्याला प्रगल्भज्ञान असते त्या भाषेतून विषयाचे देखील प्रकलन अगदी सहज होत असते. मातृभाषेतील शिक्षणाने विद्यार्थ्यांचा आत्मविश्वास वाढतो त्यामुळे त्यांच्या व्यक्तिमत्त्व विकासात वाढ होण्यास मदतच होते.

महाराष्ट्रातील बहुतेक विद्यापीठात वाणिज्य विद्याशाखेच्या द्वितीय वर्षासाठी 'व्यवसाय व्यवस्थापन' (Business Management) हा विषय अभ्यासक्रमासाठी अनिवार्य विषय म्हणून समाविष्ट करण्यात आलेला आहे.

व्यवसाय व्यवस्थापन हा विषय विद्यार्थ्यांना सहजपणे समजावा म्हणून आम्ही या विषयाचे लिखाण मराठीमधून करण्याचा प्रयत्न केलेला आहे. त्यामध्ये व्यवस्थापनाचा आढावा, नियोजन व निर्णय प्रक्रिया, संघटन, कर्मचारी नियुक्ती, अभिप्रेरणा, नेतृत्व, समन्वय आणि नियंत्रण व व्यावसायिक व्यवस्थापनेतील नवीन प्रवाह यांचाही समावेश करण्यात आलेला आहे.

सदर पुस्तक लिहिताना अनेक संदर्भग्रंथांचा विचार करून या विषयातील तज्ज्ञ प्राध्यापकांशी चर्चा केलेली आहे. प्रकरणाच्या शेवटी स्वयं-अध्ययनासाठी परीक्षेच्या दृष्टीने विचारल्या जाणाऱ्या महत्त्वाच्या प्रश्नावलीचा समावेश करण्यात आलेला आहे.

या नव्या पुस्तकासाठी डायमंड पब्लिकेशन्सच्या प्रा. रूपाली शेठ, प्रा. विदुला कुलकर्णी, प्रा. नेहा (दीप्ती) पुराणिक, प्रा. अस्मिता कुलकर्णी लिखित 'व्यवसाय व्यवस्थापनाची मूलतत्त्वे' या पुस्तकातील माहितीचा बहुमोल उपयोग झाला व मार्गदर्शन लाभले त्याबद्दल त्यांचे मनःपूर्वक आभार.

डायमंड पब्लिकेशन्सचे श्री. दत्तात्रेय पाष्टे यांनी हे पुस्तक अत्यंत मेहनत घेऊन छापून प्रसिद्ध केल्याबद्दल आम्ही त्यांचे व त्यांच्या सहकाऱ्यांचे आभारी आहोत.

डॉ. पंतोजी गजेंद्र शेळके
डॉ. अजिनाथ मारुती डोके

अनुक्रम

व्यवस्थापनाचा आढावा
(Overview of Management)

१.१ व्यवस्थापनाचा अर्थ आणि व्याख्या (Meaning and Defintion of Management)

प्रस्तावना (Introduction) :

मनुष्य हा समाजशील प्राणी आहे. समूहात राहून काम करणे व्यक्तीला आवडते. त्यामुळे आपल्या मर्यादांवर मात करणे व्यक्तीला सहज शक्य होते आणि आपली उद्दिष्टे साध्य करणे शक्य होते म्हणून तर सामाजिक घटकांच्या परस्पर सहकार्याने, सामंजस्य व समन्वयाने व्यक्ती आपली उद्दिष्टे परिणामकारक व यशस्वीपणे पूर्ण करते.

समाजातील संस्था आणि व्यक्तीचे हे परस्पर सहकार्य समूहाच्या स्वरूपातून संघटनेत रूपांतरित होते त्यावेळी या संघटनेला योग्य मार्गदर्शन करण्यासाठी, कार्यप्रवृत्त करण्यासाठी, शिस्त आणण्यासाठी, उद्दिष्टपूर्तीसाठी आणि प्रभावी नियंत्रणासाठी वापरण्यात येणाऱ्या पद्धतीला 'व्यवस्थापन' असे म्हणतात.

व्यावसायिक संस्थेचे ध्येय व उद्देश पूर्ततेसाठी उपलब्ध मनुष्यबळ आणि उपलब्ध साधनसामग्री यांचा व्यवस्थित उपयोग करणे आणि संघटनेचे उद्देश साध्य करण्याची कृती करणे म्हणजे व्यवस्थापन होय. व्यवस्थापन ही अतिशय व्यापक प्रक्रिया आहे. ज्यामध्ये प्रामुख्याने व्यवसायाशी निगडित व्यवस्थापकीय कार्याचा प्रामुख्याने विचार करण्यात येतो. संघटन नियोजन, नियंत्रण आणि मार्गदर्शन ही व्यवस्थापनाची कार्ये आहेत.

व्याख्या : व्यवस्थापनाच्या व्याख्या आपणांस पुढील प्रमाणे सांगता येतील.

१. पीटर ड्रकर – व्यवस्थापन म्हणजे जे कार्य करतात ते होय. व्यवस्थापन एक अवयव आहे की, ज्याचे वर्णन व व्याख्या फक्त त्याच्या कार्यावरून करता येईल.

"Management is what it does. He writes Management is an organ, and organs can be described and defined only through their funtions."

२. हेन्री फेयॉल – व्यवसायातील घडामोडींचा अंदाज घेणे, कार्याचे नियोजन व संघटन करणे, सर्व कार्यांमध्ये समन्वय साधणे आणि कार्यावर नियंत्रण ठेवणे म्हणजे व्यवस्थापन करणे होय.

"Management means to manage for forecast, to plan, to organise to command to Co-ordindte and to control."

३. एफ. डब्ल्यू. टेलर – व्यवस्थापन हे तुम्हास कोणते काम करावयाचे आहे व ते काम अधिक चांगल्या प्रकारे व कमीत कमी खर्चात कसे होईल हे जाणून घेण्याची कला आहे.

"Management is the art of knowing what you want to do and them seeing that it is done in the best and cheapest way"

४. कुंट्झ आणि ओडोनिल –समूहाची उद्दिष्टे गाठण्यासाठी समूहासाठी व्यक्तिना कार्यक्षमपणे वातावरण निर्माण करणे व टिकविणे म्हणजे व्यवस्थापन होय.

"Management is defined as the creation and Maintenance of an internal environment is an enterprise where individuals, working together in groups, can perform efficiently and effectively toward the attainment of group goals."

५. किम्बॉल ॲण्ड किम्बॉल – व्यवसायाची वाढ, अर्थपुरवठा, मुख्या धोरणांची आखणी, आवश्यक त्या साधनांची व्यवस्था, व्यवसाय कार्य ज्या अंतर्गत चालणार त्या संघटनेचे सामान्य स्वरूप निश्चित करणे आणि प्रमुख अधिकाऱ्यांची निवड सर्वांशी संबंधित असलेल्या कर्तव्याचा व कार्याचा समावेश व्यवस्थापनात होतो.

"Management embrace all duties and funtions that pertain to the initiation of an enterprise, its financing the establishment of all major pollicies, the provision of all necessary equipment outlines the general form of organisation under which the enterprise is to operate and the selection of the principal effices."

६. ब्रेचं – व्यवस्थापन म्हणजे नियोजन प्रक्रिया अणि उपक्रमातील विविध हालचाली यांचे नियंत्रण करण्याची प्रक्रिया होय.

७. स्टॅनले व्हान्स – पूर्व निर्धारित उद्दिष्टांच्या पूर्ततेसाठी निर्णय घेण्याची आणि उपक्रमात कार्यरत कामगारांच्या हालचालींवर नियंत्रण ठेवण्याची क्रिया म्हणजे व्यवस्थापन होय.

८. जे. एन. शुल्ज – पूर्व नियोजित उद्दिष्टे साध्य करण्यासाठी संपूर्ण संघटनेचे नेतृत्व, मार्गदर्शन व संचालन करणारी शक्ती म्हणजे व्यवस्थापन होय.

९. जेम्स लुंडी – एखादे विशिष्ट उद्दिष्ट साध्य करण्यासाठी इतरांच्या प्रयत्नांचे नियोजन, समन्वय व नियंत्रण करून त्यांना कार्य प्रवण करणे म्हणजे व्यवस्थापन होय.

१०. लॉरेन्स ॲपली – व्यवस्थापन म्हणजे कर्मचारी विषयक प्रशासन होय. व्यवस्थापन व्यक्तिविकास होय. निर्देश देणे नव्हे, त्यांच्या मते व्यक्तीसोबत समाधानकारक कार्य करणे हे व्यवस्थापनाच्या कामाचा एक भाग नाही तर ते एक पूर्ण काम आहे.

"Management is personnel administration, Management is the development of people and not the direction of things. "He further States, working satisfactorily with people is not part of the Management Job it is the entire job."

१.२ व्यवस्थापन : एक शास्त्र कला आणि पेशा (Management : is it Science, Art or Profession)

अ) व्यवस्थापन : एक शास्त्र (Management as a Science)

व्यवस्थापन हे शास्त्र आहे की नाही हे पाहण्यपूर्वी 'शास्त्र' म्हणजे काय हे पाहणे संयुक्तिक ठरेल. व्यवस्थाबद्ध ज्ञानसमुच्चयाला 'शास्त्र' असे म्हणतात. कारण आणि परिणाम (Cause & Effect) यामधील परस्परसंबंध विशद करणे व वस्तुस्थितीचे वास्तविक दर्शन घडवून आणणे ही कार्ये शास्त्र करीत असते. शास्त्राच्या प्रामुख्याने तीन कसोट्या सांगता येतील. (१) शास्त्र म्हणजे पद्धतशीर ज्ञानसमुच्च होय. शास्त्र निरीक्षणासाठी शास्त्रीय पद्धतीचा उपयोग करते. (२) शास्त्रीय नियम व तत्त्वे ही सतत कलेच्या निरीक्षण व प्रयोगाचे फलित असते. (३) शास्त्रीय सिद्धान्त हे निश्चित असतात व सर्व परिस्थितीत ते लागू होतात.

वरील कसोट्यांचा विचार करता व्यवस्थापन हे एक शास्त्र आहे असे म्हणावे लागेल. व्यवस्थापनामध्ये व्यवसायाच्या संचालनाशी संबंधित असलेल्या सर्वच बाबींचा शास्त्रीयपणे विचार करण्यात येतो. **टेलरने** 'शास्त्रीय व्यवस्थापन' (Scientific Management) शब्दप्रयोग वापरून व्यवस्थापन हे एक शास्त्र आहे या विचाराचा सूतोवाच केला. त्यानंतर हेन्री फेयॉल, रॉबर्ट ओवेन, इमर्सन, गॅन्ट, गिलब्रेथ, ऑलिव्हर शेल्डन, उर्विक, मुने आणि रेले, एल्टन मेयो, ब्रेच, कुन्ट्झ् आणि ओडोनल, पीटर ड्रकर, मास्लो मॅग्रीगर इत्यादी अनेक विद्वानांनी वेळोवेळी केलेल्या प्रयत्नांमुळे उद्योगांच्या प्रशासनाशी व व्यवस्थापनाशी निगडित असलेली ही ज्ञानशाखा इतकी समृद्ध झाली की सध्या ते एक शास्त्र बनले आहे.

व्यवस्थापनविषयक काही सिद्धान्त, नियम व तत्त्वे आहेत. औद्योगिक व्यापारी, विमानसंस्था, बँका इत्यादी क्षेत्रांतील यशस्वी व्यवस्थापकांच्या अनुभवाचे एकत्रीकरण करून ते नियम किंवा सिद्धान्त बनलेले आहेत. एका क्षेत्रातील अनुभव सर्वांनी नियम किंवा सिद्धान्त किंवा तत्त्व म्हणून मान्य केला आहे.

संशोधनाद्वारे जुन्या सिद्धान्ताचे, नियमांचे विश्लेषण करून, व्यावहारिक कसोटीवर घासून ते नियम व सिद्धान्त मान्य केले जातात किंवा नाकारले जातात किंवा त्यात परिस्थितीनुसार बदल करून नवीन नियम व सिद्धान्त मांडले जातात. दैनंदिन प्रश्न सोडविण्यासाठी, भविष्यात हवी ती परिस्थिती निर्माण करण्यासाठी व्यवस्थापक या नियमांचा व सिद्धान्ताचा उपयोग करतात. या सर्व गोष्टींचा विचार करता व्यवस्थापन हे एक शास्त्र आहे हे सिद्ध होते.

शास्त्राचे भौतिकशास्त्र (Physical Science) व सामाजिकशास्त्राचे (Social Science) असे दोन प्रकार पडतात. भौतिकशास्त्राचे नियम अगदी निश्चित असतात आणि ते सर्व ठिकाणी व सर्व काळात लागू पडतात. सामाजिकशास्त्राचे नियम हे स्थलसापेक्ष, कालसापेक्ष व परिस्थितीसापेक्ष असतात. ते स्थल, काळ व परिस्थितीनुसार बदलत असतात. म्हणून व्यवस्थापनशास्त्राला सामाजिकशास्त्र असे संबोधता येईल.

परंतु व्यवस्थापन हे केवळ शास्त्र नव्हे तसेच व्यवस्थापन ही केवळ कलाही नाही, तर ते शास्त्र व कला या दोहोंचेही मिश्रण आहे. शास्त्र व कला परस्परांपासून वेगळे नसतात. त्या एकाच नाण्याच्या दोन बाजू आहेत. शास्त्राला कलेची गरज असते तर कलेलाही शास्त्राचा आधार घ्यावा लागतो. वैद्यकशास्त्राच्या संपूर्ण ज्ञानाशिवाय रोग्यांवर औषधोपचार करणारा वैद्य हा यांत्रिकापेक्षा फार वेगळा नसतो. डॉक्टरला त्याच्या

व्यवसायात यश मिळविण्यासाठी जसे वैद्यकशास्त्र व कला दोन्ही आत्मसात करणे आवश्यक आहे, त्याप्रमाणे व्यवस्थापकालाही त्याच्या कार्यात यश मिळविण्यासाठी व्यवस्थापनाचे शास्त्र व कला दोन्ही अवगत असले पाहिजे.

ब) व्यवस्थापन : एक कला (Management as an art)

व्यवस्थापन कला आहे की शास्त्र आहे, की दोन्हीचे मिश्रण आहे हे पाहण्यापूर्वी त्या त्या शब्दांचा अर्थ पाहणे संयुक्तिक ठरेल. **लॉर्ड किन्स**च्या मते, विशिष्ट उद्दिष्ट पूर्ण करण्याकरिता तयार करण्यात आलेल्या नियमांची पद्धती म्हणजे कला होय. ('An art is a system of rules for the attainment of a given end.') विशिष्ट उद्देश साध्य करण्यासाठी शास्त्रीय विवेचनावर आधारलेल्या नियमांचा कौशल्याने उपयोग करून जेव्हा यश मिळविले जाते, तेव्हा त्या प्रयत्नांना 'कला' असे म्हणतात. दुसऱ्या शब्दांत कला म्हणजे एखादे कार्य उत्कृष्ट रीतीने करण्याची पद्धती होय. कलेची आणखी अशीही व्याख्या केली जाते की, 'वैयक्तिक निर्मितीशक्ती व हाताळणी कौशल्य म्हणजे कला होय.' (Art means the personell - creatives power plus skill in performance) यातील हाताळणी कौशल्य हे अनुभव, निरीक्षण व अभ्यासाने निर्माण होते.

व्यवस्थापकाला परिस्थितीचे अवलोकन करून त्या परिस्थितीत कोणत्या साधनांचा, कोणत्या पद्धतींचा व तंत्रांचा अवलंब करावा हे ठरवावे लागते. त्यावेळी वैयक्तिक कौशल्य जास्त महत्त्वाचे ठरते. म्हणूनच व्यवस्थापनाचे सारखेच ज्ञान असले तरी सर्वच व्यवस्थापक यशस्वी होत नाहीत. फक्त ज्यांच्याकडे हे वैयक्तिक कौशल्य आहे तेच यशस्वी होतात.

क) व्यवस्थापन : एक पेशा (Management : A Profession)

औद्योगिक प्रगत देशांमध्ये व्यवस्थापनशास्त्राचा इतका विकास झाला आहे की तेथे व्यवस्थापन हा एक पेशा बनला आहे. वकील, डॉक्टर, चार्टर्ड अकाऊंटंट इ. पेशांप्रमाणे व्यवस्थापन हा एक पेशा समजला जातो. कायदे सल्लागार, आयकर सल्लागार, विक्रीकर सल्लागार याप्रमाणे व्यवस्थापन सल्लागार (Management Consultant) अलीकडे दिसून येतात. प्रगत देशांमध्ये सल्लागाराचा एक धंदेवाईक वर्ग निर्माण झाला आहे.

'पेशा' या शब्दाचा निरनिराळ्या दृष्टिकोनातून व निरनिराळ्या अर्थाने उपयोग केला जातो. व्यापक दृष्टिकोनातून विचार केल्यास उपजीविका चालविण्यासाठी उत्पन्न मिळविण्याच्या हेतूने व्यक्तीने केलेला प्रत्येक आर्थिक व्यवहाराचा 'पेशा' या संज्ञेमध्ये अंतर्भाव होतो. पेशा या संज्ञेची नेमकी व्याख्या करणे अवघड आहे. **एल. डी. ब्रॉन्डीस** यांच्या मते 'पेशा हे असे क्षेत्र होय की ज्यासाठी बौद्धिक स्वरूपाच्या प्रशिक्षणाची आवश्यकता असते. ज्या क्षेत्रात प्रवेश करण्यामागे सेवावृत्ती ही महत्त्वाची मानली जाते आणि यश हे आर्थिक दृष्टिकोनातून मोजले जात नाही.' 'विशिष्ट समस्या सोडविण्यासाठी विशेष व कुशल ज्ञानाच्या आधारे वैयक्तिक सेवा देणे, म्हणजे पेशा होय.' अशी ही एक व्याख्या करता येईल. व्यवस्थापन पेशांतर्गत व्यवस्थापनाच्या विशिष्ट समस्या सोडविण्यासाठी उपाययोजना किंवा सल्ला देण्यात येतो. व्यवस्थापन कार्याचे एका पेशामध्ये परिवर्तन घडून येणे ही २०व्या शतकातील एक महत्त्वाची घटना मानली जाते. व्यवस्थापनाचे कार्य हे पेशा आहे किंवा नाही हे ठरविताना काही निकषांचा उपयोग करून घेणे आवश्यक असते.

केनेथ ॲन्ड्रयूज यांनी पुढील निकष सांगितले आहेत.

    (१) उच्च ज्ञानाची उपलब्धता

    (२) या ज्ञानाचा प्रत्यक्ष व्यवहारात उपयोग करून घेण्याची शक्यता

(३) पेशा स्वीकारणाऱ्यांमध्ये सामाजिक जबाबदारीची जाणीव

(४) स्वनियंत्रण आणि

(५) सामुदायिकपणे केले जाणारे कार्य

सुप्रसिद्ध लेखक मॅकफरलँड यांनी व्यवस्थापन कार्याला पेशा संबोधताना पुढील निकष सांगितलेत.

१. **उच्च ज्ञानाची उपलब्धता :** कोणताही पेशा स्वीकारणाऱ्या व्यक्तीला त्या त्या ज्ञानशाखेचा अभ्यास करणे आवश्यक असते. गेल्या ५-६ दशकांत व्यवस्थापन या ज्ञानशाखेचा वेगाने विकास झाला असून आज त्याचे एका शास्त्रामध्ये रूपांतर झाले आहे.

२. **प्रशिक्षणाच्या पद्धती :** एखादी समृद्ध ज्ञानशाखा अस्तित्वात आल्यामुळे समाजाला त्याचा फारसा फायदा होत नाही. हे ज्ञान प्राप्त करून घेण्यासाठी व त्यात कौशल्य प्राप्त करण्यासाठी ज्ञान, प्रशिक्षण व अनुभव मिळविणे आवश्यक असते. प्रत्यक्षात प्रशिक्षणाच्या सोयी उपलब्ध असल्याशिवाय ही गोष्ट साध्य होऊ शकत नाही. प्रगत देशांत व्यवस्थापनशास्त्राचे ज्ञान व शिक्षण देण्यासाठी विशेष स्वरूपाच्या संस्था अस्तित्वात आलेल्या आहेत. सध्या विद्यापीठांमध्ये सुद्धा व्यवस्थापनशास्त्राचे औपचारिक शिक्षण देण्याच्या सोयी उपलब्ध आहेत.

३. **प्रातिनिधक स्वरूपाच्या संघटनेचे अस्तित्व :** विशिष्ट पेशा करणाऱ्या सर्व व्यक्तींच्या क्रिया विशिष्ट दिशेने वळविण्याकरिता, त्यांचा विकास घडवून आणण्याकरिता, त्यांचे हितसंबंध सुरक्षित ठेवण्याकरिता हा पेशा करणाऱ्या सर्व व्यक्तींची एक प्रातिनिधिक संघटना असणे फार उपयुक्त असते.

विशिष्ट पेशा स्वीकारण्यापूर्वी कोणत्या अटींची पूर्तता केली पाहिजे हे ठरविण्याचे कार्य देखील या प्रातिनिधिक संघटना करीत असतात. मकफॅडरलँडची ही अट व्यवस्थापनाच्या संदर्भात पूर्ण होते. जगातील बहुतेक राष्ट्रांत व्यवस्थापकांच्या प्रातिनिधिक संघटना अस्तित्वात आहेत. "All India Management Association" ही राष्ट्रीय पातळीवरील प्रातिनिधिक संघटना आहे.

४. **आचारसंहिता :** प्रत्येक पेशाची आचारसंहिता असणे आवश्यक असते. आचारसंहितेचे अस्तित्व व त्यासंबंधी सर्व संबंधित व्यक्तींच्या मनात असणारी जाणीव ही एखादे कार्य पेशा ठरविण्याकरिता एक महत्त्वाची अट असते. व्यवस्थापनाचा पेशा करणाऱ्या व्यक्तींनी देखील काही नैतिक आदर्श डोळ्यांसमोर ठेवून त्यानुसार व्यवहार करणे आवश्यक असते. व्यवस्थापकांना सामाजिक जबाबदारीची जाणीव असायलाच हवी. व्यवस्थापकांना संचालकांकडून पगार मिळत असला तरी त्यांच्या सांगण्यावरून कामगारांची व ग्राहकांची पिळवणूक करण्यासाठी प्रयत्न करणे कधीच योग्य ठरणार नाही.

५. **योग्य मोबदला :** कुटुंबाची उपजीविका चालविण्याच्या उद्देशाने प्रत्येक व्यक्ती पेशा स्वीकारते. प्रत्येक पेशा स्वीकारताना व्यक्तीला तिच्या प्रयत्नांचा व परिश्रमाचा योग्य मोबदला प्राप्त होणे ही एखादे कार्य पेशा ठरविण्यासाठी आवश्यक अशी अट मानण्यात येते.

१.३. व्यवस्थापनाची वैशिष्ट्ये (Characteristics of Professional Management)

जी व्यक्ती उद्योगाच्या संचालनात फक्त व्यवस्थापकाची भूमिका पार पाडते, तिला 'व्यावसायिक व्यवस्थापक' म्हणतात. व्यावसायिक व्यवस्थापकाकडे धोरणे आखण्यासाठी तसेच आपल्या साहाय्यकांकडून यशस्वीपणे कामे करून घेण्यासाठी आवश्यक कौशल्ये, ज्ञान व वैशिष्ट्ये असली पाहिजेत. हर्बिसन आणि मेयर्स यांनी म्हटले आहे की, व्यावसायिक व्यवस्थापक हा असा एक प्रसार आहे की ज्यामध्ये संघटनेच्या विविध

पातळीवर नेमणुका करताना संबंधित व्यक्तीची तांत्रिक योग्यता व कार्यक्षमता पाहूनच त्या केल्या जातात. व्यावसायिक व्यवस्थापकाची वैशिष्ट्ये पुढीलप्रमाणे सांगता येतील :

व्यावसायिक व्यवस्थापनाची वैशिष्ट्ये (Characteristics of Professional Management)-

(१) व्यावसायिक व्यवस्थापक व्यवस्थापनाचे कार्य एक पेशा म्हणून करीत असतात. व्यवसायामधील त्यांचा प्रवेश हा योगायोग नसतो तर तो जाणूनबुजून केलेला असतो.

(२) व्यावसायिक व्यवस्थापकाला मिळणारा पगार हाच त्यांच्या उत्पन्नाचा प्रमुख भाग असतो.

(३) व्यावसायिक व्यवस्थापकाच्या जबाबदाऱ्या यशस्वीपणे पार पाडण्यासाठी त्यांनी आवश्यक ते ज्ञान व कौशल्याचे प्रशिक्षण घेतलेले असते.

(४) उद्योगांच्या व्यवस्थापनात व्यावसायिक व्यवस्थापकाचे आर्थिक हितसंबंध गुंतलेले नसतात.

(५) व्यावसायिक व्यवस्थापकांमध्ये नवीन आव्हाने पेलण्याची क्षमता असते.
व्यावसायिक व्यवस्थापकांचा स्वतंत्र वर्ग निर्माण होण्याला पुढील परिस्थिती कारणीभूत झाली, असे म्हटल्यास वावगे होणार नाही.

(६) कंपनी या संघटन प्रकाराच्या लोकप्रियतेमुळे व त्याच्या विस्तारामुळे मालकी व व्यवस्थापन या दोन भिन्न बाबी आहेत हे मान्य करण्यात आले. व्यवस्थापनाचे कार्य व्यावसायिक व्यवस्थापकाद्वारेच करणे फायदेशीर आहे हे सर्वांच्या लक्षात आले.

(७) उत्पादनाचे स्वरूप तांत्रिक बनले. तांत्रिक ज्ञान असणाऱ्या व्यक्तींची गरज त्यासाठी भासू लागली.

(८) भांडवलदाराचे हितसंबंध फक्त एकाच उद्योगाच्या बाबतीत असतात असे नाही. त्यांचे हितसंबंध अनेक उद्योगात गुंतलेले असतात. त्यामुळे ते स्वतः कोणत्याही एका उद्योगाचा कारभार पाहू शकत नाहीत. त्यासाठी त्यांना स्वतंत्र व कार्यक्षम व्यवस्थापकाची मदत घेणे क्रमप्राप्त ठरते.

(९) औद्योगिकीकरणाच्या दिशेने वाटचाल करणाऱ्या प्रत्येक देशात व्यवस्थापनाला महत्त्वाचे स्थान असते. विकसनशील देशांत कच्चा माल, श्रम भरपूर प्रमाणात उपलब्ध असतात. भांडवलही ते आणू शकतात. फक्त कमतरता असते ती व्यवस्थापकीय ज्ञान व कौशल्याची, म्हणून अशा देशांत व्यावसायिक व्यवस्थापकांचा स्वतंत्र वर्ग निर्माण होण्याला चालना मिळते.

(१०) ज्या देशांत समाजवादी समाजरचना असते तेथे पूर्णपणे नियोजित व नियंत्रित अर्थव्यवस्था आढळते. अशा अर्थव्यवस्थेत सरकारी हस्तक्षेप असतो. परंतु ज्या देशात भांडवली अर्थव्यवस्था आहे तेथेही अलीकडे सरकारी हस्तक्षेप होत आहे. सरकारी नियंत्रणे येत आहेत. त्यामुळे कायद्याचे सर्व ज्ञान असल्याशिवाय कोणतीही व्यक्ती केवळ आनुवंशिक गुणांच्या आधारावर उद्योगाचा कारभार पाहू शकत नाही.

(११) मोठ्या प्रमाणावर होणारे उत्पादन, यंत्रांचा मोठ्या प्रमाणावर होणारा उपयोग, सरकारी नियंत्रणे, बाजारपेठेतील अस्थिर परिस्थिती, ग्राहकांच्या आवडी-निवडीत वारंवार होणारा बदल, अशा विविध कारणांमुळे व्यवसायाचे स्वरूप पार बदलले आहे. त्यामुळे उद्योगाचे व्यवस्थापन जटिल बनले आहे. व्यवस्थापनाचे कार्य कोणीही करील अशी स्थिती राहिली नाही. त्यामुळे व्यावसायिक व्यवस्थापकांचा स्वतंत्र वर्ग निर्माण होण्याला चालना मिळाली.

(१२) उत्पादनकार्यात यंत्राचा मोठ्या प्रमाणावर होणारा वापर, बदललेले उत्पादनतंत्र, प्रबळ कामगार संघटना व त्यांच्या वाढलेल्या अपेक्षा इत्यादी विविध कारणांमुळे व्यवस्थापन पद्धतीतही बदल करणे अपरिहार्य

झाले. सध्याच्या परिस्थितीत उद्योगाचे व्यवस्थापन करणे एक आव्हान बनले आहे. हे आव्हान फक्त व्यावसायिक व्यवस्थापकच पेलू शकतात; म्हणूनही त्यांच्या स्वतंत्र वर्ग निर्माण झाला आहे.

व्यावसायिक व्यवस्थापनाचे महत्त्व (Importace of Professional Management)

१. जागतिकीकरण : १९९० नंतर गॅट करारामुळे जगाची बाजारपेठ विविध देशांना उपलब्ध झाली. त्यामुळे व्यावसायिक स्पर्धा मोठ्या प्रमाणावर वाढली. जागतिक स्पर्धेत टिकून राहण्यासाठी चांगली गुणवत्ता असलेल्या उत्पादनाची गरज भासू लागली. चांगले उत्पादन करण्यासाठी प्रशिक्षित व्यवस्थापनवर्गाची नितांत गरज आहे. या सर्व बार्बींमुळे व्यावसायिक व्यवस्थापनाची निश्चितच गरज आहे.

२. तंत्रज्ञानातील बदल : व्यावसायिक प्रशिक्षण घेतल्यामुळे व्यावसायिक वर्ग बदलत्या तंत्रज्ञानानुसार व्यवस्थापनात बदल करू शकतात. नवीन बदलांची तातडीने अंमलबजावणी केली जाते. गुणवत्तापूर्ण उत्पादन, नियमित व वाढते उत्पादन यासाठी विशिष्ट ज्ञान व कौशल्यप्राप्त व्यावसायिकांची गरज आहे थोडक्यात तांत्रिक बदलामुळे व्यावसायिक व्यवस्थापनाचे महत्त्व वाढते आहे.

३. मालकी व व्यवस्थापनातील फारकत : व्यावसायिक शिक्षणामुळे सध्या बऱ्याच प्रमाणात प्रशिक्षण घेतलेले कुशल व तज्ज्ञ व्यवस्थापक उद्योगाला उपलब्ध होत आहेत. मालकवर्ग व्यवसायाच्या दैनंदिन बाबीकडे लक्ष देत नसल्यामुळे व्यावसायिक प्रशिक्षण घेतलेल्या व्यवस्थापकांची स्वतंत्रपणे गरज भासत आहे.

४. व्यवस्थापन-सल्लागाराचे वाढते महत्त्व : आज व्यवस्थापनात विभिन्न प्रकारचे प्रश्न असतात. ते प्रश्न सोडविण्यासाठी व्यवस्थापनतज्ज्ञांची गरज असते. तज्ज्ञ व्यवस्थापकवर्गच उद्योगातील प्रश्न यशस्वीपणे सोडवू शकतात. त्यांच्या कल्पकतेचा व सृजनशीलतेचा उद्योगाला फायदा मिळतो. व्यावसायिक क्षेत्रात अनेक नवनवीन संधी उपलब्ध असतात, त्यांचा फायदा प्रशिक्षित व तज्ज्ञ व्यवस्थापकांच्या मार्फत उद्योगाला मिळतो.

५. सेवाक्षेत्राचा विकास : पूर्वी उत्पादनक्षेत्रात प्राधान्य दिले जात असे. परंतु अलीकडे सेवाक्षेत्राचा मोठ्या प्रमाणावर विकास होत असल्यामुळे या क्षेत्रातही स्पर्धा असल्यामुळे चांगल्या सेवा देण्यासाठी प्रत्येक व्यवसाय धडपडत असतो.

६. माहिती तंत्रज्ञानाचा विकास : आज संगणकाचा उपयोग सर्वच क्षेत्रांत केला जात आहे. इंटरनेटच्या माध्यमाने माहितीचे वितरण मोठ्या प्रमाणावर होत. ई-कॉमर्समुळे अनेक व्यावसायिक क्रियांमध्ये गती आली आहे. माहिती-तंत्रज्ञानातील बदल सहजपणे स्वीकारण्याची आधुनिक व्यवस्थापकांची तयारी आहे. माहिती-तंत्रज्ञानाच्या विकासामुळेही व्यावसायिक व्यवस्थापनाची गरज वाढली आहे.

७.व्यवसाय व सामाजिक हित : व्यापार व व्यवसाय समाजाचा एक घटक आहे. त्यामुळे व्यवसायाला सामाजिक जबाबदारीचे भान ठेवावे लागते. पारंपरिक व्यवस्थापनात सामाजिक जबाबदारीला विशेष स्थान नव्हते. परंतु आधुनिक काळात उद्योगाला उत्पादन व विक्रीला क्रिया पूर्ण करताना सामाजिक हिताचा विचार करावा लागतो. सामाजिक जाबाबदारीमुळे ग्राहकांच्या अपेक्षांच्या विचार करावा लागतो.

१.४ व्यवस्थापन अभ्यासाची आवश्यकता (The Need of Management Study)

व्यवसाय संघटनेमध्ये उपयोगात येणाऱ्या साधनसामग्रीचे आणि व्यक्तीचे नियंत्रण करणारी व पूर्वनियोजित उद्दिष्टे साध्य करण्यासाठी योजिलेली सुविहित यंत्रणा म्हणजे 'व्यवस्थापन' होय. उत्पादन घटकांना संघटित व दिग्दर्शित करून त्यांच्यापासून संपत्ती निर्माण करण्याचे काम व्यवस्थापनाचे असते. थिओ हेमनन या प्रसिद्ध व्यवस्थापन तज्ज्ञाने 'प्रोफेशनल मॅनेजमेंट – थिअरी ॲन्ड प्रॅक्टिस' या ग्रंथात व्यवस्थापन या शब्दाचे तीन अर्थ

सांगितले आहेत. कोणत्याही संघटनेत उच्च पदावर कार्य करणाऱ्या अधिकारी वर्गाला उद्देशून व्यवस्थापन ही संज्ञा वापरली जाते. दुसरा अर्थ म्हणजे व्यवस्थापन ही एक ज्ञानशाखा असून ते एक शास्त्रही आहे.

व्यवसाय संघटनेत काम करणाऱ्या कार्मचाऱ्यांचे दोन प्रकारे वर्गीकरण करता येते – (१) उत्पादनकार्यात किंवा कारखान्यात प्रत्यक्षपणे भाग घेणारे कर्मचारी व (२) कर्मचाऱ्यांना निश्चित कामे सोपवून त्यांच्याकडून ती नियोजित कामे करवून घेणारे अधिकारी. दुसऱ्या प्रकारच्या सर्व कर्मचाऱ्यांचा समावेश व्यवस्थापनामध्ये होत असतो. उद्योग व्यवसायाच्या प्रमुख व्यवस्थापकापासून ते साध्या मुकादमापर्यंत अनेक अधिकाऱ्यांचा या वर्गात समावेश होतो. या सर्व अधिकाऱ्यांना कार्याची योजना तयार करणे, आवश्यक ते आदेश देणे, संदेशवहनाची सुयोग्य व्यवस्था करणे, कर्मचाऱ्यांना प्रेरणा देणे, त्यांच्या कामात समन्वय साधणे व त्यांच्यावर नियंत्रण ठेवणे अशी अनेक कार्ये करावी लागतात. व्यवसायाचा आकार जेवढा मोठा आणि कामगारांची संख्या जेवढी जास्त, त्या प्रमाणात व्यवस्थापकीय कार्य करणाऱ्यांची संख्या मोठी असते. या सर्वांचा अभ्यास करण्यासाठी व्यवस्थापन अभ्यासाची आवश्यकता आहे.

१.५ व्यवस्थापन प्रक्रिया (Process of Management)

ज्याप्रमाणे पैशाची व्याख्या करत असताना 'पैसा म्हणजे पैसा जे काही करतो ते.' त्याचप्रमाणे 'व्यवस्थापन म्हणजे व्यवस्थापक जे काही करतो ते,' त्यामुळे व्यवस्थापन प्रक्रिया म्हणजे व्यवस्थापनाची कार्ये होत; कारण व्यवस्थापन ही निरंतर चालणारी प्रक्रिया आहे. त्याचप्रमाणे व्यवस्थापक व्यवस्थापन करत असताना व्यवस्थापन कार्याचाच आधार घेत असतो; म्हणून व्यवस्थापन प्रक्रियेत धोरणे किंवा उद्दिष्ट निश्चिती आणि त्या आधारे परिपूर्ण नियोजन, नियोजनाची अंमलबजावणी आणि अंमलबजावणी दरम्यान कार्यांवर पूर्ण नियंत्रण या तीन महत्त्वाच्या पायऱ्यांचा समावेश होतो.

व्यवस्थापन प्रक्रिया मागील पानावरील आकृतीवरून स्पष्ट करता येईल. त्या अंतर्गत टप्पे आणि त्यांचे थोडक्यात स्पष्टीकरण पुढीलप्रमाणे आहे :

१. नियोजन (Planning) : भविष्यकाळात काय करावयाचे आहे हे आधी ठरविणे म्हणजे 'नियोजन' होय. नियोजन ही विचारप्रक्रिया आहे. म्हणून ती बौद्धिक स्वरूपाची प्रक्रिया असते. भविष्यकाळाचा वेध घेण्याची ही प्रक्रिया भूतकाळातील अनुभव व घटनांच्या आधारे केली जाते. नियोजनामुळे उपलब्ध साधनसामग्रीचा जास्तीतजास्त पर्याप्त वापर करता येतो. नियोजनात – (१) उद्दिष्ट निश्चिती (२) माहितीचे संकलन,विभाजन आणि विश्लेषण (३) उपलब्ध पर्यायांचे एकत्रीकरण (४) पर्यायांचे विश्लेषण करणे व तुलना करणे (५) योग्य व सर्वोत्तम पर्यायाची निवड करणे. या पायऱ्यांचा समावेश होतो. नियोजनात उपलब्ध पर्यायांमधून योग्य पर्यायांची निवड करावयाची असल्याने, नियोजनाला काही विचारवंत 'निर्णय घेणे' असेही म्हणतात.

२. संघटन (Organization) : व्यवस्थापन प्रक्रियेतील पुढील पायरी किंवा व्यवस्थापनाचे पुढील कार्य म्हणजे संघटन होय. नियोजनात ठरविलेली उद्दिष्टे साध्य करण्यासाठी कर्मचाऱ्यांचे कर्तव्य,अधिकार आणि कार्य ठरविण्यासाठी केलेली शिस्तबद्ध रचना म्हणजे 'संघटन' होय. संघटनरचनेमुळे व्यवस्थापन कार्य विभागणी, अधिकार व जबाबदाऱ्यांचे वाटप करून व्यवस्थापन कार्यात समन्वय साधता येतो. संघटनेच्या महत्त्वाच्या पायऱ्या पुढीलप्रमाणे:-

(१) कार्यांचे विभाजन करणे, (२) कार्य वाटप करणे, (३) जबाबदाऱ्यांची निश्चिती करणे, (४) अधिकार प्रदान करणे, (५) अधिकाऱ्यांच्या विविध विभागात समन्वय साधणे, (६) चालू व स्थिर भांडवलाचे गतिकरण

करणे, (७) कार्यपूर्तीसाठी आवश्यक त्या साधनांची व सुविधांची जुळवाजुळव करणे आणि पुरवठा करणे; म्हणून संघटन ही व्यवस्थापनातील कर्मचारी आणि साधनसामग्रींचा योग्य मेळ घालणारी यंत्रणा होय.

३. कर्मचारी नियुक्ती (Staffing) : व्यवस्थापनाची एक व्याख्या 'लोकांकडून काम करवून घेण्याची कला' अशीही केली जाते. त्याला अनुसरून कर्मचारी नियुक्ती ही व्यवस्थापन प्रक्रियेची एक महत्त्वाची पायरी समजली जाते. कर्मचारी नियुक्ती हे व्यवस्थापनाचे मानवी घटकांशी निगडित सर्वांत महत्त्वाचे कार्य आहे. या कार्यात योग्य व्यक्तीची योग्य जागी निवड सर्वांत महत्त्वाची समजली जाते. कर्मचारी नियुक्ती या पायरीत मनुष्यबळ नियोजन, कर्मचाऱ्यांची भरती, कर्मचारी निवड, प्रशिक्षण, नियुक्ती आणि विकास यांचा समावेश होतो. बढती, सोयी व सवलतींचा लाभ, कर्मचारी टिकवून ठेवणे, त्यांच्या कार्याचे मूल्यमापन करणे इ. अनेक उपकार्ये या पायरीवर करण्यात येतात.

४. निर्देशन (Directing) : केवळ कर्मचारी नियुक्ती केल्याने व्यवस्थापन प्रभावी होऊ शकत नाही. कार्यपूर्तीसाठी वेळोवेळी कर्मचाऱ्यांना मार्गदर्शन करण्याची, प्रोत्साहित करण्याची गरज असते. व्यवस्थापन प्रक्रियेच्या या पायरीवर हे कार्य केले जाते. नियोजन आणि नियंत्रणामधील साखळी म्हणून निर्देशनाकडे पाहिले जाते. या पायरीत नेतृत्व, संदेशवहन आणि अभिप्रेरणेचा समावेश केला जातो. या पायरीवर कर्मचाऱ्यांना आदेश व सूचना देणे, मार्गदर्शन करणे व शिकवणे, कर्मचाऱ्यांवर देखरेख करणे, निरीक्षण करणे या कार्यांचा समावेश होतो. प्रभावी व्यवस्थापनासाठी निर्देशनाचे कार्य अत्यंत महत्त्वाचे समजले जाते.

५. समन्वय आणि नियंत्रण (Co-ordination and Control) : व्यवस्थापन प्रक्रियेतील शेवटची पायरी म्हणजे नियंत्रण होय. समन्वय म्हणजे व्यवस्थापनाच्या सर्व कार्यात एकजिनसीपणा आणणे होय. व्यवस्थापन कार्यात एकसूत्रीपणा आणण्याचे कार्य समन्वयामुळे साध्य होते. व्यवस्थापन ही निरंतर चालणारी प्रक्रिया आहे. त्यामुळे व्यवस्थापनाची सर्व कार्ये एकमेकांशी निगडित असतात. एक कार्य दुसऱ्या कार्यावर अवलंबून असते. त्यामुळे व्यवसायातील विविध विभाग व विविध व्यक्तीत एकसूत्रता आणण्याचे कार्य समन्वय करते. समन्वयात विविध कार्यांचा क्रम ठरविणे, त्यांच्यात सहसंबंध प्रस्थापित करणे, योग्य ते संतुलन राखणे इ. चा समावेश होतो.

कर्मचाऱ्यांच्या कार्यावर योग्य नियंत्रण असल्याशिवाय ते व्यवस्थित काम करत नाहीत. नियोजित उद्दिष्टे पूर्ण करत असताना अनेकदा अडचणी येतात. या अडचणी सोडविणे नियोजित प्रमाण आणि प्रत्यक्ष कार्य यात अनेकदा तफावत निर्माण होते. या तफावतीची कारणे शोधून काढणे, येणाऱ्या समस्या सोडविणे आणि संभाव्य समस्यांचा विचार करणे इ. चा नियंत्रणात समावेश होतो. चालू कामाचे निरीक्षण करणे, संभाव्य प्रश्न किंवा धोक्यांचा विचार करणे, प्रमाण व प्रत्यक्ष काम यांची तुलना करणे व तफावत असल्यास त्यांची कारणे शोधून ती दूर करण्यासाठी उपाययोजना करणे आणि सुधारणायुक्त कृती करणे इ. बाबींचा समावेश होतो.

व्यवस्थापन प्रक्रिया अशा प्रकारे नियोजनापासून सुरू होऊन नियंत्रणापर्यंत येते; जर नियंत्रण करताना नियोजित उद्दिष्टे व कार्यात तफावत आढळल्यास परत नियोजनापासून सुरुवात होते म्हणून व्यवस्थापन ही एक निरंतर चालणारी क्रिया आहे.

१.६ व्यवस्थापनाचे स्तर किंवा पातळ्या (Levels of Management)

व्यवस्थापनात व्यवस्थापनाची तत्त्वे व कार्ये यांचा अभ्यास केल्यानंतर व्यवस्थापनाच्या पातळ्यांचा विचार करणे क्रमप्राप्त ठरते. व्यवस्थापनाची कार्ये अनेक व गुंतागुंतीची असून ती कोणत्याही तज्ज्ञ व्यक्तीकडून पूर्ण केली जात नाही. व्यवस्थापनात व्यक्तिसमूहाच्या कार्याचा संयुक्तपणे विचार केला जातो. नियोजन हे व्यवस्थापनाचे अंग असून नियोजित उद्दिष्ट प्रामुख्याने व्यक्तिसमूहामार्फतच पूर्ण करावी लागतात. त्यामुळेच व्यवस्थापनाचे निरनिराळे स्तर अस्तित्वात आले आहेत. अमेरिकन मार्केटिंग असोसिएशनने ८१ कंपन्यांचा अभ्यास करून, त्यापैकी ३३ कंपन्यांमध्ये व्यवस्थापनाचे ५ व बाकीच्या कंपन्यांत ८ स्तर आढळून आल्याचे स्पष्ट केले. तसेच अलफोर्ड व बेट्टी यांनी उच्च व्यवस्थापन, उच्चमध्यम व्यवस्थापन, मध्यम व्यवस्थापन, कनिष्ठ व्यवस्थापन व कार्यकारी कर्मचारी असे व्यवस्थापनाचे ५ स्तर सुचविलेले आहेत. व्यवस्थापनाचे स्तर, कंपनीचा आकार, तांत्रिक घटक व उत्पादनातील प्रक्रियेमुळे भिन्न भिन्न प्रकारचे असतात. तरी पण व्यवस्थापनाच्या पातळ्या मर्यादित असाव्यात असे अनेक तज्ज्ञ व्यवस्थापकांनी स्पष्ट केले आहे. त्यासाठी त्यांनी पुढील कारणे दिलेली आहेत-

(अ) व्यवस्थापनाच्या अनेक पातळ्यांमुळे खर्चात वाढ होते.

(ब) अनेक व्यवस्थापनस्तरांमुळे मुख्य अधिकारी व कर्मचाऱ्यांमधील अंतर वाढते.

(क) विविध व्यवस्थापनस्तरांमुळे संदेशवहन व नियंत्रणात अनेक अडचणी निर्माण होतात व

(ड) व्यवस्थापनाच्या अनेक स्तरांमुळे कर्मचारी व मुख्य अधिकारी यांचे वैयक्तिक संबंध येत नसल्यामुळे कर्मचाऱ्यांचे मनोबल कमी होते.

व्यवस्थापन त्रिस्तरीय प्रक्रिया (Management Three-Tier Activity)

सर्वसामान्यपणे उद्योग किंवा व्यवसायात व्यवस्थापन उच्च, मध्यम व कनिष्ठ पातळीवर कार्य करीत असल्यामुळे त्याला त्रिस्तरीय प्रक्रिया असे म्हणतात. व्यवस्थापनाचे स्तर पुढील आकृतीवरून अधिक स्पष्ट होतात.

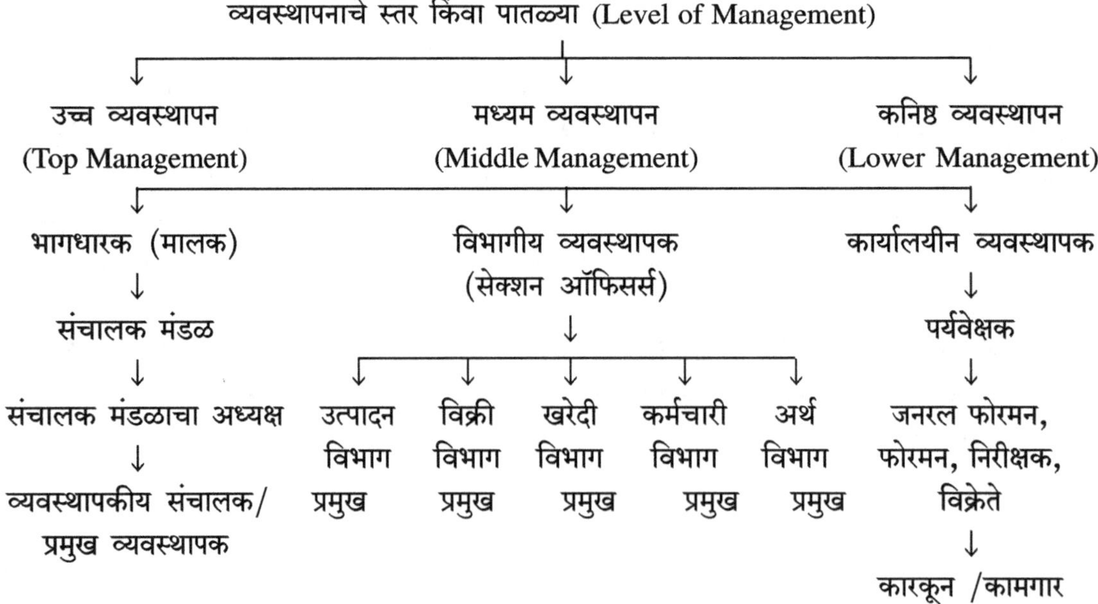

उच्च व्यवस्थापन (Top Management)

उच्च व्यवस्थापन उद्योग किंवा व्यवसायातील सर्वोच्च शक्ती किंवा मंडळाच्या स्वरूपात काम करते. उद्योगाचे अंतिम धोरण ठरविणे, धोरणांच्या अंमलबजावणीसाठी योजना आखणे, उद्योगातील सर्व क्रिया, प्रक्रिया किंवा विभागात समन्वय प्रस्थापित करणे व त्यावर प्रभावशाली नियंत्रण ठेवणे ही कार्ये उच्च व्यवस्थापनाला पार पाडावी लागतात. उच्च व्यवस्थापनाला उद्योगातील धोरणात्मक स्वरूपाचे निर्णय घ्यावयाचे असल्यामुळे त्याला बौद्धिक किंवा वैचारिक स्वरूपाचे कार्य करावे लागते. उद्योगात यंत्रसामग्री, साधनसामग्री व मनुष्यबळ उपलब्ध करून व त्यात समन्वय साधून उद्योगाला यश मिळवून देण्याचे कार्य उच्च व्यवस्थापन करीत असते. उद्योगात नियोजनापासून नियंत्रणापर्यंत सर्व क्रिया योग्य मार्गाने होत आहेत किंवा नाहीत यावर लक्ष ठेवण्याचे कार्य व्यवस्थापन करते. अशा रीतीने उद्योगात सर्व प्रकारचे निर्णय घेण्याचे किंवा धोरण ठरविण्याचे कार्य उच्च व्यवस्थापन करीत असते.

उच्च व्यवस्थापनाची संघटना किंवा रचना पुढीलप्रमाणे असते.

(अ) भागधारक : कंपनीची इमारत, यंत्रसामग्री व इतर उपकरणे खरेदी करण्यासाठी भागधारक भांडवल देत असतात, त्यामुळे त्यांना कंपनीचे मालक म्हणतात. ते कंपनीचे मालक असल्यामुळे त्यांना उच्च व्यवस्थापनात सर्वोच्च स्थान आहे. परंतु ते असंख्य असून कंपनीपासून लांब अंतरावर राहात असल्यामुळे त्यांना सामूहिकरीत्या व्यवस्थापनात लक्ष घालणे अशक्य असते. त्यामुळे कंपनीच्या व्यवस्थापनावर लक्ष ठेवण्यासाठी ते त्यांच्यामधून काही प्रतिनिधी नेमतात, त्यांनाच संचालक असे म्हणतात. संचालक भागधारकांमार्फत व्यवसाय किंवा उद्योगाच्या व्यवस्थापनात लक्ष घालतात.

(ब) संचालक मंडळ : संचालकांची नियुक्ती भागधारक करतात. त्यामुळे संचालक किंवा संचालक मंडळ भागधारकांचे विश्वस्त म्हणून कार्य करतात. विश्वस्त या नात्याने संचालक मंडळ भांडवल सुरक्षित ठेवून त्यांचा सदुपयोग करीत असतात. त्यासाठी संचालक मंडळाला पुढील कार्ये करावी लागतात.

(१) कंपनीच्या यशासाठी किंवा सफलतेसाठी महत्त्वपूर्ण बाबींवर विचार करून निर्णय घेणे. उदा. (अ)कंपनीची दीर्घकालीन नीती, उद्दिष्टे, कार्यक्रम व अंदाजपत्रके इ. विषयी निर्णय घेणे. (ब) कंपनीच्या संघटनेची रचना करणे. (क) कंपनीच्या आर्थिक व कार्यात्मक बाबींवर लक्ष ठेवणे.

(२) कंपनीतील दैनंदिन कार्य व्यवस्थित होण्यासाठी संचालकांनी नियुक्त केलेल्या व्यवस्थापकांना मान्यता देणे इत्यादी.

(क) मुख्य कार्यकारी अधिकारी : संचालक मंडळाच्या हाताखाली मुख्य कार्यकारी अधिकारी, (chief executive) कार्य करीत असतो. विविध कंपन्यांत मुख्य कार्यकारी अधिकाऱ्यांना विविध नावांनी ओळखले जाते. उदा. सर्वोच्च निर्देशक (director general), व्यवस्था संचालक (managing director), प्रमुख व्यवस्थापक (general manager) इ. मुख्य कार्यकारी अधिकाऱ्यांचे कार्य अत्यंत महत्त्वपूर्ण परंतु कठीण असते. या अधिकाऱ्याला कंपनीतील कार्याचे संचालन, व्यवस्थापन व समन्वयाचे कार्य करावे लागते. तो संचालक मंडळाला जबाबदार असतो. संचालक मंडळाने ठरविलेली उद्दिष्टे प्रमुख कार्यकारी अधिकाऱ्यांमार्फतच विभागप्रमुख व कर्मचाऱ्यांपर्यंत पोहोचविली जातात. संचालक मंडळाने ठरविलेली उद्दिष्टे कार्यान्वित करण्यासाठी संघटन, नियुक्ती, निर्देशन, नियंत्रण इ.ची व्यवस्था प्रमुख कार्यकारी अधिकाऱ्याला पाहावी लागते. तो विभागीय कार्याचे नेतृत्व करतो. उपविभागाच्या योजना व इतर बाबींना मान्यता देतो. महत्त्वपूर्ण बाबींवर निर्णय घेतो. सुदृढ संघटनांची रचना करण्यासाठी योग्य प्रकारच्या कर्मचाऱ्यांची नियुक्ती करतो व त्यांना अधिकार

प्रदान करून त्यांच्यावर जबाबदाऱ्या सोपविते. अशा रीतीने कंपनीच्या सर्व कार्याची अंतिम जबाबदारी प्रमुख कार्यकारी अधिकाऱ्यांची असते.

उच्च व्यवस्थापन रचनेचे स्वरूप पुढील तक्त्यावरून स्पष्ट होते –

उच्च व्यवस्थापनाची कार्ये (Functions of Top Management)

१. उद्दिष्टांची निश्चिती करणे : प्रत्येक उद्योगधंदा काही विशिष्ट ध्येय किंवा धोरण ठरवून त्यानुसार कार्य करीत असतो. कोणत्याही व्यवसायात किंवा उद्योगात उच्च व्यवस्थापनाला उद्दिष्टांची निश्चिती करावी लागते.

२. धोरणांचे नियोजन करणे : व्यवसायाची पूर्वनियोजित उद्दिष्टे व्यवस्थापनाने ठरविलेल्या धोरणानुसार पूर्ण केली जातात. त्यामुळे नियोजित धोरण म्हणजे प्रत्यक्ष कृतीचा मार्ग आहे असे म्हणता येईल. कंपनीच्या धोरणात कंपनीतील विभिन्न कार्यांचा अभ्यास केला जातो. उदा. उत्पादनधोरणात वाढती मागणी पूर्ण करण्याच्या दृष्टीने, उत्पादनाचे मार्गनिर्धारण व वेळापत्रक तयार करावे लागते. वस्तू धोरणात वस्तूचे प्रमाण, आकार, रंग इ. वैशिष्ट्ये स्पष्ट केली जातात. विक्रीधोरणात वस्तुवितरणाचे विविध मार्ग, जाहिरात व विक्रीवाढीचे मार्ग इ.चे वर्णन केलेले असते. किमतीविषयक धोरणात वस्तूच्या दर्जाची माहिती व वस्तूची किंमत, सुटीचा दर (discount) इ.ची माहिती असते. कर्मचारीधोरणात कर्मचाऱ्यांची भरती, बदली, प्रशिक्षण, वेतन, बढती इ.चा विचार केला जातो. तसेच अर्थविषयक धोरणात भांडवल मिळविण्याची साधने, स्थिर व खेळते भांडवल व कर्जाऊ भांडवलाचे स्पष्टीकरण केलेले असते. अशा रीतीने कंपनीला भांडवलविषयक, वितरणविषयक, कर्मचारीविषयक व उत्पादनविषयक धोरणे ठरवावी लागून, धोरणाच्या अंमलबजावणीचे नियोजन करावे लागते. थोडक्यात कंपनीच्या विविध विभागांतील धोरणात्मक नियोजनाचे निर्णय उच्च व्यवस्थापनाला घ्यावे लागतात.

३. नियोजनानुसार कार्य करण्यासाठी संघटनेची रचना करणे : उच्च व्यवस्थापन, व्यवस्थापनातील सर्वोच्च मंडळ आहे. उच्च व्यवस्थापन व्यवसाय किंवा उद्योगाची उद्दिष्टे ठरविणे व नियोजन ही महत्त्वाची कार्ये करते. या कार्याच्या अंमलबजावणीसाठी संघटना अस्तित्वात आणण्याचे कर्तव्य उच्च व्यवस्थापनाचे आहे. त्यामुळे नियोजित उद्दिष्टे पूर्ण करून घेण्यासाठी उच्च व्यवस्थापन, मध्यम स्तरावरील व्यवस्थापन व कनिष्ठ व्यवस्थापनाचे संघटन करते. मध्यम व कनिष्ठ व्यवस्थापनाची कार्ये ठरवून देऊन अधिकार व जबाबदारीचे विभाजन करते. याशिवाय ठराविक कार्य एका अवस्थेतून दुसऱ्या अवस्थेत किंवा एका विभागातून दुसऱ्या

विभागात कशा रीतीने पार पाडले जाईल, याची रचना उच्च व्यवस्थापन करते. अशा रीतीने उच्च व्यवस्थापनाला नियोजित कार्ये करून घेण्यासाठी संघटनेची निर्मिती करावी लागते.

४. नियोजित उद्दिष्टे पूर्ण करण्यासाठी साधनांची जुळवाजुळव करणे : नियोजनाची अंमलबजावणी करण्यापूर्वी उत्पादनाची सर्व साधने उपलब्ध करून त्यात समन्वय प्रस्थापित करण्याचे कार्य उच्च व्यवस्थापनाला करावे लागते. कोणत्याही उद्योग किंवा व्यवसायात भांडवल, कर्मचारी व साधनसामग्री (3M-Money, Men, Materials) इ.ची जुळवाजुळव करावी लागते. भाग व कर्जरोख्यांची विक्री करून स्थिर भांडवल मिळवावे लागते. तसेच खेळत्या भांडवलाची गरज व्यापारी व बँका व इतर संस्थांच्या मार्फत पूर्ण करून घेण्याचे कार्य उच्च व्यवस्थापन करते. याशिवाय सर्व प्रकारच्या भौतिक साधनांच्या एकत्रीकरणाची जबाबदारी उच्च व्यवस्थापनावर असते. उदा. यंत्र-सामग्री, उपकरणे, फर्निचर, इमारत, पाणीपुरवठा, वीजपुरवठा व इतर सहाय्यक साधने उपलब्ध करून, त्यात समन्वय आणण्याचे काम व्यवस्थापनाचे आहे. तसेच उच्च व्यवस्थापन, उद्योग किंवा व्यवसायातील कार्य लक्षात घेऊन दुय्यम दर्जाचे अधिकारी व कर्मचाऱ्यांच्या भरतीला जबाबदार असते. अशा रीतीने भांडवलाच्या मदतीने भौतिक साधने व कुशल कर्मचारीवर्ग प्राप्त करण्याची व सर्व साधनांत सुसूत्रीकरण निर्माण करण्याची जबाबदारी उच्च व्यवस्थापनावर असते.

५. व्यवसायातील सर्व क्रियांचे नियंत्रण करणे : नियंत्रण हे उच्च व्यवस्थापनाचे अत्यंत महत्त्वाचे कार्य आहे. उच्च व्यवस्थापन प्रत्यक्षपणे नियंत्रणाचे कार्य करीत नसले तरी उद्योग व व्यवसायातील सर्व विभागांवर मध्यम व कनिष्ठ व्यवस्थापनामार्फत अंतिमरीत्या नियंत्रण ठेवण्याचे कार्य उच्च व्यवस्थापनाचे आहे. विभिन्न विभागातील कार्याचे मूल्यमापन करणे, नियोजित उद्दिष्टांची तपासणी करणे, उत्पादनाचे मोजमाप करणे ही सर्व कार्ये नियंत्रणाची आहेत. उच्च व्यवस्थापन कोणत्याही बाबींचे नियोजन करताना प्रथम तिचे प्रमाण (standard) निश्चित करते. त्यानंतर प्रत्यक्ष कार्य व प्रमाण कार्य यात फरक आहे का? असल्यास तो पडण्याची कारणे व तफावत दूर करण्यासाठी उपाययोजना इ. सर्व बाबींचा विचार करून अंतिम क्रियांवर नियंत्रण ठेवते. थोडक्यात, सर्व घटकांनी आपापली जबाबदारी पार पाडावी या दृष्टीने उच्च व्यवस्थापनाला नियंत्रण ठेवावे लागते.

मध्यम पातळीवरील किंवा मध्यम व्यवस्थापन (Middle Management)

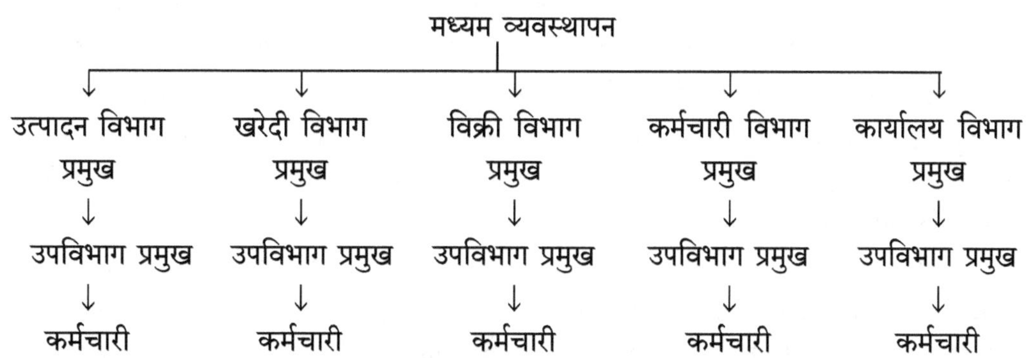

मध्यम व्यवस्थापनातील विभागाचे संघटन

१. उत्पादन विभाग : उत्पादन व्यवस्थापक (works manager) उत्पादन विभागाचा प्रमुख असून तो उत्पादन विभागाच्या विविध कार्याला जबाबदार असतो. तो उत्पादनावर नियंत्रण ठेवून दर्जेदार पण कमी खर्चात

उत्पादन करण्याचा प्रयत्न करतो. या उत्पादनप्रमुखाला प्रामुख्याने पुढील कार्ये करावी लागतात.

(१) कार्यआदेश गोळा करून ते संबंधित विभागाकडे पाठविणे.

(२) कार्याच्या अंमलबजावणीत ठराविक पद्धती सुचविणे, फोरमन व कर्मचाऱ्यांना मार्गदर्शन करणे.

(३) कच्चा माल, अर्धकच्चा माल व पक्क्या मालावर नियंत्रण ठेवणे.

(४) यंत्रसामग्री, उपकरणे, हत्यारे व कर्मचारी इ. घटक एकत्रित करणे.

(५) उत्पादनखर्चावर नियंत्रण ठेवणे.

२. इंजिनिअरिंग किंवा यांत्रिक विभाग : इंजिनिअरिंग विभाग हा उत्पादन विभागाचा एक भाग असून प्रमुख इंजिनिअर हा या विभागाचा प्रमुख असतो. तो पुढील कार्याबद्दल जबाबदार असतो.

(अ) उत्पादननियोजन, मार्गनिर्धारण व वेळापत्रक तयार करणे.

(ब) नियोजित उद्दिष्टे साध्य करण्यासाठी यंत्राची रचना करणे.

(क) वस्तूचे डिझाइन तयार करणे, तिचे गुणधर्म, प्रमाण व दर्जा ठरविणे.

(ड) उत्पादनविभागाची तांत्रिक क्षमता वाढविण्यासाठी संशोधन करणे.

(इ) यंत्र व उपकरणाची देखभाल करून त्यांच्या उत्पादनक्षमतेचा पूर्ण उपयोग करून घेणे.

(फ) उत्पादनखर्चात काटकसर करणे इ.

३. कर्मचारी विभाग : मध्यम व्यवस्थापनात कर्मचारी विभाग अत्यंत महत्त्वाचा आहे. प्रमुख कर्मचारी व्यवस्थापक कर्मचारी विभागाचा प्रमुख असून तो उद्योगातील कामगारांची भरती, प्रशिक्षण, वेतन, बढती इ. साठी जबाबदार असतो. उद्योगात अनेक कर्मचाऱ्यांची भरती करावी लागते. ती शास्त्रीय पद्धतीने करणे आवश्यक असते. त्याचप्रमाणे कामगारांची भरती केल्यानंतर त्यांना प्रशिक्षण द्यावे लागते. याशिवाय त्यांच्या जीवनमानाला आवश्यक इतके वेतनही द्यावे लागते. कर्मचाऱ्यांची कार्यक्षमता वाढवावी म्हणून त्यांना विविध प्रकारे उत्तेजन द्यावे लागते. त्याचप्रमाणे कुणावरही अन्याय होणार नाही असे बढतीचे धोरण या विभागाला अवलंबवावे लागते. थोडक्यात कर्मचाऱ्यांच्या विविध समस्या य विभागांद्वारे सोडविल्या जातात.

४. संग्रहण विभाग : हा विभाग मालाच्या संग्रहणाचे किंवा साठ्याचे कार्य करतो. संग्रहण विभाग सामग्री व्यवस्थापकाच्या (store manager) अंतर्गत कार्य करतो. खरेदी विभागाने खरेदी केलेल्या मालाचा ताबा घेणे, त्याची तपासणी करणे, मालाचा हिशेब ठेवणे, माल सुरक्षित ठेवणे इ. कार्ये हा विभाग करतो; तसेच उत्पादन विभागाच्या आवश्यकतेप्रमाणे सुटे भाग किंवा इतर सामग्री देण्याचे काम हा विभाग करतो.

५. कार्यालय विभाग : प्रत्येक संस्थेत स्वतंत्र कार्यालय स्थापन केलेले असून ते सामान्य व्यवस्थापनासाठी जबाबदार असते. या विभागाद्वारे पत्रव्यवहार पाहण्याचे किंवा सांभाळण्याचे कार्य केले जाते. त्याचप्रमाणे महत्त्वाची कागदपत्रे जपून ठेवणे, विभिन्न विभागांचे अहवाल तयार करणे, कार्यालयीन रेकॉर्ड ठेवणे इ. कार्ये हा विभाग करीत असतो.

६. हिशेब विभाग : कोणत्याही प्रमुख हिशेबनिसाला हिशेब ठेवण्याचे कार्य करावे लागते. हिशेब हे खरेदी, विक्री, पैशांची देवाण-घेवाण, दैनंदिन खर्च इ. विषयी असतात. तसेच आर्थिक वर्षाच्या शेवटी या विभागाला सर्व आर्थिक खात्यावरून व्यापार खाते, नफातोटा खाते व ताळेबंद तयार करून संस्थेच्या आर्थिक स्थितीचा अहवाल सादर करावा लागतो.

७. उत्पादनखर्च विभाग : सर्वसामान्यपणे मोठमोठ्या संस्थेत हिशेब विभागाबरोबरच संस्थेतील उत्पादनखर्चासंबंधी एक स्वतंत्र विभाग उघडला जातो, त्यालाच उत्पादनखर्च विभाग असे म्हणतात. हा विभाग

उत्पादनातील प्रमुख खर्च व सहाय्यक खर्चाचे विश्लेषण करून त्याचा अहवाल उच्च व्यवस्थापनाला सादर करते. या विभागाद्वारे कच्चा माल व पक्का माल, श्रम व कारखान्यातील व कार्यालयीन खर्च इ. विषयाचे रेकॉर्ड ठेवले जाते. त्याचप्रमाणे प्रत्यक्ष खर्च व प्रमाणित खर्च यात फरक असल्यास त्याच्या विषमतेची कारणे या विभागाद्वारे शोधून काढली जातात व त्याची योग्य उपाययोजना या विभागाद्वारे उच्च व्यवस्थापनास सुचविली जाते.

८. **खरेदी व विक्री विभाग :** संस्थेत खरेदी विभागासाठी खरेदीप्रमुखाची, तर विक्री विभागासाठी विक्रीप्रमुखाची नियुक्ती केलेली असते. खरेदी विभाग कच्चा माल, सुटे भाग व इतर आवश्यक मालाची खरेदी करतो. विक्री विभाग हा मध्यम व्यवस्थापनातील महत्त्वपूर्ण विभाग असून तो मालाची विक्री करणे, बाजारपेठांचे संशोधन करणे, जाहिरात करणे, विक्रीवाढ करणे इ. महत्त्वाची कार्ये करीत असतो.

मध्यम व्यवस्थापनाची कार्ये

(१) उच्च व्यवस्थापनाने ठरवून दिलेल्या धोरणांचे विश्लेषण करणे.

(२) उद्योग किंवा व्यवसायांच्या उद्दिष्टांची अंमलबजावणी करण्यासाठी विविध विभागांचे संघटन करणे.

(३) योग्य प्रकारच्या कर्मचाऱ्यांची (सुपरवायझर व निरीक्षक) नियुक्ती करणे. त्यांच्याकडे जबाबदाऱ्या सोपवून विविध विभागांतील नियोजनाची अंमलबजावणी करणे.

(४) कार्याविषयी सूचनांचे एकत्रीकरण करणे, त्या संबंधित अधिकाऱ्यांकडे पाठविणे व त्यांना मार्गदर्शन करणे.

(५) उत्पादनात वाढ होण्यासाठी कर्मचाऱ्यांना विविध प्रकारे प्रेरणा देणे, त्यांच्या वाढत्या कार्यक्षमतेबद्दल व आदर्श गुणाबद्दल बक्षिसे देणे इ.

(६) उद्योग व व्यवसायातील संघटनेचे कार्य अधिक कार्यक्षमतेने होण्यासाठी विविध विभागांत प्रभावी समन्वय करणे.

(७) विविध विभागांचे अहवाल तयार करणे व संबंधित सूचना आणि आकडेवारीचे एकत्रीकरण करून त्याचा उच्च व्यवस्थापनास अहवाल सादर करणे.

(८) उच्च व्यवस्थापनाचे धोरण चुकीचे असल्यास त्यात सुधारणा सुचविणे व नवीन धोरणांच्या सुयोग्य अंमलबजावणीसाठी मार्गदर्शन करणे. इ.

कनिष्ठ व्यवस्थापन किंवा पर्यवेक्षीय व्यवस्थापन
(Lower Management or Supervisory Management)

कनिष्ठ व्यवस्थापनात सुपरवायझर, निरीक्षक, फोरमन व विक्रेते यांचे कार्य महत्त्वाचे आहे. कारण ते कर्मचारी किंवा कामगारांकडून प्रत्यक्षपणे कार्य करून घेत असतात. कनिष्ठ व्यवस्थापनात निरीक्षकांचे कार्य अत्यंत महत्त्वाचे समजले जाते. उद्योगात निरीक्षकांचा किंवा फोरमनचा कर्मचाऱ्यांशी प्रत्यक्ष संबंध येतो, त्यामुळे मोठमोठ्या संस्थांत अनेक निरीक्षक किंवा फोरमन नियुक्त केलेले असतात. फोरमन प्रामुख्याने उत्पादन विभागात कार्य करीत असतात. निरीक्षक, फोरमन किंवा सुपरवायझर यांचे कार्य पुढीलप्रमाणे दोन प्रकारचे असते –

(१) उच्च अधिकाऱ्यांच्या निर्देशानुसार कनिष्ठ कर्मचाऱ्यांकडून काम करून घेणे व कनिष्ठ कर्मचाऱ्यांचे उच्च अधिकाऱ्यांजवळ प्रतिनिधित्व करणे.

(२) कनिष्ठ कर्मचाऱ्यांच्या तक्रारी, अडचणी व शिफारशी उच्च अधिकाऱ्यांकडे पोहोचविणे व कर्मचाऱ्यांचे प्रतिनिधित्व करणे.

कनिष्ठ व्यवस्थापन ही व्यवस्थापनाची शेवटची पातळी असली तरी ती अत्यंत महत्त्वपूर्ण आहे. या व्यवस्थापनाच्या क्षमतेवरच उद्योगाचे यश अवलंबून असते.

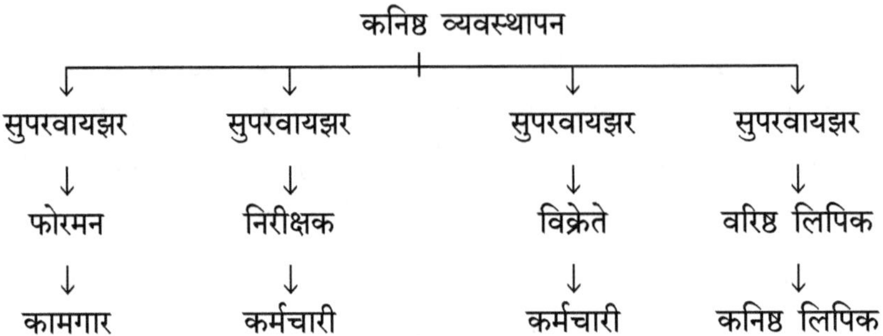

कनिष्ठ किंवा पर्यवेक्षीय व्यवस्थापनाची कारणे

कनिष्ठ किंवा पर्यवेक्षीय व्यवस्थापन, व्यवस्थापन स्तरातील अंतिम कडी असली तरी ती अत्यंत महत्त्वाची आहे. पर्यवेक्षक, कर्मचारी व मध्यम व्यवस्थापनातील मध्यस्थ या नात्याने कार्य करीत असतो. मध्यम व्यवस्थापनाने सांगितलेली कामे त्याला कर्मचाऱ्यांकडून करवून घ्यावी लागतात. कामाची गुणवत्ता व प्रमाण अंतिम कर्मचाऱ्यावर अवलंबून असते. त्यामुळेच कनिष्ठ व्यवस्थापनाची व विशेषत: पर्यवेक्षकाची भूमिका अत्यंत महत्त्वाची असते. कामगारांच्या दृष्टीने पर्यवेक्षक प्रमुख अधिकारी असतो. त्यामुळे पर्यवेक्षकाचा कामगारांवर बऱ्यापैकी वचक असतो. त्याच्या आज्ञेप्रमाणे कर्मचारी काम करीत असतात. पर्यवेक्षक किंवा कनिष्ठ व्यवस्थापनाची अनेक कामे करावी लागतात. ती खालीलप्रमाणे आहेत.

१. कर्मचाऱ्यांना आदेश, सूचना देऊन त्यांच्या कामावर लक्ष ठेवून नियंत्रण ठेवणे.

२. पर्यवेक्षकाला त्याच्या विभागातील कामकाजाचे नियोजन करावे लागून प्रत्येक कामगाराला कोणते काम दिले पाहिजे याचा तक्ता तयार करावा लागतो.

३. कारखान्यातील कार्यपद्धतीची कर्मचाऱ्यांना माहिती मिळावी म्हणून त्यांना मार्गदर्शन करणे.

४. कामगारांना आवश्यकतेनुसार यंत्रे, उपकरणे व हत्यारे देण्याची व्यवस्था करणे.

५. प्रत्येक कर्मचाऱ्याला त्याच्या आवश्यकतेनुसार कच्चा माल वेळेवर मिळत आहे किंवा नाही हे पाहणे तसेच कच्च्या मालाची नासाडी होणार नाही ही काळजी घेणे.

६. कामगारांना प्रत्यक्ष कामाचे वेळी प्रशिक्षण देणे.

७. कारखान्यातील यंत्रे, उपकरणे याचे वेळोवेळी भरणपोषण व दुरुस्ती करणे.

८. उत्पादन करीत असताना कर्मचाऱ्यांना येणाऱ्या अडचणी दूर करणे.

९. कर्मचाऱ्यांचे जे प्रश्न पर्यवेक्षक सोडवू शकत नाही ते मध्यम व्यवस्थापनापर्यंत पोहोचविणे.

१०. कर्मचाऱ्यांमध्ये शिस्तीचे वातावरण निर्माण करून त्यांच्यात कामाबद्दल अभिरुची निर्माण करणे.

११. कर्मचाऱ्यांमध्ये ऐक्य व सहकार्याची भावना निर्माण करून त्यांच्या मनोधैर्यात वाढ करणे.

१२. कर्मचारी व कनिष्ठ व्यवस्थापनात चांगले संबंध निर्माण करणे.

१३. कामगाराच्या कार्यस्थितीत सुधारणा करण्यासाठी मध्यम व्यवस्थापनाला सल्ला देणे.

१४. कामगार किंवा कर्मचाऱ्यांना प्रशिक्षण देण्याची व्यवस्था करणे.

१.७ व्यवस्थापकीय कौशल्ये (Managerial Skills)

आधुनिक व्यवसायात व्यवस्थापकाला अनेक प्रकारच्या भूमिका कराव्या लागतात. आजच्या काळात व्यवस्थापन ही अनेक अंगांनी युत असलेली गुंतागुंतीची प्रक्रिया आहे. या सर्व विविध अंगांचा विचार करताना, व्यवस्थापकाला आपल्या अंगी विविध व्यवस्थापकीय कौशल्ये बाणवावी लागतात. काही कौशल्ये ही जन्मजात असतात, तर काही कौशल्ये अनुभवाने मिळविता येतात, तर काही कौशल्ये ही अभ्यासाने किंवा शिकून मिळविता येतात. कौशल्य म्हणजे विशिष्ट काम करण्याचे कसब किंवा सामर्थ्य होय. व्यवस्थापनात यशस्वी होण्यासाठी व्यवस्थापकाला खालील कौशल्ये आत्मसात करावी लागतात.

(१) भविष्यकालीन योग्य अंदाज घेण्याचे कौशल्य.

(२) योग्य नियोजन करण्याचे कौशल्य.

(३) कर्मचाऱ्यांची योग्य निवड करण्याचे व कार्यवाटप करण्याचे कौशल्य.

(४) कर्मचाऱ्यांची समस्या सोडविण्याचे कौशल्य.

(५) कर्मचाऱ्यांना मार्गदर्शन करण्याचे, नेतृत्वाचे कौशल्य.

(६) कर्मचाऱ्यांना, साहाय्यकांना प्रेरणा देण्याचे कौशल्य.

(७) कर्मचारी-अधिकारी यांच्यात व कर्मचारी-कर्मचारी यांच्यात सहसंबंध निर्माण करण्याचे कौशल्य. यालाच मानवी सहसंबंध कौशल्य असेही म्हणतात.

(८) योग्य वेळी योग्य निर्णय घेण्याचे कौशल्य.

(९) योग्य पर्याय निवडण्यासाठी, समस्यांचे, पर्यायांचे विश्लेषण करण्याचे कौशल्य.

(१०) योग्य संघटना बांधण्याचे कौशल्य.

(११) व्यवसाय व बाह्यघटक यांच्यामध्ये समन्वय साधण्याचे कौशल्य.

(१२) कर्मचाऱ्यांवर प्रभावी नियंत्रण ठेवण्याचे कौशल्य.

(१३) कर्मचाऱ्यांचे योग्य मूल्यमापन करण्याचे कौशल्य.

(१४) सामाजिक जबाबदारी ओळखून ती पार पाडण्याचे कौशल्य.

अशाप्रकारे व्यवस्थापकाकडे व्यवसायाच्या समस्या हाताळण्यास लागणारे तांत्रिक कौशल्य, व्यवसायातील मनुष्यबळ हाताळण्यासाठी लागणारे मानवी सहसंबंध कौशल्य, नियोजनासाठी, पूर्वानुमानासाठी आणि नियंत्रणासाठी संकल्पना स्पष्टीकरण कौशल्य, समस्या किंवा प्रश्न सोडविण्यासाठी योग्य विश्लेषणात्मक कौशल्य, व्यवसायातील सर्व घटकांचा एकमेकांशी चांगला संबंध निर्माण करण्यासाठी लागणारे चांगले व प्रभावी संज्ञापन कौशल्य व सामाजिक कौशल्य असणे आवश्यक असते.

१. तांत्रिक कौशल्य (Technical Skill) : प्रथम पातळीवरील साखळी व्यवस्थापकांना तांत्रिक कौशल्य अवगत असणे आवश्यक आहे. कारण त्यांचा उत्पादनाशी प्रत्यक्ष संबंध असतो. उत्पादनाच्या तांत्रिक बाजू त्यांना अवगत असणे आवश्यक आहे. आपल्या सहाय्यकांना त्यांना तांत्रिक बाबींवर मार्गदर्शन करता आले पाहिजे. क्रिया करणाऱ्या व्यवस्थापकांना त्या क्रियेची सर्व माहिती असावी. कनिष्ठ व्यवस्थापकांना ते करीत असलेल्या कामाचे तांत्रिक ज्ञान पाहिजे. हिशेब-व्यवस्थापकाला हिशेबतपासणीचे सखोल ज्ञान असणे आवश्यक आहे. तांत्रिक ज्ञानाच्या अभावी इतर सर्व गुण असूनही व्यवस्थापक आपली कार्ये यशस्वीरीत्या पार पाडू शकणार नाही. पोलिओ झालेल्या माणसाला पाय असूनही चालता येत नाही तशी तांत्रिक कौशल्याच्या अभावी व्यवस्थापकांची स्थिती होईल. कारखान्यात उत्पादन कार्य करण्यासाठी राबविण्यात येणारे उत्पादनाचे

तंत्र, उत्पादनप्रक्रियेचे स्वरूप, उत्पादनपद्धती, कारखान्यात बसविलेली यंत्रसामग्री या सर्व बाबतींत व्यवस्थापकांना ज्ञान असणे आवश्यक आहे.

२. मानवी सहसंबंध कौशल्य (Human Relation Skill) : प्रत्येक व्यवस्थापकास मानवी समूहाबरोबर काम करावे लागते. जोपर्यंत व्यवस्थापक सर्व लोकांना समजून घेणार नाही तोपर्यंत तो प्रभावी व्यवस्थापक होऊ शकणार नाही. लोकांकडून काम करवून घेण्यासाठी त्यांना समजून घेतलेच पाहिजे. त्यांच्याशी सतत संपर्क ठेवला पाहिजे. व्यवस्थापक कर्मचाऱ्यांबरोबर कसे संबंध ठेवतो, यावरूनच त्याची नेतृत्वक्षमता ठरते. मानवी सहसंबंध कौशल्य ही व्यवस्थापकाच्या नेतृत्व सामर्थ्याचे प्रतिबिंब आहे. उद्योगसंस्थेची यशस्विता ही मानवी सहसंबंध कौशल्यावर अवलंबून असते. व्यवस्थापकाने कर्मचाऱ्यांना कामाबद्दल बक्षिसी दिली पाहिजे. त्यांच्यावर विश्वास ठेवला पाहिजे.

३. विश्लेषणात्मक कौशल्य (Analytical Skill) : कार्यक्षम व्यवस्थापकीय निर्णय घेण्यासाठी परिस्थितीचे विश्लेषण व्यवस्थापकाला करता आले पाहिजे. व्यवस्थापकाला अनेक समस्यांना तोंड द्यावे लागते. त्याला समस्यांचा गुंता त्वरित सोडविता आला पाहिजे. त्यासाठी विश्लेषणात्मक कौशल्याची गरज असते. त्याने प्रश्नाचे खरे स्वरूप समजून घेतले पाहिजे, त्यातील अडचणी जाणून घेतल्या पाहिजेत आणि त्यावर उपाय शोधून काढले पाहिजेत. परिस्थिती जाणून न घेता प्रश्नांची सोडवणूक करण्यासाठी त्याने कोणतीही कृती करू नये. व्यवस्थापकाची दूरदृष्टी, सर्जनशीलता आणि बुद्धिमत्ता हे संघटनेला यशाच्या मार्गाकडे निश्चितपणे नेऊ शकतात.

४. संकल्पनात्मक कौशल्य (Conceptual Skill) : संकल्पनात्मक कौशल्य म्हणजे एखाद्या व्यक्तीची बुद्धिमत्ता, व्यापकता व दूरदृष्टीचा परिणाम होऊन विकसित झालेली अशी क्षमता की, जिच्यामुळे भविष्यकालीन घटना व तिच्या उपक्रमाचा भवितव्यावर होणारा संभाव्य परिणाम याचा अंदाज घेऊन संस्थेच्या धोरणामध्ये हवे असलेले बदल करणे शक्य होते. प्रत्येक व्यवस्थापकाकडे 'संकलित दृष्टिकोन' (intergated approach) असणे आवश्यक आहे. संघटनेकडे एकत्रित रित्या पाहण्याची गरज असते.

व्यवस्थापकाने संघटनेच्या विविध घटकांमध्ये सामंजस्य कसे राहील, ते बरोबर काम कसे करतील हे जाणून घेतले पाहिजे. 'संकलित पद्धती दृष्टिकोन (intergated systems approach) हा संकल्पनात्मक कौशल्याचा मुख्य गाभा होय. संकल्पनात्मक कौशल्यामुळे पद्धती व उपपद्धती या एकमेकांशी कशाप्रकारे संबंधित आहेत व संघटनेसाठी कसे काम करतात हे स्पष्ट होते. संकल्पनात्मक कौशल्यामध्ये व्यवस्थापकाचे एखाद्या गोष्टीकडे व्यापकतेने बघण्याचे सामर्थ्य सिद्ध होते. बहुतेक व्यवस्थापकांना आपल्या संघटनेसाठी दीर्घकालीन धोरण आखण्यासाठी संकल्पनात्मक व विश्लेषणात्मक कौशल्यांचा उपयोग होतो.

५. संदेशवहन क्रियेमधील कौशल्ये (Communication Skill) : जे काही सांगावयाचे आहे ते प्रभावीपणे सांगण्याचे सामर्थ्य म्हणजे संदेशवहनाचे कौशल्य होय. संदेशप्राप्तकर्त्याने त्वरित संदेशाची कार्यवाही करणे त्यामुळे शक्य होते. व्यवस्थापक तोंडी व लेखी संदेशवहनामध्ये निष्णात असला पाहिजे. लोकांकडून काम करवून घेण्यासाठी व्यवस्थापकाकडे हे कौशल्य असणे फार गरजेचे आहे. कर्मचाऱ्यांशी सतत संपर्क ठेवणे हे त्यांचे सहकार्य व विश्वास प्राप्त करण्यासाठी आवश्यक आहे. आपले विचार व निर्णय कर्मचाऱ्यांना सहजरीत्या समजतील असे प्रभावी संदेशवहनाचे कौशल्य प्रत्येक व्यवस्थापकाकडे असले पाहिजे. कर्मचाऱ्यांकडून मत जाणून घेऊन हे कौशल्य अवगत करणे शक्य होते.

६. संगणकीय कौशल्य (Computer Skill) : आजच्या व्यवस्थापकांकडे संगणकाचे ज्ञान असणे

आवश्यक आहे. त्यांना संगणकाचे तंत्रज्ञान जसे हार्डवेअर, सॉफ्टवेअर इत्यादींची माहिती असली पाहिजे. आपले काम करण्यासाठी कोणते सॉफ्टवेअर वापरावे, हे त्याला समजले पाहिजे. आवश्यकता भासल्यास व्यवस्थापकाने आपल्या संघटनेत सॉफ्टवेअर यंत्रणा बसवून घ्यावी.

१.८ व्यवस्थापकांसमोरील आव्हाने (Challenges before Managers)

जागतिक स्तरावर १९९१ नंतर मोठ्या प्रमाणावर बदल झाले. एकूणच मुक्त अर्थव्यवस्थेचे वारे वाहू लागले. मोठ्या प्रमाणावरील भांडवलांची गुंतवणूक, जागतिक पातळीवर उत्पादन पोहोचविण्याची मागणी, देशात आणि देशाबाहेर पसरलेले भागधारक, ग्राहकांच्यात निर्माण झालेली सजगता, बाजारपेठेत निर्माण झालेली तीव्र स्पर्धा, माहिती आणि तंत्रज्ञानाच्या ज्ञानाचा झालेला विस्फोट, अधिकाधिक गुणवत्तेची मागणी आणि कर्मचाऱ्यांच्या मानसिकतेत, कार्य करण्याच्या पद्धतीत झालेले मोठे बदल यामुळे आजच्या व्यावसायिक व्यवस्थापकांसमोर या सर्व परिस्थितीत व्यवसायाला अधिक कार्यक्षम व सक्षम करण्याचे आव्हान मोठ्या प्रमाणावर आहे. आजच्या आधुनिक व्यवसायजगतातील व्यवस्थापकांसमोरील आव्हाने खालील प्रमाणे आहेत.

(१) प्रचंड आकाराचा व्यवसाय आणि त्याचा अवाढव्य वाढलेला कारभार : औद्योगिक क्रांतीनंतर व्यवसायाचे स्वरूप बदलले. मागणीपूर्व उत्पादन करून, उत्पादित वस्तूंना विकण्याची गरज निर्माण झाली. व्यवसायाचा विस्तार एकापेक्षा अनेक देशात झाला. या सर्वांतून आजच्या व्यवस्थापकासमोर बदलत्या कायद्यांनुसार, ग्राहकांच्या गरजांनुसार उत्पादन करून, व्यवसायाचा नावलौकिक वाढविण्याची जबाबदारी आहे.

(२) बाजारपेठेतील तीव्र स्पर्धा : आजच्या काळात बाजारपेठ ही जागतिक स्वरूपाची आहे. उत्पादनाचे प्रमाण वाढल्यामुळे बाजारपेठेतील स्पर्धा तीव्र झाली आहे. बाजाराचे स्वरूप आता विक्रेत्यांची बाजारपेठ या संकल्पनेकडून ग्राहकांची बाजारपेठ या संकल्पनेकडे वळू लागले आहे. अशा परिस्थितीत व्यवसायाच्या अस्तित्वालाच धोका निर्माण झाला आहे. आपल्या व्यवसायाचे अस्तित्व टिकवून ठेवण्याचे आणि बाजारपेठेत त्याचे एक स्थान निर्माण करण्याचे आव्हान आजच्या काळातील व्यवस्थापकांसमोर आहे.

(३) ग्राहकांची वाढती सजगता : आजचा ग्राहक हा जागरूक ग्राहक आहे. तो उत्पादनाच्या गुणवत्तेबाबत जास्त आग्रही आहे. आज एकाच प्रकारची अनेक उत्पादने बाजारात उपलब्ध झालेली असल्यामुळे त्याच्याकडे निवडीला भरपूर वाव आहे. अशा परिस्थितीत आपला ग्राहक टिकवून ठेवणे आणि नवीन ग्राहक निर्माण करणे हे आजच्या व्यवस्थानापुढचे एक मोठे आव्हान आहे.

(४) माहिती व तंत्रज्ञानांचा विस्फोट : आजच्या संगणकीय युगात सतत नवीन माहिती व तंत्रज्ञानाचा शोध लागत आहे त्यामुळे उद्योगांचे तांत्रिकीकरण करण्याची प्रक्रिया वाढली आहे. अशा परिस्थितीत आपल्या हितसंबंधितांना योग्य माहिती पुरविणे, तसेच उद्योगाला नवीन परिस्थितीला व आव्हानांना सामोरे जाण्यासाठी तयार करणे, आधुनिक तंत्रज्ञानाचा व्यवसाय विकासासाठी योग्य प्रकारे वापर करणे, हे आजच्या व्यवस्थापकांपुढचे आव्हान आहे.

(५) कर्मचाऱ्यांमध्ये झालेले बदल : आजच्या बदललेल्या जगात विशेषीकरणावर जास्त भर असल्यामुळे आजचा कामगारवर्ग हा तरुण, हुशार, कौशल्यप्राप्त व आपल्या अधिकारांबाबत जागरूक आहे. आजचा कामगार हा एक विशिष्ट दृष्टिकोन असलेला आणि अधिक आर्थिक अपेक्षा असणारा असा आहे. कर्मचाऱ्यांची वाढती संख्या आणि वाढलेल्या अपेक्षा पूर्ण करणे हे आजच्या व्यवस्थापकांसमोरचे आव्हान आहे.

(६) विस्तारलेले भागधारक : जागतिकीकरणाच्या आजच्या जमान्यात व्यवसायात गुंतवणूक करणारे भागधारक हे संख्येने जास्त व मोठ्या भौगोलिक क्षेत्रावर विखुरलेले आहेत. हे भागधारक आपल्या गुंतवणुकीबद्दल जागरूक आहेत. त्यांना आपल्या गुंतणुकीचा योग्य परतावा लाभांशाच्या स्वरूपात मिळण्याची अपेक्षा असते. याचा परिणाम म्हणजे आजच्या व्यवस्थापकांसमोर भागधारकांना अपेक्षित परतावा मिळवून देण्याचे आव्हान आहे.

(७) बदललेले औद्योगिक व आर्थिक धोरण : आजच्या काळात अर्थव्यवस्थेत मोठ्या प्रमाणावर बदल होत असताना सरकारी धोरणही बदलत आहे. अर्थव्यवस्था आज जास्तीतजास्त मुक्त होत आहे. यामुळे परवाना शिथिलीकरण, सहज प्रवेश व सहज बाहेर पडण्याचा मार्ग, आयात निर्यातीवरील निर्बंधावरील शिथिलीकरण यामुळे बदलत्या धोरणांनुसार व्यवसायाला समायोजन साधण्याचे आव्हान आजच्या व्यवस्थापकांसमोर आहे.

(८) व्यवस्थापनाच्या बदललेल्या पद्धती : आजच्या काळात व्यवसायाच्या संघटन स्वरूपात मोठ्या प्रमाणावर बदल झाले आहेत. आज जास्तीत जास्त स्वतंत्रपणे कार्य करण्याची पद्धत व्यवसायात रूळू लागली आहे. अशा परिस्थितीत कर्मचाऱ्यांना योग्य ते मार्गदर्शन करून त्यांच्याकडून उत्कृष्ट काम करवून घेण्याचे आव्हान व्यवस्थापकांसमोर आहे.

१.९ व्यवस्थापकीय विचारांचा सखोल अभ्यास विशेष संदर्भ – एफ. डब्ल्यू. टेलर आणि हेन्री फेयॉल (Brief of Management Thought with reference to F.W.Taylor and Henry Fayol)

अ) एफ. डब्ल्यू. टेलर (१८५६ ते १९९५ अमेरिका)

ब) हेन्री फेयॉल

१. डॉ.टेलरचा शास्त्रीय व्यवस्थापन विचारांचा कालखंड :

शास्त्रीय व्यवस्थापनाचा कालखंड १९व्या शतकात सुरू झाला असे दिसून येते. फ्रेडरिक टेलर हा शास्त्रीय व्यवस्थापनाचा प्रणेता आहे. उत्पादन साधनांचा कार्यक्षम व महत्तम उपयोग करण्यासाठी शास्त्रीय तत्त्वांच्या आधारे व्यवस्थापन करण्याची गरज टेलर याने प्रतिपादन केली. उत्पादनसाधनांची कार्यक्षमता व उत्पादकता वाढविणे हा शास्त्रीय उत्पादनाचा मुख्य उद्देश होय. टेलरनी अनेक प्रयोग करून आपली व्यवस्थापनाची कल्पना मांडली. व्यवस्थापनाच्या कार्यास शास्त्रीय आधार असावा, याचा त्यांनी पुरस्कार केला. शास्त्रीय दृष्टिकोनामुळे व्यवस्थापन विचारात एक क्रांती घडली असे म्हणता येईल. व्यवस्थापन विकासाच्या इतिहासात हा कालखंड महत्त्वाचा समजला जातो.

डॉ. टेलर याने मांडलेली शास्त्रीय व्यवस्थापनाची कल्पना आता सविस्तर पाहू.

२. फ्रेडरिक टेलर यांचा अल्पपरिचय :

फ्रेडरिक टेलर यांचा जन्म १८५६ साली अमेरिकेत झाला. वयाच्या १८व्या वर्षी टेलर यांनी अॅप्रेन्टिस व टर्नर म्हणून फिलाडेल्फियामधील कॅम्प या कंपनीत नोकरीला प्रारंभ केला. २२व्या वर्षी त्यांनी मिडवेल कंपनीत गटनायक म्हणून कामास सुरूवात केली. विलक्षण बुद्धिमत्ता, गुंतागुंतीचे प्रश्न शास्त्रीयपणे सोडविण्याची क्षमता, कठोर परिश्रम इत्यादी गुणवैशिष्ट्यांमुळे टेलर यांनी कामगाराच्या जागेपासून चीफ इंजिनिअर या पदापर्यंत मजल मारली. केवळ आठ वर्षांच्या कालावधीत एक साधा कामगार चीफ इंजिनिअर

व्हावा, ही घटना असामान्य समजली पाहिजे. दरम्यान, टेलर यांनी स्टीव्हन इन्स्टिट्यूटची एम. इ. पदवी घरी अभ्यास करून संपादन केली. १८९८ ते १९०१ या काळात टेलर यांनी बेथलहॅम स्टील कंपनीत नोकरी केली. त्यानंतर त्यांनी व्यवस्थापन सल्लागार म्हणून कार्य केले.

फ्रेडरिक टेलर यांची ग्रंथसंपदा मोजकी परंतु मौलिक आहे. टेलर यांनी १८९५ मध्ये 'A Piece Rate System' हा ग्रंथ प्रसिद्ध केला. त्यानंतर त्याचे 'Shop Management' व 'Principles of Scientific Management' हे ग्रंथ अनुक्रमे १९०३ व १९११ साली प्रकाशित झाले, १९९५ साली त्यांचा मृत्यू झाला.

३. टेलर यांचे योगदान :

व्यवस्थापनशास्त्राच्या विकास प्रक्रियेत टेलर यांनी केलेले कार्य ऐतिहासिक आहे. व्यवस्थापन विचारांना शास्त्रीय स्वरूप मिळवून देण्याकरिता टेलर यांचे अध्ययन, चिंतन, प्रयोग, संशोधन, स्वतःच्या ग्रंथामध्ये मांडलेल्या सिद्धान्ताचा जिद्दीने केलेला प्रचार इत्यादी गोष्टी कारणीभूत ठरल्या आहेत. फ्रेडरिक टेलर यांनी व्यवस्थापनशास्त्रात कोणते योगदान दिले. ते आता पाहू.

४. शास्त्रीय व्यवस्थापनाची कल्पना :

उद्योगांची उत्पादकता वाढविण्याकरिता टेलर यांनी पुरस्कार केलेल्या विविध तत्त्वांच्या समन्वित योजनेला 'शास्त्रीय व्यवस्थापन' असे म्हणतात. सैद्धान्तिक ज्ञान, निरीक्षण, प्रयोग आणि अनुभव या चार बाबींच्या आधारावर टेलर यांनी कारखान्याची संघटना, उत्पादन कार्य, कार्यपद्धती, यंत्र व उपकरणांचा उपयोग. उद्योगपती व कामगारांचा कामाप्रती असलेला दृष्टिकोन यामध्ये काही मूलभूत बदल सुचविले. या सर्व बदलांनाच 'शास्त्रीय व्यवस्थापन' असे म्हणतात.

शास्त्रीय दृष्टिकोन ठेवून प्रत्येक कार्य करित असताना शास्त्रीय पद्धतींचा अवलंब करून उद्योगांचे व्यवस्थापन करण्याचे तंत्र म्हणजेच शास्त्रीय व्यवस्थापन होय. टेलर यांच्याच शब्दांत 'कर्मचाऱ्यांनी कोणते कार्य करावे हे अचूकपणे जाणण्याची आणि नंतर कर्मचाऱ्यांकडून हे कार्य सर्वोत्कृष्ट पद्धतीने व कमीत-कमी खर्चात करवून घेण्याची कला म्हणजे शास्त्रीय व्यवस्थापन होय.' ('Scientific Management in an art of knowing exactly what you want to do by men and then seeing that they do it is the best and cheapest way')

शास्त्रीय व्यवस्थापन म्हणजे उद्योगांच्या उत्पादनक्षमतेत वाढ व्हावी व कारभार यशस्वीपणे चालावा याकरिता करण्यात आलेल्या प्रयत्नांची एक सर्वंकष चौकट होय. टेलर यांचा शास्त्रीय व्यवस्थापनाच्या कल्पनेचा इतिहास मनोरंजक आहे. मिडव्हेल पोलाद कारखान्यात एक कामगार म्हणून लागल्यानंतर थोड्याच काळात तो गटप्रमुख (मुकादम) झाला. गटप्रमुख झाल्यावर त्याने आपल्या प्रयोगास सुरूवात केली. भट्टीपर्यंत कच्चे लोखंड व कोळसा मोटार गाड्याने वाहून नेणाऱ्या गटाचा तो प्रमुख होता. टेलरनी व्यवस्थापकांची पूर्व परवानगी घेऊन कच्चे लोखंड व कोळसा वाहतूक कार्याबाबत प्रयोग केले. टेलर यांचे प्रयोग व त्यावरून शोधलेली नवीन कार्यपद्धती कल्पनेपेक्षा अधिक यशस्वी ठरली. नवीन कार्यपद्धतीनुसार टेलरनी कर्मचाऱ्यांसाठी कार्यात्मक संघटन (Functional Organisation) पद्धतीचा शोध लावला. कार्यात्मक संघटनेमध्ये कार्यालयात काम करणारे चार व कारखान्यात काम करणारे चार असे एकूण आठ फोरमन कार्य करतात. कार्यक्रम आखणी कारकून (Route Clerk), सूचनापत्र कारकून (Intruction Card Clerk), समय व परिव्यय कारकून (Time & Cost Clerk) आणि शिस्त व्यवस्थापक (Disciplinarian) हे चार फोरमन कार्यालयात काम करतात; तर गटनायक (Gang Boss), गतिनायक (Speed Boss), निरीक्षक (Inspector) आणि दुरुस्ती नायक (Repair Boss) हे चार फोरमन कारखान्यात काम करित असतात. या पद्धतीने चार फोरमनमध्ये कार्यात्मक सहसंबंध

प्रस्थापित करून संघटन केल्यास कामाची गती कितीतरी पटीने वाढते, हे टेलरनी प्रयोगाद्वारे सिद्ध केले. हा प्रयोग (Functional Formanship) म्हणून ओळखला जातो.

टेलरनी आपले प्रयोग मिडव्हेल कंपनी सोडल्यावर दुसऱ्या बेथलेहॅम कंपनीत सुद्धा चालू ठेवले. बेथलेहॅम कंपनीत त्यांनी कच्चे लोखंड गाडीत भरण्याच्या कार्याबाबत प्रयोग केले. कारखान्यात कच्चे लोखंड गाडीत भरण्याचे काम ७५ मजूर करीत होते व एक मजूर एका दिवसात साधारण १२.५ टन कच्चे लोखंड गाडी भरत असे. टेलरने या कार्याचा सूक्ष्म अभ्यास केला व असा निष्कर्ष काढला की दर माणसी निवड, साधनांची निवड, कामाच्या पद्धतीचे संशोधन, प्रशिक्षण व योग्य मोबदला या शास्त्रीय तत्त्वांचा अवलंब केला. त्यासाठी त्याने कारखान्यातील शिमड्या धडधाकट कामगाराची निवड केली. खोऱ्याचा (फावड्याचा) आकार अनेक प्रयोग करून निश्चित केला, लोखंड भरण्याच्या कामाचे सखोल संशोधन करून नवी पद्धत शोधून काढली. त्या पद्धतीने शिमडला प्रशिक्षण देण्यात आले व शेवटी कामाचा योग्य मोबदला दिला जाईल, याची हमी दिली. आश्चर्य म्हणजे हा प्रयोग अत्यंत यशस्वी झाला. खरोखरच शिमड हा कामगार दर दिवशी ४७.७ टन लोखंड गाडीत भरू लागला. या प्रयोगामुळे कामगारांची संख्या ५००-६०० वरून १४० पर्यंत खाली आली व वर्षाला ७८००० डॉलर इतकी बचत झाली. या प्रयोगामुळे टेलर यांचे नाव औद्योगिक जगात सर्वदूर प्रसिद्ध झाले. या प्रयोगामुळे शास्त्रीय व्यवस्थापनाची तत्त्वं जगभर मान्य झालीत. टेलरचा हा प्रयोग 'Efficient Material Handling' म्हणून ओळखला जातो.

टेलरनी अधिक संशोधन करून शास्त्रीय व्यवस्थापनाची कल्पना विकसित केली. अभ्यासाच्या सोईसाठी पुढील दोन भागांत त्याचे अध्ययन करता येईल.

५. शास्त्रीय व्यवस्थापनाची तत्त्वे :

उद्योगाची उत्पादनक्षमता वाढविणे हा शास्त्रीय व्यवस्थापनाचा मूलाधार आहे. त्यामुळे ही तत्त्वे उत्पादन क्षमतेशी निगडित आहेत; ही तत्त्वे पुढीलप्रमाणे आहे –

१) कार्यासाठी शास्त्रीय दृष्टिकोन व शास्त्रीय पद्धतीचा अवलंब करणे. त्यासाठी अनुमानाचा व तर्काचा आधार घेणे चूक आहे. Science, not rule of thumb.

२) सलोख्याचे संबंध ठेवावे. संघर्ष हानिकारक आहे. Harmony not discard.

३) सर्वांनी सहकार्याने काम करावे. कर्मचाऱ्यांनी व्यक्तिगत स्वार्थी दृष्टिकोन ठेवू नये. Co-operation, not individualism.

४) अधिकाधिक उत्पादनाची आकांक्षा असली पाहिजे, मर्यादित उत्पादन करण्याचा प्रयत्न करणे हानिकारक आहे. Maximum output, in place of restricted output.

५) प्रत्येक व्यक्तीचा त्याच्या महत्तम कार्यक्षमतेपर्यंत व उन्नतीपर्यंत विकास साधणे. The development of each man of his greatest efficiency and prosperity.

६. शास्त्रीय व्यवस्थापनाचे तंत्र घटक (Element of Scientific) :

शास्त्रीय व्यवस्थापन ही एकच कल्पना नसून अनेक कल्पनांचा समूह आहे. शास्त्रीय व्यवस्थापन कल्पनेत अनेक घटक आहेत. या घटकानुरूप योग्य ते बदल उद्योगसंस्थेला करावे लागतात. शास्त्रीय व्यवस्थापन पद्धतीचा स्वीकार करणे म्हणजे विविध घटकांचा (तंत्रांचा) अभ्यास करणे व त्याप्रमाणे उद्योगसंस्थेने कार्य करणे होय. शास्त्रीय व्यवस्थापनाची तंत्रे (घटक) पुढीलप्रमाणे आहेत.

१. कार्याभ्यास करणे (Work Study) : या अंतर्गत कार्यविश्लेषण, कार्यमापन व कार्यविकास या तीन घटकांचा समावेश होतो. कार्यविश्लेषणामध्ये उत्पादनात केल्या जाणाऱ्या कार्याचे विश्लेषण करण्यात येते.

कार्यविश्लेषणात उत्पादकाला कंपनी कोणत्या वस्तूंचे उत्पादन करणार आहे त्या उत्पादन पद्धतीच्या कार्याचे विश्लेषण करावे लागते. कार्यविश्लेषण करण्यामागील उद्देश म्हणजे उत्पादन करण्यासाठी कोणती पद्धती स्वीकारली हे शास्त्रीय संशोधनाद्वारे ठरविणे. त्यामुळे उत्पादन करण्यासाठी आवश्यक असणाऱ्या कामगारात कोणते गुण असावेत, त्यांची पात्रता काय असावी. त्यांनी कोणत्या पद्धतीने उत्पादन करावे, यासाठी त्यांना कोणते शिक्षण द्यावे हे ठरविता येणे शक्य होते.

कार्यविश्लेषण करण्यामागील प्रमुख उद्देश म्हणजे उत्पादन करण्याचा सर्वांत उत्तम मार्ग ठरविणे होय. कार्यविश्लेषणामुळे विशिष्ट उत्पादन करण्यासाठी कामगारांनी आपल्या कार्यपद्धतीत कशा प्रकारे हालचाल करावी व ते काम किती वेळेत पूर्ण करावे यासंबंधी शास्त्रीयदृष्ट्या अभ्यास करून निश्चित नियम करता येणे शक्य होते. त्यामुळे उत्पादन कार्यक्रम आखणे, नियोजन करणे, उत्पादन व्यवस्थेवर नियंत्रण ठेवणे सोपे होते. यासाठीच कोणतेही उत्पादन कार्य हाती घेण्यापूर्वी कार्यविश्लेषण करणे आवश्यक आहे. कार्यमापनामध्ये प्रत्येक कामाचे एक प्रमाण (Standard) निश्चित करून त्या कामाचे मूल्यमापन करण्यात येते. कार्यविकासामध्ये कामाची पद्धती व स्वरूप अधिक सुरळीत व सुलभ करण्याबाबत अभ्यास केला जातो. कार्याभ्यासाठी शास्त्रीय पद्धतींचा अवलंब केला जातो. टेलरनी या शास्त्रीय पद्धती पुढीलप्रमाणे सांगितल्या आहेत.

अ) समय अभ्यास (Time Study) : यंत्राचा वेग व कार्यातील प्रत्येक प्रक्रियेसाठी किंवा अवस्थेसाठी लागणारा वेळ याचा विश्लेषणात्मक अभ्यास करणे म्हणजे 'समय अभ्यास' होय. किम्बॉल ॲण्ड किम्बॉल यांनी समय अभ्यासाची व्याख्या पुढीलप्रमाणे दिली आहे, 'कार्याच्या प्रत्येक भागास लागणाऱ्या वेळेचे निरीक्षण व नोंद करण्याची प्रक्रिया म्हणजे समय अभ्यास होय.' समय अभ्यास करण्याच्या दोन पद्धती आहेत. पहिली पद्धत म्हणजे सूक्ष्म पद्धत (Micro Study) म्हणून ओळखली जाते. परंतु ही पद्धत अधिक कष्टदायी व खर्चिक आहे. दुसऱ्या पद्धतीत स्टॉप वॉचच्या (Stop Watch) साहाय्याने समय अभ्यास केला जातो. ही पद्धती कमी खर्चाची व सोयीची आहे.

या पद्धतीत विशिष्ट काम अनेक मजुरांना करावयास सांगण्यात येते व काम करताना प्रत्येक कामगाराला किती वेळ लागत आहे, याची नोंद स्टॉप वॉचच्या साहाय्याने केली जाते. त्यावरून विशिष्ट कामाला लागणारा वेळ (सरासरी समय) काढला जातो. या सरासरी समयात न टाळता येण्यासारख्या विलंबाबद्दल जो समय लागतो तो मिळविला जातो व त्यावरून कार्यपूर्तीची प्रमाणवेळ काढली जाते. या संदर्भात टेलरनी सांगितले आहे की, प्रत्येक कामाच्या पूर्ततेसाठी जो सरासरी समय येतो त्यात २० ते २७ टक्के वेळ मिळविणे आवश्यक आहे. ज्या कामगाराकडून काम करवून घेण्यात येते व प्रमाणवेळ ठरविण्यात येते, तो कामगार वर्ग 'सर्वसामान्य' (Average) असावा लागतो, तो फार कार्यक्षम किंवा अतिमंद असू नये. समय अभ्यासाचा मुख्य फायदा असा की, यामुळे व्यवस्थापकाला काम पूर्ण करण्यास लागणारा कमीत कमी वेळ शोधून काढणे शक्य होते. समय अभ्यासामुळे कामगारांची कार्यक्षमता ठरविता येणे शक्य होते.

ब) गती अभ्यास (Motion Study): यंत्राच्या किंवा कर्मचाऱ्यांच्या बारीकसारीक हालचालींचा अभ्यास करणे म्हणजे 'गती अभ्यास' होय. अनावश्यक, चुकीच्या व वेळखाऊ हालचाली टाळण्यासाठी गती अभ्यास केला जातो. गती अभ्यासामुळे कार्यासाठी कराव्या लागणाऱ्या हालचालींचे प्रमाणीकरण केले जाते. गिल्ब्रेथने गती अभ्यासाची व्याख्या पुढीलप्रमाणे दिली आहे. 'एखादे कार्य करीत असताना कामगारांकडून करण्यात येणाऱ्या अनावश्यक, अयोग्य, अकार्यक्षम हालचालींमुळे होणाऱ्या अपव्ययांचे उच्चाटन करणाऱ्या शास्त्राला 'गती अभ्यास' असे म्हणतात. या अभ्यासाचा प्रमुख उद्देश म्हणजे सर्वांत काटकसरीची पद्धत शोधून काढणे व ती कायम करणे होय.' गती अभ्यासाचे उद्दिष्ट साध्य करण्यासाठी कामगार एखादे काम करीत असताना

प्रत्यक्षात किती व कोणत्या हालचाली करतात याची नोंद या विषयामधील तज्ज्ञ करतो. नंतर अनावश्यक हालचालींचे निर्मूलन करतो व आवश्यक हालचालींचा अशा रीतीने समन्वय करतो की, ज्यामुळे एका आवश्यक हालचालींचा शेवट दुसऱ्या हालचालींचा प्रारंभ ठरेल. गती अभ्यासाचा कामगारांच्या हातांचा व बोटांच्या हालचाली आणि उपकरणे हाताळीत असताना त्याच्या शरीराची असणारी स्थिती यांच्याशीही प्रशिक्षण देण्यात आल्यास, कामगारांची कार्यक्षमता वाढते. यामुळे आधुनिक काळात बहुतेक कारखान्यात गती अभ्यास पद्धतीचा अवलंब करण्यावर भर दिला जातो.

क) श्रम अभ्यास (थकवा/विश्रांती अभ्यास)(Fatigue Study): कार्य करताना कर्मचाऱ्यांना येणारा शारीरिक किंवा मानसिक थकवा याचा अभ्यास करणे म्हणजे श्रम अभ्यास होय. थकवा येणे हा शरीराचा गुणधर्म आहे. थकवा येऊ नये यासाठी नियोजनबद्ध विश्रांतीची गरज असते. श्रम अभ्यासामुळे कर्मचाऱ्यांना विश्रांती केव्हा व किती वेळेसाठी द्यावयाची हे शास्त्रीय पद्धतीने ठरविता येते. टेलरने दिवसातील कामाचे तास हे अनेक भागात विभागले. प्रत्येक कामानंतर थोडीशी विश्रांतीची वेळ ठरविली. विश्रांतीची वेळ व विश्रांती किती वेळ घ्यावी ही गोष्ट कार्यवक्र (Work-Curve) रेषेचा अभ्यास करून निश्चित करता येते. या कार्यवक्राप्रमाणे जेव्हा उत्पादन कमाल मर्यादेपर्यंत जाते तेव्हा विश्रांतीचा काळ ठेवावा; कारण त्यावेळापासून कामगारांची कार्यक्षमता कमी होत नाही. उत्पादन उच्च पातळीवर राखता येते. कामगारांना योग्य वेळी विश्रांती मिळाल्याने त्यांच्या कामातील गती वाढते व त्यांना चोरून विश्रांती घेण्याची गरज राहत नाही. प्रयोगाअंती असे दिसून आले की, सकाळच्या वेळी कार्य विभागाच्या मध्यंतरी १० मिनिटांची विश्रांती दिल्याने उत्पादन १३ टक्क्यांनी वाढू शकते. उत्पादनाचा दर्जा व प्रमाण यांच्यात वाढ हाते.

ड) पद्धती अभ्यास (Methods Study): विशिष्ट कार्य करण्यासाठी निर्धारित केलेल्या पद्धतींचा अभ्यास म्हणजे 'पद्धती अभ्यास' होय. पद्धती अभ्यासामुळे कामाच्या पद्धतीची गती वाढविता येते. तसेच अधिक लाभदायक पद्धती शोधण्यास मदत होते.

२) प्रमाणीकरण करणे (Standardisation): या अंतर्गत कर्मचारी आपले कार्य करण्यासाठी लागणाऱ्या साधनांचे व उपकरणांचे प्रमाणीकरण करतात. या साधनांचा आकार, लांबी, रूंदी, वजन इत्यादींबाबत शास्त्रीय प्रयोग करून निर्णय घेतले जातात. तसेच कर्मचारी हाताळीत असलेल्या यंत्रांची कार्यगती सुद्धा निश्चित करण्यात येते. कर्मचारी ज्या ठिकाणी कार्य करीत असतात, त्या जागेच्या कार्यस्थितीबाबत विचार करावा लागतो ही कार्यस्थिती अनुकूल व उत्साहवर्धक असली पाहिजे.

३) शास्त्रीय निवड पद्धती अवलंबिणे : शास्त्रीय व्यवस्थापनासाठी कर्मचाऱ्यांची निवड शास्त्रीय पद्धतीने केली पाहिजे. यासाठी उद्योगसंस्थेत वेगळा स्वतंत्र विभाग असावा. या विभागामार्फत कर्मचाऱ्यांची निवड करण्याअगोदर कर्मचारी कोणत्या कामासाठी हवेत, त्यासाठी लागणारी पात्रता कोणती हवी इत्यादींचा अभ्यास करावा. त्यानंतर निवडीसाठी योग्य त्या कसोट्या व चाचणी परीक्षा निश्चित कराव्यात. प्रत्येक उमेदवाराची त्याप्रमाणे चाचणी परीक्षा घ्यावी. त्यांचे मनोगत जाणण्यासाठी मानशास्त्रीय व तांत्रिक परीक्षा घ्याव्यात. त्यांची शारीरिक तपासणी करावी व नंतरच मुलाखत घेऊन योग्य कर्मचाऱ्यांची निवड करावी.

वरीलप्रमाणे शास्त्रीय कसोटीप्रमाणे कर्मचाऱ्यांची निवड केल्यावर त्याचा उत्पादनावर निश्चितपणे चांगला उपयोग होतो. त्यासाठी त्याला योग्य ते काम देऊन त्या कामाचे शिक्षण व प्रशिक्षण द्यावे. त्यामुळे त्यांची कार्यक्षमता वाढेल. परिणामतः उद्योगाची उत्पादनक्षमता वाढेल. कर्मचाऱ्यांची निवड केल्यावर त्याची संघटनेतील जागा विचारपूर्वक निश्चित केली जाईल.

४) कार्यात्मक संघटन (Functional Organisation): शास्त्रीय व्यवस्थापनामध्ये साखळी पद्धतीने किंवा एकमार्गी संघटन उपयोगी नाही तर त्यासाठी टेलरनी स्वतः शोधलेली कार्यात्मक संघटना निर्माण करावी लागते. या अंतर्गत कार्याचे नियोजन व त्याची अंमलबजावणी या जबाबदाऱ्या वेगवेगळ्या व्यक्तींकडे सोपविण्यात येतात. टेलरनी नवीन अशी कार्यात्मक संघटना सुचविली आहे. या अंतर्गत त्यांनी आठ अधिकार पदे निर्माण केली आहेत. त्यापैकी चार नियोजन विभागात तर चार कारखान्यात असणे आवश्यक आहे. नियोजन विभागात कार्यक्रमाची आखणी करणारा अधिकारी Route Clerk, सूचना अधिकारी Instruction Card Clerk, काल आणि परिव्यय अधिकारी Time and Cost Clerk, आणि शिस्त अधिकारी Disciplinarian असे चार फोरमन, तर कारखान्यात गट प्रमुख (Gang Boss), गती प्रमुख (Speed Boss), दुरुस्ती प्रमुख (Repair Boss) आणि निरीक्षक (Inspector) अशी चार अधिकारपदे असावीत.

५) मानसिक क्रांती (Mental Revolution) : शास्त्रीय व्यवस्थापनाची उभारणी संस्थाचालक आणि कामगार यांच्या मानसिक विचारसारणीतील क्रांतीच्या पायावर आधारलेली आहे. टेलरच्या म्हणण्याप्रमाणे शास्त्रीय व्यवस्थापन यशस्वी व्हावयाचे असेल, तर मालक व कामगार यांच्या विचारसारणीत आमूलाग्र बदल होणे आवश्यक आहे. त्यांच्या विचारात मानसिक क्रांती झाली तरच शास्त्रीय व्यवस्थापन यशस्वी होईल. कारखाना किंवा व्यवसाय आपला आहे, अशी कर्मचाऱ्यांनी भूमिका घेतली पाहिजे. यासाठी दोहोंच्याही मतपरिवर्तनाची जरुरी आहे. यालाच टेलरनी 'मानसिक क्रांती' असे म्हटले आहे. दोघांनीही एकमेकांकडे बघण्याचा दृष्टिकोन पूर्वग्रहदूषित व विरोधी ठेवू नये, दोघातही परस्पर सहकार्याचे व सलोख्याचे वातावरण असले पाहिजे.

७) टेलरच्या इतर कल्पना

शास्त्रीय व्यवस्थापनाच्या अनुषंगाने टेलरने इतरही नवीन कल्पना शोधून काढल्या आहेत. त्यापैकी काही प्रमुख कल्पना पुढीलप्रमाणे आहेत :

अ. विभेदात्मक कार्य मजुरी दर (Taylor's Differential Piece Rate Study): कामगारांना त्यांच्या कामाचा योग्य मोबदला मिळाला पाहिजे. शास्त्रीय व्यवस्थापनात कामगारांच्या कार्यक्षमतेचा महत्तम उपयोग अभिप्रेत आहे. त्यामुळे कामगारांना त्यांनी केलेल्या कार्यानुसार मजुरी दिली पाहिजे, असे टेलरचे मत होते; म्हणून टेलरनी विभेदात्मक कार्य मजुरी दर पद्धतीची कल्पना शोधून काढली. या पद्धतीनुसार अधिक कार्य करणाऱ्यांना अधिक मजुरी व कमी कार्य करणाऱ्यास कमी मजुरी मिळते. या पद्धतीमुळे शास्त्रीय व्यवस्थापन यशस्वी होण्यास मदत होते.

ब. मार्गनिर्धारण पद्धती (Rounting System): कारखान्यातील प्रत्येक कार्याचा मार्ग निश्चित केल्यास कार्य गती वाढून सर्व प्रकारचा अपव्यय टाळला जातो. त्यामुळे उत्पादनक्षमता वाढते. टेलरने 'मार्गनिर्धारण' ही नवीन कल्पना शोधून काढली. मार्गनिर्धारण म्हणजे कार्याचा किंवा उपकार्याचा शास्त्रीय पद्धतीने विचारपूर्वक मार्ग ठरविणे होय. आजसुद्धा या मार्गनिर्धारण पद्धतीचा सर्वत्र अवलंब केला जातो.

क. उत्पादन खर्च पद्धत (Cost System): टेलरनी कमीत कमी खर्चात जास्तीत जास्त उत्पादन कार्य करण्यावर विशेष भर दिला. यासाठी उत्पादन खर्चावर नियंत्रण ठेवण्याची आवश्यकता आहे असे त्याने आग्रहाने सांगितले. उत्पादन खर्चात काटकसर करणे हे प्रत्येक व्यवस्थापनाचे कर्तव्य आहे. म्हणून कारखान्यात उत्पादनखर्च पद्धती अवलंबिली पाहिजे, असे टेलरने शोधून काढले. आज उत्पादन खर्च पद्धतीस सर्वात महत्त्वाचे स्थान प्राप्त झाले आहे.

ड. स्लाईडरुलचा शोध व वापर : टेलरनी धातूकटाईबाबत दीर्घकाळपर्यंत प्रयोग केले. शेवटी 'The Art of Cutting Metals' हा लेख लिहून तो जगभर प्रसिद्ध केला. धातूकटाईबाबत जवळजवळ २६ वर्षे प्रयोग करण्यात आले. या प्रयोगावरून असे दिसून आले की, धातूकटाईची गती ही बारा बदलत्या घटकांवर अवलंबून असते. या बारा बदलत्या घटकांची समीकरणे सोडविल्यास धातूकटाईसाठी एक सोपी पद्धत उपलब्ध होणार होती व म्हणून टेलरने गणितज्ञांकडे धाव घेतली. परंतु ही समीकरणे सोडविणे सहज शक्य नाही, असे त्यांनी सांगितले. शेवटी टेलरने सहकाऱ्यांच्या मदतीने एक स्लाईडरुल तयार केली. या स्लाईडरुलमुळे सामान्य कामगार ही समीकरणे अर्ध्या मिनिटात सोडवू लागला. त्यामुळे धातूकटाईची गती वाढविण्यास फारच मदत झाली. धातूकटाई कामाबाबत(Lathe Work) टेलरनी केलेली ही कामगिरी खरोखर महान आहे.

इ. कर्मचाऱ्यांसाठी सूचनापत्र (Instruction Card for the workmen**):** कर्मचाऱ्यांनी आपले कार्य नीट व आदेशाप्रमाणे करावे म्हणून त्यांना सूचना देण्याची गरज असते. वारंवार सूचना देण्याचा त्रास वाचविण्यासाठी टेलरनी कायमस्वरूपी सूचनापत्राची कल्पना शोधून काढली. या सूचनापत्रावर कामासंबंधीच्या सर्व सूचना लिहिण्यात येतात आणि हे सूचनापत्र संबंधित कामगारास दिले जाते. त्यामुळे व्यवस्थापनाचे कार्य बरेच सोपे बनते. शास्त्रीय व्यवस्थापनासोबत वरील कल्पनादेखील व्यवस्थापन शास्त्राच्या विकासातील टेलरचे महत्त्वपूर्ण योगदान आहे.

८. शास्त्रीय व्यवस्थापनाचे टोकात्मक परीक्षण :

अ. उत्पादन खर्चात काटकसर :– शास्त्रीय व्यवस्थापनामुळे भांडवल कामगार यंत्रे इत्यादींचा उपयोग शास्त्रीय आधारावर करून घेत असल्यामुळे एकूण उत्पादन वाढते. उत्पादन योग्य निरीक्षकांच्या नजरेखाली होत असल्याने वेळेचा, कच्च्या मालाचा व यंत्र सामग्रीचा अपव्यय कमी होतो. उत्पादन कमी वेळेत व कमी खर्चात होऊ शकते. त्यामुळे प्रत्येक वस्तुमागील सरासरी उत्पादन खर्च कमी होतो.

ब. उत्पादन साधनांचा महत्तम उपयोग : शास्त्रीय व्यवस्थापनात भांडवल, कामगार, कच्चा माल इत्यादी सर्व शास्त्रीयदृष्ट्या नियोजन करण्यात येते. त्यामुळे प्रत्येक साधानांचा कार्यक्षम व महत्तम उपयोग करता येणे शक्य होते.

क. उत्पादन क्षमता वाढते : शास्त्रीय व्यवस्थापनात कामगारांनी उत्पादन कसे करावे, हालचाली किती व कशा कराव्यात इत्यादी शिक्षण दिले जात असल्याने कार्यात कमी, कमी हालचालीत ते अधिक उत्पादन करू शकतात.

ड. कामगारांची कार्यक्षमता वाढते : शास्त्रीय व्यवस्थापनात कामगारांची निवड शास्त्रीय पद्धतीने होत असते. तसेच प्रत्येकाला आवडीनिवडीनुसार व पात्रतेनुसार काम दिले जाते. कामाचे शिक्षण व प्रशिक्षण देण्यात येते. त्यामुळे तो आपल्या कामात अधिक निष्णात व कुशल बनतात. परिणामतः त्यांची कार्यक्षमता वाढते.

इ. उत्पादन कार्यक्रम आखणे शक्य होते : प्रत्यक्ष उत्पादन कार्य हाती घेण्यअगोदर प्रत्येक क्रियेची– उपक्रियेची योजना, प्रत्येक कामाची संपूर्ण तपशीलावर योजना तयार केली जाते. उत्पादन कार्य असे करावे, कोणत्या तंत्राचा वापर करावा व केव्हा करावा इत्यादी सूचना कामगारांना दिल्या जातात. त्यावरून उत्पादन कार्यक्रम व विक्री योजना आखणे सहज शक्य होते.

ई. ग्राहकांना फायदा : शास्त्रीय व्यवस्थापनात उत्पादन खर्च कमी होतो. त्यामुळे ग्राहकांना वाजवी किमतीत वस्तू पुरविणे शक्य होते. हा एकूण समाजाला मिळणारा फायदा होय.

क. योग्य मोबदला : शास्त्रीय व्यवस्थापनात कामगारांना त्यांच्या कुवतीप्रमाणे वेतन दिले जाते. त्यामुळे कार्यक्षम कामगाराला जास्त वेतन मिळू शकते. टेलरने विभेदात्मक कार्य-मजुरी दर तसेच बोनस योजना सुचविलेल्या आहेत. त्यामुळे कामगारावर अन्याय होत नाही.

ख. चांगले औद्योगिक संबंध निर्माण होतात : शास्त्रीय व्यवस्थापनात मानसिक क्रांती अपेक्षित आहे. त्यामुळे मालक व कामगार यांच्यातील भांडणाचे मूळ नाहीसे होऊ शकते. त्यांच्यातील मतभेद कमी होऊ शकतात. कामगाराने एका दिवसात किती काम करावे हे शास्त्रीयदृष्ट्या ठरविले जाते. त्यासाठी वाटाघाटी कराव्या लागत नाहीत. त्याचप्रमाणे कामगाराचे वेतन वाढल्याने त्यांना योग्य मोबदला दिला जात असल्याने या मुद्द्यांवरून त्याचा संघर्ष होत नाही. संप, टाळेबंदीसारखे प्रकार टळतात. म्हणजे चांगले औद्योगिक संबंध निर्माण होऊन औद्योगिक शांतता नांदण्यास मदत होते.

ग. स्पर्धेत टिकाव धरता येतो : शास्त्रीय व्यवस्थापन पद्धतीमुळे उत्पादनक्षमता वाढते. उत्पादन खर्च कमी होतो परंतु त्याचवेळी एकूण उत्पादनदेखील वाढते. त्यामुळे कमी किमतीत वस्तूंची विक्री करणे शक्य होते व उद्योगपती बाजारपेठेतील इतरांबरोबर यशस्वी स्पर्धा करू शकतात, स्पर्धेत टिकाव धरू शकतात.

घ. सामाजिक व राष्ट्रीय दृष्टिकोनातून फायदा : शास्त्रीय व्यवस्थापनामुळे उत्पादन वाढते. कामगारांना चांगले वेतन मिळते, औद्योगिक शांतता नांदते, कामगारांचे राहणीमान सुधारते. या सर्वांचा एक प्रकारे समाजाला व राष्ट्राला फायदा होतो.

९. शास्त्रीय व्यवस्थापनामुळे निर्माण होणारे (दोष/तोटे) :

शास्त्रीय व्यवस्थापन हे व्यवस्थापन विकासाच्या इतिहासात एक मोलाचे योगदान आहे. त्यामुळे व्यवस्थापन शास्त्रास एक नवी दृष्टी प्राप्त झाली. तथापि यासाठी टेलरला आपल्या आयुष्यात अनेक संकटांना तोंड द्यावे लागले. आपली तत्त्वे व्यवहारात आणण्यासाठी मनस्ताप, हेटाळणी व अवहेलनासुद्धा पत्करावी लागली. मत्सर, निंदा, आणि टीका याच गोष्टी त्याच्या वाट्याला अधिक आल्या. शास्त्रीय व्यवस्थापनामुळे कामगार संख्या कमी होत असल्याने कामगार संघटनांचा, तर प्रचलित व्यवस्थापन पद्धती ही अशास्त्रीय, अशी कडाडून टीका केल्यामुळे तथाकथित व्यवस्थापनाच्या प्रणेत्याला त्यावेळच्या व्यवस्थापकांनी, कामगारांनी ओळखू नये, उलट त्याची हेटाळणी करावी हा दैवदुर्विलासच म्हटला पाहिजे.

टेलर यांच्या शास्त्रीय व्यवस्थापनावर निरनिराळ्या लोकांनी पुढीलप्रमाणे आक्षेप घेतले.

अ) कामगार व कामगार संघटना यांच्याकडून घेण्यात येणारे आक्षेप :

टेलर यांच्या उद्दिष्टांबद्दल, त्यांनी वेळोवेळी केलेल्या प्रयोगाबद्दल, टेलरच्या तत्त्वज्ञानाबद्दल आणि टेलरने मांडलेल्या शास्त्रीय योजनेबद्दल कामगार नेत्यांच्या मनात सुरुवातीपासूनच शंका व अविश्वासाची भावना होती. कामगार संघटनेकडून शास्त्रीय व्यवस्थापन पद्धतीवर जी टीका करण्यात आली त्यातील काही महत्त्वाचे मुद्दे पुढीलप्रमाणे आहेत :

१. मानवी बाजूची उपेक्षा : टेलरनी शास्त्रीय व्यवस्थापनाची कल्पना मांडून कारखान्यातील यांत्रिक बाजूला अत्याधिक महत्त्व दिले व मानवी बाजूची घोर उपेक्षा केली, असा कमगारांनी घेतलेला एक प्रमुख आक्षेप होता. टेलर यांनी सुचविलेल्या सर्व बदलांचा व सुधारणांचा परिणाम कामगारांकडून जास्त काम करवून घेण्यातच होईल व त्यामुळे कामगारांना येणारा थकवा कमी होण्याऐवजी वाढेल असे कामगारांचे म्हणणे होते.

२. काम कंटाळवाणे होते : शास्त्रीय व्यवस्थापन पद्धतीमुळे कारखान्यातील काम कंटाळवाणे होते. कारखान्यात

कामगाराने कोणते काम करावे, त्यासाठी हालचाली कशा व किती कराव्यात इत्यादीबाबत प्रमाणीकरण येते. त्यामुळे कामगाराला एका यंत्राप्रमाणे काम करावे लागते. त्याला आपल्या अंगचे गुण, कौशल्य काम करताना दाखविता येत नाही. शास्त्रीय व्यवस्थापनामुळे कामगारांचे परिवर्तन यंत्रामध्ये घडून येते, कामगार व यंत्रे यात फरकच राहत नाही, असे कामगारांचे म्हणणे होते.

३. व्यवस्थापकांची निरंकुश सत्ता (हुकूमशाही पद्धती) : शास्त्रीय व्यवस्थापन पद्धती 'हुकूमशाही' पद्धती आहे, अशी कामगारवर्गाकडून टीका करण्यात येते. या पद्धतीत कामगारांच्या कामावर नियंत्रण ठेवण्यासाठी 'मुकादम' नेमण्यात येतात. कामगारांना ठरवून दिलेले काम, ठरवून दिलेले वेतन, ठरवून दिलेला वेळ, ठरवून दिलेले उत्पादन, परिस्थिती इत्यादी योग्य मानावी लागते. त्यांना व्यवस्थापनाने ठरविलेल्या धोरणाला 'योग्यच' म्हणवे लागते. कामगारांची निवड, कामाचे तास, सेवेच्या अटी, वेतन, शिक्षा इत्यादी बाबतीत व्यवस्थापनाला जी कल्पना योग्य वाटते त्याचाच अवलंब केला जातो. म्हणजेच ही व्यवस्था कारखान्यात व्यवस्थापकांची निरंकुश सत्ता निर्माण करणारी आहे, असा कामगार संघटनेचा आक्षेप होता.

४. बेकारीची भीती : शास्त्रीय व्यवस्थापन पद्धतीमुळे कामगारांची कार्यक्षमता वाढते हे खरे असले तरी, यंत्राचा जास्तीतजास्त उपयोग करून घेतल्यामुळे कारखानदारीची कामगारविषयक गरज कमी होते. टेलरने केलेल्या कार्यक्षम सामग्री हाताळणीच्या प्रयोगावरून ते सिद्ध होते. त्यामुळे शास्त्रीय व्यवस्थापनाची योजना कार्यान्वित केल्यामुळे अनेक कामगारांवर बेकार होण्याची पाळी येते, हे उघड आहे.

५. अन्यायकारक पद्धत : शास्त्रीय व्यवस्थापन पद्धती अन्यायकारक आहे. त्यामुळे कामगारवर्गाची पिळवणूक केली जाते. शास्त्रीय व्यवस्थापन पद्धतीमुळे एकूण उत्पादन वाढते, नफा वाढतो. परंतु ज्याप्रमाणे नफा वाढतो त्या प्रमाणात कामगारांचे वेतन वाढत नाही. याचा खरा फायदा मालकालाच होतो. म्हणून शास्त्रीय व्यवस्थापन योजना ही कामगारांकडून अधिक काम करून घेण्यासाठी व त्यांची पिळवणूक करण्यासाठी तयार केलेला एक सापळा (Trap) आहे, असे कामगारांचे मत होते.

६. कामगारांच्या कार्यशक्तीवर ताण पडतो : शास्त्रीय व्यवस्थापन पद्धतीमुळे कामगारांच्या कार्यशक्तीवर ताण पडतो, असे सांगण्यात येते. कारण कामगारांना फार जलद गतीने काम करावे लागते. कामगारांना कामाचे तास 'कामाची पद्धत' ठरवून दिलेली असते. त्यांच्यावर मुकादमांद्वारे नियंत्रण असते. परिणामतः कामगारांना जलदगतीने काम करावे लागते. म्हणून शास्त्रीय व्यवस्थापन पद्धतीत काम कार्यशक्तीपलीकडे जाते. त्यांच्यावर शारीरिक व मानसिक ताण पडतो.

७. कामगार संघटनेच्या वाढीला हानिकारक : शास्त्रीय व्यवस्थापन पद्धतीमुळे कामगार संघटनांची वाढ होत नाही. त्या कमजोर बनतात अशी संघटनेकडून टीका करण्यात येते. शास्त्रीय व्यवस्थापन पद्धतीमुळे कार्यक्षम कामगाराला जास्त वेतन मिळू शकते, ते सुखात राहू शकतात. परिणामतः ते कामगार संघटनेचे सभासद होत नाहीत. त्यामुळे कामगार संघटनेची ताकद कमी होते.

ब) कारखानदारांकडून घेण्यात येणारे आक्षेप :

शास्त्रीय व्यवस्थापन पद्धतीला कारखानदारांकडून सुद्धा अनेक कारणांमुळे विरोध आहे. त्यातील काही प्रमुख कारणे पुढीलप्रमाणे आहेत :

१. कारखानदारांकडून प्रयोगशाळेत रूपांतर : शास्त्रीय व्यवस्थापनात विविध प्रकारच्या प्रयोगांना फार महत्त्वाचे स्थान आहे. परंपरागत विचारसरणीच्या कारखानदारांना ते पटले नाही. त्यांच्या मते, एखाद्या

कारखान्यात शास्त्रीय व्यवस्थापन पद्धती अंमलात आणल्यामुळे त्या कारखान्याचे प्रयोगशाळेत रूपांतर होते व पर्यायाने उत्पादनाचे संपूर्ण कार्य विस्कळीत होते.

२. प्रमाणीकरणाचा प्रश्न : शास्त्रीय व्यवस्थापन कारखान्यातील उपकरणे, साधने, कच्चा माल व सामग्री, कार्यपद्धती इत्यादी सर्व बाबींचे प्रमाणीकरण (Standardisation) करणे आवश्यक असते. काही कारखानदारांच्या मते, कारखान्यात प्रत्येक ठिकाणी प्रमाणीकरणाचे तत्त्व लागू करण्याची मुळीच आवश्यकता नाही. तसेच व्यावहारिक दृष्टिकोनातून प्रत्येक कारखान्यात ते शक्यही नाही.

३. मोठ्या प्रमाणावरील भांडवल गुंतवणूक व अवाढव्य खर्च : शास्त्रीय व्यवस्थापन पद्धती अंमलात आणण्यासाठी मोठ्या प्रमाणावर भांडवल गुंतवणूक करावी लागते. इतर अवाढव्य खर्च करावा लागतो. त्यामुळे अनेक कारखानदारांनी शास्त्रीय व्यवस्थापन पद्धतीला विरोध दर्शविला.

४. उत्पादन खर्चात वाढ : शास्त्रीय व्यवस्थापन पद्धतीमुळे कारखानदारांना स्वतंत्र नियोजन विभाग सुरू करावा लागतो. कारखानदार या स्वतंत्र विभागाची स्थापना व त्यावर होणारा खर्च या बाबतीत आक्षेप घेतात. त्यांच्या मते, नियोजन विभागाची स्थापना करणे म्हणजे कारखान्यात मोठ्या पगाराच्या काही व्यक्तींची नेमणूक करावी लागेल. त्यांना कायमचे संस्थेत ठेवावे लागेल. कारखानदारांना या विभागावर होणारा खर्च अनुत्पादक वाटतो व त्यामुळे उत्पादन खर्च वाढतो असे त्यांना वाटते. त्यामुळे वस्तू पूर्वीपेक्षा जास्त किमतीवर विकण्याची कारखानदारांवर पाळी येते.

५. पुनर्रचनेचा प्रश्न : शास्त्रीय व्यवस्थापन पद्धती स्वीकारल्यामुळे कारखान्याच्या पुनर्रचनेचा प्रश्न निर्माण होतो. शास्त्रीय पद्धती अनुसरणे म्हणजे नवीन यंत्रसामग्रीचा, उत्पादन पद्धतीचा वापर उत्पादन कार्यात करणे होय. परिणामतः नवीन यंत्रसामग्री बसविल्याने काही काळ उत्पादन कार्य स्थागित ठेवावे लागते. उत्पादन पद्धतीत बदल केल्याने उत्पादन मार्गात अडथळे निर्माण होऊ शकतात. जुनी यंत्रसामग्री निरुपयोगी ठरते व तो तोटा सहन करणे कदाचित कारखानदाराच्या शक्तीबाहेरचे असू शकते.

क) तात्त्विक दृष्टिकोनातून घेण्यात येणारे आक्षेप :

१. इतर व्यवस्थापनाकडे दुर्लक्ष : शास्त्रीय व्यवस्थापनात केवळ उत्पादनाच्या प्रश्नांचा विचार केलेला दिसतो. परंतु एकाच उत्पादन संस्थेच्या इतर विभागांकडे उदा. खरेदी व्यवस्थापन, विक्री व्यवस्थापन, कचेरी व्यवस्थापन, अर्थ व्यवस्थापन इत्यादींकडे शास्त्रीय व्यवस्थापनात लक्ष दिलेले नाही. एकूण उत्पादन संस्थेची कार्यक्षमता वाढ व विकास केवळ उत्पादन वाढवून किंवा उत्पादनक्षमता वाढवून करता येत नाही. त्यासाठी इतरही व्यवस्थापन अंगांचा विचार करणे आवश्यक असते; कारण त्या सर्वांना उत्पादन संस्थेच्या यशामध्ये सारखेच महत्त्वाचे स्थान आहे. 'शास्त्रीय व्यवस्थापन' हा एकूण व्यवस्थापन पद्धतीचा एक भाग असल्याने केवळ त्याने कारखान्याची भरभराट होईल, असे समजणे चूक होईल.

२. नियोजन व अंमलबजावणी यांची फारकात होते : पीटर ड्रकरच्या मताप्रमाणे, शास्त्रीय व्यवस्थापन पद्धतीत नियोजन आणि त्याची प्रत्यक्ष अंमलबजावणी या दोन घटकांची असणारी फारकत योग्य नाही. म्हणजेच शास्त्रीय व्यवस्थापनात कामाच्या पद्धतीचे नियोजन, नियोजन विभागातर्फे होते तर प्रत्यक्षात उत्पादन कारखान्यात कामगारांकडून केले जाते. याचाच अर्थ असा की, जे नियोजन करतात ते उत्पादन कार्यात सहभागी होत नाहीत, व जे प्रत्यक्ष काम करतात ते नियोजनात सहभागी होत नाहीत. पीटर ड्रकरच्या म्हणण्याप्रमाणे अशा प्रकारची फारकत असणे म्हणजे खाण्याचे काम एकाने करावयाचे व पचवायाचे काम दुसऱ्याने करावयाचे असा

प्रकार होय. वास्तविक नियोजन करणाऱ्याचा व प्रत्यक्ष उत्पादनात भाग घेणाऱ्यांचा जवळचा संबंध असला पाहिजे.

३. विशेषीकरणावर अत्याधिक भर : शास्त्रीय व्यवस्थापनात विशेषीकरणावर भर दिलेला आहे. त्यामुळे कामगारांना स्वतंत्र बुद्धीने काम करता येत नाही. कामगार यंत्रवत बनतो. काम कंटाळवाणे होते व तो निरुत्साही बनतो.

४. मानवी प्रकृतीचा विचार केलेला नाही : शास्त्रीय व्यवस्थापनात विविध तत्त्वांद्वारे कामगारांवर अधिकाधिक नियंत्रण ठेवण्याचा प्रयत्न करण्यात येतो. कामगारांवर सर्वत्र अविश्वास दाखविण्यात येतो. म्हणजेच शास्त्रीय व्यवस्थापनात मानवाच्या प्रकृतीचा विचार केलेला नाही. त्यामुळे प्रत्यक्षात कामगारवर्ग शास्त्रीय व्यवस्थापन पद्धतीत गृहीत धरल्याप्रमाणे वागत नाही, असे अनेक तज्ज्ञांचे मत आहे.

ड) औद्योगिक मानसशास्त्रज्ञांकडून घेण्यात येणारे आक्षेप :

१. काम करण्याच्या सर्वोत्कृष्ट पद्धतीवर आक्षेप : शास्त्रीय व्यवस्थापनात कोणतेही काम कार्यक्षमपणे करण्यासाठी एक सर्वोत्कृष्ट पद्धती ठरविण्याचा प्रयत्न केला जातो. त्यांच्या मते, या पद्धतीने काम केल्यास उत्पादन वाढते. परंतु ते चुकीचे आहे कारण प्रत्येक कामगार हा वेगवेगळा असतो. विविध प्रकृतीच्या/ विचाराच्या व्यक्तीला एकच पद्धत सर्वोत्कृष्ट कशी ठरविता येईल? व्यवस्थापकांनी ठरविलेली सर्वोत्कृष्ट पद्धत कामगारांच्या दृष्टीने कदाचित योग्य नसेल, म्हणून व्यवस्थापकांनी ठरवून दिलेल्या पद्धतीप्रमाणेच काम करावे अशी कामगारांवर सक्ती केल्यास ते अन्यायाचे होईल. कामगार वर्ग असमाधानी दिसेल, त्याचा परिणाम म्हणजे उत्पादन वाढण्याऐवजी कमीच होईल.

२. स्वातंत्र्यावर गदा : शास्त्रीय व्यवस्थापन पद्धतीत कामगाराला एक मानव म्हणून बघितले जात नाही. मुळात हा दृष्टिकोनच अयोग्य आहे. इतर उत्पादनाच्या साधनांबाबत प्रमाणीकरण योग्य असेल परंतु मानवी श्रमाच्या बाबतीत प्रमाणीकरण करणे कठीण आहे. कारण प्रत्येक व्यक्तीची शारीरिक, मानसिक ताकद वेगळी असते. त्या सर्वांना एकाच विशिष्ट पद्धतीने काम करावयास लावणे अयोग्य व अशक्य आहे. सक्ती केली तर ते बिथरून जाण्याची शक्यता आहे. कारण मनुष्याला स्वातंत्र्य हवे असते व औद्योगिक मानसशास्त्रज्ञ या मूलभूत मानवी प्रवृत्तीकडे शास्त्रीय व्यवस्थापनाचे लक्ष वेधतात.

३. कामाची गती वाढविण्याच्या पद्धतीवर आक्षेप : शास्त्रीय व्यवस्थापनात उत्पादनात वाढ व्हावी म्हणून कामाची गती वाढविण्याकडे अधिक लक्ष दिले जाते. कामाची गती वाढविण्यासाठी कामगाराला जलद हालचाली कराव्या लागतात. म्हणजेच त्याला अधिक शारीरिक श्रम करावे लागतात. त्याचा त्याच्या आरोग्यावर विपरीत परिणाम होऊ शकतो. औद्योगिक मानसशास्त्रज्ञांच्या मते, उत्पादन वाढ, कामगारांची कामाची गती न वाढवितादेखील इतर मार्गांनी वाढविता येते. उदा. चांगले औद्योगिक संबंध, कल्याणकारी योजना आखणे, चांगली कार्य-परिस्थिती निर्माण करणे. त्यामुळे उत्पादन तर वाढेलच, शिवाय कामगारांच्या शरीरावर किंवा मनावर वाईट परिणाम होणार नाही.

४. फक्त आर्थिक उत्तेजनाचाच विचार केला : शास्त्रीय व्यवस्थापन पद्धतीत असे गृहीत धरले आहे की, कामगार पैशाने विकत घेता येतो. म्हणजेच कामगार 'पैशाने व पैशासाठी' काम करतो. म्हणून टेलरनी मजुरीची विभेदात्मक कार्य-मजुरी दरपद्धत सुचविली आहे. परंतु मनुष्य फक्त आर्थिक प्रेरणेने काम करतो हे समजणे चूक आहे, असे औद्योगिक मानसशास्त्रज्ञ म्हणतात. त्यांच्या मते इतर आर्थिकेतर मार्गांनीसुद्धा कामगारांत जास्त

काम करण्याची प्रवृत्ती निर्माण करता येते. उदा. सेवेची शाश्वती, स्वातंत्रपणा, चांगली वागणूक, व्यक्तिमत्त्व विकासाची संधी, चांगल्या कामगारांचे कौतुक इत्यादी.

वरीलप्रमाणे विविध व्यक्ती व संस्थांकडून शास्त्रीय व्यवस्थापनावर आक्षेप घेण्यात आलेले आहेत. तरी त्यातील बरेचसे आक्षेप दूर करता येण्यासारखे आहेत. शास्त्रीय व्यवस्थापनाचे महत्त्व त्यामुळे कमी होत नाही. अर्थात ते यशस्वी होण्यासाठी तज्ज्ञांनी केलेल्या विधायक सूचना स्वीकारून सर्वांनी शास्त्रीय व्यवस्थापनाच्या यशस्वितेसाठी प्रयत्न केले पाहिजेत, कारण त्यामध्ये सर्वांचेच हित आहे.

ब) हेन्री फेयॉल आणि त्याचे प्रशासकीय व्यवस्थापन (१८४१ ते १९२५ फ्रान्स) (Henri Fayol and His Administratice Management)

१. प्रस्तावना :

व्यवस्थापक व प्रशासकांच्या कार्याची मूलगामी मीमांसा करणारा श्रेष्ठ व्यवस्थापनतज्ज्ञ म्हणून हेन्री फेयॉल विख्यात आहे. डॉ. टेलरचा समकालीन व त्याच्याप्रमाणेच अभियंता व्यवस्थापक म्हणून त्याने कार्य केले. या दोघांचे कार्य परस्परपूरक समजले जाते.

सन १८४१ मध्ये फेयॉल याचा जन्म फ्रान्समध्ये झाला. वयाच्या १९व्या वर्षी १८६० मध्ये त्याने इंजिनिअरिंगची पदवी संपादन केली. १८७२ मध्ये खाणीच्या एका विभागाचा व्यवस्थापक झाल्यावर त्याने खाणीचे आर्थिक आयुष्य ठरविण्याच्या प्रश्नांचा सखोल अभ्यास केला. त्याच्या कंपनीची आर्थिक स्थिती खालावत गेली तेव्हा तो त्या कंपनीचा व्यवस्थापकीय संचालक (M.D.)झाला. ही जबाबदारी १९१९ पर्यंत (निवृत्तीपर्यंत) सांभाळून कंपनीची आर्थिक स्थिती सुधारून दिली तोट्यात चाललेले खण विभाग बंद करून, नवीन फायदेशीर खाणीचा उत्कृष्ट उपयोग करून, कंपनीचा विस्तार केला. त्याच्या कारकिर्दीने संस्थेतील तज्ज्ञ, शास्त्रज्ञ व व्यवस्थापकांना त्याने मोठी प्रतिष्ठा मिळवून दिली.

निवृत्तीनंतर व्यवस्थापन संस्थेच्या अभ्यासासाठी एक संस्था स्थापन केली. फ्रेंच सरकारनेही त्याच्या या संस्थेच्या कार्याची दखल घेऊन टपाल व तार खात्याच्या यंत्रणेचा अभ्यास करणे त्याच्यावर सोपविले. फेयॉलच्या 'General and Industrial Management' त्या एकाच ग्रंथाने त्याला जागतिक कीर्ती मिळवून दिली. हा ग्रंथ त्याने आपल्या वयाच्या सत्तरीत लिहिला.

हेन्री फेयॉल यांनी आपल्या ग्रंथात अनेक मैलिक तत्त्वांचे व प्रमेयांचे प्रतिपादन केले. काही निवडक मुद्द्यांचे स्पष्टीकरण पुढीलप्रमाणे करता येईल.

१. व्यवस्थापनाची तत्त्वे (Principles of Management) : व्यवस्थापकीय संचालक म्हणून काम करताना फेयॉलनी आपल्या कंपनीच्या व्यवस्थापनासाठी अनेक तत्त्वे अनुसरली. व्यवस्थापन कार्यक्षम बनविण्यासाठी या तत्त्वांचा फार उपयोग होतो, असे त्यांच्या लक्षात आले. बाबत त्यांनी सखोल अभ्यास करून, व सतत निरीक्षण करून व्यवस्थापनाची तत्त्वे शोधू काढली. ती पुढीलप्रमाणे :

१. कार्य विभागणी (Division of work)

२. अधिकार जबाबदारी (Authority and Responsibility)

३. शिस्त (Discipline)

४. आदेशातील एकवाक्यता (Unity of Command)

५. निदेशनातील एकवाक्यता (Unity of Direction)

६. व्यक्तिगत हितापेक्षा सामान्य हिताचे महत्त्व (Subordination of Individual interest of General Interest)

७. कामाचा मोबदला (Remuneration of Personnel)

८. केंद्रीकरण (Centralisation)

९. अधिकार श्रेणीसाखळी (Scalar Chain)

१०. व्यवस्था (Order)

११. न्यायता (Equity)

१२. कर्मचाऱ्यातील स्थैर्य (Stability of Tenure)

१३. प्रेरणा किंवा पुढाकार (Initiative)

१४. सहकार्याची भावना (Esprit-de-Coprs)

फेयॉलने व्यवस्थापनाच्या क्षेत्रात अनेक जबाबदाऱ्या पार पाडलेल्या असल्यामुळे त्याने प्रतिपादन केलेल्या विविध सिद्धान्ताचा व्यवहारात किती व कसा उपयोग होतो, हे पडताळून पाहण्याकरिता त्यांना अनेक प्रयोग करता आले. प्रयोगांच्या कसोटीवर घासून पाहिल्यानंतर वर नमूद केलेल्या सिद्धान्ताची उपयुक्तता सिद्ध झाली आहे, असे फेयॉलने सांगितले. परंतु परिस्थितीत बदल झाल्यास नव्यान प्रयोग सुरू करून नंतरच व्यवस्थापकांनी या सिद्धान्ताचा उपयोग करावा, असे स्वतः फेयॉल यांनीच सुचविले.

२. व्यवस्थापनाची कार्ये (Function of Management): हेनरी फेयॉल यांनी स्वतः प्रथम तंत्रज्ञ व नंतर व्यवस्थापक म्हणून कार्य केलेले असल्यामुळे, व्यवस्थापनाच्या सर्वोच्च पातळीवर कोणती कार्ये करायला हवीत, याकडे त्याने विशेष लक्ष पुरविले. फेयॉलच्या मते, व्यवस्थापनाची कार्ये पुढीलप्रमाणे आहेत–

अ) दूरदृष्टी (Prevoyance): या कार्यात भविष्यकाळाचा अचूक अंदाज करणे व त्याकरिता योग्य ती तरतूद करणे या कार्याचा समावेश होतो. दुसऱ्या शब्दात यात (१) पूर्वानुमान आणि (२) नियोजन (Planning) ही दोन कामे येतात. फेयॉलने या कार्यास सर्वात जास्त महत्त्व दिले.

ब) संघटन (Organisation): अधिकार श्रेणीनुसार कर्मचाऱ्यांची कार्यात्मक संघटना उभारणे.

क) आदेश (Command): कर्मचाऱ्यांकडून महत्तम कार्य करवून घेण्यासाठी व्यवसायाचे निर्देशन करणे.

ड) समन्वय (Co-ordination): संघटनेच्या सर्व कार्यांमध्ये सुसंवाद व समन्वय साधणे.

इ) नियंत्रण (Control): प्रस्थापित नियमानुसार व केलेल्या निर्देशनानुसार कार्य नीट होत आहे की नाही, हे पाहणे.

फेयॉलनंतर अनेकांनी व्यवस्थापनाची कार्ये सांगितली आहेत. परंतु व्यवस्थापनाची कार्ये सांगणारा हेनरी फेयॉल हा पहिला विचारवंत असल्यामुळे, त्याचे हे योगदान महत्त्वाचे समजले जाते.

३. औद्योगिक क्रियांचे विभाजन (Division of Industrial Activities): फेयॉलने स्वतःच्या अनुभवांच्या आधारे व्यवस्थापन प्रक्रियाचे अभ्यासपूर्ण विश्लेषण केले. त्यावरून त्याच्या लक्षात आले की, व्यवसाय क्रियांचे किंवा औद्योगिक क्रियांचे सहा प्रकार पाडता येतात. ते पुढीलप्रमाणे :

१. तांत्रिक क्रिया Technical Activities – उत्पादनाशी संबंधित क्रिया

२. वाणिज्यविषयक क्रिया Commercial Activities – खरेदी-विक्री, देवाण-घेवाण इत्यादी.

३. वित्तीय क्रिया Financial Activities – भांडवल उपलब्धता व उपयोग.

४. सुरक्षाविषयक क्रिया Security Activities – संपत्ती व मनुष्यबळ यांची सुरक्षा.

५. हिशेबविषयक क्रिया Accounting Activities – ताळेबंद, नफा-तोटा, मालमोजणी इत्यादी.

६. व्यवस्थापकीय क्रिया Management Activities – नियोजन, नियंत्रण इत्यादी.

४. विभिन्न पदांवर काम करणाऱ्या व्यक्तींना आवश्यक असलेली योग्यता : विभिन्न पदांवर काम करणाऱ्या व्यक्तींना स्वतःची जबाबदारी पार पाडण्यासाठी वेळोवेळी कमी-अधिक प्रमाणात वरील प्रकारच्या सहाही क्रिया कराव्या लागतात. कार्यात या क्रियांचे सारखेच महत्त्व नसते. कामगारांचे काम तांत्रिक स्वरूपाचे असते, तर व्यवस्थापकांचे काम हे प्रामुख्याने व्यवस्थापकीय स्वरूपाचे असते. संघटनेत काम करताना वरिष्ठ पातळीवर काम करणाऱ्या व्यवस्थापकीय कार्याचे महत्त्व उत्तरोत्तर वाढत जाते, तर तांत्रिक कार्याचे महत्त्व उत्तरोत्तर घटत जाते.

कारखान्यात संघटनेमध्ये विविध पदांवर काम करणाऱ्या व्यक्तींजवळ विभिन्न प्रकारची योग्यता असायला हवी. कामगारांमध्ये त्याचे काम करण्यासाठी तांत्रिक योग्यता असली पाहिजे. तर व्यवस्थापकाजवळ व्यवस्थापकीय योग्यता असली पाहिजे. निरनिराळ्या पदांवर काम करणाऱ्या व्यक्तींमध्ये त्यांची जबाबदारी पार पाडण्याकरिता कोणती योग्यता किती प्रमाणात असली पाहिजे, याबद्दल फेयॉलने पुढील टक्केवारी दिली आहे.

कर्मचाऱ्यांचा प्रकार	व्यवस्थापकीय %	तांत्रिक विषयक	वाणिज्य %	वित्तीय %	सुरक्षा %	हिशेब विषयक%	एकूण %
कामगार	५	८५	–	–	५	५	१००
फोरमन	१५	६०	५	–	१०	१०	१००
अधीक्षक	२५	४५	५	–	१०	१५	१००
उपविभाग प्रमुख	३०	३०	५	५	१०	२०	१००
तांत्रिकविभाग प्रमुख	३५	३०	१०	५	१०	१०	१००
व्यवस्थापक	४०	१५	१५	१०	१०	१०	१००
लहान संस्थेचा मुख्य व्यवस्थापक	५०	१०	१०	१०	१०	१०	१००

५. कार्यक्षम व्यवस्थापकाचे गुण :

हेनरी फेयॉलच्या मते, व्यवस्थापनात व्यवस्थापकाची भूमिका फार महत्त्वाची असते. व्यवस्थापकाला अनेक प्रकारची कार्ये करावी लागतात. त्यासाठी तो कार्यक्षम व सर्वगुणसंपन्न असावा लागतो. फेयॉलच्या मते, व्यवस्थापकाला नियोजित कार्यात यश संपादन करण्यासाठी पुढील गुणांची आवश्यकता असते.

१. शारीरिक गुणवत्ता – सुदृढ आरोग्य, जोश, स्फूर्ती इत्यादी.

२. मानसिक गुणवत्ता – ग्रहणक्षमता, निर्णयक्षमता, मनोधैर्य इत्यादी.

३. नैतिक गुणवत्ता – निष्ठा, उद्योगशीलता, निश्चयीकरण, कौशल्य इत्यादी.

४. शैक्षणिक गुणवत्ता – शैक्षणिक पात्रता, ज्ञान इत्यादी.

५. तांत्रिक गुणवत्ता – कार्यासाठी लागणारे तांत्रिक कौशल्य.

६. अनुभव – कामातून मिळालेला.

६. व्यवस्थापन प्रशिक्षण (Management Training) :

व्यवस्थापकाला आपल्या कार्यात यश संपादन करण्यासाठी फक्त वरीलप्रमाणे गुणवत्ता असून चालणार नाही, तर त्याला व्यवस्थापकीय कार्याचे प्रशिक्षण दिले पाहिजे, असे फेयॉलचे स्पष्ट मत होते. प्रशिक्षित व्यवस्थापक आपली कामे कार्यक्षमतेने करू शकतो यावर त्याचा विश्वास होता. म्हणून त्याने स्वतः पॅरीस येथे व्यवस्थापकांना प्रशिक्षण देण्यासाठी प्रशासकीय अध्ययन केंद्र (Center for Administrative study) सुरू केले व त्याच्या विकासाकरिता तळमळीने काम केले.

फेयॉलच्या सिद्धान्तावर करण्यात येणारी टीका

फेयॉलचा सिद्धान्त महत्त्वाचा मानला जात असला तरी तो संपूर्णतः निर्दोष नाही. त्याने सांगितलेली तत्त्वे, कार्ये, क्रियांचे विभाजन इ.बाबत थोडी सरमिसळ झाली असून ते औपचारिक स्वरूपाचे आहे, अशी टीका केली जाते. त्याने रचना व प्रक्रिया यांची काही प्रसंगी गल्लत केली आहे. काही ठिकाणी फेयॉलच्या विवेचनात संदिग्धता आढळते. व्यवस्थापन प्रशिक्षणाच्या मर्यादा त्याने स्पष्ट केल्या नाहीत. कर्मचाऱ्यांना कार्यप्रेरणा व उत्तेजन दिले पाहिजे, याकडे त्याचे दुर्लक्ष झालेले दिसते.

वास्तविक पाहता ही टीका सौम्य व नगण्य स्वरूपाची आहे. फेयॉलचा सिद्धान्त टेलरप्रमाणे एकसंध नाही; तरीही त्याने व्यवस्थापन विचारासंबंधी केलेले योगदान अत्यंत महत्त्वाचे आहे. व्यवस्थापनाची तत्त्वे व कार्ये याबाबतचे त्याचे विचार व्यवस्थापनशास्त्राला एक प्रकारे वरदानच ठरले आहे. वरिष्ठ व्यवस्थापनाबाबत त्याने केलेले अनुभवाधिष्ठित शोधकार्य अविस्मरणीय आहे.

$$\boxed{\text{प्रश्नावली}}$$

प्र.१.खालील प्रश्नांची २० शब्दांत उत्तरे लिहा.

१) व्यवस्थापन म्हणजे काय ?

२) व्यावसायिक व्यवस्थापन म्हणजे काय ?

३) डॉ. टेलर यांचा अल्पपरिचय सांगा.

४) व्यवस्थापनाची तत्त्वे थोडक्यात सांगा.

प्र.२.खालील प्रश्नांची ५० शब्दांत उत्तरे लिहा.

१) व्यवस्थापन अभ्यासाची आवश्यकता सांगा.

२) व्यावसायिक व्यवस्थापनाचे महत्त्व सांगा.

३) शास्त्रीय व्यवस्थापनाचे टीकात्मक परीक्षण करा.

४) शास्त्रीय व्यवस्थापनाचे तंत्र/ घटक सांगा.

५) शास्त्रीय व्यवस्थापनामुळे निर्माण होणारे दोष स्पष्ट करा.

६) व्यवस्थापकीय कौशल्ये स्पष्ट करा.

प्र.३ खालील प्रश्नांची १५० शब्दांत उत्तरे लिहा.

१) व्यवस्थापन प्रक्रिया थोडक्यात स्पष्ट करा.

२) व्यावसायिक व्यवस्थापनाची वैशिष्ट्ये सांगा.

३) हेन्री फेयॉल यांची व्यवस्थापनाची तत्त्वे सांगा.

४) व्यवस्थापनाचे स्तर सांगा.

प्र.४ खालील प्रश्नांची ५०० शब्दांत उत्तरे लिहा.

१) एफ. डब्यू. टेलर यांची व्यवस्थापन कल्पना स्पष्ट करा.

२) हेन्री फेयॉल आणि त्यांचे प्रशासकीय व्यवस्थापन सविस्तर स्पष्ट करा.

३) शास्त्रीय व्यवस्थापनाचे घटक स्पष्ट करुन दोष किंवा तोटे सांगा.

४) व्यवस्थापन एक शास्त्र, कला आणि पेशा यावरती टीप सविस्तर स्पष्ट करा.

५) व्यवस्थापनासमोरील आव्हाने सविस्तर स्पष्ट करा.

२

नियोजन आणि निर्णय प्रक्रिया
(Planning and Decision Making)

२.१ नियोजन (Planning)

प्रस्तावना (Introduction) :

नियोजन म्हणजे भविष्यकाळात काय करावयाचे आहे, याचा वर्तमान काळातच विचार केला जातो. तसेच व्यवसायाची पूर्व नियोजित उद्दिष्टे साध्य करण्यासाठी अनेक पर्यायांतून योग्य पर्यायांची निवड करावी लागते. त्यासाठी जो कार्यक्रम तयार केला जातो. त्यालाच 'नियोजन' असे म्हणतात.

व्यवसाय व्यवस्थापकाला व्यवसायाचा उद्देश, उत्पादन, खरेदी, विक्री, जाहिरात, कर्मचाऱ्यांची भरती, प्रशिक्षण, बदली, बढती इत्यादी अनेक बाबींचे नियोजन करावे लागते. नियोजन ही अत्यंत व्यापक स्वरूपाची प्रक्रिया असून ती प्रत्येक क्षेत्रात आवश्यक आहे असे म्हटले तर काही वेगळे ठरणार नाही.

एखाद्या उद्योगाची किंवा व्यवसायाची उद्दिष्टे जो पर्यंत निश्चित केली जात नाहीत तो पर्यंत व्यवस्थापनाच्या कोणत्याही कार्याला अर्थ प्राप्त होत नाही. प्रत्येक व्यवसायात काय साध्य करावयाचे आहे किंवा भविष्यात काय करावयाचे आहे हे ठरवावे लागते. नियोजनाचा संबंध काय साध्य करावयाचे आहे याच्याशी आहे. त्यामुळे नियोजन हे व्यवस्थापनाचे मूलभूत व महत्त्वाचे कार्य समजले जाते.

प्रा. रॉबिनसन्स यांच्या मते, प्रत्येक व्यक्तीच्या गरजा असंख्य, विविध व वाढत्या असतात. परंतु गरजा पूर्ण करण्याची साधने मर्यादित आहेत. त्यामुळे ' अमर्याद इच्छा मर्यादित साधनांच्याद्वारे पूर्ण करण्याच्या क्रियेला नियोजन असे म्हणतात.'

नियोजन प्रक्रियेत पुढील बाबींचा समावेश होतो :

१) कोणते कार्य पूर्ण करावयाचे आहे?

२) केव्हा पूर्ण करावयाचे आहे?

३) कार्य कोणी पूर्ण करावयाचे आहे?

४) कोठे पूर्ण करावयाचे आहे?

५) कार्य कोणत्या पद्धतीने करावयाचे आहे? इत्यादी.

म्हणूनच नियोजनाच्या कार्याला व्यवस्थापनाच्या तत्त्वात आणि कार्यात प्रथम स्थान मिळाले आहे.

२.१.१ नियोजनाचा अर्थ आणि व्याख्या (Meaning and Defintions of Planning)

नियोजनाच्या काही प्रमुख व्याख्या खालीलप्रमाणे आहेत :

१. हेन्री फेयॉल – क्रिया करण्याची दिशा योग्य प्रकारे अवलंबविण्यासाठी विविध प्रक्रिया आणि टप्पे योग्य प्रकारे उपयोगात आणून, त्यांचा वापर करून आणि योग्य मार्गाचा अवलंब करून योजना तयार होते. भविष्यातील कल्पनेला साकार करण्यासाठी विविध संभाव्य घटनेचा विचार आणि अडचणीचे निराकरण करून उपाययोजना करण्यासाठी नियोजन केले जाते.

२. जे. पी. बार्गर – भविष्याकालीन प्रक्रिया आणि तिच्या परिणामांची पूर्वींच कल्पना करण्याची योग्यता म्हणजे नियोजन होय.

३. अल्बर्ट आणि बेट्टी – नियोजन ही एक विचार प्रक्रिया आहे. यात व्यवसायाला दीर्घकाळात यशस्वी करण्यासाठी व्यावसायिक सत्यता, अनुभव आणि त्वरित निर्णय प्रक्रियेची आवश्यकता असते.

४. हेन्स आणि मेसी – नियोजन ही अशी बौद्धिक प्रक्रिया आहे. ज्यासाठी सर्जनशील चिंतन आणि कल्पकतेची आवश्यकता असते.

५. बी. ई. गोएट्झ – नियोजन म्हणजे मुळात निवड करणे आणि पर्यायी कार्यपद्धतीचा शोध घेऊन ती उपलब्ध झाली तरच नियोजनाचा प्रश्न उद्भवतो.

६. जॉर्ज टेरी – अपेक्षित उद्दिष्टांच्या किंवा परिणामाच्या प्राप्तीसाठी आवश्यक समजल्या जाणाऱ्या भविष्यकालीन संभाव्य क्रियेची कल्पना करणे म्हणजे नियोजन होय.

७. कुंट्झ अँण्ड ओडोनिल – 'नियोजन अशी एक बौद्धिक प्रक्रिया आहे की, जिच्यामध्ये कार्यक्रमाचे विचारपूर्वक निर्धारण, उद्देश वस्तुस्थिती आणि विचारपूर्वक अनुमान यावर आधारित निर्णय घेतले जातात.'
"Planning is an intellectual process to concious determination of Courses of action, the basing of decisions on Purposes, facts and considered estimates."- Koonts and O'Donnel

८. एम. एफ. हर्ले – एखादे कार्य कसे करावयाचे हे अगाऊ ठरविण्याच्या प्रक्रियेला 'नियोजन' असे म्हणतात. नियोजनामध्ये कार्यपद्धती, उद्दिष्टे, धोरण यांची निवड अपेक्षित असते.

"Planning is deciding in advance what is to be done. It involves the section of objectives policy procedure and Programme from among alternatives."- M.F.Hurley

९. बार्गर – 'भावी प्रक्रिया व तिचे परिणाम यांची अगाऊ कल्पना करण्याची क्रिया म्हणजेच नियोजन होय.'

9. "Planning is the ability to visualise a future process and its results."

१०. डब्ल्यु एच. न्यूमेन – 'भविष्यात काय करावयाचे आहे हे अगाऊ ठरविणे म्हणजेच नियोजन होय.'

"Planning is deciding in advance what is to be done, that is a plan in projected course of action."

नियोजनाच्या वरील व्याख्यांचा अभ्यास केल्यास नियोजन बौद्धिक प्रण निरंतर चालणारी व्यापक स्वरूपाची प्रक्रिया आहे. नियोजन उद्योगाच्या सुरूवातीपूर्वी व उद्योग सुरू झाल्यावर करावे लागते. म्हणूनच ती सतत चालणारी प्रक्रिया समजली जाते.

२.१.२ नियोजनाचे स्वरूप (Nature of Planning) :

नियोजन हे व्यवस्थापनाचे कार्य आहे. नियोजनाच्या विविध लेखकांनी केलेल्या व्याख्यांचा विचार केल्यास नियोजनाचे स्वरूप लक्षात येते. या संदर्भात थिओहॅमन याचा पुढील अभिप्राय अत्यंत उपयुक्त आहे.

नियोजन करताना भूतकालीन घटनांचा आधार घेऊन वर्तमानकाळातील सर्व घटकांचा बारकाईने विचार करण्यात येतो. त्यात भविष्यकालीन बाबीचा प्रकर्षाने विचार केला जातो. हॅरॉल्ड कुंट्झ व ओडोनिल यांनी व्यवस्थापनाचे स्वरूप लक्षात घेण्यासाठी

(अ) उद्दिष्टांच्या पूर्ततेसाठी योगदान   (ब) नियोजनाचे महत्त्व

(क) नियोजनाची व्यापकता   (ड) नियोजांची कार्यक्षमता

इत्यादी बाबींचा विचार केला पाहिजे असे म्हटले आहे. तरी देखील नियोजनाचे स्वरूप लक्षात घेण्यासाठी पुढील घटकांच्या आढावा घेणे अधिक उपयुक्त ठरेल.

१) उद्दिष्टपूर्ण नियोजन : उद्योगाची उद्दिष्टे साध्य करण्यासाठी नियोजनाच्या प्रत्येक घटकाने सक्रिय योगदान देणे आवश्यक आहे. उद्दिष्टाशिवाय नियोजन करणे व्यर्थ ठरते. प्रत्येक वेळी नफा कमविणे हे उद्योगाचे उद्दिष्ट असतेच असे नाही. खाजगी क्षेत्रात नफ्याची प्रेरणा महत्त्वाची असली तरी सार्वजनिक उद्योग नफ्याशिवाय सामाजिक हिताला अधिक प्राधान्य देतात. म्हणून प्रत्येक उद्योगाने उद्दिष्टांशी निगडित स्वरूपाचे नियोजन केले पाहिजे.

२) नियोजनाचे स्वरूप : नियोजनामध्ये उद्दिष्टे, धोरणे, इष्टाण्ड, कार्यक्रम, कार्यपद्धती, व्यूहरचना ठरविण्यात येते. वरील बाबी ठरविण्यात आल्याच नाहीत तर व्यवसाय व्यवस्थितरीत्या संचलित होणार नाही; नियोजनाबरोबरच व्यवस्थापनात नियंत्रणाला महत्त्वाचे स्थान आहे.

३) नियोजनाची व्यापकता : नियोजन हे सर्व स्तरांवर खूपच आवश्यक आहे. उच्च स्तरीय, मध्यम स्तरीय, कनिष्ठ विभागांचे नियोजन करावे लागते.

४) नियोजन लवचीक प्रक्रिया आहे : भविष्याचा अंदाज घेऊन नियोजन केले जाते. त्यात एका विशिष्ट परिस्थितीचा अंदाज घेतला जातो; पण परिस्थिती बदलली की नियोजनात बदल करावे लागतात. त्यामुळे व्यावसायिक नियोजनात लवचिकता ठेवावी लागते.

५) योजनांची कार्यक्षमता : योजनांची कार्यक्षमता व उद्योगधंद्याचे यश याचा अत्यंत जवळचा संबंध आहे व्यवस्थापकाने एखादी योजना आखली असेल व तिची प्रभावीपणे अंमलबजावणी केली असेल, तर उद्योगाला

निश्चितच यश मिळते. याउलट, आखलेली योजना कार्यक्षम स्वरूपाची नसेल तर उद्योगाला यश मिळणार नाही. थोडक्यात, नियोजनामुळे उद्योगाच्या कार्याला व हालचालींना योग्य दिशा व गती मिळते. नियोजनामुळे विविध पर्यायांचा तुलनात्मकरीत्या विचार करून योग्य पर्यायाची निवड करणे शक्य होते. योग्य पर्यायाची निवड कार्यक्षम नियोजनावर आधारित असते.

६) लवचीक प्रक्रिया : उद्योगात नियोजन आवश्यक प्रक्रिया असली तरी ती स्थिर स्वरूपाची असल्यास काही उपयोगाची नाही तिच्यामध्ये परिस्थितीनुसार बदल करणे शक्य झाले पाहिजे. म्हणजेच प्रक्रिया लवचीक स्वरूपाची असावी.

७) समन्वय साधणे : नियोजनामध्ये काम कोठे, कसे, केव्हा, किती इ. विविध स्वरूपाचे प्रश्न असतात. या सर्व प्रश्नांमध्ये नियोजन समन्वय घालते. नियोजनाशिवाय कोणतीही अपेक्षित क्रिया पूर्ण होऊ शकत नाही.

८) बौद्धिक प्रक्रिया : नियोजन ही बौद्धिक स्वरूपाची प्रक्रिया आहे. ती व्यवस्थापकाच्या बौद्धिक पातळीवर अवलंबून असते. प्रत्येक उद्योगात विविध व्यवस्थापकांच्या बौद्धिक पातळीत फरक असतो. त्यामुळे नियोजनात थोड्याफार प्रमाणात फरक किंवा वेगळेपणा आढळून येतो.

९) सतत चालणारी प्रक्रिया : नियोजन ही सतत चालणारी प्रक्रिया आहे. एकदा एखाद्या बाबीचे नियोजन केले म्हणजे ती बाब संपली असे नाही. नियोजनात माहितीचे सतत संकलन, विश्लेषण, मूल्यमापन, इत्यादी बाबी सतत सुरू असतात. पूर्वीच्या नियोजनात परिस्थितीनुसार बदलही करावा लागतो. त्यामुळे नियोजन सतत चालणारी प्रक्रिया आहे असे म्हटले तर वावगे ठरणार नाही.

१०) भविष्याचा वेध व वर्तमानावर नियंत्रण : नियोजनात भविष्यकालीन परिस्थितीचा अंदाज घेतला जातो. म्हणजेच भविष्याचा वेध घेतला जातो. तसेच वर्तमान परिस्थितीवर नियंत्रण ठेवून नियोजनाची अंमलबजावणी केली जाते.

२.१.३ नियोजनाचे महत्त्व (Importance of Planning)

व्यवस्थापनाची सर्व कार्ये नियोजनावर आधारलेली आहेत. नियोजन हे मूलभूत कार्य आहे. त्यामुळे भविष्यकालीन घटनांचा अंदाज येतो. मार्गक्रमण करण्याची दिशा सापडते. कुंट्झ ॲण्ड ओडोनिल यांनी असे सांगितले आहे, 'पोहोचण्याचे ठिकाण निश्चित नसताना प्रवासास निघालेले विमान आणि नियोजन न करता व्यवसायात घेतलेले निर्णय या दोन्हींची परिस्थिती सारखीच असते.'

नियोजनाचे महत्त्व पुढीलप्रमाणे सांगता येईल :

१. भविष्यातील अनिश्चितता व बदल : भविष्य हे अनिश्चित व अस्थिर असते. नियोजन भविष्यावर अवलंबून असते. भविष्यातील अनिश्चितता कमी करण्याचे काम नियोजनामुळे शक्य होते. भविष्यकालीन परिस्थितीचा अचूक अंदाज नियोजनामुळे शक्य होतो. पण काही अस्थिर घटनांमुळे (युद्ध, भूकंप, नवीन शोध) परिस्थिती अनिश्चित होते. अशा वेळी बौद्धिक नियोजनामुळे अनेक पर्यायांमधून उत्कृष्ट पर्यायाची निवड करून संकट कमी करता येते.

२. व्यवसायाची उद्दिष्टे साध्य करणे : प्रत्येक व्यवसायाचा महत्त्वाचा हेतू उद्देश साध्य करणे हा असतो. त्यामध्ये नियोजित काम व प्रत्यक्ष काम यांची तुलना केली जाते. कधीकधी यात फरक पडतो. त्या फरकांची कारणे शोधली जातात. त्या फरकासाठी जबाबदार कर्मचारी कोणता ? हे पडताळून पाहता येते. त्यामुळे प्रत्येक

कर्मचारी आपल्या कामाबाबत जागरूक राहतो. नियोजनाच्या प्रभावी अंमलबजावणीसाठी व्यवसायातील प्रत्येक विभाग जागरूकतेने व सतर्कतेने काम करत असतो.

३. खर्चावर नियंत्रण व काटकसर करण्यासाठी : नियोजनात कोणते काम, कोणी, कोठे, केव्हा व किती वेळात करायचे हे अगोदरच ठरलेले असते. त्यामुळे वेळेचा सदुपयोग होतो. वेळेचा दुरुपयोग होत नाही. उपलब्ध साधनसामग्री पुरेपूर वापरली जाते. निरनिराळ्या खर्चांना आळा बसतो.

४. नियंत्रणात सुलभता येते : नियोजनात कामाचा काळ, वेळ व प्रमाण या सर्व गोष्टींचा समावेश असतो. कामाला किती वेळ लागेल? हे अगोदरच ठरविलेले असते. त्याप्रमाणे कृती झाली का? याचा पडताळा घेता येतो. कारखान्यातील प्रत्येक व्यक्तीच्या कामावर नियंत्रण ठेवता येते.

५. व्यवस्थापनाचे प्रमुख कार्य : व्यवस्थापनात संघटना, संचालन, नियंत्रण व समन्वय ह्या कार्यांचा समावेश आहे. त्यातील नियोजन हे महत्त्वाचे कार्य आहे. नियोजनाअभावी बाकीची कार्ये सुरळीत पार पाडणे अशक्य आहेत. नियोजनात व्यवसायाचे उद्दिष्ट ठरविले जाते. त्यामुळेच हे महत्त्वाचे कार्य आहे.

६. एकसूत्रीकरणास मदत : उत्पादन विभागात एकसूत्रीकरणाला खूप महत्त्व आहे. नियोजनामुळे उत्पादनाच्या वेगवेगळ्या विभागात एकसूत्रता आणणे शक्य होते. मिलरच्या मते, 'सातत्याने चालणाऱ्या कार्याच्या रचनेत एकसूत्रीपणा निर्माण करून व्यवसायाचा उद्देश साध्य करण्याचे कार्य व्यवस्थापकीय नियोजनामुळे साध्य होते.'

७. व्यावसायिक धोके कमी करणे : व्यवसायात अनेक प्रकारची अनिश्चितता असते. तेजी–मंदी, नैसर्गिक आपत्ती, संप, टाळेबंदी, स्पर्धा, ग्राहकांच्या आवडी त्यामुळे व्यवसायात स्थिरता कमी असते. राजकीय, सामाजिक, आर्थिक या घटकांचाही व्यवसायावर परिणाम होतो; पण प्रभावी नियोजनामुळे धोके कमी करता येतात.

२.१.४ नियोजनाच्या पातळ्या/स्तर (Forms of Planning)

नियोजन हे व्यवस्थापनाचे मूळ कार्य आहे. असे समजले जाते की नियोजन हे उच्च व्यवस्थापनाचा भाग आहे. मध्यम व कनिष्ठ अधिकाऱ्यांना त्यात फार स्वारस्य नसते. परंतु अधिकारी कोणत्याही पातळीवर काम करीत असला तरी त्याला नियोजन करावेच लागते. प्रत्येक अधिकाऱ्याला आपल्या कार्यपूर्तीचे नियोजन करावेच लागते. प्रथम संस्थेत अंदाजपत्रक तयार केले जाते. त्यात सर्व स्तरांना समाविष्ट करून घेतले जाते. साधनांचे वाटप कसे होईल ते ठरविले जाते. सर्व बाबींचा नियोजनात विचार केला जातो.

नियोजन ही प्रक्रिया विविध पातळ्यांवर होत असते. नियोजनाच्या पातळ्या पुढीलप्रमाणे आहेत:–

संयुक्त किंवा सामुदायिक नियोजन

↓

विभागीय नियोजन

↓

खाते किंवा विभागवार नियोजन

↓

विशिष्ट विभागाचे नियोजन

१. संयुक्त किंवा सामुदायिक नियोजन : हे नियोजन उच्च व्यवस्थापनाद्वारे केले जाते. यात संस्थेसाठी नियोजन केले जाते. भविष्यकाळातील अडचणी लक्षात घेऊन हे नियोजन केले जाते. सर्व विभाग व कामाच्या

नियोजनाचे प्रतिबिंब म्हणजे संयुक्त किंवा सामुदायिक नियोजन. या नियोजनामध्ये संस्थेचे डावपेच, उद्दिष्टे, धोरणे यांची माहिती दिलेली असते.

२. विभागीय नियोजन : संस्थेचे कामकाज सुरळीत होण्यासाठी तेथे अनेक विभाग केलेले असतात. प्रत्येक विभागात एक विभागप्रमुख असतो.

समजा संस्थेमध्ये ४ उत्पादने होत असतील, तर प्रत्येक विभागाचा एक व्यवस्थापक असतो. तो त्या विभागाचे नियोजन करतो व इतर विभागांची मदत घेतो.

३. खातेवार किंवा विभागवार नियोजन : विभागीय नियोजन हे खातेवार नियोजनापेक्षा व्यापक आहे. समजा माझी चार उत्पादने आहेत. साखर, कापड, औषधे, रसायने; तर प्रत्येक उत्पादनाच्या नियोजनात विभागीय नियोजन असते पण साखरेचे उत्पादन करताना अनेक खात्यांची किंवा विभागांची निर्मिती केलेली असते, तिला 'विभागवार नियोजन' असे म्हणतात. हे सुद्धा मध्यम स्तरावरील 'नियोजन' समजले जाते.

४. विशिष्ट विभागाचे नियोजन : हा नियोजनपातळीचा अखेरचा टप्पा आहे. हे नियोजन कनिष्ठ स्तरावर केले जाते. साखरनिर्मिती करताना अनेक उपविभाग केले जातात. त्या विभागाचा प्रमुख फोरमन किंवा पर्यवेक्षक असतो. तो कामगाराकडून काम करून घेतो व उद्दिष्ट पार पाडण्यासाठी नियोजन करतो. त्यामुळे नियोजन हे सर्व पातळ्यांवर करणे अत्यंत गरजेचे असते.

२.१.५ नियोजनाचे प्रकार (Types of Planning)

नियोजनाचे उद्देश, कालावधी, व्यवसायाचे स्वरूप यावर नियोजन अवलंबून असते. त्यानुसार नियोजनाचे प्रकार ठरतात. नियोजनाचे प्रकार पुढीलप्रमाणे आहेत:

१. समस्त व कार्यात्मक नियोजन : व्यवसायाचे उद्दिष्ट साध्य करण्यासाठी केलेल्या नियोजनाला समस्त नियोजन म्हणतात. नियोजनामध्ये संस्थेमध्ये असलेल्या साधनसामग्रीचा विचार केला जातो. संस्थेच्या सर्व बाबींचा विचार केला जातो. मुख्य अंदाजपत्रक तयार करणे हा समस्त नियोजनाचा भाग आहे.

विशिष्ट कार्यासाठी तयार करण्यात आलेल्या नियोजनाला कार्यात्मक नियोजन असे म्हणतात. उदा. उत्पादन, विपणन, वित्तपुरवठा इत्यादी.

२. प्रशासकीय व क्रियात्मक नियोजन : प्रशासकीय नियोजन उच्च व मध्यम व्यवस्थापकांकडून केले जाते. ह्यात संस्थेची सर्वसाधारण धोरणे ठरविली जातात. प्रशासकीय नियोजन अंमलात आणण्याचे काम कनिष्ठ व्यवस्थापक करतात. प्रशासकीय नियोजन अंमलात आणण्यासाठी जे नियोजन करतात त्याला क्रियात्मक नियोजन म्हणतात.

३. दीर्घकालीन व अल्पकालीन नियोजन : संस्थेची दीर्घकालीन उद्दिष्टे डोळ्यांसमोर ठेवून जे नियोजन केले जाते, त्याला 'दीर्घकालीन नियोजन' म्हणतात. या नियोजनाचा कालावधी १ वर्ष ते ५ वर्षांपर्यंत असू शकतो. संघटनेच्या महत्त्वपूर्ण घटनांचा दूरगामी विचार यात केला जातो.

उदा. : भांडवल उभारणी

यंत्रांची खरेदी

व्यवसाय विस्तार

नवीन उत्पादन पद्धत इत्यादी.

संस्थेमध्ये अल्पकालासाठी जे नियोजन केले जाते त्याला 'अल्पकालीन नियोजन' म्हणतात. या नियोजनाचा कालावधी १ वर्षापर्यंत असू शकतो.

उदा. : वेतनाचे नियोजन.

मासिक खर्चाचे नियोजन.

मासिक उत्पादनाचे नियोजन इत्यादी.

४. वित्तीय व अवित्तीय नियोजन : आर्थिक नियोजन म्हणजे वित्तीय नियोजन, अनार्थिक नियोजन म्हणजे अवित्तीय नियोजन. प्रत्येक व्यवसायात आर्थिक नियोजन सर्वांत महत्त्वाचे आहे. आर्थिक नियोजनात किती भांडवल लागेल, ते कसे व कोठून मिळवता येईल, भांडवल केव्हा लागेल, याचा विचार केला जातो. यात स्वतःचे भांडवल, कर्जाऊ भांडवल यांचा विचार केला जातो.

अवित्तीय भांडवलात भौतिक साधनांचा विचार केला जातो. उपलब्ध असलेली साधनसामग्री यंत्रसामग्री यांचा विचार होतो.

५. औपचारिक व अनौपचारिक नियोजन : एखादी घटना तोंडी चर्चा करून जे नियोजन केले जाते व जे लिखित नसते त्याला 'अनौपचारिक नियोजन' असे म्हटले जाते.

एखादी घटना चर्चा करून लिखित स्वरूपात जे नियोजन केले जाते त्याला 'औपचारिक नियोजन' म्हटले जाते. प्रत्येक उद्योगामध्ये औपचारिक नियोजन महत्त्वाचे असते कारण त्यामुळे नियंत्रण ठेवता येते.

६) नफा किंवा लाभाचे नियोजन : प्रत्येक संस्थेचे महत्त्वाचे उद्दिष्ट नफा मिळवणे हे असते. प्रत्येक संस्था जास्तीत जास्त नफा मिळवण्याचा प्रयत्न करीत असते. नफा मिळवण्यासाठी जे नियोजन करतात त्याला लाभाचे नियोजन असे म्हणतात.

उदा. : दर्जेदार मालाची विक्री, उत्पादन खर्च कमी करणे, किंमत कमी करून विक्री वाढविणे. वेळीच मालाचे नियोजन करणे, इ.

७) तात्कालिक व स्थायी नियोजन : विशिष्ट प्रकल्पासाठी केलेल्या नियोजनाला तात्कालिक नियोजन म्हणतात. संस्थेच्या स्वरूपाचा विचार करून जे नियोजन करतात त्याला स्थायी नियोजन म्हणतात. संघटनेची व्यवस्था, कार्यपद्धती इत्यादी गोष्टींचे नियोजन स्थायी नियोजनात मोडते.

२.१.६ नियोजन प्रक्रियेच्या पायऱ्या व अवस्था (Steps in Planning)

नियोजन उद्दिष्ट साध्य करण्यासाठी करण्यात येते. उपलब्ध असलेली साधनसामग्री, यंत्रणा, भांडवल या साधनांचा पुरेपूर उपयोग होण्यासाठी नियोजन केले जाते. नियोजनामध्ये प्रक्रिया असते. ही प्रक्रिया संघटनेचा आकार, त्याचे स्वरूप यावर अवलंबून असते.

नियोजन प्रक्रियेतील टप्पे पुढीलप्रमाणे आहेत :-

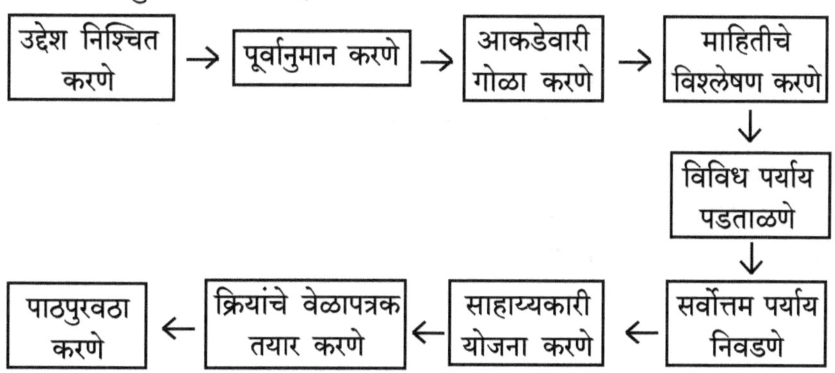

१. उद्देश निश्चित करणे : नियोजनाचे महत्त्वाचे कार्य म्हणजे उद्दिष्ट निश्चिती करणे हे होय. नियोजनाची सुरुवात उद्देश निश्चितीने होते. उद्दिष्ट ठरविल्यानंतर कोणते कार्य करायचे? कोणत्या ठिकाणी करायचे? कोणी करायचे? हे ठरवले जाते. संघटनेच्या उद्दिष्टांबरोबर शाखा, उपशाखा यांची उद्दिष्टे ठरविली जातात.

उदा. विक्री २०% ने वाढविणे.

उत्पादनखर्च २५% ने कमी करणे.

कामगारांना जास्त वेतन देणे.

अशी वेगवेगळी उद्दिष्टे व्यवस्थापनासमोर असतात. त्यापैकी एका उद्दिष्टाची निश्चिती केली जाते.

२. पूर्वानुमान करणे : भविष्यकाळाचा वेध घेणे म्हणजेच पूर्वानुमान करणे होय. पूर्वानुमानाशिवाय नियोजन म्हणजे पंखाशिवाय हवेत उडणे ! पूर्वानुमान करताना सामाजिक घटक, आर्थिक घटक, राजकीय घटक यांचा विचार करणे आवश्यक असते. नियोजनाचा आधारस्तंभ म्हणजेच पूर्वानुमान. पूर्वानुमानाच्या अचूकतेवर नियोजनाचे यश अवलंबून असते.

३. आकडेवारी गोळा करणे : नियोजकाला अचूक नियोजनासाठी आकडेवारी गोळा करावी लागते. ही आकडेवारी मागील कागदपत्रे, प्रयोग, मागील अडचणींवर योजलेले उपाय, निरीक्षण, परीक्षण इत्यादींच्या आधारे मिळवावी लागते. नियोजनाचे यश हे अचूक मिळवलेल्या माहितीमध्ये दडलेले आहे.

४. माहितीचे विश्लेषण करणे: मिळालेली माहिती सत्य आहे का? हे पडताळून पहाणे आवश्यक असते. या माहितीवरच निर्णय घेता येतात. माहितीचे नुसते विश्लेषण करून उपयोग नसतो; तर त्याचे वर्गीकरण करावे लागते.

माहितीच्या वर्गीकरणाचे दोन प्रकार पडतात.

बाह्य प्रकारची माहिती	अंतर्गत माहिती
● सरकारी प्रकाशने	● खरेदी विभाग
● व्यापारी संघ	● विक्री विभाग
● वाणिज्य मंडळ	● उत्पादन विभाग

५. विविध पर्याय पडताळणे : संघटनेमध्ये उद्दिष्ट पूर्ण करण्यासाठी अनेक पर्याय असतात. त्या अनेक पर्यायांमधून एक पर्याय निवडणे हे कौशल्य असते.

उदा. :   उद्दिष्ट – वस्तूचा उत्पादन खर्च कमी करणे.

पर्याय – वस्तूच्या कच्च्या मालावर नियंत्रण.

कामगारांवर नियंत्रण.

अनेक खर्चांवर नियंत्रण.

असे अनेक पर्याय असतात. त्यापैकी एका पर्यायाची निवड करणे आवश्यक असते.

६. सर्वोत्तम पर्यायाची निवड : नियोजन करण्यापूर्वी विविध पर्यायांचे मूल्यमापन करावे लागते. पर्यायांची निवड संस्थेचे उद्दिष्ट, रचना, उपलब्ध भांडवल यावर अवलंबून असते. विविध पर्यायांचा शोध घेऊन, त्यांचे मूल्यांकन करून, योग्य पर्यायाची निवड केली जाते. कधीकधी दोन किंवा अधिक कार्यपद्धती एकमेकांना पूरक असतात. त्यावेळी उद्दिष्ट पूर्ततेसाठी अधिक कार्यपद्धती निवडल्या जातात.

७. साहाय्यकारी योजना तयार करणे : मूळ योजना ही उद्दिष्ट पूर्ततेसाठी गरजेची असते. मूळ उद्देश साध्य करण्यासाठी साहाय्यकारी योजनांची गरज असते.

उद्देश – प्रति महिना १००० टन उत्पादन.

योजना – दुरुस्ती विभाग.

साठवणूक विभाग.

भरण – पोषण विभाग इत्यादी.

८. वेळापत्रक तयार करणे : उद्दिष्ट साध्य करण्यासाठी वेळापत्रकाची आवश्यकता असते. नियोजनात वेळापत्रक खूप महत्त्वाचे असते. काम करण्याची वेळेनुसार क्रमवारी आखणे म्हणजे वेळापत्रक तयार करणे होय. वेळापत्रक कामाला किती वेळ लागेल हे दर्शवते. वेळापत्रकाप्रमाणे कार्यपद्धती ठरवणे हेच नियोजनात अपेक्षित असते.

९. पाठपुरावा करणे : नियोजनात प्रत्यक्ष काम होते किंवा नाही हे तपासण्याची सोय केली जाते. प्रत्यक्ष कार्य नियोजनाप्रमाणे होणार किंवा नाही हे पाहण्याची तरतूद केलेली असते.

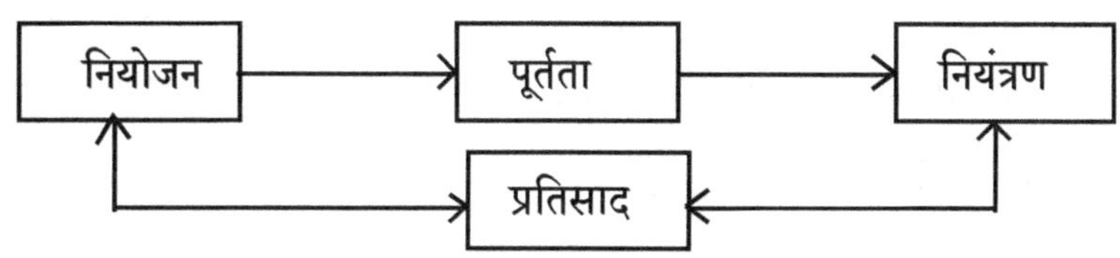

२.१.७ नियोजनाचे फायदे/तोटे(मर्यादा)(Advantages / Limitations of Planning)

व्यवस्थापनात नियोजन चांगले असेल तर व्यवसायाचे मार्गदर्शन व्यवस्थित होऊ शकेल. नियोजन हे उत्तम 'मार्गदर्शक' आहे. नियोजनाचे फायदे खालीलप्रमाणे आहेत –

१. उद्दिष्ट साध्य करण्याचे प्रभावी साधन : नियोजनात अनेक पर्यायी मार्गांचे मूल्यमापन केले जाते. नियोजनात योग्य मार्गाची निवड केली जाते. त्या मार्गाने जाण्यासाठी कशी पावले टाकावयाची हे निश्चित होते. गोंधळ व अंदाधुंदीची शक्यता टाळली जाते.

२. अनिश्चितता व धोका कमी होतो : नियोजन पूर्वानुमानावर अवलंबून असते. पूर्वानुमानात संभाव्य धोक्यांचे अंदाज घेतले जातात. त्यामुळे त्या परिस्थितीशी मुकाबला करण्याची योग्य तयारी करणे शक्य होते.

३. साधनाचा जास्तीत जास्त उपयोग : व्यवसायाचे उद्दिष्ट साध्य करण्यासाठी लागणारे मनुष्यबळ, साधनसामग्री यांचा अंदाज घेतला जातो. त्यामुळे प्रत्येक साधनसामग्रीचा पुरेपूर उपयोग केला जातो. त्यामुळे पैशाची बचत होते.

४. व्यवस्थापनाच्या इतर कार्यांना मदत होते : व्यवस्थापनाची अनेक कार्ये आहेत जसे संघटन, नियंत्रण, संकलन. या प्रत्येक कार्यात नियोजन असेल तर ते जास्त परिणामकारक ठरते.

५. संस्थेची स्पर्धात्मक ताकद वाढते : नियोजनात नवीन उत्पादने, व्यवसाय विस्तार, वस्तूचा दर्जा, प्रतिस्पर्ध्याच्या शक्तीचा आढावा घेतला जातो. त्यामुळे स्पर्धात्मकशक्ती वाढते व संस्था टिकून राहते.

६. कर्मचाऱ्यांना प्रेरणा देणे : नियोजनात सर्व व्यक्तींचा सहभाग अपेक्षित असतो. ही सामुदायिक प्रक्रिया आहे. नियोजनात प्रत्येक विभागातील प्रमुख व्यक्ती सहभागी असते. ते विचारांची देवाण – घेवाण करतात. संघभावना निर्माण होण्यास मदत होते. त्यामुळे कर्मचाऱ्यांना प्रोत्साहन मिळून ते काम करण्यास प्रवृत्त होतात.

७. **संचालन व नियंत्रण प्रभावी होते :** नियोजनामुळे पुढील घटनांचा आढावा नजरेसमोर स्पष्ट येतो. यात प्रत्यक्ष केलेल्या कामाची नियोजित कामाशी तुलना केली जाते. त्यामुळे नियंत्रण ठेवण्यास मदत होते. अपेक्षा पूर्ण झाली नाही तर त्या कामातील दोष दूर करता येतात.

८. **निर्णयात सुलभता :** नियोजन करताना वेगवेगळ्या पर्यायांमधून एका पर्यायाची निवड केली जाते. त्यामुळे व्यवस्थित निर्णय घेतले जातात. नियोजन नसेल तर निर्णय घेणे अवघड होते.

९. **विकास व सुधारणा :** नियोजनात प्रत्येक विभाग व उपविभागाच्या कामाचे स्वरूप ठरविलेले असते. कोणत्याही विभागावर जास्त काम पडणार नाही हे काळजीपूर्वक पाहिले जाते. त्यामुळे प्रत्येक विभागाचा विकास होतो.

१०. **वेळ, श्रम आणि पैसा यांची बचत :** नियोजनात असलेल्या साधनसामग्रीचा जास्तीत जास्त उपयोग करून घेतला जातो. हालचालींवर नियंत्रण ठेवले जाते. अनावश्यक हालचालींना वाव नसतो. त्यामुळे वेळ व श्रम यांची बचत होते. साधनसामग्रीच्या पुरेपूर उपयोगामुळे पैशाची बचत होते.

११. **नवीन विचार व रचनात्मक कार्याला प्रोत्साहन :** नियोजन करताना आधुनिक पद्धतींचा विचार केला जातो. नवीन शोधांमुळे खर्चात बचत होते. आदर्श नियोजनपद्धत नवीन विचारांना चालना देण्याचे कार्य करते. नियोजनाचे अनेक फायदे व्यावसायिकाला होत असतात; पण नियोजनाचे काही दोषही आहेत :–

नियोजनाच्या मर्यादा (Limitations of Planning)

१. **अचानक येणारी संकटे :** नियोजन करताना अचानक येणाऱ्या, संभाव्य अडचणींचा विचार केलेला असतो. पण काही अचानक उद्भवणाऱ्या अडचणी अशा असतात की त्यावर मात करता येत नाही.

२. **लवचिकतेचा अभाव :** व्यवस्थापनात नियोजन हा पाया आहे. नियोजन करताना पुढील गोष्टींचा सखोल अभ्यास करून विशिष्ट गोष्टींचा वापर कसा करायचा हे ठरवलेले असते. पण नियोजन हे स्थायी असून त्यात लवचिकता नसते. त्यामुळे त्यात कठोरता येते.

३. **परिवर्तनास विरोध :** संस्थेतील अधिकारी नियोजनातील परिवर्तनास विरोध करतात. परिवर्तनामुळे भविष्यकाळ चांगला जातो. अधिकारी फक्त वर्तमानकाळाचा विचार करतात. मॅकफरलँड यांच्या मते ही 'मनोवैज्ञानिक' अडचण आहे.

४. **वेळकाढूपणा :** केव्हाकेव्हा त्वरित कृती अपेक्षित असते. जेथे तडका – फडकी निर्णय घेणे जरुरीचे असते. तिथे नियोजनाकडे दुर्लक्ष करावे लागते.

५. **नियोजनाचा खर्च :** नियोजन हे संस्थेच्या फायद्यासाठी असते; पण नियोजन करण्याचा खर्च कधीकधी खूप जास्त होतो. फायद्यापेक्षा खर्च जास्त असेल तर नियोजन करण्यात अडचणी येतात.

६. **कुशल कर्मचाऱ्यांची उणीव :** नियोजन करण्यासाठी कुशल व्यक्तींची आवश्यकता असते. नियोजनाच्या अनेक मर्यादा असतात. त्या मर्यादा व उणिवा अथवा काही कमतरता नियोजन करताना नसाव्या, त्यासाठी तज्ज्ञ व्यक्तींची आवश्यकता असते; पण ही बौद्धिक व मानसिक कुवत नियोजन करणाऱ्या व्यक्तींमध्ये नसते.

७. **अनियंत्रित बाह्य घटक :** आजूबाजूला बाह्य घटक बदलत असतात. हे घटक बदलले की नियोजनाचा उपयोग होत नाही. उदा. व्यावसायिक मंदी, दुष्काळ, पूर, सरकारी धोरणांमध्ये झालेले बदल, आर्थिक व सामाजिक बदल. त्यामुळे नियोजनाचे व्यवस्थापन कोलमडते.

८. **कंटाळवाणी प्रक्रिया :** बदलत्या परिस्थितीनुसार नियोजनात बदल करावे लागतात. जसजसे बदल होतात, तसे नियोजनात बदल करावे लागतात. त्यामुळे हे काम कंटाळवाणे होते.

९. **चुकीची माहिती :** नियोजन हे आकडेवारी, मागील माहिती यावर अवलंबून असते. पण मागील आकडेवारी चुकीची असेल तर नियोजन चुकते. त्यामुळे माहिती बरोबर असावी लागते.

१०. **निरुत्साही करणारी कार्ये :** व्यवस्थापक नियोजन करतात व कर्मचारी याची अंमलबजावणी करतात. कर्मचाऱ्यांना अंमलबजावणी करताना अनेक अडचणी येतात. नियोजन करणारा एक व अंमलबजावणी करणारा दुसरा असे चित्र असल्यामुळे कर्मचाऱ्यांना फारसा उत्साह वाटत नाही.

२.२ पूर्वानुमान (Forecasting)

प्रस्तावना (Introduction)

भविष्यातील संकटांवर मात करता यावी म्हणून व्यक्ती व संस्था भविष्यकाळाचा अंदाज घेण्याचा प्रयत्न करतात. भविष्याचा वेध किंवा अंदाज घेण्याची मूलभूत प्रवृत्ती प्रत्येक व्यक्तीमध्ये असते. एखादा कुटुंबकर्ता वर्तमान काळातच भविष्यकालीन खर्चाचा अंदाज घेऊन त्याप्रमाणे बचतीला सुरुवात करतो. भविष्यात कुटुंबासाठी लागणारे धान्य, मुलांचे शिक्षण, गृह बांधणी, लग्न, मालमत्ता खरेदी इत्यादींचा अंदाज घेऊन बचत करीत असतो. तसेच व्यापारी देखील भविष्यातील किंमतीचा अंदाज घेऊन खरेदी-विक्रीचे व्यवहार करीत असतात व त्यातून नफा मिळवण्याचा प्रयत्न करीत असतात. थोडक्यात, भविष्यकालीन घटना अनिश्चित असल्यामुळे वर्तमानकाळातच भूतकालीन घटनांच्या आधारे भविष्यातील घटनांचा अंदाज करणे म्हणजे पुर्वानुमान होय. उदा. एखाद्या वेळी एखाद्या प्रदेशात खूप पाऊस पडणार असेल तर त्याबद्दलची किंवा या वर्षात पाऊस कसा राहील याचा देखील अंदाज वेधशाळा देत असते. हा अंदाज मागील अनुभवांच्या आधारे सांगू शकते. अशा रीतीने भविष्याचा अंदाज पुर्वानुमानात घेतला जातो.

२.२.१ पुर्वानुमानाचा अर्थ आणि व्याख्या (Meaning and Definitions of Forecasting)

पुर्वानुमानाच्या काही प्रमुख व्याख्या पुढीलप्रमाणे आहेत.

१. डॉ. कांयद्रे -पाटील :– एखाद्या व्यावसायिक संस्थेने वस्तूच्या उत्पादनाचे नियोजन करण्यासाठी संभाव्य उत्पादनास बाजारपेठेत किती मागणी आणि व्यावसायिक संस्थेतमध्ये भविष्यकालीन कसे चित्र निर्माण होईल. याबाबत अनुमान करण्याच्या तंत्रास व्यवसायिक पुर्वानुमान असे म्हणतात.

२. पीटर ड्रकर :– अनेक शक्यतांचे वस्तुनिष्ठ मूल्यमापन करून काढले जाणारे अनुमान म्हणजे पुर्वानुमान होय.

३. प्रा. फिलिप कोटलर :– इतर परिस्थितीत बदल नसताना वस्तूच्या विक्रीसंबंधी निश्चित योजना राबविल्यास त्या वस्तूची किती विक्री होण्याची शक्यता आहे. याबाबतचे भाकीत म्हणजे मागणीचा अंदाज होय.

४. किम्बॉल :– भविष्याचा अंदाज घेणे म्हणजे भविष्यातील कार्यपद्धतीचे मूल्यामापन करण्याची व अंदाज घेणे म्हणजे व्यावसायिक पुर्वानुमान होय.

५. लुईस ऑलन :– 'माहिती असलेल्या तंत्रांद्वारे काढलेल्या निष्कर्षाच्या आधारावर भविष्याकालीन घटनांचे अनुमान करण्यासाठी केलेल्या व्यवस्थित प्रयत्नांना व्यावसायिक पुर्वानुमान असे म्हणतात.'

६. हेनरी फेयॉल :– पुर्वानुमान किंवा दूरदृष्टी व्यवस्थापनाचा अतिशय महत्त्वाचा भाग आहे. दूरदृष्टी म्हणजे भविष्यकालीन घटनांचे मोजमाप करणे व त्या दृष्टीने पावले उचलणे, दूरदृष्टीने विचार करणे ही मुळातच व्यावसायिक प्रवृत्ती आहे.

२.२.२ पुर्वानुमानाची आवश्यकता (Need of Forecasting)

१. पूर्वानुमानामुळे भविष्यकालीन धोके कमी होतात : पूर्वानुमान म्हणजे जहाजाच्या कसानाची जागा. भविष्यकालीन घटनांचा अंदाज घेऊन पर्यायी मार्ग निवडण्याचे काम यात होते. व्यवस्थापक पूर्वानुमानामुळे भविष्यातील जोखीम व धोके नियंत्रित करू शकतो. संघटनेच्या यशासाठी हे आवश्यक असते.

२. पूर्वानुमान नियोजनाचा पाया आहे : नियोजनात व्यवसायाच्या सर्व गोष्टी ठरवल्या जातात; पण पूर्वानुमानाशिवाय नियोजन अगदीच अशक्य आहे. त्यामुळे पूर्वानुमान हे नियोजनास मार्गदर्शक म्हणून कार्यरत असते.

३. निर्णयाचा आधारस्तंभ : व्यवसायात अनेक वेळा निर्णय घ्यावे लागतात. निर्णय घेण्यापूर्वी भविष्यातील परिस्थितीचा विचार करावा लागतो. पूर्वानुमानामुळे निर्णय अचूक घेता येतात. निर्णयात परिणामकारकता येते. म्हणूनच पूर्वानुमान हे निर्णयाचा आधार आहे.

४. सुसंघटन /समन्वय साधणे : पूर्वानुमानामुळे विभाग व अधिकाऱ्यांच्या कामात समन्वय साधला जातो. पूर्वानुमानाला समन्वयाचा आधार असे म्हटले जाते.

५. अंदाजपत्रकाचा आधार : व्यवसायात आवश्यक असणारी विविध अंदाजपत्रके तयार करावी लागतात. या अंदाजपत्रकात पूर्वानुमानाची नितांत गरज असते. त्यामुळे पूर्वानुमानाला अंदाजपत्रकाचा आधार म्हटले जाते.

६. नियंत्रणाचा आधार : पूर्वानुमानामुळे नियोजन शक्य होते. नियोजनामुळे व्यवसायातील सर्व घटकांवर नियंत्रण ठेवणे शक्य होते; म्हणून पूर्वानुमानाला नियंत्रणाचा आधार म्हटले जाते.

७. उद्दिष्ट पूर्तता : कोणत्याही व्यवसायात अंतिम उद्दिष्ट साध्य करण्यासाठी संघटना तयार करतात. संघटना तयार करण्यापूर्वी भविष्यकाळातील संभाव्य बाबींचा विचार करावा लागतो. त्यासाठी पूर्वानुमानाची गरज असते; म्हणून व्यवसायाची उद्दिष्टे पूर्ण करण्यासाठी पूर्वानुमान आवश्यक आहे.

८. स्पर्धात्मक शक्तीत वाढ : पूर्वानुमानामुळे उपलब्ध असलेल्या साधनसामग्रीचा पुरेपूर वापर करून ग्राहकांना चांगल्या दर्जाच्या वस्तू कमी किमतीत देणे शक्य होते.

९. अर्थपुरवठा आणि पूर्वानुमान : व्यवसाय सुरळीत चालण्यासाठी अर्थपुरवठा होणे आवश्यक असते. त्यासाठी आर्थिक खर्चाचे अंदाजपत्रक तयार करावे लागते. या अंदाजपत्रकात आवक व जावक यांचा अंदाज असतो. वेळेवर पैसा न मिळाल्यास व्यवसाय बंद पडण्याची शक्यता असते.

१०.विक्री पूर्वानुमान : पूर्वानुमानात विक्रीचे पूर्वानुमान केले जाते. पूर्वानुमानात विक्रीच्या अनुमानावरून कच्चा माल खरेदी, उत्पादनाचे वेळापत्रक, विक्री खर्च या सर्व घटकांचा उपयोग केला जातो.

२.२.३ पूर्वानुमानाची तंत्रे (Techniques of Forecasting)

पूर्वानुमानाच्या विविध पद्धती / तंत्रे उपलब्ध आहेत. त्यापैकी कोणतीही एक पद्धत सर्वसमावेशक नसल्यामुळे वेगवेगळ्या परिस्थितीत वेगवेगळ्या प्रक्रियेसाठी यातील एकापेक्षा अनेक तंत्रे वापरली जातात. ज्या गोष्टीसाठी पूर्वानुमान करायचे त्या घटकाच्या आधारे पूर्वानुमानाची तंत्रे ठरविली जातात. सामान्यपणे खालील पद्धती वापरल्या जातात.

१. ऐतिहासिक साम्य पद्धती : इतिहासाची पुनरावृत्ती होते या तत्त्वावर ही पद्धत आधारित आहे. याचा अर्थ

भूतकाळात घडलेल्या घटना परत भविष्यकाळात तशाच घडतात. या गृहीतकावर ही पद्धत आधारलेली आहे. त्यामुळे या पद्धतीत पूर्वी घडलेल्या घटनांचा शोध घेऊन भविष्यकाळात ती घटना घडल्यास काय करता येईल याचा अंदाज बांधला जातो. दोन देशातील अर्थव्यवस्था मोजण्यासाठी, आर्थिक विकासाचा दर ठरविण्यासाठी ही पद्धत वापरली जाते; कारण विकसित अर्थव्यवस्थेतील विकासाचा टप्पा हा विकसनशील देशातील चालू परिस्थितीतील अर्थव्यवस्थेतील घटनांशी निगडित असतो.

२. सर्वेक्षण पद्धती : सर्वेक्षण करणे म्हणजे एखाद्या वस्तूसाठी परिस्थितीजन्य घटनांचा आढावा घेणे होय. सर्वसाधारणपणे नवीन उत्पादन बाजारात आणताना मागणीचा अंदाज घेण्यासाठी नवीन बाजारपेठ निर्माण करीत असताना, त्या बाजारपेठेचा अंदाज घेण्यासाठी ही पद्धत वापरली जाते. विशिष्ट परिसरात निरीक्षण करून लोकांच्या मुलाखती घेऊन संभाव्य ग्राहकांच्या आवडी व निवडी याचा अंदाज घेऊन संभाव्य मागणीचा अंदाज येतो.

३. लोकमताचा कल अजमावणे : सर्वेक्षणातला एक प्रमुख प्रकार म्हणून ही पद्धत वापरली जाते. विशिष्ट व्यक्तींचा गट यासाठी निवडला जातो. त्या व्यक्तींच्या मतांचा विचार लक्षात घेऊन पूर्वानुमान केले जाते. उदा : लोकसभा, विधानसभेच्या निवडणुकींचा अंदाज वर्तविण्यासाठी ही पद्धत वापरली जाते.

४. निर्देशांक पद्धती : वेगवेगळ्या परिस्थितीचे मोजमाप करण्यासाठी ही पद्धत वापरली जाते. सामान्यपणे आर्थिक निकषांचा विचार केला तर आर्थिक नियोजनासाठी ही पद्धत वापरली जाते. आर्थिक विकासातील चढ–उतार यात विचारात घेतले जातात. भौतिकशास्त्रातील वातावरणाचा दाब मोजण्यासाठी वापरण्यात येणाऱ्या बॅरोमीटर पद्धतीचा वापर यात केला जातो.

५. सांख्यिकीयपद्धती : संख्याशास्त्रातील वेगवेगळ्या पद्धतींचा वापर पूर्वानुमानात केला जातो. दोन घटकांतील सहसंबंध प्रस्थापित करण्यासाठी सरासरी शक्यतांचा अंदाज घेण्यासाठी ही पद्धत वापरली जाते.

६. समयसारणी विश्लेषण : ऐतिहासिक घटनांचे विविध विभागात वर्गीकरण करून त्यांचे विश्लेषण करण्याच्या पद्धतीला 'समयसारणी विश्लेषण' असे म्हणतात. या पद्धतीत समयसारणी तयार करून भविष्यातील अंदाज घेतला जातो. निर्देशकाचा वापर या पद्धतीत केला जातो. एकाच वेळी होणारे बदल, अचानक होणारे बदल, हंगामी बदल इ. चा विचार करण्यासाठी ही पद्धत वापरली जाते.

पूर्वानुमानाच्या वरील प्रकारांचे / पद्धतींचे लिओनर्ड सिल्कने डावपेच या अर्थने तीन पद्धतीत विभाजन केले आहे ते म्हणजे

      i) निर्णयात्मक तंत्र

      ii) प्रतिकात्मक तंत्र

      iii) व्यवस्थित तंत्र

भविष्यकाळातील अंदाज घेण्यासाठी ज्या प्रकारचे पूर्वानुमान केले जाते, त्या प्रकारानुसार या पद्धती ठरतात.

२.२.४ पूर्वानुमानाच्या मर्यादा (Limitations of Forecasting)

१. भविष्यकाळ अनिश्चित असल्यामुळे, तसेच निसर्गाच्या लहरीपणाचा व्यापारावर परिणाम होत असल्यामुळे, भविष्यातील अनिश्चितता ही पूर्वानुमानाची एक मर्यादा आहे.

२. पूर्वानुमान करीत असताना विशिष्ट परिस्थिती गृहीत धरली जाते. भविष्यात प्रत्यक्ष योजना अंमलात

आणताना व्यापारातील चढ–उतार, बदलती सामाजिक, राजकीय परिस्थिती यामुळे पूर्वानुमानाचा अंदाज चुकू शकतो. त्यामुळे बदलती परिस्थिती ही पूर्वानुमानाची एक मर्यादा आहे.

३. पूर्वानुमानाचे यश पूर्वानुमान कर्त्याच्या योग्यतेवर अवलंबून असते त्यामुळे पूर्वानुमान करणारी व्यक्ती योग्य नसेल तर पूर्वानुमान चुकू शकते.

२.३ निर्णय प्रक्रिया (Decision Making)

प्रस्तावना (Introduction)

व्यवस्थापकाचे जीवन ही एका सतत चालणारी निर्णय प्रक्रिया आहे असे मत आर. एस. डावर यांनी व्यक्त केले आहे. उदा.उत्पादनाचा खर्च वाढल्यास, विक्रीचे प्रमाण वाढवायचे किंवा उत्पादनाच्या किंमतीमध्ये वाढ करावयाची, याबाबतचा निर्णय हा निर्णय प्रक्रियेशी निगडित आहे म्हणून निर्णय प्रक्रिया ही अतिशय महत्त्वाची संकल्पना आहे.

निर्णय प्रक्रिया मानसिक स्वरूपाची असून निर्णय घेताना बौद्धिक कौशल्याचा वापर करावा लागतो. बौद्धिक कौशल्यात व्यवस्थापक आपल्या बुद्धीमत्ता व अनुभवांच्या आधारावर कठीण बाबींवर योग्य निर्णय घेतो. जो व्यवस्थापक योग्य वेळी निर्णय घेऊ शकत नाही त्यांचा व्यवसाय अयशस्वी ठरतो. काही वेळा निर्णय चुकतात पण यांचा अर्थ निर्णय घेऊ नये असे नाही. म्हणून निर्णय घेताना व्यवस्थापकाने अनेक बाबींचा विचार करावा. निर्णय प्रक्रियेच्या व्याख्या आपणास खालीलप्रमाणे सांगता येतील.

२.३.१ निर्णय प्रक्रियेचा अर्थ आणि व्याख्या (Meaning and Definitions of Decision Making)

१. जॉर्ज टेरी : काही निकष किंवा कसोट्यांच्या आधारावर दोन किंवा अधिक पर्यायांतून करण्यात येणारी निवड म्हणजे निर्णय प्रक्रिया होय.

"Decision making is the selection based on some criteria from two or more possible alternatives."

२. कुंट्झ आणि ओडोनिल : एखादे कार्य करण्यासाठी उपलब्ध असलेल्या पर्यायातून विशिष्ट पर्यायाची प्रत्यक्षात करण्यात येणारी निवड म्हणजे निर्णय प्रक्रिया होय.

"Decision making is the actual selection from alternatives course of action is the core of planning."

३.आर. ए. किलीमन्स : विभिन्न पर्यायातून योग्य पर्यायाची निवड म्हणजेच निर्णय घेणे होय.

"A decision is its simplest from is selection of alterantives."

४.जी. एल. एस. शेकाल : जेव्हा ज्ञान, विचार भावना व कल्पना यांचे एकत्रीकरण करून कार्य करण्याची मानसिक तयारी केली जाते, त्याला निर्णय घेणे असे म्हणतात.

"Decision making is the focal creative psyochic event where knowledge, thought feeling and imagination are fused into action."

५.डी.ई.मॅकफरलँड : विशिष्ट परिस्थितीत काय करावे हे ठरवून विविध मार्ग उपलब्ध असताना सुयोग्य मार्गांची निवड करणे म्हणजे निर्णय होय. ज्याची अनेक संभाव्य पर्यायांतून निवड केली जाते अशा व्यवहारांचे निर्णय प्रतिनिधित्व करते.

"A decision is an act of choice wherein an executive forms a conclusion about what must be done in a given situation. A decision represents behaviour chosen from a number of possible alternatives."

२.३.२ निर्णय प्रक्रियेचे प्रकार (Types of Decisions)

१. व्यक्तिगत किंवा वैयक्तिक निर्णय : व्यवस्थापकाचा खाजगी निर्णय म्हणजेच वैयक्तिक निर्णय असतो. ह्या प्रकारचे निर्णय हे व्यवस्थापक किंवा अधिकाऱ्यांच्या खाजगी किंवा वैयक्तिक गोष्टींशी संबंधित असतात. त्यांच्या निर्णयांचा संघटनेशी संबंध नसतो. एखादा अधिकारी कंपनी सोडून दुसऱ्या कंपनीत जाणार असेल तर तो त्याचा वैयक्तिक प्रश्न जरी असला तरी कंपनीच्या कामावर थोडे दिवस प्रभाव पडतो.

२. सामूहिक निर्णय : जेव्हा निर्णय घेण्याचा अधिकार एखाद्या व्यक्तिसमूहाकडे असतो, तेव्हा त्या समूहाने घेतलेला निर्णय सामूहिक निर्णय असतो. हे निर्णय समूहाने घेतले असल्यामुळे त्याची जबाबदारी सामूहिकच असते.

उदा : कंपनीच्या संचालक मंडळाने घेतलेले निर्णय

३. कार्यक्रमित व अकार्यक्रमित निर्णय : जे निर्णय वारंवार घ्यावे लागतात, जे दैनंदिन स्वरूपाचे असतात, ते घेण्यासाठी रूपरेखा ठरवून दिलेली असते अशा निर्णयांना कार्यक्रमित निर्णय म्हटले जाते.

उदा : मालाची खरेदी, व्यावसायिक उत्पादन, व्यावसायिक खर्च इ.

या निर्णयांना प्रस्थापित निर्णय म्हणतात. हे निर्णय व्यवस्थापनातील कार्यक्रमासंबंधी असतात. जे निर्णय सर्वदृष्टीने नवीन, वेगळे, डावपेचात्मक व अद्वितीय असतात त्यांना अकार्यक्रमित निर्णय म्हणतात.

उदा : नवीन शाखा काढणे, व्यवसायासाठी जमीन, फर्निचर खरेदी करणे इ. हे निर्णय विशेष प्रकारचे असतात. नेहमीच्या कार्यक्रमासंबंधीच्या निर्णयाशी त्याचा संबंध नसतो; म्हणून त्यांना अकार्यक्रमित अथवा अप्रस्थापित निर्णय म्हणतात.

४. दैनंदिन आणि मूलभूत निर्णय : नियमितपणे किंवा पुन्हा पुन्हा निर्माण होणाऱ्या समस्यांबाबत जे निर्णय घेतले जातात त्यांना दैनंदिन निर्णय म्हणतात.

उदा :   ग्राहकांना सूट देणे.

ग्राहकांना घरपोच वस्तू देणे.

हे निर्णय घेताना महत्त्वाचे घटक विचारात घ्यावे लागत नाहीत. जे निर्णय घेताना महत्त्वाचे घटक विचार घ्यावे लागतात. त्यांना मूलभूत निर्णय म्हणतात. अशा निर्णयांमध्ये गुणात्मक व अमूर्त घटक विचारात घेतले जातात. असे निर्णय उच्च व्यवस्थापनाकडून घेतले जातात.

उदा :   नैतिक मूल्य.

विक्रीची किंमत वाढविणे.

कंपनीचे धोरण बदलणे.

५. मोठ्या आणि लहान स्वरूपाचे निर्णय : ज्या निर्णयाचे परिणाम दूरगामी होतात अशा निर्णयांना मोठ्या स्वरूपाचे निर्णय म्हणतात. हे निर्णय उच्च स्तरावर घेतले जातात.

उदा : यंत्रसामग्री खरेदी करणे, मालाचा विक्रीविभाग वाढवणे इ.

लहान स्वरूपाचे निर्णय कनिष्ठ पातळीवर घेतले जातात. किरकोळ गोष्टी खरेदी करण्याचे निर्णय लहान स्वरूपाचे असतात.

उदा : किरकोळ स्टेशनरी खरेदी करणे.

६. वस्तुनिष्ठ व व्यक्तिनिष्ठ निर्णय : विचारविनिमय करून, वस्तुस्थिती लक्षात घेऊन, निर्णयांचा परिणाम समजावून घेतल्यावर जे निर्णय घेतात त्याला 'वस्तुनिष्ठ निर्णय' असे म्हणतात. व्यक्तिगत घेतलेल्या निर्णयांना

व्यक्तिनिष्ठ निर्णय म्हणतात. यात निर्णयांचा परिणाम समजावून घेतला जात नाही. वस्तुस्थिती लक्षात घेतली जात नाही.

७. आर्थिक आणि आर्थिकेतर निर्णय : व्यवसायात स्थिर व चालू भांडवलाची गरज असते. स्थिर व चालू भांडवल खरेदी करण्याचे निर्णय आर्थिक निर्णय आहेत. उदा. मालाची खरेदी, यंत्रसामग्री खरेदी, मजुरी खर्च, दैनंदिन खर्च इ.

व्यवसायातील क्रिया सुरळीतपणे चालाव्यात म्हणून जे निर्णय घेतले जातात त्यांना बिगर/आर्थिकेतर निर्णय म्हटले जाते. उदा. कारखान्यात शिस्त राखणे. कर्मचाऱ्यांसाठी आचारसंहिता लागू करणे.

८. दीर्घकालीन व अल्पकालीन निर्णय : ज्या निर्णयांचे परिणाम दीर्घकालीन स्वरूपाचे असतात, ज्यात धोक्याचे प्रमाण खूप असते त्यांना दीर्घकालीन निर्णय म्हणतात. हे निर्णय विचारपूर्वक घेतले जातात. यंत्रसामग्रीचे नियोजन करण्यासाठी अल्पकाळासाठी घेतलेले निर्णय अल्पकालीन असतात. या निर्णयात कमी धोका असतो. असे निर्णय कनिष्ठ पातळीवर घेतले जातात. उदा. कच्चा माल खरेदी.

२.३.३ निर्णय प्रक्रियेतील टप्पे (Steps in Decision Making)

सामान्यपणे निर्णय हे कोणत्या कारणासाठी घेणार आहोत त्यावर ठरतात. त्यांचे स्वरूप व महत्त्व हे वेगवेगळे असते. निर्णयप्रक्रिया ही नियोजनपूर्ण प्रक्रिया आहे. निर्णयप्रक्रिया अनेक अंतर्गत पायऱ्यांमधून जाते. सर्वसाधारणपणे कोणतेही निर्णय घेण्यासाठी खालील पायऱ्या वापरल्या जातात. या पायऱ्यांना निर्णय प्रक्रियेचे घटक असेही म्हटले जाते. या पायऱ्या पुढीलप्रमाणे आहेत –

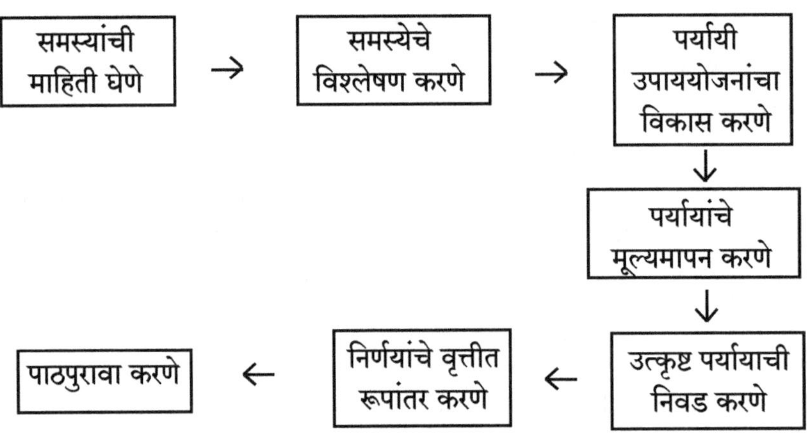

१. समस्यांची व्याख्या/माहिती घेणे : उद्दिष्टे, नियोजन माहीत असल्यामुळे त्यात येणाऱ्या समस्या/प्रश्न यांची माहिती व स्वरूप समजावून घेणे हे कोणतेही निर्णय घेण्याआधी आवश्यक असते. अपेक्षित निकाल, प्रश्नांची मूलभूत कारणे आणि समस्या सोडविण्याच्या मर्यादा या सर्वांचा अभ्यास म्हणजे प्रश्न/समस्येची व्याख्या करणे होय. याचा अभ्यास झाल्यानंतरच प्रश्न सोडविण्याचा विचार करता येतो; म्हणून समस्येची पूर्ण व्याख्या उपयुक्त पर्याय काढण्यासाठी आवश्यक ती माहिती गोळा करण्यासाठी आवश्यक असते.

२. समस्येचे विश्लेषण करणे : निर्णय घेण्यासाठी एकदा समस्या माहीत झाली की, तिचे विश्लेषण हे समस्येचे स्वरूप, परिणाम, भविष्यात होणारे परिणाम व कालावधी यांचा विचार करून करावे लागते. निर्णयावर परिणाम करणाऱ्या नियंत्रित व अनियंत्रित घटकांचा विचार ह्या टप्प्यात करावा लागतो. या पायरीत समस्येचा

पूर्ण अभ्यास केला जातो. समस्या सोडविण्यासाठी महत्त्वाचे घटक वेगळे काढून त्यावर लक्ष केंद्रित केले जाते.

३. पर्यायी उपाययोजनांचा विकास करणे : योग्य निर्णय घेण्यासाठी, समस्या सोडविण्यासाठी उपलब्ध असलेल्या सर्व पर्यायांचा विचार करावा लागतो. काही वेळेला वेळ व खर्च यांचा विचार करता सर्व पर्याय अभ्यासणे शक्य नसते. शक्य असतील तेवढे पर्याय या पायरीत विचारात घेतले जातात. या पायरीवर कल्पकता, अनुभव, पर्यायांचा शास्त्रशुद्ध अभ्यास आवश्यक असतो. पर्यायापेक्षा निर्णय महत्त्वाचा असल्यामुळे, व्यवस्थापकाकडे वरील कौशल्ये असल्यास योग्य आणि विवेकपूर्ण निर्णय तो घेऊ शकतो. कोणताही पर्याय हा गृहीतकाच्या आधारे तपासला जातो. त्यामुळे योग्य पर्याय निवडणे या पायरीवर महत्त्वाचे असते.

४. पर्यायी उपायांचे मूल्यमापन करणे : उपलब्ध पर्यायांचे खर्च, वेळ यांची उपलब्धता उद्देशपूर्तीसाठी होणारा उपयोग यांचा विचार करून एकमेकांशी तुलना केली जाते. त्यासाठी तज्ज्ञ व अनुभवी विश्लेषकांची मदत घेतली जाते. प्रत्येक पर्यायाचे फायदे व तोटे यांचा विचार यात केला जातो. संख्याशास्त्रातील काही पद्धती यासाठी वापरल्या जातात. पीटर ड्रकर यांनी पर्यायांचे मूल्यमापन करण्यासाठी काही मूलभूत घटक सांगितले आहेत. या घटकांच्या आधारे प्रत्येक पर्यायाचे मूल्यमापन केल्यास योग्य तो पर्याय निर्णयासाठी मिळू शकतो.

५. निर्णयाचे कृतीत रूपांतर : एकदा निर्णय घेतल्यानंतर तो कृतीत आणण्यासाठी योग्य विस्तृत योजना तयार करावी लागते. या योजनेची माहिती कर्मचाऱ्यांना सांगावी लागते. निर्णयाची अंमलबजावणी कर्मचाऱ्यांवर अवलंबून असते. अपेक्षित निकाल, योग्य प्रकारे निर्णय कर्मचाऱ्यांपर्यंत पोहचविण्यावर अवलंबून असतो.

६. पाठपुरावा करणे : निर्णय कृतीत आणला म्हणजे निर्णयप्रक्रिया पूर्ण होत नाही. निर्णयप्रक्रिया ही सतत चालणारी बौद्धिक प्रक्रिया आहे. त्यामुळे निर्णय यशस्वी झाला का नाही याचा पाठपुरावा या प्रक्रियेतील शेवटच्या टप्प्यात केला जातो. पाठपुरावा करत असताना निर्णयाचे अपेक्षित परिणाम व प्रत्यक्ष परिणाम यांची तुलना केली जाते. आवश्यक त्या ठिकाणी तडजोड करून निर्णय यशस्वीपणे राबविता येतात.

निर्णयाच्या पाठपुराव्यामुळे निर्णयप्रक्रियेत राहिलेल्या त्रुटी लक्षात येतात. त्यावर उपाययोजना करणे शक्य होते. जर अनियंत्रित त्रुटी असतील तर परत निर्णय प्रक्रिया पहिल्या पायरीपासून केली जाते.

२.३.४ निर्णय प्रक्रियेतील तंत्रे (Techniques of Decision Making)

व्यवसायात अपेक्षित यश मिळविण्यासाठी योग्य व अचूक निर्णयाला खूप महत्त्व आहे. व्यवसायात हे निर्णय घेत असताना काही संख्यात्मक माहितीचा वापर केला जातो. या सांख्यिकीय माहिती/नमुन्याचा वापर केला जातो. ती तंत्रे म्हणून ओळखली जातात. ही तंत्रे व्यापक अनुभव, शास्त्रीय माहितीवर आधारलेली असल्यामुळे परिणामकारक निर्णय घेण्यास त्यांचा उपयोग होतो. ही तंत्रे खालीलप्रमाणे :

१. योग्य अंदाजाचे तंत्र : भूतकालीन घटनांचा अभ्यास करून वर्तमानकाळातील निर्णय घेण्यासाठी हे तंत्र वापरले जाते. या तंत्राचा दीर्घकाळ वापरात आणण्याच्या दीर्घकालीन निर्णयासाठी उपयोग होत नाही. अल्पकालीन निर्णयासाठी हे तंत्र उपयुक्त आहे.

२. व्यवस्थापन तत्त्वाचे तंत्र : व्यवस्थापनाच्या अनेक विचारवंतांनी व्यवस्थापनाची विविध तत्त्वे सांगितली आहेत. ही तत्त्वे सर्वत्र मान्यता पावली आहेत. प्रत्यक्ष निर्णयप्रक्रियेत ही तत्त्वे सहभागी होत नसली, तरी निर्णयप्रक्रियेसाठी ती उपयुक्त ठरतात. व्यवसायात व्यवस्थापन तत्त्वांच्या आधारे निर्णय घेताना हे तंत्र वापरले जाते. उदा. हेन्री फेऑलचे व्यवस्थापन विषयक तंत्र.

३. नमुना पद्धती : व्यवसायात एखादा निर्णय घेण्यासाठी विशिष्ट रचना/आराखड्याचा वापर केला जातो;

त्याला 'नमुना पद्धती' म्हणतात. आधुनिक काळात संघटकाच्या माध्यमाने हे आराखडे तयार केले जातात. मोठ्या उद्योगात सर्वसामान्यपणे हे तंत्र वापरले जाते. ते खर्चिक असल्यामुळे लहान उद्योगांना परवडत नाही. उदा. बिल्डरने बिल्डींग तयार करण्यासाठी केलेली प्रतिकृती. नवीन टी.व्ही. बाजारात आणायचा असेल, तर त्याची प्रतिकृती संगणकामध्ये बनवली जाते.

४. मानवी वागणुकीचे तंत्र : व्यवसायातील कामगार हा सक्रिय घटक असल्यामुळे त्याच्या वागणुकीचा निर्णय प्रक्रियेवर प्रभाव पडतो. ज्या वेळी मानवी संबंधाचा अभ्यास करून निर्णय घेतले जातात. त्या वेळी हे तंत्र वापरले जाते.

५. आर्थिक व वित्तीय तंत्र : अर्थशास्त्र व वित्तीय व्यवस्थापनात अनेक सिद्धान्त व नियम वापरले जातात. या सिद्धान्ताचा निर्णयावर प्रभाव पडत असतो, म्हणून जेव्हा यांचा विचार करून निर्णय घेतले जातात, त्याला आर्थिक व वित्तीय सिद्धान्ताचे तंत्र वापरले जाते.

६. सांख्यिकी किंवा संख्याशास्त्रीय पद्धती : संख्याशास्त्राच्या मदतीने माहितीचे संकलन आणि विश्लेषण करून ज्या वेळी निर्णय घेतले जातात. तेव्हा त्याला 'सांख्यिकी पद्धती' असे म्हणतात. हे निर्णय सांख्यिकी विश्लेषणावर आधारलेले असतात. या मार्गाने घेतलेले निर्णय अचूक व योग्य असतात.

नियोजनातील एक महत्त्वाची पायरी म्हणून निर्णयप्रक्रिया महत्त्वाची आहे. विवेकपूर्ण निर्णयाचा, प्रक्रियेचा विचार करून निर्णयतंत्राचा योग्य वापर करून घेतलेले निर्णय परिणामकारक असतात. निर्णयप्रक्रियेची ही तंत्रे वापरत असताना व्यवसायाचे स्वरूप, प्रकार, व्यवसायाचा आकार यांचा विचार करून हे निर्णयाचे तंत्र वापरले जावे व निर्णय घेतले जावेत.

२.३.५ निर्णय प्रक्रियेची वैशिष्ट्ये (Characteristics of Decision Making)

१. विवेकपूर्णता : निर्णय घेताना विवेकाचा आधार घेऊन, योग्य पर्यायाची निवड करावी लागते; म्हणून निर्णयप्रक्रिया ही एक विवेकपूर्ण प्रक्रिया आहे.

२. वचनबद्धता : एखाद्या गोष्टी संबंधी अनुकूल / प्रतिकूल निर्णय घेतल्यानंतर त्या निर्णयाची पूर्ण जबाबदारी व्यवस्थापकावर असते. त्यामुळे निर्णयाप्रमाणे कार्य करण्याची वचनबद्धता निर्णयप्रक्रियेत समाविष्ट असते.

३. सातत्यता / नियमितता : कोणताही निर्णय हा भूतकाळातील परिस्थितीचा विचार करून घेतलेला असतो. परंतु वर्तमानकाळात निर्णयाची अंमलबजावणी करताना अनेक नवीन बाबी निर्माण होतात. त्यामुळे नवनवीन निर्णय घ्यावे लागतात. निर्णयांची एक मालिका तयार होत असल्यामुळे निर्णयप्रक्रिया ही निरंतर चालणारी प्रक्रिया आहे.

४. शेवटची प्रक्रिया : निर्णय घेण्यापूर्वी बराच विचारविनिमय झालेला असतो. निर्णय घेणे म्हणजे त्याबाबतच्या प्रक्रियेचा शेवट असतो.

५. निवड करणे : निर्णयात उपलब्ध पर्यायांपैकी योग्य पर्यायाची निवड करण्यात येते. त्यामुळे चांगली कृती, निर्णयप्रक्रियेत अपेक्षित असते.

६. मूल्यांकन : घेतलेल्या निर्णयाचे त्याच्या उद्दिष्टांच्या आधारावर मूल्यमापन करणे गरजेचे असते. एखाद्या बाबीसंबंधी निर्णय घेतल्यानंतर, अंमलबजावणी केल्यानंतर तो निर्णय योग्य होता की अयोग्य हे ठरविण्यासाठी निर्णयाचे मूल्यमापन करणे आवश्यक आहे.

७. **नवीन निर्णयाची निर्मिती :** निर्णयाची अंमलबजावणी करताना अनेक नवीन प्रश्न निर्माण होतात. या प्रश्नांसाठी अनेक दुय्यम निर्णय घ्यावे लागतात. त्यातून नवीन निर्णयांची निर्मिती होत असते.

प्रश्नावली

प्र.१ खालील प्रश्नांची २० शब्दांत उत्तरे लिहा.

१) नियोजन म्हणजे काय?

२) नियोजनाची व्याख्या सांगा.

३) औपचारिक व अनौपचारिक नियोजन म्हणजे काय?

४) पूर्वानुमान म्हणजे काय?

५) पूर्वानुमानाची व्याख्या सांगा.

६) निर्णय प्रक्रियेची व्याख्या सांगा.

प्र. २ खालील प्रश्नांची ५० शब्दांत उत्तरे लिहा.

१) नियोजनाचे स्वरूप सांगा.

२) नियोजनाच्या पातळ्या थोडक्यात स्पष्ट करा.

३) पूर्वानुमानाची आवश्यकता सांगा.

४) पुर्वानुमानाची मर्यादा सांगा.

५) निर्णय प्रक्रियेची वैशिष्ट्ये सांगा.

प्र.३ खालील प्रश्नांची १५० शब्दांत उत्तरे लिहा.

१) नियोजन प्रक्रियेतील अवस्था सविस्तर स्पष्ट करा.

२) नियोजनाचे महत्त्व सांगा.

३) पूर्वानुमानाची तंत्रे सांगा.

४) निर्णय प्रक्रियेतील तंत्रे सांगा.

५) निर्णय प्रक्रियेतील टप्पे सविस्तर स्पष्ट करा.

प्र.४. खालील प्रश्नांची ५०० शब्दांत उत्तरे लिहा.

१) नियोजन म्हणजे काय? नियोजनाचे विविध प्रकार सांगा.

२) नियोजनाचे फायदे आणि तोटे स्पष्ट करा.

३) निर्णय प्रक्रियेचे प्रकार सविस्तर स्पष्ट करा.

३

संघटन व कर्मचारी नियुक्ती
(Organization and Staffing)

३.१ संघटन (Organization)

प्रस्तावना (Introduction)

व्यवसायाच्या कार्याची एक चौकट असते. ही चौकट तयार करण्यासाठी संस्थेची उद्दिष्टे महत्त्वाची ठरतात. कारण कोणत्याही व्यवस्थापनाचे अंतिम कार्य हे उद्दिष्टपूर्ती हे असते. त्यामुळे उद्दिष्टपूर्ती करण्यासाठी तयार केलेली व्यावसायिक कार्याची चौकट म्हणजे 'संघटन' होय. अशी संघटनेची साधी व सोपी व्याख्या करता येईल. व्यवसायात उपलब्ध साधनसामग्री आणि मनुष्यबळ यांची योग्य ती सांगड घालावी लागते आणि यांच्या समन्वयातून कार्यपूर्ती करावी लागते.

व्यवसायातील संघटनरचनेला मानवी शरीराची उपमा योग्य ठरते; कारण ज्याप्रमाणे मानवी शरीरातील प्रत्येक अवयव स्वतंत्र असतो; पण शरीर एखादी कृती करत असताना मेंदूपासून सर्व अवयव ती कृती पूर्ण करण्यासाठी कार्यरत असतात. किंबहुना, शरीरातील सर्व अवयव परस्परपूरक असतात. परस्परांच्या समन्वयातून आणि सहकार्यातून कोणतीही कृती पूर्ण केली जाते. त्याचप्रमाणे संस्थेतील सर्व विभाग व्यक्ती आणि उपलब्ध सामग्री यांच्या समन्वयातूनच संस्थेची उद्दिष्टे पूर्ण करता येतात.

३.१.१ संघटन : अर्थ व प्रक्रिया (Meaning and Process of Organization)

व्यवसायातील विविध कार्ये करण्यासाठी कार्यक्रमानुसार एक आराखडा तयार केला जातो. त्याला 'संघटनरचना' असे म्हणतात. संघटनरचनेचा अर्थ जाणून घेण्यासाठी विविध विचारवंतांनी केलेल्या संघटनरचनेच्या व्याख्या बघणे महत्त्वाचे ठरते.

१. मूने आणि रेले : संघटना म्हणजे सामान्य हिताच्या पूर्णतेसाठी एकत्रित आलेल्या व्यक्तींचा एक समुदाय होय.

२. सी.एच्.नॉर्थकॉट : उपक्रमाचे लक्ष्य व उद्दिष्ट पूर्ण करण्याकरिता नियुक्त केलेल्या व्यक्तींमध्ये काम वाटून देण्याकरिता निर्माण केलेल्या व्यवस्थेला संघटन म्हणतात.

३. ऑलिव्हर शेल्डन : संघटना म्हणजे व्यक्तींना किंवा एखाद्या व्यक्तीसमूहाला करावयाच्या कार्यात असा संयोग स्थापन करण्याची क्रिया की ज्यामुळे ते कार्य कार्यक्षमतेने पद्धतशीरपणे व समन्वय प्रस्थापित करून पूर्ण केले जाईल.

४. मॅकफेरलंड : संघटना म्हणजे विशिष्ट उद्दिष्टांच्या पूर्णतेकरिता एकत्रितपणे काम करणाऱ्या व ज्यांची ओळख पटू शकते अशा व्यक्तींचा एक समुदाय होय.

"An Organization may be defined as an identical group of people contributing their efforts towards the attainment of goals." - Macferland

५.प्रा. हॅने – सामान्य उद्देश किंवा उद्देशांच्या पूर्णतेकरिता विशिष्ट भागांमध्ये सुयोग सामंजस्य प्रस्थापित करण्याच्या क्रियेला 'संघटन' असे म्हणतात.

६.आर. सी. डेव्हिस – संघटना म्हणजे व्यक्तींचा असा समुदाय की, जो पुढाऱ्याने दिलेल्या आदेशानुसार सामान्य उद्दिष्टांच्या पूर्णतेकरिता सहकार्याने प्रयत्न करीत असतो.

"Organization is a group of people who are Co-operating under the direction of leadership for the accomplishment of a common end."- R.C.Davis

७.विल्यम स्प्रिग्रेल – संघटन म्हणजे एखाद्या उपक्रमामधील विविध घटकांमध्ये आढळून येणारा रचनात्मक संबंध होय.

"Organization is the structural relationship between various factors in an enterprise."

वरील सर्व व्याख्यांवरून असे म्हणता येईल की, व्यवसाय करावयाची विविध कार्ये व त्यांच्या क्रम, त्यानुसार अधिकार व जबाबदारी यांची निश्चिती, त्याप्रमाणे कार्यरत केलेले विविध विभाग व त्यानुसार केलेली स्तरीय रचना यांचा आराखडा म्हणजे 'संघटनरचना' होय.

संघटनप्रक्रिया (Organisation Process)

संघटनरचना व्यवसायातील प्रत्येक व्यक्ती व विभागांच्या जबाबदाऱ्या व कर्तव्ये तसेच कार्यप्रणाली व परस्परसंबंध स्पष्ट करणारी यंत्रणा असते. संघटनरचना करत असताना अशी कोणतीही विशिष्ट नियमावली नाही. तरीपण खालील पायऱ्यांचा विचार संघटनप्रक्रिया करीत असताना विचारात घ्यावा लागतो.

१. उद्दिष्ट निश्चिती : योग्य संघटनरचना तयार करण्यासाठीची ही पहिली पायरी आहे. या पायरीवर संघटनप्रक्रियेचा हेतू व कामाचे स्वरूप यांची निश्चिती होते; उद्दिष्टेही स्पष्ट असावीत. उद्दिष्टे ही कार्याच्या स्वरूपानुसार दीर्घकालीन किंवा अल्पकालीन असतात. उद्दिष्टनिश्चिती संघटनेचा प्रकार – वैशिष्ट्ये, रचनाही ठरविण्यास मदत करते.

२. कार्यनिश्चिती व क्रमवारी ठरविणे : उद्दिष्टे ठरविल्यानंतर व्यवसायाच्या स्वरूपानुसार व्यवसायातील कार्यांचे संकलन केले जाते. उदा. उत्पादनकार्य, खरेदी-विक्री कार्य, वित्तीय कार्य, मनुष्यबळ कार्य, विपणन कार्य इ. संघटनप्रक्रियेत या कार्यांनुसार विभाग पाडणे व त्या कार्यांची स्वरूपानुसार क्रमवारी ठरविणे हे या पायरीवर केले जाते.

३. कार्यांचे वर्गीकरण करणे : कार्यनिश्चिती व कार्यसंकलन झाल्यानंतर उपलब्ध साधनसामग्री व मनुष्यबळ यांच्या आधारे कार्यांचे वर्गीकरण केले जाते. कार्यांचे वर्गीकरण केल्यानंतर प्रत्येक कार्यांसाठी स्वतंत्र विभाग निर्माण केले जातात. उदा. उत्पादन विभाग, वित्त विभाग, खरेदी विभाग, विक्री विभाग, मानव संसाधन विभाग इ.

४. कार्यानुसार व्यक्तींची नेमणूक करणे : प्रत्येक विभागाच्या गरजेनुसार योग्य व पात्र व्यक्तींची नियुक्ती त्या त्या विभागात करणे हे या पायरीवर केले जाते. या ठिकाणी प्रत्येक व्यक्तींची संघटनेतील जागा किंवा पद आणि जबाबदारी यांची निश्चिती केली जाते.

५. अधिकारप्रदान : व्यक्तींची नियुक्ती झाल्यानंतर कार्यपूर्ती करण्यासाठी व्यक्तींना अधिकार द्यावे लागतात. या पायरीवर त्या अधिकारांची निश्चिती आणि अधिकार प्रदान केले जाते.

६. संघटन नियमावली तयार करणे : संघटनरचना केल्यानंतर संघटनेचे नियम संघटनेत शिस्त आणण्यासाठी तयार करावे लागतात. या नियमांची स्वतंत्र नियमावली या पायरीवर तयार केली जाते.

७. कार्यप्रमाणीकरण सूचना तयार करणे : संघटनेत शिस्तीसाठी ज्याप्रमाणे नियम तयार केले जातात, त्याचप्रमाणे कार्य योग्य पद्धतीने होण्यासाठी प्रत्येक कार्याचे प्रमाणीकरण करणे आवश्यक असते. या प्रमाणीकरणानंतर तशा सूचना तयार करून त्या व्यक्तींप्रमाणे पोहोचविणे हे कार्य या पायरीवर केले जाते.

८. उपलब्ध व्यक्ती व निधी यांच्या आधारे पर्यायी व्यवस्था तयार करणे : संघटनेत उपलब्ध असणाऱ्या व्यक्ती व अधिकारी यांच्या क्षमता व गुणांच्या आधारे उपलब्ध इतर साधनसामग्रीच्या आधारे मूल्यमापन करणे आवश्यक असते. त्यानुसार आवश्यक वाटल्यास संघटनेत सुधारणा करण्यासाठी पर्यायी व्यवस्था तयार करणे ही संघटनप्रक्रियेतील शेवटची पायरी आहे.

साधारणपणे संघटनप्रक्रियेत प्रत्येक विभाग व व्यक्ती यांचा स्वतंत्र विचार करून संघटनरचना विकसित करावी लागते. संघटनप्रक्रियेत व्यावसायिक उद्दिष्टे, कार्याचे स्वरूप, कार्यप्रणाली, अटी व वैशिष्ट्ये आणि प्रत्येक व्यक्तीची क्षमता विचारात घ्यावी लागते.

संघटनेची तत्त्वे (Principles of Organization)

प्रभावी संघटन रचनेसाठी प्रभावशाली व्यवस्थापनाची गरज असते. त्यामुळे संघटनरचना करताना संघटनेच्या तत्त्वांचा आणि व्यवस्थापनाच्या तत्त्वांचा विचार करावा लागतो. ही तत्त्वे पुढीलप्रमाणे –

१. आदेशातील एकवाक्यतेचे तत्त्व : संघटनेतील कोणताही कर्मचारी एकापेक्षा अधिक वरिष्ठांना सांगण्यास बांधील नसावा. जर एकाच वेळी अनेक वरिष्ठ आदेश देऊ लागले तर त्या कर्मचाऱ्यास काम करणे अशक्य होते. म्हणून संघटनेत एकाच अधिकाऱ्याकडून आदेश या अर्थाने आदेशातील एकवाक्यतेचे तत्त्व म्हणून संघटनेला महत्त्व असते.

२. अधिकार साखळीचे तत्त्व : व्यवस्थापनाची कार्ये करण्यासाठी संघटनेत वरपासून अधिकारांची साखळी तयार करावी लागते. यामध्ये प्रत्येक पातळीवरील अधिकारांचे वाटप वरिष्ठांपासून कनिष्ठांपर्यंत केले जाते आणि

हे करत असताना कोणत्याही कनिष्ठ अधिकाऱ्यांचे अधिकार वरिष्ठ अधिकाऱ्यांपेक्षा जास्त असणार नाहीत, याची दक्षता घेतली जाते. या तत्त्वामुळे म्हणून कोणत्याही कर्मचाऱ्यांकडे येणारे कोणतेही कार्य हे त्याच्या अधिकाऱ्यामार्फतच आले असते; पण आधुनिक काळात जर ही साखळी मोठी असेल तर योग्य व्यक्तींकडे माहिती पोहोचेपर्यंत खूप वेळ खर्च होतो आणि त्यामुळे श्रम, वेळ व पैसा वाया जातो. हे टाळण्यासाठी हेन्री फेयॉल यांनी 'जोडफळी'ची संकल्पना मांडली. यामध्ये दोन वेगवेगळ्या विभागांतील समान पातळीवरील कर्मचारी एकमेकांशी परस्परसंबंध जोडू शकतात. त्यामुळे कार्य जलद गतीने व सुलभतेने होते.

३. नियंत्रण कक्षेचे तत्त्व : सर्वसाधारणपणे प्रत्येक व्यक्तीची हाताखालील व्यक्तींवर नियंत्रण ठेवण्याची क्षमता मर्यादित असते. प्रत्येक अधिकारी आपल्या हाताखालील किती व्यक्तींवर नियंत्रण ठेवू शकतो, हे ठरविणारी कक्षा म्हणजे नियंत्रण कक्षा होय. जास्त कर्मचाऱ्यांची जबाबदारी जर एकाच वरिष्ठ अधिकाऱ्यावर सोपविली तर त्या परिस्थितीत व्यवस्थापनाचे कार्य व्यवस्थित होऊ शकत नाही आणि कर्मचारी आणि अधिकारी यांच्यातील अंतर वाढत जाते; पण कनिष्ठ पातळीवर जशी नियंत्रण कक्षा मर्यादित असते तशी वरच्या पातळीवर ती विस्तारत जाते. कारण वरच्या पातळीवरील अधिकाऱ्यांवर जास्त नियंत्रणाची गरज नसते. त्यामुळे नियंत्रणकक्षा खालून वरपर्यंत विस्तारत जाते.

४. व्यवस्थापनाच्या अपवादाचे तत्त्व : व्यवस्थापन कार्य करत असताना जर दैनंदिन निर्णयप्रक्रियेत वरिष्ठ अधिकारी दखल देऊ लागले तर महत्त्वाच्या धोरणांकडे दुर्लक्ष होण्याची शक्यता असते; म्हणून दैनंदिन निर्णयप्रक्रियेत वरिष्ठांचा कमीत कमी सहभाग व आवश्यक त्या ठिकाणी मार्गदर्शन हे या तत्त्वात अपेक्षित असते.

५. उद्दिष्टांतील एकवाक्यतेचे तत्त्व : व्यवसायाची उद्दिष्टे आणि व्यवसायातील कार्यरत असणाऱ्या कर्मचाऱ्यांची उद्दिष्टे यांच्यात समन्वय साधल्याशिवाय व्यवस्थापनाचे कार्य यशस्वी होऊ शकत नाही; म्हणून संघटनेची उद्दिष्टे, त्यातील विविध विभागांची उद्दिष्टे आणि व्यक्तिगत उद्दिष्टे यांच्यात एकवाक्यता असणे हे चांगल्या संघटनेचे तत्त्व आहे.

६. निर्देशनातील एकवाक्यतेचे तत्त्व : संघटनेचे कार्य करण्यासाठी एकच योजना तयार असेल तर व्यवस्थापनाच्या सर्व पातळ्यांवर अधिकाऱ्यांच्या निर्णयात व मार्गदर्शनात सुसंगतपणा येतो. नियंत्रणात सुलभता येते आणि संघटनेच्या कामकाजात समतोल राखता येतो.

७. सुलभतेचे तत्त्व : ठरविलेली उद्दिष्टे पूर्ण करण्यासाठी सोपी, सहज समजण्यासाठी संघटनरचना असावी आणि त्यामुळे निर्णयात सहजता येते.

८. सलगतेचे तत्त्व : संघटनरचनेतील कार्यात सलगता असणे महत्त्वाचे असते. त्यामुळे कार्याची साखळी निर्माण करून त्यांच्यात सुसंबंध निर्माण करण्यासाठी सलगतेचे तत्त्व उपयोगी पडते.

९. अंतिम अधिकाराचे तत्त्व : वरिष्ठ जरी काही प्रमाणात अधिकार आणि जबाबदाऱ्यांचे वाटप आपल्या साहाय्यकांना करत असले तरी आपल्या साहाय्यकांच्या कार्याची अंतिम जबाबदारी वरिष्ठांची असते आणि म्हणूनच अधिकारप्रदान हे अंतिम जबाबदारी प्रदान असते. थोडक्यात निर्णयाचे अंतिम अधिकार वरिष्ठांच्याच हातात असतात.

१०. अधिकार व जबाबदारीतील सारखेपणाचे तत्त्व : कार्यपूर्तीची जबाबदारी म्हणजे त्या कार्यपूर्तीसाठी आवश्यक ते अधिकार प्रदान होय. त्यामुळे अधिकार व जबाबदारी या एकाच नाण्याच्या दोन बाजू असतात. त्यामुळे अधिकार व जबाबदारीत सारखेपणा असला पाहिजे.

११. कार्यनिश्चितीचे व कार्यप्रदानाचे तत्त्व : संघटनेत कार्यरत असणाऱ्या प्रत्येक व्यक्तीचे कार्य निश्चित केले जाते आणि त्याप्रमाणे प्रत्येक व्यक्तीला कर्तव्ये समजावून सांगितली जातात.

१२. स्पष्टतेचे तत्त्व : संघटनरचनेतील प्रत्येक व्यक्तीची कर्तव्ये, अधिकार, जबाबदाऱ्या आणि कार्यरत असणाऱ्या प्रत्येक व्यक्तींचे परस्पर नातेसंबंध स्पष्ट व पूर्णपणे लिखित स्वरूपात असावे.

३.१.२ संघटनेचे तत्त्वे (Principles of Organisation)

कोणतीही व्यावसायिक संस्था जर यशस्वी व्हावयाची असेल तर त्या संस्थेचे व्यवस्थित व योग्य संघटन होणे आवश्यक आहे. म्हणजे व्यवसायाचा विकास हा कार्यक्षम संघटनेवर अवलंबून असतो. त्यासाठी औद्योगिक व्यवसायाची संघटना कशी असावी व ही संघटना निर्माण करताना व्यवस्थापकाने कोणत्या बाबींकडे लक्ष पुरवावे, ह्या बाबतीत अनेक तज्ज्ञांनी, विद्वानांनी आपले विचार व्यक्त केले आहेत. हे विचार निरीक्षण, संशोधन व प्रयोग यावर आधारित असल्यामुळे त्यांना सिद्धान्ताचे स्वरूप प्राप्त झाले आहे. तेच संघटनेचे सिद्धान्त म्हणून ओळखले जातात. त्यापैकी **लिंडबेल उर्विक** यांनी प्रतिपादन केलेले संघटन विषयक सिद्धान्त (तत्त्वे) खालीलप्रमाणे आहेत.

(१) **उद्देश सिद्धान्त किंवा तत्त्व (Principle of Objective) :** या सिद्धान्ताच्या किंवा तत्त्वाच्या संदर्भात असे सांगण्यात येते की, प्रत्येक व्यवसायाचे उद्दिष्ट हे निश्चित स्वरूपाचे असले पाहिजे. तसेच त्या व्यवसायाशी संबंधित असलेल्या प्रत्येक व्यक्तीच्या मनात त्याबद्दल स्पष्ट जाणीव असली पाहिजे. थोडक्यात, सर्व विभागाच्या किंवा व्यक्तींच्या कार्यात एकवाक्यता असावी. म्हणजेच प्रत्येक विभागाचे, व्यक्तीचे कार्य करण्याचे तत्त्व किंवा उद्देश व व्यवसाय संघटनेचा उद्देश एकच असावा.

(२) **वैशिष्टीकरणाचा सिद्धान्त (Principle of Specialisation) :** व्यवसायात कार्य करणाऱ्या प्रत्येक कर्मचाऱ्याला त्याच्या योग्यतेनुसार कार्य सोपविले पाहिजे. प्रत्येक कर्मचाऱ्याला काम सोपविताना विशिष्ट कार्य करण्यासाठी आवश्यक असलेली पात्रता, योग्यता व कौशल्य संबंधित कर्मचाऱ्यामध्ये आहे किंवा नाही याबद्दल दक्षता घेणे आवश्यक असते. एकाच कर्मचाऱ्याला अनेक प्रकारची कार्ये देण्यापेक्षा, कार्याचे सूक्ष्म श्रमविभाजन करून प्रत्येक कर्मचाऱ्याकडे विशिष्ट कार्याची जबाबदारी सोपविल्यास आणि तेच कार्य संबंधित व्यक्तीला दीर्घकाळपर्यंत करण्याची संधी दिल्यास, वैशिष्टीकरणाच्या क्रियेला पुरेसा वाव मिळून कामगारांची कार्यक्षमता वाढते.

(३) **समन्वयाचे तत्त्व (Principle of Co-ordination) :** व्यवसाय संघटना ही समान दिशेने कार्य करणारी यंत्रणा होय. त्यासाठी संघटनेच्या विविध विभागांमध्ये समन्वय प्रस्थापित करणे आवश्यक असते. तो प्रस्थापित व्हावा म्हणून संघटनेच्या घटकांना, संघटनेच्या रचनेचा परिचय करून दिला पाहिजे. त्याद्वारे त्यांच्या पदाचे तसेच इतरांबरोबरच्या संबंधांचे ज्ञान होईल व सर्वांमध्ये समन्वय प्रस्थापित होण्यास मदत होईल.

(४) **अधिकाराचे तत्त्व (Principle of Authority) :** प्रत्येक संघटनेत अधिकारांचा एक विशिष्ट क्रम असतो. ह्या तत्त्वानुसार प्रमुख अधिकाऱ्याने आपल्या नियंत्रणाखाली कार्य करणाऱ्या व्यक्तींना पदश्रेणीच्या क्रमानुसार आदेश देणे आवश्यक असते. प्रमुख व्यवस्थापकाने आदेश देताना ह्या क्रमाचे पालन न केल्यास संघटनेत गोंधळ उत्पन्न होऊ शकतो.

(५) **जबाबदारीचे तत्त्व (Principle of Responsibility) :** अधिकार आणि जबाबदारी ह्या एकाच नाण्याच्या दोन बाजू आहेत. अधिकाराप्रमाणे जबाबदारीचे देखील वितरण होणे आवश्यक आहे. म्हणजे

प्रत्येक व्यक्तीला त्याच्यावर असणारी जबाबदारी आणि त्याला असणारे अधिकार याची स्पष्ट जाणीव असावी. त्याचप्रमाणे प्रत्येक कर्मचाऱ्याला कोणते कार्य करावे लागणार आहे, हे त्याला समजणे आवश्यक आहे. तसेच त्याला हेही समजणे आवश्यक आहे की, त्याबाबत त्याला कोणाकडून मार्गदर्शन मिळणार आहे आणि कार्यपूर्ततेच्या संदर्भात तो कोणाला जबाबदार राहील.

(६) **परिभाषेचे तत्त्व (Principle of Definition) :** या तत्त्वानुसार संघटनेचा घटक असलेल्या प्रत्येक व्यक्तीला त्याच्या कार्याची, जबाबदारीची आणि अधिकारांची स्पष्ट परिभाषेच्या स्वरूपात कल्पना असावी. जबाबदारीची रूपरेषा निश्चित केल्यामुळे प्रत्येक व्यक्तीला कोणते कार्य करावयाचे आहे, ह्याबद्दल निश्चित कल्पना येते व अधिकारांची व्याख्या केल्यामुळे अधिकारांचे क्षेत्र व मर्यादा स्पष्ट होतात.

(७) **लवचीकतेचे तत्त्व (Principle of Flexibility) :** व्यवसायामध्ये तेजी किंवा मंदी यापैकी कोणतीही अवस्था निर्माण झाली तरी व्यवसायाची प्रचलित संघटना उपयोगी पडली पाहिजे, हाच लवचीकतेच्या तत्त्वाचा आशय आहे. संघटनेत लवचीकता असेल तरच परिस्थितीमध्ये ज्या प्रकारचा बदल होईल त्यानुसार संघटनेच्या चौकटीत आवश्यक ते परिवर्तन करणे शक्य होते.

(८) **अनुरूपतेचे तत्त्व :** संघटनेमध्ये निरनिराळ्या स्तरावर निरनिराळे अधिकारी कार्य करीत असतात. प्रत्येक अधिकारी व्यक्तीला असणारे अधिकार आणि त्याच्यावर असणारी जबाबदारी यांचा एकमेकांशी फार जवळचा संबंध आहे. तेव्हा प्रत्येक अधिकाऱ्याची जबाबदारी लक्षात घेऊनच त्याला अधिकार देण्यात यावेत. प्रत्येक अधिकाऱ्याला देण्यात येणारे अधिकार त्याच्या कार्याला व जबाबदारीला अनुरूप राहावेत हाच या तत्त्वाचा आशय आहे. ह्या तत्त्वानुसार विविध अधिकाऱ्यांच्या अधिकारांमध्ये संघर्ष निर्माण होणार नाही याबद्दल काळजी घेण्यात आली पाहिजे.

(९) **आदेशाच्या एकतेचे तत्त्व (Principle of Unity of Command) :** व्यवसायामध्ये प्रत्येक कर्मचाऱ्याला फक्त एकाच अधिकाऱ्याकडून आदेश मिळण्याची व्यवस्था करणे हा आदेशाच्या एकात्मतेच्या तत्त्वाचा आशय आहे. एकाच कामासाठी जर अनेक अधिकाऱ्यांकडून एकाच वेळी भिन्न भिन्न व परस्परविरोधी आदेश दिले गेले, तर कोणत्याही व्यक्तीस त्या आदेशांचे प्रभावीपणे पालन करून आपले काम करता येणार नाही. त्यामुळे व्यवसायामध्ये गोंधळ व बेशिस्त निर्माण होण्याचा धोका असतो.

(१०) **नियंत्रण क्षेत्राचे तत्त्व (Principle of Span of Control) :** व्यवसायामध्ये एका व्यक्तीच्या किंवा अधिकाऱ्याच्या हाताखाली किती कर्मचाऱ्यांनी कार्य करावे यावर त्या अधिकाऱ्याची कार्यक्षमता अवलंबून असते. म्हणून एकूण व्यवस्थापकीय कार्यक्षमतेसाठी नियंत्रण क्षेत्र मर्यादित असणे जरूरीचे आहे. प्रत्येक अधिकाऱ्याच्या हाताखाली काम करणाऱ्या व्यक्तीची संख्या, नियंत्रण क्षेत्राची निर्देशक मानली जाते. सामान्यत: कोणताही अधिकारी पाच किंवा सहा दुय्यम अधिकाऱ्यांवर व्यवस्थित नियंत्रण ठेवू शकतो. त्यामुळे या मर्यादेपुरतीच नियंत्रण कक्षा असावी.

(११) **समतोलाचे तत्त्व (Principle of Balance) :** विशेषीकरणाच्या तत्त्वामुळे कार्याचे विविध विभाग निर्माण होतात. या सर्व विभागांमध्ये समतोल असला पाहिजे. जर ते विभाग असंतुलितरीत्या कार्य करतील, तर संपूर्ण कार्यात एकसूत्रीपणा आणि समन्वय राहू शकणार नाही. यासाठी संघटनेच्या सर्व विभागात संतुलन असले पाहिजे. ते प्रस्थापित होण्यासाठी कार्यप्रवाह शास्त्रीय पद्धतीने आखणे जरूरीचे असते.

३.१.३ विभागीकरण (Departmentalization)

प्रस्तावना (Introduction)

संघटनरचनेत कार्यानुसार विविध विभाग निर्माण करावे लागतात; कारण व्यवसायातील विविध कार्ये काही ठराविक व्यक्तींनी करणे शक्य नसते. त्यामुळे सर्व क्रियांचा क्रम ठरवून त्यानुसार त्याचे विभाजन करून लहान लहान भागात किंवा उपविभागात त्याचे वर्गीकरण करावे लागते. अशा तऱ्हेने व्यावसायिक क्रियांचे छोट्या छोट्या विभागात वर्गीकरण करणे याला 'विभागीकरण' असे म्हणतात.

अर्थ व व्याख्या : व्यवसाय संस्थेतील सर्व कार्यांचे समान भागात विभाजन करणे व विविध विभाग निर्माण करणे याला विभागीकरण म्हणतात. विभागीकरणाचा अर्थ समजून घेण्यासाठी विविध विचारवंतांनी केलेल्या विभागीकरणाच्या व्याख्या पाहू या. या व्याख्या खालीलप्रमाणे–

१. कुंट्झ आणि ओडोनिल – कोणत्याही उपक्रमाच्या विभागीकरणाच्या प्रक्रियेत व्यक्तिगत कार्याची व्याख्या आणि गणना त्यांचे वर्गीकरण, तसेच त्यांची पूर्तता करण्यासाठी अधिकाराचे वाटप आणि व्यवस्थापकांमध्ये अधिकार संबंधाच्या निश्चितीकरणाचा समावेश होते.

२. संघटनेतील कार्ये व कर्मचारी यांचे वेगवेगळ्या विभागात वर्गीकरण करणे म्हणजे खाते विभागणी होय.

३. व्यवसाय संघटनेतील कार्ये आणि कर्मचारी यांची विभागणी विशिष्ट तत्त्वांच्या आधारे वेगवेगळ्या विभागात करून प्रत्येक कार्य स्वतंत्रपणे करून घेणे म्हणजे खातेवाटप होय.

वरील व्याख्यांवरून असे म्हणण्यात येईल की, विभागीकरणात कामांची निश्चिती, कार्यांचे विश्लेषण, कार्यांचे सविस्तर वर्णन आणि त्यानुसार स्वतंत्र विभागनिर्मिती, विभागप्रमुखांची नियुक्ती, अधिकार व जबाबदारी, निश्चिती या टप्प्यांचा समावेश होतो.

विभागीकरणाचे महत्त्व/गरज/फायदे (Importance / Need / Merits of Departmentalization)

व्यवसाय संस्थेतील विशिष्ट कार्यांचे एकत्रीकरण करून प्रत्येक कार्यसमूहाचा विशेष विभाग निर्माण करणे ही खरं तर विभागीकरणाची प्रक्रिया आहे. विभागीकरणाचे फायदे किंवा महत्त्व किंवा गरज खालीलप्रमाणे आहे.

१. उद्दिष्ट निश्चिती : प्रत्येक विभागाला विशिष्ट इष्टांक (targets) ठरवून देण्यात येतात आणि ते पूर्ण करण्यासाठी संपूर्ण विभाग कार्यरत असतो. त्यामुळे ठराविक कालावधीत इष्टांक पूर्ण करण्यासाठी जास्तीत जास्त प्रयत्न करतो. त्यामुळे व्यवसायाची कार्यक्षमता वाढते.

२. अधिकार आणि जबाबदारी यांचा समन्वय : विभागीकरणात प्रत्येक अधिकाऱ्याची कार्यनिश्चिती करून त्या कार्याची संपूर्ण जबाबदारी त्याच्याकडे दिली जाते. त्याबरोबर ती जबाबदारी पूर्ण करण्यासाठी आवश्यक ते अधिकारही दिले जातात; म्हणजे विभागीकरणात अधिकार व जबाबदारी यांचा समन्वय घातला जातो. त्यामुळे अधिकाराचा दुरुपयोग होण्याची शक्यता कमी होते.

३. कार्यशिस्त निर्माण करणे शक्य होते : व्यवसाय संस्थेतला एक विशिष्ट आराखडा विभागीकरणामुळे मिळतो. कार्यक्रमानुसार कार्य पूर्ण होत असल्यामुळे व्यवसायात एक रेखीवपणा येतो, त्याबरोबरच व्यवसायात शिस्त निर्माण करणे शक्य होते.

४. विशेषीकरण : विभागीकरणामुळे व्यवसायसंस्थेस विशिष्ट कार्यसमूह एकत्र करून विभाग निर्माण केले जातात. त्यामुळे सातत्याने एकच कार्य करत असल्यामुळे त्या विभागातील कर्मचारी कार्यात निपुण होतात आणि या विशेषीकरणाचा फायदा संस्थेला होतो.

५. सुप्त क्षमतेचा विकास : विभागीकरणाचा एक फायदा त्याच्या विभागप्रमुखाला होतो तो असा की, आपल्या विभागातील व्यवस्थापनाची सर्व कार्ये विभागप्रमुखाला करावी लागत असल्याने तो व्यवस्थापनकार्यात कुशल होतो, त्याचा आत्मविश्वास वाढतो आणि त्याच्यातील सुप्त क्षमतेचा विकास होतो.

६. संस्थेचा विस्तार व विकास करणे शक्य होते : विभागीकरणामुळे संस्थेचा विस्तार करणे शक्य होते, त्याचप्रमाणे विशेषीकरणाचा फायदा मिळत असल्याने संस्थेचा विकास व कर्मचाऱ्यांचा विकास करणे शक्य होते.

७. मूल्यमापनाचा निश्चित आधार : विभागीकरणामुळे इष्टांक ठरविण्यास मदत होत असल्यामुळे कर्मचाऱ्यांच्या कार्याचे मूल्यमापन सहज करता येते आणि मूल्यमापनाला त्याचा निश्चित आधार मिळतो.

८. स्वतंत्रता : प्रत्येक विभाग स्वतंत्रपूर्ण कार्य करत असल्याने त्या विभागात कार्य करताना स्वातंत्र्य मिळते आणि कार्यसमाधान मिळते.

९. नियंत्रणाची उपलब्धता : प्रत्येक विभागप्रमुख फक्त आपल्याच विभागावर नियंत्रण व देखरेख ठेवत असल्यामुळे एकूण संस्थेवरील नियंत्रण सहजशक्य होते.

१०. पुनरावृत्ती टाळता येते : विभागीकरणामुळे कार्याची पुनरावृत्ती टाळता येते. त्यामुळे खर्चात बचत होते.

विभागीकरणाचे किंवा खातेविभागणीचे प्रकार

विभागांची किंवा खात्यांची निर्मिती करण्यासाठी खालीलपैकी सर्व दृष्टीने उपयुक्त अशी पद्धती किंवा प्रकार निवडले जातात.

(अ) कार्यानुसार विभागीकरण (Department by Function)

प्रत्येक संस्थेत एकाच वेळी अनेक कार्ये केली जातात. त्या कार्यांचे परस्परपूरक स्वरूप लक्षात घेऊन समान कार्यांचा एक गट केला जातो. अशा प्रकारे मुख्य कार्ये व इतर साहाय्यक कार्यांचे वर्गीकरण करून प्रत्येक महत्त्वाच्या कार्यांचे विभाग केले जातात. अशा प्रकारे कार्यानुसार वर्गीकरण करण्याच्या पद्धतीला कार्यानुसार विभागीकरण असे म्हणतात. जॉर्ज टेरी यांच्या मतानुसार कार्य हे मुख्य तत्त्व असून त्या आधारावरच व्यवस्थापक एका परिणामकारक संघटनेची उभारणी करू शकतो. सर्वत्र मोठ्या प्रमाणावर वापरली जाणारी ही पद्धत आहे. पुढील तक्त्यावरून कार्यावरून विभागीकरणाची कल्पना येऊ शकेल.

फायदे

१. समजण्यास सोपा, सहज व नैसर्गिक प्रकार आहे.

२. विशेषज्ञांचा व तंत्रज्ञांचा कौशल्याचा व विशेष ज्ञानाचा वापर करता येतो. विशेषीकरणाचा फायदा मिळतो.

३. कार्याला विशेष महत्त्व प्राप्त होते.

४. उपलब्ध मनुष्यबळाचा जास्तीत जास्त वापर करून खर्चात बचत करता येते.

५. प्रत्येक विभागातील उपविभागात समन्वय प्रस्थापित करता येतो.

६. अधिकार व जबाबदाऱ्यांची निश्चिती करता येते.

७. विशेष कौशल्यप्राप्त कर्मचाऱ्यांची नियुक्ती करणे सोपे जाते.

तोटे

१. विशेषीकरणामुळे कर्मचाऱ्यांना विशिष्ट कार्याचेच ज्ञान होते. त्यामुळे सर्व कार्यांची माहिती व ज्ञान होत नाही.

२. प्रत्येक विभागप्रमुख फक्त आपल्याच विभागांचा विचार करतात. संस्थेचा एकत्रित विचार होत नाही.

३. संकुचित विचारसरणी निर्माण होते. त्यामुळे विभागीय संघर्ष निर्माण होण्याची शक्यता वाढते.

४. विभागा विभागामध्ये समन्वयात अडथळे निर्माण होतात.

५. अधिकारांच्या केंद्रीकरणाला प्रोत्साहन मिळते.

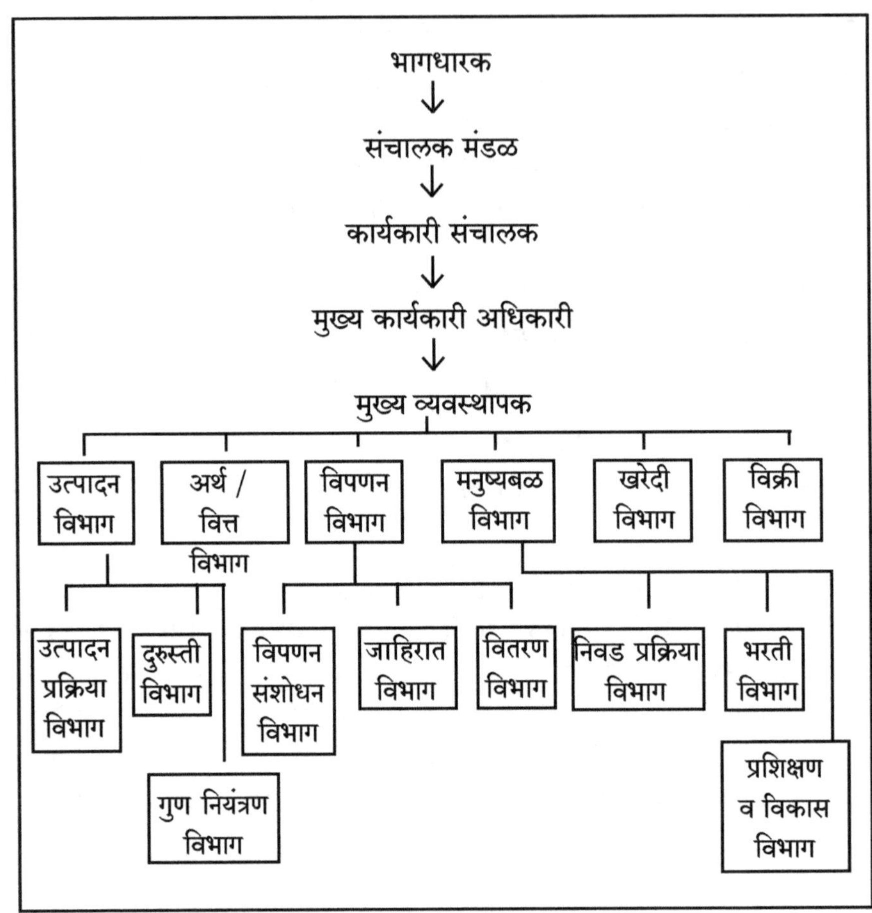

(ब) वस्तूनुसार विभागीकरण (Departmentalization by Products)

ज्या वेळी व्यवसाय संस्थेमध्ये एकापेक्षा अनेक वस्तूंचे उत्पादन केले जाते, त्या वेळी कार्यानुसार वर्गीकरण करणे शक्य नसते. त्या वेळी हा प्रकार वापरला जातो. कारण प्रत्येक वस्तूंच्या निर्मितीप्रक्रियेत सर्व कार्यांचा समावेश होत असल्याने प्रत्येक वस्तू स्वतंत्र समजून विभागांची निर्मिती केली जाते. त्यामुळे या प्रकारात वस्तू किंवा उत्पादन हे केंद्रबिंदू असते. सर्वसाधारणपणे ज्या ठिकाणी उत्पादनप्रक्रिया गुंतागुंतीची असते आणि उत्पादनासाठी विशेष कौशल्य आणि ज्ञानाची आवश्यकता असते, त्या ठिकाणी ही पद्धत वापरली जाते. ही रचना साधारणपणे खालीलप्रमाणे असते.

फायदे

१. केवळ वस्तूनिर्मितीसाठी विभागनिर्मिती असल्यामुळे त्या वस्तूंच्या उत्पादनापासून विक्रीपर्यंत सर्व कार्यांत समन्वय तयार होतो.

२. उत्पादनात विविधता आणणे, वस्तू विस्तार, वस्तूंत आवश्यक ते बदल, वस्तू विकास इ. गोष्टी शक्य होतात.

३. चांगली ग्राहकसेवा देणे शक्य होते.

४. वस्तूंचे मूल्यमापन करून तोट्यात असणारी उत्पादने बंद करण्याचा निर्णय घेणे शक्य होते.

५. उत्पादन विशेषीकरणाचे फायदे मिळतात.

६. परिस्थितीचे मूल्यमापन करून त्याप्रमाणे या पद्धतीत परिस्थितीनुसार बदल करता येतात.

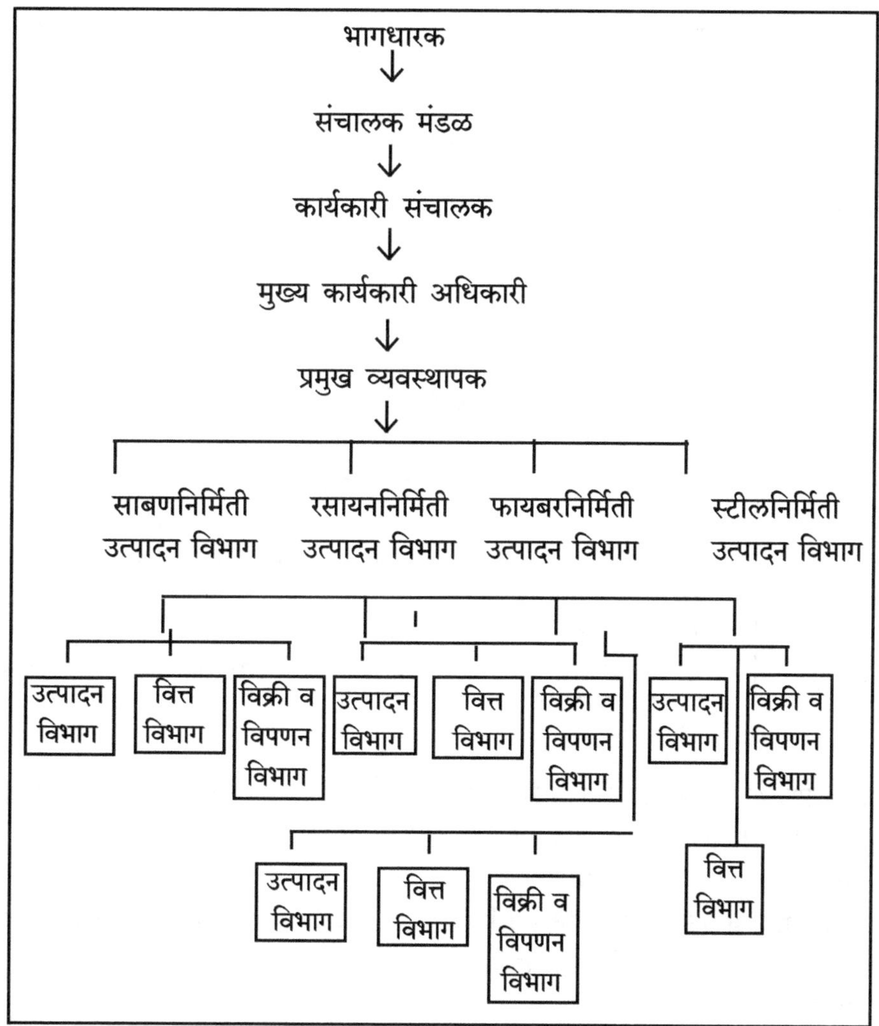

तोटे

१. प्रत्येक उत्पादनासाठी स्वतंत्र विभाग असल्यामुळे व्यवस्थापकीय खर्चात वाढ होते.

२. प्रत्येक विभागातील साधनसामग्री पूर्णपणे वापरली जाईलच असे नाही. त्यामुळे अपव्यय होतो.

३. अनेक व्यवस्थापक नेमावे लागतात. त्यामुळे मुख्य व्यवस्थापकाचे सर्व विभागांवर पूर्ण नियंत्रण राहू शकत नाही.

४. लहान उद्योगांमध्ये ही पद्धत वापरणे शक्य नसते.

५. व्यवस्थापकीय कामाची द्विरुक्ती निर्माण होते.

(क) प्रक्रियेनुसार विभागीकरण (Departmentalization by Process)

ज्या वेळी व्यवसाय संस्थेतील उत्पादनप्रक्रिया गुंतागुंतीची असते व एकाच उत्पादनासाठी वेगवेगळ्या प्रक्रिया कराव्या लागतात त्या वेळी अशा प्रकारे प्रक्रियेनुसार विभागीकरण केले जाते. यामध्ये प्रक्रिया विचारात घेऊन विभागीकरण केले जाते म्हणून याला प्रक्रियेनुसार विभागीकरण असे म्हणतात. पुढील तक्त्यावरून प्रक्रियेनुसार विभागीकरणाची कल्पना येईल.

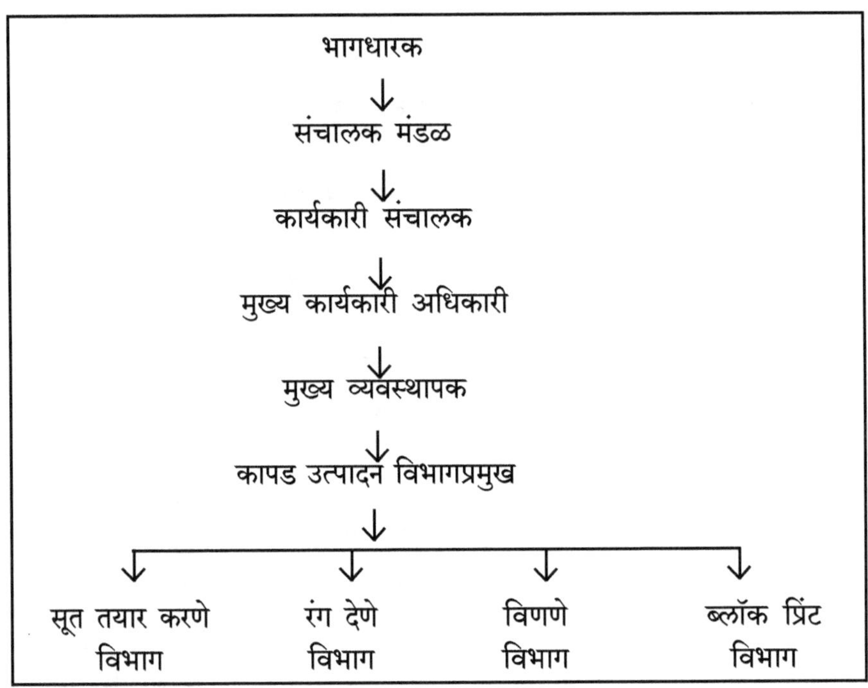

फायदे

१. तांत्रिक प्रक्रियेनुसार स्वतंत्र विभाग निर्माण केल्यामुळे विशेषीकरणाचे सर्व फायदे मिळतात.

२. कार्याचे योग्य नियोजन व वाटप शक्य होते.

३. कर्मचाऱ्यांना प्रशिक्षण देणे सोपे जाते.

४. सर्व विभागांसाठी एकच दुरुस्ती विभाग निर्माण करता येतो आणि देखभाल व दुरुस्तीचा खर्च कमी होतो.

५. अनुभव व तज्ज्ञ व्यक्तींची नियुक्ती करता येते.

६. दर्जेदार उत्पादन करता येते.

तोटे

१. कर्मचाऱ्यांमध्ये किरकोळ कारणांवरूनही संघर्ष निर्माण होण्याची शक्यता असते; कारण सर्वच जण आपल्या क्षमात तज्ज्ञ असतात.

२. कार्यात समन्वय व एकसूत्रीपणा आणणे शक्य होत नाही.

३. एकमेकांवर आधारित नसलेल्या उत्पादनप्रक्रियेसाठी उपयोगी नाही.

(ड) प्रदेशानुसार किंवा क्षेत्रानुसार विभागीकरण (Departmentalization by Territory)

ज्या वेळी उत्पादनाचा ग्राहकवर्ग मोठ्या प्रमाणावर विस्तारलेला असतो आणि उत्पादनाची बाजारपेठ व्यापक असते, त्या वेळी प्रदेशानुसार विभागीकरण ही पद्धत वापरली जाते. ग्राहकांना उत्पादन सहज उपलब्ध व्हावे, त्याचप्रमाणे आवश्यक वाटल्यास विक्रीनंतरची सेवा देता यावी या उद्देशाने असे विभागीकरण केले जाते. तसेच ज्या वेळी बाजारपेठेचा विस्तार करावयाचा असतो त्या वेळी वरील सर्व प्रकार पुरेसे नसतात किंवा उपयोगी नसतात. त्या वेळी ही पद्धत वापरणे सोईचे जाते. या पद्धतीत विस्तृत बाजारपेठेचे भौगोलिक क्षेत्रानुसार विभाजन करून त्याप्रमाणे विभागीकरण केले जाते.

प्रदेशानुसार विभागीकरण खालीलप्रमाणे सांगता येईल :

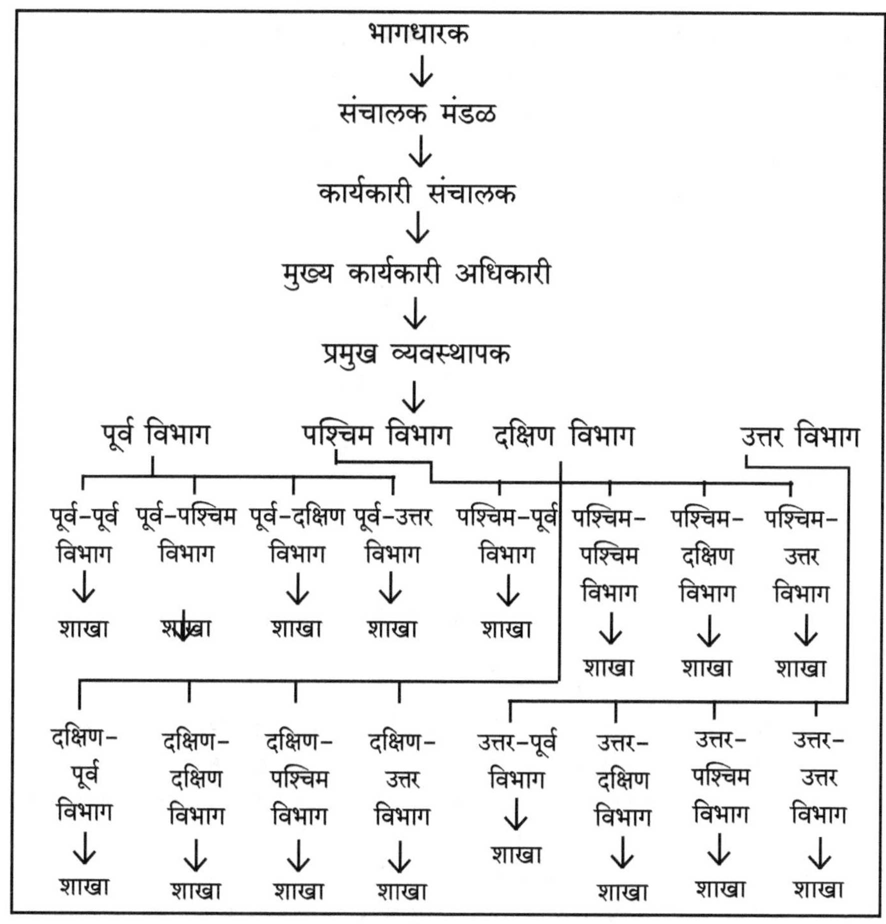

फायदे

१. बँका, वाहतूक कंपन्या, वाहन व्यवसाय इ. साठी उपयुक्त

२. प्रदेशाचा विचार करून कार्यपद्धती ठरविता येते.

३. प्रदेशातील ग्राहकाच्या आवडीनिवडी, सवयी विचारात घेऊन योजना आखता येतात.

४. स्थानिक पातळीवर उत्पादन केल्यास वाहतूक खर्च व समयामध्ये बचत होते.

५. प्रशिक्षित व्यवस्थापक मिळणे अडचणीचे होते.

तोटे

१. प्रभावी नियंत्रणव्यवस्था व संदेशवहनव्यवस्था वापरता येत नाही.

२. प्रत्येक वेळी उत्पादन स्थानिक पातळीवर करता येणे शक्य नसल्याने प्रत्यक्षात खर्चात वाढ होते.

३. विभागीय व्यवस्थापकाला व्यापक अधिकार असल्याने अधिकाराचा दुरुपयोग होण्याचा संभव असतो.

४. प्रशिक्षित व्यवस्थापक मिळणे अडचणीचे होते.

५. प्रत्येक विभागप्रमुखाला पूर्ण स्वातंत्र्य असल्याने प्रत्येक विभाग उत्कृष्ट कार्य करण्याचा प्रयत्न करतो त्यामुळे नफ्यात वाढ होते.

(इ) ग्राहकानुसार विभागीकरण (Departmentalization by Customer)

ज्या वेळी ग्राहकाची वेगळी, स्वतंत्र व स्थायी स्वरूपाची वैशिष्ट्ये असतात, तेव्हा प्रत्येक ग्राहकवर्गाचा स्वतंत्र विचार करावा लागतो आणि त्याप्रमाणे उत्पादनात बदल करावा लागतो, त्या वेळी ही पद्धत वापरली जाते. या पद्धतीत ग्राहकांच्या प्रकारानुसार विभाग निर्माण केले जातात. त्यामुळे जितके ग्राहकांचे प्रकार तितके विभाग अशी रचना केली जाते. ग्राहकानुसार विभागीकरण खालीलप्रमाणे सांगता येईल.

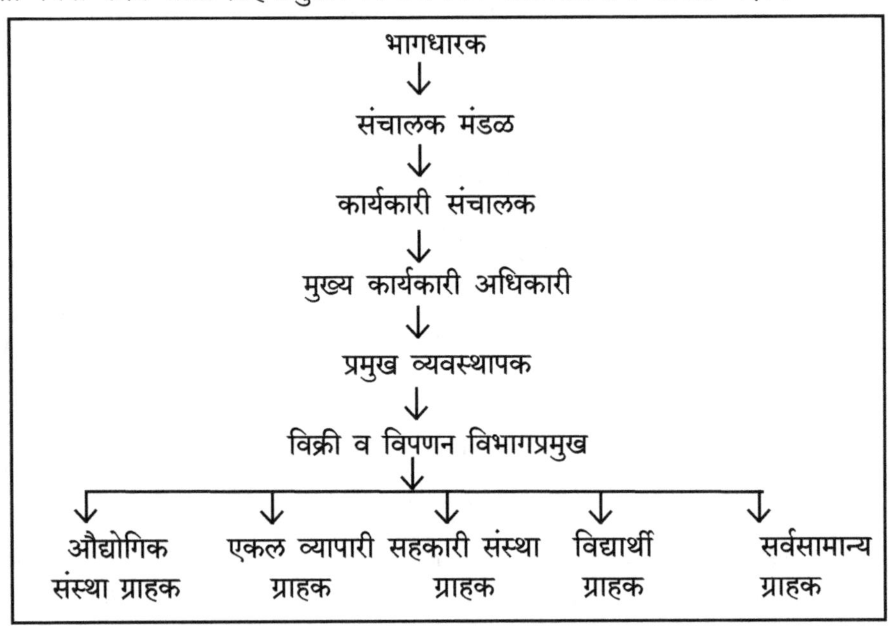

फायदे

१. ग्राहक केंद्रबिंदू असल्यामुळे त्यांचा विचार करून उत्पादन करणे शक्य होते.

२. व्यवसायात नावलौकिक वाढण्यास व विक्रीत वाढ होऊन नफ्यात वाढ होते.

३. विशेषीकरण करणे शक्य होते.

४. पूर्ण वेगळ्या स्तरावरील ग्राहकांच्या गरजांचा विचार करणे शक्य होते.

तोटे

१. समन्वय साधणे अवघड जाते.

२. फक्त विक्री विभागाला महत्त्व असल्याने इतर विभागांकडे दुर्लक्ष होण्याची शक्यता निर्माण होते.

३. मागणीनुसार पुरवठा असल्यामुळे मागणी कमी झाल्यास सर्व साधनांचा पूर्ण क्षमतेने वापर करता येत नाही.

४. ग्राहकांच्या आवडीनुसार उत्पादनात बदल करावे लागत असल्याने खर्चात वाढ होते.

५. व्यावहारिकदृष्ट्या ही पद्धत वापरणे शक्य नसते.

(ई) एकत्रित विभागीकरण (Combined Departmentalization):

व्यवसायाचे उद्दिष्ट साध्य करण्यासाठी विभागीकरण करावे लागते. प्रत्येक पद्धतीचे काही फायदे-तोटे असतात. ते विचारात घेऊन व्यवसायाच्या स्वरूपानुसार विभागीकरण केले जाते; पण प्रत्यक्षात विभागीकरणाचा एकच प्रकार सर्व परिस्थितीत वापरता येऊ शकत नाही. म्हणून विभागीकरणाच्या एकापेक्षा अनेक प्रकाराचा

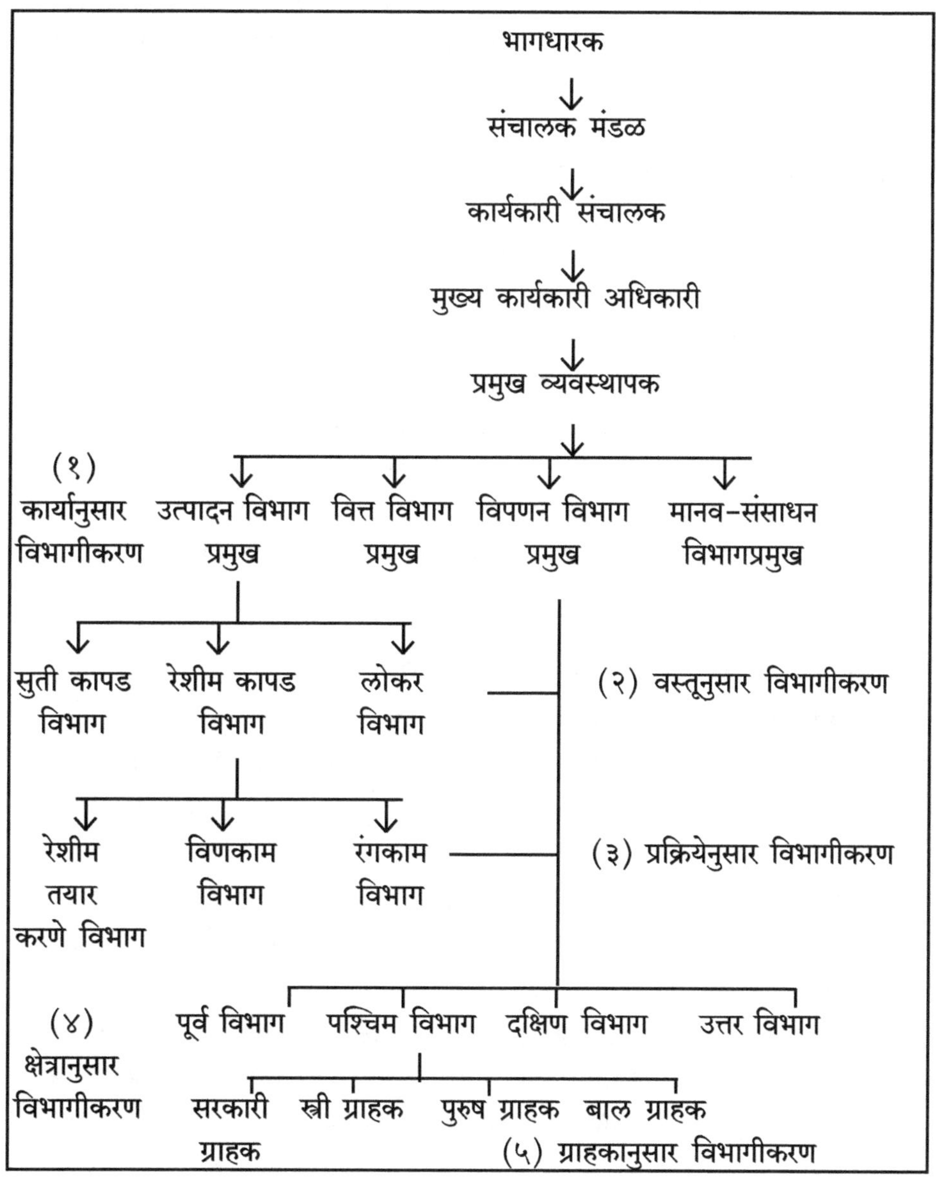

एकत्रित विचार करावा लागतो. ज्या वेळी विभागीकरणाचे अनेक प्रकार वापरून विभागीकरण केले जाते त्या वेळी त्याला 'एकत्रित विभागीकरण' असे म्हणतात. प्रत्येक व्यवसायाचे एकत्रित विभागीकरण वेगवेगळे असू शकते.

३.१.४ संघटन रचना (Organization Structure)

प्रस्तावना (Introduction)

कोणत्याही व्यवसाय संस्थेमध्ये अनेक विविध प्रकारची कार्ये केली जातात. अशा कार्यामध्ये एक विशिष्ट प्रकारचा क्रम असावा लागतो. तसेच तर्कसंगतीही निर्माण करावी लागते. अन्यथा नियोजित उद्दिष्टे साध्य करणे व्यवसायाला शक्य होणार नाही. त्यासाठी प्रत्येक व्यवसाय संस्थेत व्यवस्थापकांनी कार्याचा क्रम व तर्कसंगतीचा एक आकृतिबंध ठरविलेला असतो. या आकृतिबंधानुसार विविध प्रकारची कार्ये एकत्रितरीत्या साधणारी एक चौकट तयार करण्यात येते. तिलाच 'संघटन रचना' असे म्हणतात. कोणत्याही व्यवसाय संस्थेची एकूण संघटनात्मक व्यवस्था संघटन रचनेद्वारा ठरविली जात असते.

व्यवसायातील नियोजित उद्दिष्ट साध्य करण्याच्या दृष्टीने उत्कृष्ट व योग्य संघटन-रचना असणे फार महत्त्वाचे असते. म्हणूनच संघटन रचनेला व्यवसाय संस्थेमध्ये फार महत्त्वाचे स्थान असते. संघटन-रचनेची तुलना ही माणसाच्या शरीरातील हाडांच्या सांगाड्याशी करता येऊ शकेल. ज्याप्रमाणे माणसाच्या शरीरात हाडांची विशिष्ट प्रकारे जुळणी व सांधणी झालेली असल्याने, माणसाच्या शरीराची रचना तयार झाली, त्यामुळे त्याला विशिष्ट प्रकारच्या हालचाली व कामे शक्य झाले, त्याचप्रमाणे निश्चित अशा संघटन रचनेशिवाय कामे कार्यक्षमतेने करणे शक्यच होणार नाही. योग्य अशा संघटन रचनेच्या अभावी, मानवी प्रयत्नांचा व शक्तीचा अपव्यय होतो; म्हणून संघटन-रचनेला व्यवसायात अनन्यसाधारण असे महत्त्व आहे.

त्याचप्रमाणे व्यवसायाच्या संचलनासाठी संघटन रचना अत्यंत महत्त्वाची आहे. ही संघटन रचना प्रामुख्याने व्यवसायातील उद्दिष्टे पूर्ण करण्यासाठी निर्माण केलेली असते. थोडक्यात, संघटनेतील विविध कार्यांचे सर्व कर्मचऱ्यांमध्ये विभाजन करून त्याची क्रमवारी ठरविणे व संघटितपणे काम करणे म्हणजेच संघटन रचना होय.

संघटन रचनेची उद्दिष्टे (Purposes of an Organization Structure)

१. कार्यांचे विभाजन : उद्योग किंवा व्यवसायाची निर्मिती ही उत्पादन करण्यासाठी किंवा व्यापार करण्यासाठी केलेली असते. वस्तूंची किंवा सेवांची निर्मिती करताना उद्योगात विभिन्न प्रकारची कार्ये किंवा क्रिया कराव्या लागतात. या क्रिया मुख्य उत्पादनाच्या जुळवणीसाठी किंवा निर्मितीसाठी केल्या जातात. संघटन रचनेचा उद्देश कामाचे विभिन्न विभागात किंवा क्रियात विभाजन करण्याचा आहे.

२. अधिकारांची साखळी व अधिकार प्रदान करणे : अधिकाऱ्यांची नियुक्ती केली जाते. या अधिकाऱ्यांमध्ये वरिष्ठ, मध्यम व कनिष्ठ स्तरावर कर्मचारी काम करीत असतात. संघटन रचनेमुळे अधिकारांची साखळी निर्माण करता येते. तसेच अधिकारांचे प्रदान करणेही शक्य होते.

३. जबाबदाऱ्या ठरविणे : संघटन रचना केल्यामुळे कर्मचाऱ्यांच्या जबाबदाऱ्या ठरविता येतात. वरिष्ठ स्तरावर काम करणाऱ्या अधिकाऱ्यांच्या जबाबदाऱ्या जास्त तर कनिष्ठ स्तरावरील अधिकाऱ्यांच्या जबाबदाऱ्या कमी असतात. जबाबदाऱ्यांच्या निश्चितीमुळे प्रत्येक अधिकारी त्या पूर्ण करण्याच्या दृष्टीने प्रयत्न करीत असतो.

४. अधिकारांचे विकेंद्रीकरण : संघटनेतील सर्वोच्च अधिकाऱ्याकडे केंद्रिकरण झालेले असते. परंतु त्याच्या क्षमता मर्यादित असल्यामुळे त्याला अनेक विभाग प्रमुख किंवा व्यवस्थापकांना अधिकार द्यावे लागतात. म्हणजेच अधिकारांचे विकेंद्रीकरण करण्यासाठी संघटन रचना आवश्यक आहे. अशा रीतीने अधिकारांचे विकेंद्रीकरण करण्याचा संघटन रचनेचा उद्देश असतो.

५. विभिन्न विभागात समन्वय घालणे : संघटन रचनेत विभिन्न विभाग कार्यरत असतात. या विभागामध्ये प्रभावी समन्वय असल्याशिवाय अपेक्षित उद्दिष्टे पूर्ण होत नाहीत.

अनेकदा एका विभागात काम दुसऱ्या विभागावर अवलंबून असते. अशा वेळी त्यामध्ये असावा लागतो. संघटनेची रचना करताना हा समन्वय कसा घालता येईल याचा विचार केलेला असतो.

६. प्रशासनात सुलभता : व्यवसायाचा आकार मोठा असेल तर प्रशासनाचे काम किचकट गुंतागुंतीचे होते. संघटनेची रचना करताना हा समन्वय कसा घालता येईल याचा विचार केलेला असतो.

७. नियंत्रणाची सोय : व्यवस्थापन नियंत्रणाला अत्यंत महत्त्वाचे स्थान आहे. नियंत्रण नसेल तर अपेक्षित उत्पादन, अपेक्षित दर्जानुसार तयार होणार नाही. परंतु संघटनेच्या रचनेमुळे वरिष्ठांचे नियंत्रण प्रस्थापित करता येते. संघटन रचनेच्या विशिष्ट चौकटीमुळे नियंत्रण ठेवणे सोपे जाते.

संघटन रचनेतील पातळ्या (Levels in Organization Structure)

संघटनेत विविध विभाग निर्माण केले जाऊन व्यवस्थापन चांगल्या रीतीने करता यावे म्हणून आवश्यकतेनुसार स्तर किंवा पातळ्या निर्माण केलेल्या असतात. संघटन म्हणजे व्यक्तींचा समुदाय व हा व्यक्तींचा समुदाय त्यांच्या नेत्याच्या आदेशाप्रमाणे कार्य करतो. नेत्याला कार्य करवून घेण्यासाठी अनेक अधिकार दिलेले असतात. अधिकाऱ्यांनी किंवा कर्मचाऱ्यांनी कोणत्या पातळीवर काम करावे हे ठरविण्यात आलेले असते. त्यानुसार त्याचे अधिकार ठरत असतात.

उदा. प्रमुख व्यवस्थापक उच्च पातळीवर, विभागवार व्यवस्थापक मध्यम पातळीवर तर फोरमन कनिष्ठ पातळीवर काम करीत असतो, त्यालाच 'संघटन किंवा व्यवस्थापन पातळ्या' असे म्हणतात.

संघटन पातळ्या

भागधारक

संचालक मंडळ

वरिष्ठ

प्रमुख व्यवस्थापक

विभागीय व्यवस्थापक

मध्यम

विभागीय अधिकारी

निरीक्षक/फोरमन

कनिष्ठ

कर्मचारी

१. उच्च किंवा वरिष्ठ पातळी (Top Level) : उच्च पातळीवर व्यवसायाचे मालक/भागधारक, संचालक प्रमुख व्यवस्थापक, अध्यक्ष, उपाध्यक्ष इत्यादींचा समावेश होतो. उच्च व्यवस्थापनाचे काम वैचारिक स्वरूपाचे असून व्यवसाय किंवा उद्योगाच्या ध्येय धोरणासंबंधी असते. याशिवाय संघटनेची रचना ठरविणे, उत्पादनासाठी आवश्यक साधने उपलब्ध करून देणे व संघटनेवर नियंत्रण ठेवणे ही कार्येसुद्धा उच्च पाळीवरील अधिकाऱ्यांना करावी लागतात.

२. मध्यम पातळी (Middle Level) : उच्च किंवा वरिष्ठ पातळीवरील अधिकाऱ्यांनी घेतलेल्या निर्णयांची अंमलबजावणी मध्यम पातळीवरील अधिकऱ्यांकडून केली जाते. मध्यम पातळीवरील व्यवस्थापनात विविध विभागांचे व्यवस्थापक, त्यांचे साहाय्यक व अधिकारी वर्ग यांचा समावेश होतो. मध्यम पातळीवरील अधिकाऱ्यांना पुढील प्रकारची कार्ये करावी लागतात – (अ) उच्च पातळीवरील अधिकाऱ्यांशी मदत करणे, (ब) सर्व विभागामध्ये सुसूत्रता व समन्वय प्रस्थापित करणे, (क) विभागीय अधिकाऱ्यांशी सहकार्य करणे, (ड) कर्मचाऱ्यांना प्रशिक्षण देणे, (ई)कर्मचाऱ्यांना प्रेरणा देऊन संघभावना वाढीस लावणे इत्यादी.

३. कनिष्ठ पातळी (Lower Level) : संघटन रचनेतील ही शेवटची पातळी असून या पातळीवर संस्थेतील फोरमन व निरीक्षक यांचा समावेश होतो. फोरमन व निरीक्षक मध्यम पातळीवरील अधिकाऱ्यांना मदत करतात. या पातळीद्वारे निरीक्षक किंवा फोरमन हे कर्मचाऱ्यांकडून प्रत्यक्षात काम करवून घेतात. त्यासाठी खालील प्रकारची कार्ये करावी लागतात – (अ) कर्मचाऱ्यांना आदेश व सूचना देणे, (ब) कर्मचाऱ्यांना मार्गदर्शन करणे, (क) त्यांच्या शंका व समस्यांचे निराकरण करणे, (ड) कर्मचाऱ्यांमध्ये शिस्त राखणे, (इ) कर्मचाऱ्यांचे मनोबल वाढविणे, (ई) कर्मचाऱ्यांमध्ये एकी निर्माण इत्यादी.

संघटन रचनेच्या पातळ्यांचा अभ्यास केल्यास असे निदर्शनास येते की, वरिष्ठ पातळीवरील अधिकाऱ्यांची संख्या कमी असून त्यांना जास्तीत जास्त अधिकार असून त्या प्रमाणात जबाबदाऱ्याही असतात. कनिष्ठ स्तरावर कर्मचाऱ्यांची संख्या जास्त असून त्यांचे अधिकार व जबाबदाऱ्या मर्यादित असतात.

संघटन रचना निर्माण करण्याची प्रक्रिया (Process of Creating the Organization Structure)

संघटनेची रचना हा अत्यंत महत्त्वाचा पण तितकाच गुंतागुंतीचा प्रश्न आहे. संघटनेची रचना कशी असावी याबद्दल अनेक मार्गदर्शक तत्त्वे उपलब्ध आहेत. परंतु आतापर्यंत निश्चित असा आराखडा कोणीही सुचविलेला नाही. त्यामुळे व्यवसायाच्या गरजा लक्षात घेऊन संघटनेचा आराखडा तयार करावा लागतो. व्यवसायाची इमारत बांधतो. त्याचप्रमाणे व्यवसाय संस्थेच्या व्यवस्थापकांना संघटन रचनेचा आराखडा तयार करावा लागतो.

या आराखड्याची निर्मिती अनुभवी व तज्ज्ञ व्यवस्थापकाच्या दीर्घ प्रयत्नातून होत असते. संघटन रचनेची प्रक्रिया सोपी नाही. कारण संघटनेचा आराखडा तयार करण्यासाठी कोणती विशिष्ट प्रक्रिया वापरली जाते, हे तज्ज्ञ व्यवस्थापकांना आपल्या प्रदीर्घ अनुभवाने व्यवसायातील कोणती कार्ये परस्परावलंबी आहेत, कोणत्या कार्याचा परस्परसंबंध आहे व कोणती कार्ये वेगवेगळी करावी लागतात यांचे ज्ञान असते. या ज्ञानाच्या आधारानेच संघटन रचना निश्चित केली जाते. तरी पण संघटन रचनेच्या प्रक्रियेत खालील टप्पे महत्त्वाचे आहेत.

१. क्रियांची ओळख व वर्गीकरण : संघटनेची रचना करण्यापूर्वी व्यवसायाची उद्दिष्टे ठरविणे आवश्यक आहे. एकदा व्यवसाय किंवा उद्योगाची उद्दिष्टे ठरविल्यानंतर त्यानुसार संघटन रचना करणे सोपे जाते. संघटन रचना उद्दिष्ट साध्य करण्यासाठी केली जाते. त्यामुळे सर्व प्रथम उद्दिष्टांची पूर्तता करण्यासाठी आवश्यक असणाऱ्या क्रिया निश्चित केल्या पाहिजे. क्रियांची ओळख व वर्गीकरण केल्यामुळे व्यवस्थापकाला महत्त्वाच्या क्रियांवर लक्ष केंद्रित करता येते. त्यामुळे क्रियांची पुनरावृत्ती टाळून प्रयत्नांचा अपव्यय टाळला जातो.

२. कार्य निश्चित करणे : क्रियांची ओळख व वर्गीकरण केल्यानंतर व्यवस्थापनाला कोणती कार्ये पार पाडावयाची आहेत, त्यांचे स्वरूप कसे राहील इत्यादी बाबींचा विचार करून संघटनेची रूपरेषा ठरवावी लागते. व्यवस्थापनाचे उच्च, मध्यम व कनिष्ठ अशा स्तरांवर कार्य होत असल्यामुळे त्यात अनेक अधिकारी व कर्मचारी कार्य करीत असतात. त्यांचे कार्य ठरवून द्यावे लागते. यालाच कार्यनिश्चिती म्हणून ओळखले जाते.

३. कार्याचे वर्गीकरण करणे : कार्याची निश्चिती करून प्रत्येक कर्मचाऱ्यांची कार्ये ठरविल्यानंतर समान स्वरूपाची कार्ये कोणती व ते करणारे विभाग कोणते ते ठरविण्यात येते. कधी कधी कार्याचे स्वरूप व प्रमाण मोठे असते. अशा वेळी प्रमुख विभागांचे अनेक उपविभागात विभाजन करावे लागते, यालाच विभागीकरण असे म्हणतात.

४. जबाबदारी निश्चित करणे : कार्याचे प्रमुख विभाग व उपविभाग वर्गीकरण केल्यानंतर कार्य विशिष्ट वेळात पूर्ण होण्याच्या दृष्टीने प्रमुख विभाग व उपविभागाच्या जबाबदाऱ्या निश्चित करण्यात येतात. त्यानंतर प्रत्येक विभाग किंवा उपविभागासाठी अधिकारी नियुक्त केला जाऊन त्याला मदत करण्यासाठी कर्मचारी पण नियुक्त केले जातात. त्या वेळी विभाग प्रमुख व कर्मचाऱ्यांची जबाबदारी निश्चित केली जाते. जबाबदाऱ्या निश्चित करताना कामकाजाचे स्वरूप व अधिकाऱ्यांचा दर्जा विचारात घेतला जातो. थोडक्यात, या टप्प्यात जबाबदाऱ्या निश्चित केल्या जातात.

५. अधिकार प्रदान करणे : संघटनेत व्यवस्थापक व कर्मचारी यांच्यावर जबाबदारी सोपविण्यात आल्यानंतर त्यांना जबाबदाऱ्या पार पाडण्याच्या दृष्टीने अधिकार देणे आवश्यक आहे. हे अधिकार उच्च व्यवस्थापनाकडून मध्यम व्यवस्थापनाला व मध्यम व्यवस्थापकाकडून कनिष्ठ व्यवस्थापनाला दिले जातात. यालाच 'अधिकार प्रदान' असे म्हणतात. अधिकार प्रदानामुळे संघटनेत वरिष्ठ व साहाय्यक असे संबंध निर्माण होतात. या संबंधांचे स्पष्ट स्पष्टीकरण करण्यात आले पाहिजे. प्रत्येक कर्मचाऱ्याला आपणाला कोणाकडून आदेश मिळणार आहेत व आपले कोणाप्रती उत्तरदायित्व आहे हे समजले पाहिजे. जबाबदाऱ्या व अधिकार एकाच नाण्याच्या दोन बाजू आहेत. जबाबदाऱ्यांशिवाय अधिकार सोपविणे जसे घातक आहे, तसेच अधिकाराविना जबाबदारी सोपविणे हानिकारक असते. थोडक्यात, अधिकारी व कर्मचाऱ्यांना अधिक जबाबदारी त्यांची कार्ये करता यावीत म्हणून अधिकार प्रदान केले पाहिजेत.

३.१.५ अधिकार आणि जबाबदारी (Authority and Responsibility)

अधिकार (Authority)

प्रस्तावना (Introduction)

व्यवस्थापनाची कार्ये पूर्ण करण्यासाठी संघटनेची एक चौकट तयार करावी लागते. या चौकटीत प्रत्येक व्यक्तीची जागा निश्चित करावी लागते आणि त्याच्या कार्याचीसुद्धा निश्चिती करावी लागते आणि त्या कार्याची जबाबदारी द्यावी लागते; पण नुसती जबाबदारी देऊन कार्यपूर्ती होऊ शकत नाही; म्हणून त्यासाठी आवश्यक ते अधिकारही द्यावे लागतात. अधिकार म्हणजे कर्तव्य पूर्ण करण्यासाठी आवश्यक असलेला हक्क होय.

अर्थ व व्याख्या (Meaning and Definition) : अधिकाराचा अर्थ पाहण्यासाठी अधिकाराच्या विविध विचारवंतांनी केलेल्या काही व्याख्या विचारात घेऊ.

१. जॉर्ज टेरी : पूर्वनियोजित उद्देशपूर्तीसाठी योग्य समजल्या जाणाऱ्या कृतीची पूर्तता दुसऱ्याकडून करून घेण्याच्या शक्तीला अधिकार म्हणता येईल.

२. **हेनरी फेयॉल :** 'अधिकार म्हणजे आदेश देण्याचा आणि काटेकोर आज्ञा देण्याची सामर्थ्यता होय.'

"Authority is the right to give orders and power to exact obedience."

३. **डेव्हिस :** अधिकार हा निर्णय देण्याचा व आज्ञा करण्याचा हक्क आहे.

४. **सायमन :** अधिकार म्हणजे निर्णय घेण्याची सामर्थ्यता, दुसऱ्याला मार्गदर्शन करण्याची सामर्थ्यता, वरिष्ठ व कनिष्ठ अधिकाऱ्यांमधील सहसंबंध त्याद्वारे स्पष्ट होतात. वरिष्ठ निर्णय घेतो व कृतीच्या अपेक्षेने साहाय्यकांना कळवितो. साहाय्यक त्या निर्णयाची अंमलबजावणी करतात आणि त्यावरून त्याची वागणूक निश्चित केली जाते.

"Authority may be defined as the power to make decisions which guide the action of another. It is a relationships between two individiduals one superior the other subordinte. The superior frames and transmits decisions with the expectation that these will be accepted by the subordinate. The subordinate executes such decisions and his conduct is determined by them."

५. **कुंट्झ आणि ओडोनिल :** 'व्यवसायाचा अगर विभागाचा उद्देश साध्य व्हावा म्हणून एखादी कृती करावी किंवा करू नये याबद्दल आज्ञा देण्याची शक्ती म्हणजे अधिकार होय.'

थोडक्यात अधिकार म्हणजे निर्णय घेण्याची शक्ती, आज्ञा देण्याचा, मार्गदर्शन करण्याचा आणि कार्य पूर्ण करण्याचा हक्क होय.

अधिकार हा कायदेशीर, औपचारिक, सत्तेचे प्रमाण इ. नी मर्यादित केलेला हक्क आहे. अधिकार वरिष्ठ आणि कनिष्ठ सहसंबंध स्पष्ट करतात. अधिकाराचा वापर करून संघटनेची उद्दिष्टे साध्य करता येतात. समन्वयाचे साधन, हाताखालील व्यक्तींकडून कार्य करून घेण्याचा आधार म्हणूनची अधिकार महत्त्वाचे असतात. म्हणूनच अधिकार हे व्यवस्थापकीय कार्याची गुरूकिल्ली म्हणून ओळखले जातात.

जबाबदारी (Responsibility)

व्यवस्थापनामध्ये जबाबदारी ही संकल्पना दोन अर्थाने वापरली जाते. काही लेखकांच्या मते, जबाबदारी म्हणजे 'कर्तव्य' होय किंवा कर्मचाऱ्याला त्याच्या पदानुसार संघटनेमध्ये दिलेले काम होय. जबाबदारीची व्याख्या खालीलप्रमाणे सांगता येईल.

१. **एम.ई.हर्ले :–** जबाबदारी म्हणजे कर्तव्य की ज्यामुळे कर्मचारी त्यांच्या पदानुसार बांधिल असतो.

जबाबदारीची वैशिष्ट्ये :– (Characterstics of Responsibility)

जबाबदारीची वैशिष्ट्ये आपणांस खालीलप्रमाणे सांगता येतील.

१. जबाबदारी ही फक्त मनुष्याला दिली जाते.

२. जबाबदारी ही अधिकारी आणि कर्मचारी यांच्या नात्यातून निर्माण होते.

३. जबाबदारी ही संघटनेचे कायमचे आवश्यक असलेले कार्य आहे.

४. जबाबदारी ही कार्ये, देह, उद्दिष्ट्ये इ. अर्थाने स्पष्ट केली जाते.

५. जबाबदारी दिल्यानंतर ती पूर्ण करण्यासाठी कर्मचारी हा त्यांच्या वरिष्ठांसंबंधी बंधनकारक असतो.

६. कर्मचारी हा दिलेले काम जबाबदारी म्हणून पूर्ण करण्यासाठी बांधिल असतो किंवा तो दुसऱ्या कर्मचाऱ्याकडून पूर्ण करून घेऊ शकतो.

७. जबाबदारी ही कनिष्ठ स्तरावरुन वरिष्ठ स्तरापर्यंत जाणारी प्रक्रिया आहे.

८. जो कर्मचारी जबाबदारी स्विकारतो तो आपल्या वरिष्ठांना नैतिकदृष्ट्या जबाबदार असतो.

३.१.६ अधिकार प्रदान (Delegation of Authority)

प्रस्तावना (Introduction)

मोठ्या संघटनेत व्यवस्थापकावर अनेकदा खूपच जबाबदारी असते आणि ती पूर्णपणे पार पाडणे त्याला एकट्याला शक्य नसते म्हणून आपल्यावरची काही जबाबदारी तो आपल्या साहाय्यकांवर सोपवित असतो; पण केवळ जबाबदारी देवून कार्यपूर्ती होऊ शकत नाही. म्हणून काही अधिकारही द्यावे लागतात कारण अधिकाराशिवाय कार्य निरर्थक ठरते. अधिकाराशिवाय अधिकाऱ्यांना अधिकार प्राप्त झाल्याशिवाय कोणत्याही प्रकारचा निर्णय घेता येत नाही तेव्हा अधिकार प्रदान हा संघटनेचा गाभा आहे.

अर्थ आणि व्याख्या (Meaning and Definition):

१. लुईस ए. ऑलन : अधिकार प्रदान म्हणजे व्यवस्थापकाने स्वीकारलेली अशी प्रक्रिया की ज्याद्वारे जो आपले काम इतरांच्यावर सोपवू शकतो. त्यामुळे त्याला त्यांच्या स्थानामुळे करता येणारे कार्य कार्यक्षमतेने करता येते आणि इतरांच्या साहाय्याने त्याला कार्याचा इतर भाग करवून घेता येतो.

२. जॉर्ज टेरी : विशिष्ट उद्दिष्ट किंवा कार्य पूर्ण करण्यासाठी एका अधिकाऱ्याकडून दुसऱ्या अधिकाऱ्यास दिलेले अधिकार म्हणजे अधिकार प्रदान होय.

३. ओ. एस. हिनर : अधिकार प्रदान म्हणजे एका व्यक्तिने दुसऱ्या व्यक्तिला आपल्या वतीने व आपल्या नावाने एखादे कार्य करण्याचा हक्क बहाल करणे व त्या दुसऱ्या व्यक्तीने ते कार्य पूर्ण करण्याची जबाबदारी व उत्तरदायित्व स्वीकारणे होय.

४. थिओहैमन : साहाय्यकांना ठराविक मर्यादेच्या आत त्यांचे कार्य पार पाडता यावे ह्याकरिता त्यांना अधिकार देण्याच्या प्रक्रियेला 'अधिकार प्रदान' असे म्हणतात.

५. एफ्.जी. मूर : अधिकार प्रदान म्हणजे इतरांवर काम सोपविणे आणि ते करण्याकरिता त्यांना अधिकार देणे होय.

वरील सर्व व्याख्यांवरून असे म्हणता येईल की, ज्या वेळी वरिष्ठ आपल्या साहाय्यकांना आपल्या अधिकारापैकी काही अधिकार आणि कार्यपूर्तीची जबाबदारी देतात त्या वेळी अधिकारप्रदान झाले असे म्हणता येईल म्हणून अधिकारप्रदानात अधिकार, जबाबदारी व उत्तरदायित्व या तीन महत्त्वाच्या गोष्टी येतात.

अधिकार प्रदानाचे घटक (Elements of Delegation of Authority)

१. कामाची जबाबदारी सोपविणे : व्यवस्थापकाकडे संघटनेची संपूर्ण जबाबदारी असल्याने सर्वच्या सर्व जबाबदाऱ्या त्याला पूर्ण करता येणे शक्य नसते, कारण व्यक्तीच्या कार्यक्षमतेवर मानसिक व शारीरिक मर्यादा असते. त्यामुळे आपल्याकडील काही जबाबदाऱ्या व्यवस्थापक आपल्या साहाय्यकांना सोपवितो म्हणून अधिकार प्रदानात साहाय्यकांना जबाबदारी सोपविणे हा महत्त्वाचा घटक आहे.

२. अधिकार प्रदान करणे : ज्याप्रमाणे व्यवस्थापकाकडे व्यवसायाच्या सर्व जबाबदाऱ्या असतात, त्याचप्रमाणे त्यासंबंधीच सर्व अधिकारही व्यवस्थापकाकडे एकवटलेले असतात. त्यामुळे केवळ जबाबदारी सोपविल्यामुळे ते कार्य पूर्ण करणे अशक्य होते म्हणून त्यासाठी आवश्यक असलेले अधिकारही द्यावे लागतात; म्हणून अधिकार देणे हा अधिकार प्रदान मधील एक घटक आहे. व्यवस्थापकाची ही जबाबदारी असते की, साहाय्यकांवर सोपविलेली जबाबदारी व त्यांना देण्यात येणारे अधिकार यामध्ये योग्य समन्वय व संतुलन असले पाहिजे.

३.उत्तरदायित्व निश्चित करणे : व्यवस्थापकाने जरी आपल्याकडील काही अधिकार व जबाबदारी आपल्या साहाय्यकांकडे सोपविलेले असले तरी, त्या कार्यांची अंतिम जबाबदारी शेवटी व्यवस्थापकाची असते. त्यामुळे जबाबदारीचे म्हणजे दायित्वाचे हस्तांतरण होते पण अधिकार प्रदानात अंतिम जबाबदारीचे म्हणजे उत्तरदायित्वाचे हस्तांतरण होऊ शकत नाही. ती जबाबदारी व्यवस्थापकाचीच असते; म्हणून अधिकारप्रदानातील उत्तरदायित्वाची निश्चिती हा महत्त्वाचा घटक असतो.

अधिकार प्रदानाचे महत्त्व (Importance of Delegation of Authority)

मोठ्या आणि विस्तारणाऱ्या व्यवसाय संस्थेत व्यवस्थापकाची जबाबदारी मोठी असते म्हणून अधिकार प्रदानाचे महत्त्व खालीलप्रमाणे सांगता येईल.

१. संघटनेतील व्यक्तींच्या जबाबदाऱ्यांची निश्चिती : संघटनेतील अधिकारी व साहाय्यक यांच्या अधिकारांची व जबाबदाऱ्यांची निश्चिती अधिकार प्रदानामुळे सहज होते आणि त्यामुळे कार्यवाटप व कार्यपूर्ती करणे सहज शक्य होते. कार्यात सुसत्रता येते.

२. व्यवस्थापकावरील जादा कामाचा भार कमी करता येतो : व्यवस्थापकावरील जादा कामाचा भार अधिकार प्रदानाने कमी करता येतो. ज्यामुळे अधिक महत्त्वाच्या कामांवर लक्ष पुरविणे शक्य होते.

३. चांगले व अधिक कार्यक्षम निर्णय घेता येतात : प्रभावी अधिकार प्रदानाने चांगले निर्णय घेता येतात. येणाऱ्या समस्या व अडचणी सोडविण्यासाठी वस्तुस्थिती माहिती असणे आवश्यक असते. अधिकार प्रदान प्रक्रियेमुळे साहाय्यक वस्तुस्थितीच्या अधिक जवळ येतात आणि चांगले व योग्य निर्णय घेऊ शकतात.

४.निर्णयप्रक्रिया जलद होते : अधिकार प्रदानाने साहाय्यक निर्णय घेऊ शकतो त्यामुळे निर्णयासाठी वरिष्ठांवर अवलंबून रहावे लागत नाही त्यामुळे निर्णयप्रक्रिया जलद होतात.

५.साहाय्यकांचा आत्मविश्वास वाढतो : अधिकार प्रदानाने साहाय्यक जबाबदारी घेण्यास पुढे येतात. यामुळे साहाय्यकांचा आत्मविश्वास वाढण्याबरोबरच आपोआप प्रशिक्षण मिळते आणि त्यांचा आत्मसन्मान व मनोबल उंचावते.

६.औपचारिक संघटना निर्माण करण्यास मदत होते : प्रभावी अधिकार प्रदानाने औपचारिक संघटना तयार करण्यास मदत होते. त्याबरोबरच कनिष्ठ व वरिष्ठ यांच्यातील परस्पर संबंध सुधारण्यास व चांगले राहण्यास मदत होते.

७. समन्वयाचे कार्य सुलभ होते : औपचारिक व रचनात्मक संबंध निर्माण होत असल्याने संघटनेतील विविध कार्यात समन्वय साधण्याचे कार्य सहज व सोपे होते.

३.१.७ अधिकार प्रदान प्रक्रियेतील अडथळे (Difficulties in delegatin of Authority)

संघटनेच्या कार्यात अधिकार प्रदान अत्यंत महत्त्वाचे आहे. त्यामुळे विविध कार्ये व्यवस्थितपणे होतात. अधिकार प्रदान ही बाब सोपी, साधी व सुलभ वाटत असली तरी प्रत्यक्ष अधिकार प्रदानात अनेक अडचणी येतात. अधिकार प्रदान हा किचकट व गुंतागुंतीचा प्रश्न आहे. त्यावर अनेक घटकांचा प्रभाव पडतो. अधिकारप्रदानाच्या प्रक्रियेत प्रश्नांचे विभाजन खालीलप्रमाणे करता येईल.

(अ) वरिष्ठांकडून अधिकार प्रदानात येणाऱ्या अडचणी

१. **वर्चस्व गाजविणे :** काही अधिकारी हुकूमशाही प्रवृत्तीचे असून वर्चस्व गाजविण्यात त्यांना आनंद वाटतो. अधिकार प्रदानामुळे आपले संघटनेतील वर्चस्व कमी होऊन प्रतिष्ठा कमी होईल ही त्यांना भीती असते. प्रत्येक दुय्यम अधिकाऱ्यांनी नेहमी नेहमी आपणाकडे यावे ही त्यांची अपेक्षा असते. त्यामुळे त्यांना अधिकार प्रदान करणे अडचणीचे वाटते.

२. **अहंपणा :** अहंपणा किंवा 'मी'पणाची भावना अधिकार प्रदानातील एक अडथळा आहे. काही अधिकाऱ्यांना फक्त मी विशिष्ट काम करू शकतो, ते करण्याची दुय्यम अधिकाऱ्यांची लायकी नाही असे वाटते. त्यामुळे अधिकार प्रदानात अडचणी येतात.

३. **दुय्यम अधिकाऱ्यांवरील अविश्वास :** वरिष्ठ अधिकाऱ्यांचा दुय्यम अधिकाऱ्यांवर विश्वास असेल तर अधिकार प्रदान सहज होऊ शकते. परंतु अनेकदा वरिष्ठांचा दुय्यम अधिकारी व त्यांच्या कर्तृत्वावर विश्वास नसतो. दुय्यम अधिकारी काम पूर्ण करण्याऐवजी त्यामध्ये अडचणीच आणतील असे वरिष्ठांचे मत असते. त्यामुळेही अधिकार प्रदानात अडचणी येतात.

४. **मार्गदर्शन क्षमतेचा अभाव :** वरिष्ठ अधिकारी, पात्र, योग्य, सक्षम असेल तर दुय्यम अधिकाऱ्यांना अचूक मार्गदर्शन करू शकतो. परंतु अनेकदा वरिष्ठ अधिकारी पात्रता नसतानाही किंवा वशिलेबाजीने नियुक्त केले जातात. ते कनिष्ठांना मार्गदर्शन करू शकत नाहीत, असे अधिकारी अधिकार प्रदान करण्यास नाखुश असतात.

५. **संरक्षक दृष्टिकोन :** काही वरिष्ठ अधिकारी अकार्यक्षम असतात. ते नेहमीच बचावाचा पवित्रा घेतात. अधिकारप्रदान केल्यामुळे दुय्यम अधिकाऱ्यांच्या चुकांनाही वरिष्ठ जबाबदार असतात. त्यामुळे ते स्वत:च काम करणे पसंत करतात. आपल्यावर कोणत्याही प्रकारची टीका होऊ नये म्हणून वरिष्ठ अधिकारी काळजी घेतात. संरक्षक दृष्टिकोनामुळे काही वरिष्ठ अधिकार प्रदान करीत नाहीत.

६. **नियंत्रणाचा अभाव :** अधिकार प्रदान केल्यामुळे दुय्यम अधिकाऱ्यांवर नियंत्रण ठेवावे लागते. परंतु अनेकदा संस्थेत प्रभावी पद्धती अस्तित्वात नसतात. कधी कधी वरिष्ठांना नियंत्रणासाठी वेळही नसतो किंवा त्यांना कनिष्ठांवर नियंत्रण ठेवण्याची इच्छा नसते. त्यामुळेही अधिकार प्रदान केले जात नाहीत.

७. **साहाय्यकांचे चुकीचे निर्णय :** अधिकार प्रदानामुळे साहाय्यकांना निर्णय घेण्याचे स्वातंत्र्य मिळते. परंतु साहाय्यकांचे निर्णय चुकीचे ठरले तर त्याची जबाबदारी प्रमुखाची असते. त्यामुळे वरिष्ठ स्वत:च निर्णय घेतात व साहाय्यकांना त्याची अंमलबजावणी करण्यास सांगतात. साहाय्यकांच्या चुकांसाठी विनाकारण आपण जबाबदार राहू नये ही वरिष्ठांची भावना असल्यास अधिकार प्रदान केले जात नाहीत.

(ब) दुय्यम अधिकाऱ्याकडून अधिकार प्रदान प्रक्रियेत येणाऱ्या अडचणी

अनेकदा दुय्यम अधिकारी अधिकार व जबाबदारी स्वीकारण्यास तयार नसतात. त्याची कारणे –

१. **आत्मविश्वासाचा अभाव :** ज्यावेळी दुय्यम अधिकाऱ्याकडे आत्मविश्वास नसतो त्यावेळी ते अधिकार स्वीकारत नाहीत. वरिष्ठ व कनिष्ठ संबंधामुळे आपण नेहमीच कनिष्ठ असल्याची न्यूनगंडाची भावना कनिष्ठांमध्ये असते. त्यामुळे ते आत्मविश्वास गमावितात.

२. **परावलंबी प्रवृत्ती :** कनिष्ठ व दुय्यम अधिकाऱ्यांचा स्वभाव व मानसिक तयारीचा अधिकार स्वीकारण्यावर

प्रभाव पडतो. काही दुय्यम अधिकाऱ्यांना कोणताही प्रश्न किंवा समस्या वरिष्ठांकडून सोडवून घेण्याची सवय लागलेली असते. ते स्वत: कोणताच विचार करीत नाहीत. अगदीच किरकोळ बाबींसाठी ते वरिष्ठांचा सल्ला घेतात. परावलंबी प्रवृत्तीमुळे ते अधिकार स्वीकारत नाहीत.

३. **माहिती व साधनांचा अभाव** : अधिकारांचा वापर करताना दुय्यम अधिकाऱ्यांना सर्व संबंधित माहिती असली पाहिजे, पण अनेकदा त्यांना माहिती व साधने उपलब्ध होत नाहीत. त्यामुळे साहाय्यकांना जबाबदाऱ्या पार पाडण्यात अडचणी येतात. अशावेळी ते अधिकार स्वीकारण्यास नाखुश असतात.

४. **टीकेची भीती** : ज्या दुय्यम अधिकाऱ्यांनी पूर्वी कधीही अधिकार स्वीकारले नाहीत व प्रथमच ते अधिकार स्वीकारतात अशावेळी आपली चूक झाल्यास आपणावर टीका होईल अशी भीती त्यांना वाटते. त्यामुळे ते अधिकार स्वीकारत नाहीत.

५. **प्रेरणांचा अभाव** : अधिकार स्वीकारल्यामुळे उद्योगाला यश मिळाले तर त्यापासून दुय्यम अधिकाऱ्यास कोणताही फायदा मिळत नाही. उलट जबाबदारी पूर्ण करण्यात चूक झाली तर त्यांना जबाबदार धरले जाते. अधिकार स्वीकारल्यामुळे कोणतीही प्रेरणा मिळत नसल्यामुळे दुय्यम अधिकारी ते न स्वीकारणेच पसंत करतात.

६. **कामाचा व्याप** : दुय्यम अधिकाऱ्याकडे अगोदरच जास्त कामे असतील तर ते नव्याने कोणतेही अधिकार स्वीकारून कामाचा व्याप वाढवून घेऊ इच्छित नाहीत.

(क) अधिकारप्रदानात संघटनेला येणाऱ्या अडचणी

कधी कधी वरिष्ठ, अधिकार प्रदान करण्यास व दुय्यम अधिकारी अधिकार स्वीकारण्यास तयार असतात. परंतु संघटनेला अडचणी येतात. या अडचणी पुढीलप्रमाणे आहेत.

१. अपुरे नियोजन.
२. आदेशात एकवाक्यता नसणे.
३. अधिकारांच्या विभाजनातील अडचणी.
४. परिणामकारी नियंत्रण साधनांचा अभाव.
५. अकार्यक्षम वरिष्ठ अधिकारी.
६. संघटनेचा लहान आकार

अधिकार प्रदानातील अडचणी दूर करण्यासाठी उपाययोजना : अधिकार प्रदानात वरिष्ठ, साहाय्यक व संघटना यांच्या अनेक अडचणी आहेत. या अडचणी सोडविण्यासाठी संघटना व वरिष्ठांची सकारात्मक दृष्टी असेल व दुय्यम अधिकाऱ्यांनी स्वेच्छेने अधिकार स्वीकारण्यास संमती दिली तर त्यातील अनेक अडचणी आपोआप दूर होतील. तरीपण अधिकार प्रदानाचा प्रभावीपणा वाढावा या दृष्टीने खालील उपाययोजना उपयुक्त ठरू शकते.

१. संघटनेची उद्दिष्टे स्पष्ट करून कार्याची सर्व संबंधित माहिती देणे.
२. योग्य पद्धतीने संघटनेतील कामाचे नियोजन करणे.
३. अधिकार प्रदानाची सुस्पष्ट व्याख्या करणे.
४. प्रभावी संदेशवहनाची व्यवस्था करणे.
५. कार्य पूर्ण करण्यास आवश्यक स्वातंत्र्य व अधिकार देणे.

६. अधिकार व जबाबदाऱ्या निश्चित करणे.

७. कर्मचाऱ्यांना योग्य प्रेरणा देणे.

८. अधिकार प्रदानासाठी योग्य वातावरण निर्मिती करणे.

९. अधिकारांचा योग्य रीतीने वापर करण्यासाठी साहाय्यकांना प्रशिक्षण देणे.

१०. प्रभावी नियंत्रण व्यवस्था अस्तित्वात आणणे.

११. परस्पर विश्वासाचे वातावरण निर्माण करून साहाय्यकांची भीती दूर करणे.

१२. कार्यक्षम वरिष्ठ अधिकाऱ्यांची आवश्यकता.

१३. योग्य नेतृत्वाची आवश्यकता.

१४. कार्याचे योग्य रीतीने मूल्यांकन करण्याची सोय.

१५. संघटना व वरिष्ठांच्या दृष्टिकोनात सकारात्मक बदल.

३.१.८ अधिकारांचे केंद्रीकरण व विकेंद्रीकरण (Centralization and Decentralization of Authority)

प्रस्तावना (Introduction)

संघटनेत व्यवस्थापक विविध कार्ये एकाचवेळी करत असतो. जी विविध कार्ये त्याला करावी लागतात, त्यामध्ये ती कार्ये पूर्ण करण्यासाठी त्याच्याकडे विविध अधिकार एकवटलेले असतात, ज्या वेळी तो आपले सर्व अधिकार एकत्रितरीत्या वापरावयाचे ठरवितो त्याठिकाणी अधिकारांचे केंद्रीकरण झाले आहे असे म्हणतात आणि जर त्याने आपले अधिकार साहाय्यकाला दिले तर त्याला अधिकारांचे विकेंद्रीकरण असे म्हणतात. त्यामुळे अधिकारांचे केंद्रीकरण व विकेंद्रीकरण या परस्पर विरोधी क्रिया आहेत. संघटनेत या दोन्ही प्रक्रिया तितक्याच महत्त्वाच्या आहेत. अधिकारांचे केंद्रीकरण व विकेंद्रीकरण या परस्पर विरोधी क्रिया आहेत. संघटनेत या दोन्ही प्रक्रिया तितक्याच महत्त्वाच्या आहेत. अधिकारांचे केंद्रीकरण व विकेंद्रीकरण या संकल्पना म्हणूनच समजून घेणे महत्त्वाचे आहे.

अधिकारांचे केंद्रीकरण

केंद्रीकरण ही संकल्पना उच्च व्यवस्थापनाशी जास्त प्रमाणात निगडित आहे. ज्याठिकाणी मोठ्या प्रमाणावर अधिकार एकवटलेले असतात त्या वेळी त्या ठिकाणी अधिकार केंद्रीकरण झाले आहे असे म्हणतात.

अर्थ आणि व्याख्या (Meaning and Definition)

१. ॲलन : संघटनेतील सर्व अधिकार पद्धतशीरपणे मध्यवर्ती ठिकाणी एकत्रितपणे राखून ठेवणे म्हणजे अधिकारांचे केंद्रीकरण होय.

२.जेव्हा केंद्रीकरण व्यवसायाचा मुख्य व्यवस्थापक व्यवसायामधील विभाग प्रमुखांना आणि इतर अधिकाऱ्यांना निर्णय घेण्याचे अधिकार न देता, त्यांच्याकडून फक्त पूर्व निर्धारित योजनेची अंमलबजावणी करवून घेतो, तेव्हा अशा व्यवस्थापनाला व्यवस्थेचे केंद्रीकरण झाले असे म्हणतात.

वरील व्याख्यांवरून असे म्हणता येईल की ज्या ठिकाणी अधिकार एकाच व्यक्तीच्या हातात एकवटलेले असतात आणि सर्व प्रकारचे निर्णय ती व्यक्तीच घेत असते त्या वेळी त्याला अधिकारांचे केंद्रीकरण असे म्हणतात. उदा. संयुक्त हिंदू कुटुंब संस्थेमध्ये सर्व अधिकार एकाच व्यक्तीकडे म्हणजे कर्त्याकडे

एकवटलेले असतात. कर्ता सर्व निर्णय घेत असतो आणि कुटुंबातील सर्व सदस्य त्याच्या आदेशांचे पालन करीत असतात. व्यवसायात सामान्यपणे प्रमुख व्यवस्थापकाच्या हातात सर्व अधिकार असतात व व्यवसायाची उद्दिष्ट्ये पूर्ण करून घेण्यासाठी तो आपल्या हाताखालील व्यक्तींना आदेश देत असतो, कार्य विभागणी करत असतो, मार्गदर्शन करीत असतो आणि त्यांच्याकडून कार्य करवून घेत असतो.

केंद्रीकरणाचे फायदे : अधिकार केंद्रीकरणाचे फायदे खालीलप्रमाणे आहेत.

१. छोट्या उद्योगात परिणामकारक : व्यवसाय संस्थेचा आकार छोटा असल्यास अधिकारांचे केंद्रीकरण परिणामकारक ठरते. त्वरित निर्णय घेऊन त्याची अंमलबजावणी करता येते.

२. नेतृत्व गुणांचा विकास : अधिकारांच्या केंद्रीकरणामुळे व्यवस्थापकाच्या हातात निर्णयांचे सर्व अधिकार असल्यामुळे तसेच नियोजनापासून नियंत्रणापर्यंतचे सर्व अधिकार एकटा व्यवस्थापक घेत असतो. त्यामुळे आपोआपच त्याच्या नेतृत्व गुणांचा विकास होतो.

३. त्वरित निर्णय : अधिकार व निर्णय एकच व्यक्ती घेत असल्यामुळे निर्णय प्रक्रिया जलद होते व त्यामुळे कार्यक्षमता वाढते.

४. कृतीतील एकसूत्रीपणा व समन्वय : अधिकार केंद्रीकरणामुळे व्यवसायाच्या क्रियांमध्ये एकसूत्रीपणा व समन्वय साधणे सहज शक्य होते.

५. खर्चात कपात : अधिकाऱ्यांच्या केंद्रीकरणामुळे अधिकारसाखळी निर्माण करण्याची गरज राहत नाही, त्यामुळे खर्चात कपात करणे शक्य होते.

६. आणीबाणीच्या प्रसंगाची यशस्वी हाताळणी : आणीबाणीच्या किंवा अचानक उद्भवणाऱ्या संकटकाळाची हाताळणी अधिकार केंद्रीकरणामुळे सहज शक्य होते.

केंद्रीकरणाचे तोटे : अधिकार केंद्रीकरणाचे तोटे खालीलप्रमाणे आहेत.

१. एकाच व्यक्तींवर कामाचा सर्व भार : एकाच व्यक्तीवर व्यवस्थापनाची सर्व कार्ये पूर्ण करण्याची जबाबदारी असल्यामुळे एकाच व्यक्तीवर सर्व कामांचा भार पडतो.

२. साहाय्यक निष्क्रिय बनतात : कार्य पूर्ण करण्याची संपूर्ण जबाबदारी मुख्य व्यवस्थापकावर असल्याने साहाय्यकांवर कोणतीही जबाबदारी नसते त्यामुळे साहाय्यक निष्क्रिय बनण्याची शक्यता असते.

३. दफ्तर दिरंगाई : एकच अधिकारी सर्व निर्णय घेत असल्यामुळे कामाचा वेग मंदावतो आणि याचा परिणाम म्हणजे कामे वेळेवर होत नाहीत याचाच अर्थ दफ्तर दिरंगाई वाढते.

४. भ्रष्टाचाराचा संभव : सर्व सत्ता एकाच व्यक्तीच्या हाती असल्यामुळे त्याच्यावर कोणाचेही नियंत्रण नसते अशा परिस्थितीत तो मनमानी कारभार करून आपल्या अधिकाराचा दुरुपयोग करू शकतो. त्यामुळे भ्रष्टाचाराचा संभव निर्माण होतो.

अधिकारांचे विकेंद्रीकरण (Decentralization of Authority)

मोठ्या उद्योगात अधिकार व जबाबदारींची साखळी निर्माण केली जाते. अशा परिस्थितीत मुख्य व्यवस्थापक आपल्या हाताखालील दुय्यम अधिकाऱ्यांना कार्यपूर्तीसंबंधीचे काही अधिकार देतो, ज्या वेळी असे अधिकार व जबाबदारीचे वाटप झालेले असते त्या वेळी त्याला अधिकारांचे विकेंद्रीकरण असे म्हणतात. मध्यम व कनिष्ठ व्यवस्थापनाच्या स्तरावर मोठ्या प्रमाणावर अधिकारांचे विकेंद्रीकरण झालेले असते.

अर्थ आणि व्याख्या (Meaning and Definition)

१. लुईस ॲलन : जे अधिकार व्यवस्थापनाच्या वरच्या पातळीवरूनच उपयोगात आणले जाऊ शकतात, असे अधिकार वगळल्यास, इतर सर्व अधिकार व्यवस्थापनाच्या अगदी कनिष्ठ पातळीवर सोपविण्यासाठी करण्यात येणाऱ्या पद्धतशीर प्रयत्नांना अधिकारांचे विकेंद्रीकरण असे म्हणतात.

२. ई. एफ. एल. ब्रीच : अधिकार प्रदानातून निर्माण होणारी विविध जबाबदाऱ्यांची रचना म्हणजे विकेंद्रीकरण.

३. अर्ल. पी. स्ट्रॉँग : व्यवसाय संघटनेतील सर्व कार्य व क्रिया काही स्वतंत्र घटकांमध्ये विभाजित करून या घटकाच्या प्रमुखांना त्यांचे कार्य करता यावे यासाठी आवश्यक ती जबाबदारी व अधिकार सोपविण्याच्या क्रियेला विकेंद्रीकरण असे म्हणतात.

वरील व्याख्यांच्या आधारे असे म्हणता येईल की, विकेंद्रीकरण म्हणजे वरिष्ठ अधिकारी आपले काही दुय्यम अधिकार आपल्या हाताखालील व्यक्तींना देतात आणि अशा प्रकारे वरून खाली अधिकारांची साखळी तयार करतात ती प्रक्रिया होय.

विकेंद्रीकरणाचे फायदे

विकेंद्रीकरणाचे फायदे खालीलप्रमाणे आहेत :

१. मुख्य व्यवस्थापकावरील कार्याचा भार कमी करता येतो : अधिकार विकेंद्रीकरणामुळे मुख्य व्यवस्थापकावरील कामाचा व जबाबदारींचा भार कमी करता येतो.

२. अधिकार व जबाबदारींचे योग्य वाटप : विकेंद्रीकरणामुळे साहाय्यकांना अधिकार मिळत असल्यामुळे त्यांना आपल्यावरील जबाबदारीची जाणिव होते. त्याचप्रमाणे योग्य त्या पद्धतीने जबाबदारी व अधिकारांचे वाटप झाल्यामुळे प्रत्येक व्यक्तीला कार्याचे समाधान मिळते.

३. व्यवस्थापकीय गुणांचा विकास : कनिष्ठ अधिकाऱ्यांना अधिकार दिलेले असल्यामुळे ते आपल्या अधिकारांचा वापर अधिक जबाबदारीने करतात. त्याप्रमाणे कार्यात मर्यादित स्वातंत्र्य मिळाल्यामुळे, निर्णयाचे स्वातंत्र्य मिळाल्यामुळे त्यांच्यातील व्यवस्थापकीय गुणांचा विकास होण्यास मदत होते.

४. अनिष्ट प्रथांना आळा बसतो : कार्य विभागणी तत्त्वामुळे अधिकारांचे वाटप केले असल्यामुळे काम दुसऱ्यावर ढकलणे, दफ्तर दिरंगाई, कामाला वेळ लागणे यासारख्या अनिष्ट गोष्टी व्यवसायात घडत नाहीत. त्यावर योग्य ते नियंत्रण ठेवता येते.

५. विशेषीकरणाचा फायदा : अधिकार साखळी निर्माण केली असल्यामुळे विशेष योग्यता असलेले आणि तज्ज्ञ व्यक्तींची नियुक्ती करता येते किंवा त्यांचा सल्ला घेता येतो. त्यामुळे व्यवसायाला विशेषीकरणाचा लाभ घेता येतो.

६. प्रभावी नियंत्रण : विकेंद्रीकरणामुळे नियंत्रण कक्षा प्रभावीपणे वापरता येते त्यामुळे कमी व्यक्तींच्या कार्यावर नियंत्रण लागते. प्रभावी अंतर्गत नियंत्रण पद्धती विकसित करता येते, यामुळे सर्व विभागांची कार्ये कार्यक्षमतेने व प्रभावीपणे पूर्ण होतात. प्रभावी नियंत्रण शक्य होते.

७. प्रभावी समन्वय साधता येतो : विकेंद्रीकरणामुळे विविध विभाग निर्माण करून व्यावसायिक कार्यात एकसूत्रीपणा आणता येतो. प्रभावी अंतर्गत समन्वय साधता येतो.

८. प्रेरणेचा प्रभावी वापर : विकेंद्रीकरणामुळे साहाय्यकांना मर्यादित प्रमाणात का होईना अधिकार मिळतात,

निर्णयांचे मर्यादित स्वातंत्र्य, स्वतंत्रपणे कार्य करण्याचे समाधान यातून साहाय्यकांना कार्य करण्याची प्रेरणा मिळते. प्रोत्साहन मिळते व नवीन जबाबदारी स्वीकारण्यास ते तयार होतात.

विकेंद्रीकरणाचे तोटे

विकेंद्रीकरणाचे तोटे खालीलप्रमाणे आहेत :

१.खर्चिक पद्धती : विकेंद्रीकरणामुळे विविध विभाग निर्माण केले जातात. त्यामुळे प्रशासकीय खर्च वाढतो.

२.निर्णयात दिरंगाई : आणीबाणीच्या परिस्थितीत व आपत्कालीन स्थितीत साहाय्यक निर्णय घेऊ शकत नाहीत, त्यामुळे मर्यादित निर्णयाच्या स्वातंत्र्यामुळे त्यांना अंतिम निर्णय घेता येत नाही. त्यामुळे निर्णयात दिरंगाई होते.

३. समन्वयात अडचणी : स्वतंत्र विभागांच्या निर्मितीमुळे प्रत्येक विभाग स्वतंत्रपणे काम करतो, त्यामुळे समन्वयात अडचणी निर्माण होतात.

४. एकरूपतेचा अभाव : प्रत्येक विभाग स्वतंत्रपणे आपली ध्येये व धोरणे ठरवित असल्यामुळे स्वतंत्र कार्यपद्धती वापरली जाते. त्यामुळे व्यावसायिक कार्यांमध्ये एकरूपतेचा अभाव आढळून येतो.

५.बाह्य घटकांचा परिणाम : विकेंद्रीकरणावर अनेक वेळा बाह्य घटकांचा परिणाम होतो. उदा :– सरकारी हस्तक्षेप, कामगार चळवळ, बाजारपेठेतील अनिश्चितता इ. मुळे विकेंद्रीकरणात अडचणी निर्माण होतात.

६. सर्वच विभागांना उपयुक्त नाही : ही पद्धत सर्वच विभागांना उपयुक्त ठरत नाही. उदा :– वित्त विभाग औद्योगिक संबंध इ.

७. लहान उद्योगांना उपयोगी नाही.

३.१.९ सांघिक कार्य (Team Work)

प्रस्तावना (Introduction)

नोकरी करतांना किंवा कोणतेही काम करतांना एक गोष्ट लक्षात ठेवली पाहिजे की, प्रत्येक काम हे एकमेकांशी संबंधित आणि एकमेकांवर अवलंबून असते. त्यामुळे प्रत्येकाला एका ठराविक ग्रुपमध्ये राहूनच काम करावे लागते. त्यालाच सांघिक कार्य असे म्हणतात.

सांघिक कार्यामध्ये काम करताना

एकाच ग्रुपमध्ये वेगवेगळ्या स्वभावाची वेगवेळी माणसं एकत्र येऊन काम करत असतात. त्यामुळे प्रत्येक वेळी काही गोष्टींची काळजी घेणे आवश्यक असते त्या पुढीलप्रमाणे –

१) समोरच्याचे बोलणेही शांतपणे ऐका.

२) समोरच्या वक्तीला विरोधच करायचा असेल तर तो सौम्य भाषेत किंवा मला असे वाटते अशा शब्दांनी सुरुवात करून करावा.

३) टीम मधील कुठल्याही एका व्यक्तीला टार्गेट करून त्याच्याविषयी गॉसिप करणे टाळा.

४) आपल्या टीम मेंबर विषयी बाहेरच्या टीम मेंबर बरोबर जाऊन गॉसिप करणे टाळा.

५) काम करताना टीमला शक्य तेवढी मदत करा.

६) एकमेकांच्या गुणांचा आदर करा.

सांघिक कार्य म्हणजे जे काम असते ते सर्वांनी मिळून करायचे असते. त्यामुळे वैयक्तिक मतभेदांना थारा न देता काम कसे चांगले होईल त्याकडे लक्ष देणे आवश्यक असते. एकच काम दहा जणांच्या वेगवेगळ्या कल्पनांमुळे वेगवेगळ्या प्रकारे होत असते त्यामुळे टीममध्ये कुठलेही काम करताना प्रत्येकाच्या मतांचा आदर करायला पाहिजे. टीम मेंबर हे एका कुटुंबाप्रमाणे एकत्र येऊन काम करत असतात. त्यामुळे टीम मधील प्रत्येकाच्या मतांचा विचार काम करत असताना व्हावयास हवा. तरच टीमची एकसंधता टिकून राहील.

सांघिक कार्याची आवश्यकता

'एकीचे बळ' ही संज्ञा संघिकतेचे महत्त्व सांगते. सांघिक बळाचा नियम निसर्गाचा आहे. जेथे जेथे एकत्र काम करण्याचा प्रसंग उभा राहतो, तेथे तेथे सांघिक बळाचा नियम लागू होतो. यशस्वी होणं हे कोणत्याही व्यवस्थापनाचं अंतिम उद्दिष्ट असल्यामुळे त्या व्यवस्थापनातील प्रत्येकाने एकमेकांना पूरक राहत केलेल्या सांघिक कार्याला खूप महत्त्व राहते. प्रत्येक उद्योगात आणि संस्थेत 'सांघिक कार्य' करण्याची वृत्ती जाणीवपूर्वक घडवावी लागते, विकसित करावी लागते.

व्यवस्थापनाच्या क्षेत्रात 'सांघिक कार्य' (Team Work) हे आवश्यक असते. कोणत्याही व्यवसायाच्या दीर्घकालीन यशात सांघिक भावनेने काम करणारा कर्मचारीवर्ग हा महत्त्वाचा भाग असतो. कोणत्याही व्यवस्थापकीय रचनेत व्यक्तिगत भिन्नता, क्षमता, वेगवेगळ्या अपेक्षा या संदर्भात कमी–जास्त प्रमाण असणाऱ्या व्यक्ती असतातच; पण यशस्वी होणं हे कोणत्याही व्यवस्थापनाचं अंतिम उद्दिष्ट असल्यामुळे त्या व्यवस्थापनातील प्रत्येकाने एकमेकांना पूरक राहत करण्याची वृत्ती जाणीवपूर्वक घडवावी लागते, विकसित करावी लागते.

सांघिक कार्य ही आवश्यक प्रक्रिया आहे. त्यासाठी खालील प्रश्नांची उत्तरे मिळविणे योग्य ठरते.

१) आपण करत असलेल्या कामात मनापासून रस वाटतो का?

२) आपल्या कामाविषयी व संस्थेविषयी प्रत्येकाला बांधिलकी आहे का?

३) गैरहजेरी किंवा काम सोडून जाण्याचे प्रमाण किती आहे ?

या प्रश्नांमधून मिळालेल्या उत्तरांचे विश्लेतषण केले की, काम करण्याची शैली व अपेक्षित सुधारणा कोणत्या हव्यात ते लक्षात येते म्हणून सांघिक कार्याला प्राथमिक ध्येय मानून लक्ष्य गाठणे, हा दृष्टिकोन समोर ठेवावा.

सांघिक वर्तन

प्रत्येक संघ सदस्यांमध्ये अशी काही मूल्ये असतात की, ज्यामुळे संघाच्या स्वरूपावर आणि समन्वयावर चांगला किंवा वाईट परिणाम असतो. तेव्हा आपल्या संघाच्या वातावरणानुसार आपल्याला आपल्या वर्तनात आपल्या सांघिक उपक्रमात भाग घेताना, संघाच्या बैठकीत असताना, सांघिक खेळ खेळताना किंवा सांघिक कामगिरी करताना इत्यादी विविध परिस्थितीत कराव्या लागणाऱ्या वेगवेगळ्या भूमिकांचे स्पष्टीकरण देतील.

१) प्रोत्साहक : ज्या वेळी आपल्याला संघातील सदस्य चिंताग्रस्त किंवा निराश दिसतील. तेव्हा नवीन कल्पना सांगून सूचना देऊन, स्पष्टीकरण करून सकारात्मक ऊर्जा द्या. त्यांच्या कल्पनांचे आणि सूचनांचे स्वागत करा. 'आपण हे करु शकू' किंवा 'किती अप्रतिम कल्पना आहे' यांसारख्या वाक्यांनी त्यांचा उत्साह वाढवा. आपल्या विनोदबुद्धीचा उपयोग करा.

२) सुसंवादक : ज्या वेळी आपल्या संघातील सदस्यात आपल्याला मतभिन्नता आढळते. त्यावेळी असलेली

गंभीर परिस्थिती अधिक बिकट होण्याआधी असमंजस संघ सदस्यांशी विधायक संवाद साधा. त्याचा पर्याय नाकारण्याऐवजी 'मला वाटत नाही मी तुझ्याशी सहमत होईन, तू हाच पर्याय का निवडला ते सांगू शकतोस का?' किंवा आपल्याकडे यापेक्षा वेगळा पर्याय उपलब्ध असेल तर अशा वेळी तुझे म्हणणे मला पटले तरी मी सांगतोय त्या कल्पनेविषयी तुला काय वाटते? आपण हे करून बघूया का ? असे प्रश्न विचारून सुसंवाद साधा.

३) निरीक्षक : आपल्या असे लक्षात आले की, आपले संघ सदस्य निर्णय प्रक्रियेत गुंतलेले आहेत किंवा सर्व संघ सदस्यांना निर्णयाची गुणवत्ता ठरवण्याची समान संधी मिळण्यासाठी त्यांच्याशी पर्यायांविषयी व परिणामांविषयी संवाद साधण्याची गरज आहे, अशा वेळी 'आपण सर्व योग्य दिशेने जात आहोत का?' किंवा आणखी काही शक्यता आहेत का? असे काही प्रश्न विचारून त्यांना आपल्या उद्दिष्टांकडे लक्ष केंद्रित करण्यास सहकार्य करू शकता.

४) संघप्रमुख : आपण संघाचे नेतृत्व करीत असताना नेमून दिलेले काम अपेक्षेप्रमाणे पूर्ण होण्यासाठी संघाचे प्रयत्न, साधने आणि संवाद यात सकारात्मक ऊर्जा, निर्धार आणि सहिष्णुता दाखवत रहा. संघप्रमुखाचे पहिले उद्दिष्ट ठरवलेले काम पूर्ण करणे हे असते. त्यामुळे संघप्रमुख हुकूमशाहीचे समर्थन करो व लोकशाहीचे मूळ उद्दिष्ट हे संघाला नेमून दिलेले काम पूर्ण करण्यासाठी योग्य दिशेने नेणे हे आहे. संघप्रमुखाने अडचणींचा सामना करण्यात पुढाकार घ्यायला हवा. तसेच संघाचे काम अधिक सक्षम होण्यासाठी पावले उचलायला हवीत.

सांघिक बैठकीदरम्यानच्या बाबी

सांघिक कार्य म्हटले की कामानिमित्त बैठकींचे आयोजन आले. आपले काही विचार, मुद्दे, प्रश्न किंवा शंका आदी आपण बैठकीत मांडू शकतो. सांघिक कार्याशी निगडित गोष्टीच बैठकीत मांडाव्यात.

सांघिक बैठकीसंबंधित काही सूचना

१. सांघिक बैठक सुरू असताना समोरच्याचे बोलणे काळजीपूर्वक ऐका, मुद्दे लिहून काढा आणि आवश्यक मुद्दे अधोरेखित करा.

२. आपल्याला काही विचार मांडायचा असल्यास सुरुवातीला अनुमती घ्या. आपल्याला असलेल्या विषयाच्या आणि ज्ञानाच्या आधारावर तर्कशुद्ध विचार मांडा.

३. परिणामांची शक्यता, वाद-प्रतिवाद, मूल्यवर्धन अशा महत्त्वाच्या बाबींकडे लक्ष द्या. लिहून घेतल्यास उत्तम.

४. विषयासंबंधी आपले विचार लिहून घ्या. लेखन स्पष्ट आणि संक्षिप्त असावे.

५. आपला विचार मांडताना बैठकीच्या विषयांचा संदर्भ द्या. विचार मुद्देसूद मांडावे.

६. विचार मांडताना उदाहरणाद्वारे स्पष्टीकरण दिल्यास अधिक चांगल्याप्रकारे समजण्यास मदत होते.

७. बैठक सुरू असताना नियम आणि शिस्त पाळावी.

८. सांघिक कार्याला प्राधान्यक्रम देऊन त्यानुसार कामाची आखणी करावी.

सांघिक कामामध्ये बैठकीला अनन्यसाधारण महत्त्व असून विचारांची देवाण-घेवाण होऊन सकारात्मक निर्णयाची निर्मिती होते.

सांघिक कार्यातील मूलभूत मुद्दे

सांघिक कार्य करताना संघातील विविध सदस्यांना एकत्रितपणे काम करावे लागते. त्यामध्ये सांघिक कार्यावर अधिकाधिक भर दिला जातो. वैयक्तिक हेवेदावे बाजूला ठेवून सांघिक कार्याला प्राथमिकता देणे आवश्यक आहे.

सांघिक कार्यातील मूलभूत मुद्दे

१. सदस्यांनी विचारांची देवाण –घेवाण केल्यास ज्ञानात भर पडते आणि नवीन काम शिकण्यास चालना मिळते.

२. विविध समस्यांवर चर्चा विनिमय करून तोडगा निघण्यास मदत होते.

३. सहकाऱ्यांचा उत्साह वाढवून सकारात्मक वातावरण निर्मिती वाढीस लागते.

४. संघातील सदस्यांचा वेळ आणि कष्ट यांचा आदर करणे.

५. स्वतःच्या जबाबदारीचे शिस्तबद्ध पालन करणे.

६. संघातील सदस्यांचे म्हणणे पूर्णपणे ऐकून घेऊन त्याला योग्य प्रतिसाद देणे.

७. सदस्यांचे दृष्टिकोन नाकारण्यापेक्षा मोकळेपणाने आपले मत मांडा.

८. संघातील सहकाऱ्यांनी स्वतःचे कौशल्य, कार्यपद्धती आणि अनुभव इतरांना शिकवावेत.

९. एकमेकांचा आदर राखणे आणि टीका किंवा मतभिन्नता सहज स्वीकारण्यासाठी कामाचे वातावरण अनौपचारिक असावे.

१०. सांघिक कार्य सकारात्मक पद्धतीने मार्गक्रमण करून यशस्वी होऊ शकते.

अशा प्रकारे सांघिक कार्यात काम करताना मूलभूत गोष्टी लक्षात ठेवल्यास काम करताना आनंददायी वातावरण निर्मितीची जडणघडण होतो आणि काम यशस्वी होण्यास हातभार लागतो.

सांघिक कार्यासाठीची कौशल्ये

संघकार्य यशस्वी होण्यासाठी प्रभावी नेतृत्वासोबतच विशिष्ट कौशल्ये आत्मसात करणे, जाणून घेणे व योग्य रीतीने आचरणात आणणे महत्त्वाचे आहे.

१. सांघिक कृतीसाठी नेमके आणि स्पष्ट उद्दिष्ट समोर हवे. कोणतेही दीर्घकालीन उद्दिष्ट छोट्या-छोट्या उपउद्दिष्टांमध्ये विभागून त्या संघातील प्रत्येक टप्प्यावरील व्यक्तीला त्यातले कुठले तरी उद्दिष्ट त्याचं स्वतःच वाटण्यासाठी ते अत्यंत नेमके व नीट असायला हवे.

२. यशस्वी सांघिक कार्यासाठी अत्यंत उपयुक्त ठरणारा महत्त्वाचा घटक म्हणजे योग्य संवाद आणि संपर्कवृत्ती त्यासाठी समंजसपणा, योग्य ठिकाणी शाबासकी, विश्वासार्हता, क्षमाशीलता आणि सहकार्यवृत्ती यांची आवश्यकता असते. जर कामाच्या ठिकाणी जाणीवपूर्वक मोकळीक, समूह उद्दिष्टांशी बांधिलकी असणारी व व्यक्तिगत जिव्हाळा जपणारी संपर्क यंत्रणा असेल तर योग्य संवाद साधला जाऊन गरजेच्यावेळी एकमेकांना उपलब्ध होणे सहज शक्य होते.

३. समूहाचे ध्येय किंवा उद्दिष्ट हे त्या समूहातील सर्व सभासदांना समजेल असे असणे आणि मुख्य म्हणजे ते समूहातील प्रत्येकाला पटलेले असणे महत्त्वाचे आहे. हाताची मूठ वळविली की सामर्थ्य वाढते, सर्वांना एकाच ध्येयाभोवती एकत्र केले तर समूहाचे सामर्थ्य वाढते. 'हे काम माझं आहे, हे माझं ध्येय आहे,' याची जाणीव समूहातील प्रत्येकाला असेल तर 'मला हे नक्की जमेल' हा विश्वास प्रत्येक समूह सभासदामध्ये निर्माण होतो.

४. समूहात काम करणाऱ्या प्रत्येकाला मुख्यत्वे आर्थिकदृष्ट्या व भावनिकदृष्ट्या आपण पूर्णपणे सुरक्षित आहोत, ही खात्री असणे फार आवश्यक आहे. नाहीतर फुटीरवृत्ती वाढण्याची शक्यता वाढते.

५. संघकार्यात मागोवा, आढावा महत्त्वाचा ठरतो. कोणत्याही सांघिक कार्यात व्यक्तिगत कौशल्यांची पातळी सर्वोत्तम असून चालत नाही, तर ती समूहाच्या हितासाठी वापरता यायला हवी. त्यामुळे चांगल्या कामाचे

मिळणारे श्रेय हे जसे संघातील सर्वांचे असते, तशा काही चुका झाल्या तर त्याची जबाबदारीसुद्धा सर्वांवर येते. पारदर्शीपणा, खुला संवाद व वरिष्ठांनी सर्व समभाव बाळगणे संघकार्याच्या यशस्वितेसाठी आवश्यक आहे.

६. सांघिककार्याच्या संदर्भात एक गोष्ट नेहमी लक्षात घ्यायला हवी की, समूहातील प्रत्येकाचा मोटिव्हेटिंग फॅक्टर वेगवेगळा असो. उदा. पगार, दर्जा, अधिकार हे फॅक्टर लक्षात घेऊन; तसेच कोणत्याही व्यक्तीतील चांगले गुण शोधून काढून त्याप्रमाणे कामाची आखणी करणे, त्यासाठी आवश्यक ते अधिकार देणे, त्या व्यक्तीवर पूर्ण विश्वास ठेवणे गरजेचे आहे. त्यामुळे नैराश्य न येता प्रत्येक व्यक्तीला आपले आवडते काम करण्याची संधी मिळते व उत्पादन वाढते.

संघटन आणि सुसूत्रता या माध्यमातून सांघिक कार्य हा मंत्र लक्षात घेतला तर फारसे अवघडही नाही. त्यामुळे कोणत्याही क्षेत्रातील काम जर व्यापक व यशस्वी करायचे असेल व आर्थिक लाभापलीकडे इतरही काही मिळवायचं असेल, तर यशस्वी संघटनकौशल्य आत्मसात करणे खूप गरजेचे आहे.

सांघिक कार्याचे फायदे

प्रकल्प नियोजनामध्ये महत्त्वाची साथ लागते ती कर्मचाऱ्यांची. कर्मचारी जर कुशल असतील तर प्रकल्प हा नियोजित वेळेत पूर्ण होण्यास मदत होते. कुशल कर्मचारी कार्यतत्परतेने काम करून प्रकल्प पूर्ण करण्यात महत्त्वाचा सहभाग घेतात. सांघिक कार्याचे फायदे आपणास पुढील प्रमाणे सांगता येतील.

१. कामामध्ये कुशल असणारे कर्मचारी कामामधील बदल सहज आत्मसात करतात, कामानुसार हे बदल सतत होत असतात.

२. आव्हानात्मक कामामध्ये कर्मचारी स्वतःला सिद्ध करून जबाबदारीची जाणीव करून घेतात.

३. प्रकल्प जेव्हा बिकट परिस्थितीमध्ये असताना कुशल कर्मचाऱ्यांचा फायदा हा संस्थेला होतो; असे कर्मचारी वैयक्तिक काम आणि संस्थेचे काम भेदाभेद मानत नाहीत. यामुळे ते स्वतःचे सर्वस्व पणाला लावून काम करतात.

४. प्रकल्पाच्या यशस्वीततेसाठी कुशल कर्मचाऱ्यांचा समूह असणे आवश्यक आहे.

५. कर्मचाऱ्यांकडून काही चुका झाल्यास त्यांना सांभाळून घेणे महत्त्वाचे आहे, कारण ते चुका करीत आहेत, याचा अर्थ ते शिकण्याचा प्रामाणिक प्रयत्न करीत आहे, असा होतो.

६. वरिष्ठांनी कर्मचाऱ्यांशी स्नेहपूर्ण आणि चांगले संबंध ठेवल्यास त्याचा सकारात्मक परिणाम संस्थेला पर्यायाने प्रकल्पाला होतो.

३.२ कर्मचारी नियुक्ती (Staffing)

प्रस्तावना (Introduction)

प्रत्येक संघटनेत मानवी बळाची आवश्यकता असते; जर संघटनेत योग्य कामासाठी योग्य व्यक्तीची निवड करण्यात येत नसेल तर संघटनेतील सर्व प्रयत्न व्यर्थ जातात. त्यामुळे सर्व प्रथम एखाद्या संघटनेत लागणाऱ्या मानवी बळाचा अंदाज घेण्यात येतो व त्यानुसार अधिकारी व कर्मचाऱ्यांची नियुक्ती करण्यात येते. ही नियुक्ती करताना कामाचे स्वरूप व व्यक्तीची पात्रता या दोन घटकांचा प्रामुख्याने विचार करावा लागतो. सामान्यपणे प्रत्येक व्यक्तीचे गुण, क्षमता, कौशल्य, योग्यता, मनोवृत्ती ज्या बाबी वेगवेगळ्या असल्यामुळे एखाद्या विशिष्ट कार्यासाठी पात्र व्यक्ती मिळतीलच असे नाही. त्यामुळे एखादे वेळी पात्र नसलेल्या व्यक्तीची

नेमणूक केल्यास त्यांच्यामध्ये पात्रात आणण्यासाठी त्यांना प्रशिक्षण द्यावे लागते. नियुक्तीमध्ये प्रमुख्याने काम व कामासाठी आवश्यक मनुष्य बळाचा विचार करण्यात येते.

कोणत्याही संघटनेत मोठ्या प्रमाणावर मनुष्यबळाची आवश्यकता असते. संघटन रचनेत निर्माण झालेली पदे या व्यक्तींमार्फत भरली जातात. नियोजन आणि संघटनेची यशस्विता ही योग्य व कार्यक्षम व्यक्तीवरच अवलंबून असते, त्यामुळे योग्य व्यक्तीची योग्य जागी नेमणूक ही महत्त्वाची असते. कर्मचारी नियुक्ती या कार्यामध्ये संघटनेच्या गरजेनुसार योग्य व्यक्तीच्या नियुक्तीचा समावेश होतो, पण एवढेच व्यवस्थापनाचे कार्य यामध्ये समाविष्ट नसून पदे निर्माण करणे, व्यक्तीविकास करणे, त्यांची नियुक्ती करणे, त्यांच्या कार्याचे मूल्यामापन करणे, वेतन निश्चित करणे आणि त्यांना आपल्याकडे सांभाळून ठेवणे; योग्य वेळी, योग्य ठिकाणी योग्य व्यक्तीची नेमणूक करता येईल. आपणांस काही व्याख्या पुढीलप्रमाणे सांगता येतील.

३.२.१ कर्मचारी नियुक्ती अर्थ व व्याख्या (Meanning and Definitions of Staffing)

१. मॅकफॅरलँड : व्यवस्थापनातील संघटनेची बांधणी करण्यासाठी संघटनेतील कर्मचारी भरती निवड आणि विकास करून पात्र कर्मचारी तयार करणे म्हणजे 'कर्मचारी नियुक्ती' होय.

२. कुंट्झ आणि ओडोनिल : उद्योग किंवा व्यावसायिक संघटनेच्या विभिन्न विभागातील कार्ये योग्य रीतीने पार पाडण्यासाठी योग्य कर्मचाऱ्यांची निवड करून त्यांच्या कार्याचे निरीक्षण करणे व त्यांच्याकडून योग्य रीतीने काम करवून घेणे इ. गोष्टींचा समावेश होतो.

"Staffing Involves manning the organisation structure through proper and effective selection, appraisal of development of personnel to fill the role of designed in the structure." - Koontz and O' Donnel

३. थिओ हाइमन : नियुक्ती संघटनेतील ज्या कार्यामुळे इतरांच्या प्रयत्नातून संघटनेची उद्दिष्टे पूर्ण केली जातात; अशा भरती व विकास कार्यांचा समावेश होतो.

"Staffing function is to deal with the placement, growth and development of all those movements at organisation whose function is to get things done through the efforts of individuals." - Theo Heimann.

३.२.२ कर्मचारी नियुक्तीची गरज (Need of Staffing)

व्यवसाय यशस्वी होण्यासाठी योग्य वेळी, योग्य ठिकाणी आणि पात्र व्यक्तीची नियुक्ती पदावर करणे आवश्यक आहे. परंतु काही वेळेला अशा पात्र व्यक्ती व्यवसायाला मिळू शकत नाही; म्हणून कर्मचारी नियुक्ती या कार्यात केवळ अधिकारी आणि कर्मचारी यांची नेमणूक करणे एवढेच समाविष्ट नाही, तर व्यवसायात कार्यरत असणाऱ्या कर्मचाऱ्यांमधून भावी अधिकारी तयार करणे, कार्यक्षम कर्मचारी टिकवून ठेवणे, त्यांना प्रशिक्षण देणे, त्यांचा विकास करणे, त्यांची पदोन्नती करणे, वेतन वाढ, वेतन निश्चिती करणे इत्यादी कार्यांचा समावेश होतो. मनुष्यबळाचे योग्य नियोजन, विकास व व्यवस्थापन यासाठी कर्मचारी नियुक्ती हे कार्य गरजेचे आहे.

मोठमोठ्या व्यवसायात कर्मचाऱ्यांची नियुक्ती करताना शास्त्रोक्त पद्धतीने केली जाते. परंतु कर्मचाऱ्यांना अपेक्षित कौशल्ये प्राप्त व्हावीत म्हणून त्यांना विशेष कौशल्याबाबतचे प्रशिक्षण देण्यात येते. त्यामुळे त्यांच्या कार्यात व कार्यक्षमतेत वाढ होते. प्रशिक्षण हे फक्त नवीन कर्मचाऱ्यांनाच आवश्यक आहे. जुन्या कर्मचाऱ्यांनाही

प्रशिक्षणाची सोय करावी लागते. त्यांना नवीन तंत्रज्ञान, ग्राहकांच्या आवडी-निवडी उत्पादन पद्धतीतील बदल इत्यादींबद्दल प्रशिक्षण देण्याची गरज असते.

संघनेत संघटनेच्या किंवा कर्मचाऱ्यांच्या सोयीसाठी बदल्या कराव्या लागतात. बदली केल्यामुळे कर्मचाऱ्याचे पहिले काम काढून त्याला समकक्ष काम दिले जाते. कधी कधी कारखान्यात वरिष्ठ पदाच्या जागा निर्माण होतात. त्यामुळे संस्थेतील कनिष्ठ स्तरावरील कर्मचाऱ्यांना बढती देऊन वरिष्ठ जागेवर नियुक्त केले जाते. तरी पण बढती देताना संस्थेतील सेवा ज्येष्ठता विचारात घ्यावी काय, अथवा कर्मचाऱ्यांची बौद्धिक पातळी विचारात घ्यावी काय, असा प्रश्न निर्माण होतात. इ. गोष्टींचा विचार करण्यासाठी कर्मचारी नियुक्तीची गरज आहे.

३.२.३ कर्मचारी नियुक्तीचे महत्त्व (Importance of Staffing)

१. उद्योगाच्या विकासासाठी आवश्यक : औद्योगिक क्रांतीनंतर मोठ्या प्रमाणावर उत्पादन करणारे उद्योग अस्तित्वात आले. सार्वजनिक संयुक्त संस्था लोकांकडून मोठ्या प्रमाणावर भांडवल गोळा करतात. त्याचप्रमाणे आज जागतिकीकरणाच्या काळात व्यवसायांचे एकत्रीकरण, विलीनीकरण, उद्योग ताब्यात घेणे इ. प्रकार जागतिक पातळीवर मोठ्या प्रमाणात घडत आहेत. अशा परिस्थितीत व्यवसायाच्या विकासासाठी प्रशिक्षित व कार्यक्षम मनुष्यबळाची गरज असते. किंबहुना उद्योगाच्या विकासात 'कर्मचारी नियुक्ती' कार्य भूमिका बजावते.

२. श्रमशक्तीचे परिणामकारक नियोजन व संघटन करण्यासाठी : व्यवसायातील श्रम हा घटक महत्त्वाचा असल्याने व तो मनुष्यबळाशी निगडित असल्याने आज प्रत्येक व्यवसायात स्वतंत्र मनुष्यबळ संशोधन विभाग निर्माण केला जातो. व्यवसायाला कुशल व कार्यक्षम अधिकारी व कर्मचारी मिळण्यासाठी कर्मचारी नियुक्ती हे कार्य महत्त्वाचे ठरते.

३. कर्मचारी विकास संतुष्टता आणि कार्यक्षमता वाढविण्यासाठी : कर्मचारी नियुक्ती हे कार्य केवळ कर्मचारी निवडीसाठी महत्त्वाचे नाही तर व्यवसायातील कर्मचाऱ्यांचा विकास, त्यांची कार्यक्षमता वाढविण्याचे प्रयत्न आणि त्यांना कार्य समाधान मिळवून देण्यासाठी देखील महत्त्वाचे आहे.

४. योग्य प्रशिक्षणाच्या संधी मिळण्यासाठी : बदलत्या सामाजिक परिस्थितीनुसार व्यवसायात आवश्यक ते बदल करावे लागतात. ते बदल कर्मचाऱ्यांपर्यंत पोहचविण्यासाठी त्यांना त्यासाठी तयार करण्यासाठी व्यवसायात योग्य प्रशिक्षणाच्या सोयी कर्मचारी नियुक्ती कार्यामुळे करता येतात.

५. औद्योगिक शांतता राखण्यासाठी : योग्य व कार्यक्षम कर्मचारी जर व्यवसायात नसतील, तर मालक कर्मचारी, कर्मचारी व अधिकारी संबंध चांगले राहणार नाहीत आणि औद्योगिक अशांतता निर्माण होईल; म्हणून चांगले औद्योगिक संबंध निर्माण करण्यासाठी आणि शांतता राखण्यासाठी स्वतंत्र मानवसंसाधन विभागाची गरज निर्माण झाली.

६. तज्ज्ञ व कुशल मनुष्यबळासाठी : मानव संसाधन विभागाच्या स्वतंत्र निर्मितीमुळे व्यवसायाला आवश्यक असेल, त्याप्रमाणे तज्ज्ञ व कुशल मनुष्यबळाची गरज पूर्ण करता येते.

७. कुशल व्यवस्थापक टिकवून ठेवण्यासाठी : कुशल व कार्यक्षम व्यवस्थापकांना अपेक्षेनुसार वेतन व वागणूक मिळाली नाही तर ते व्यवसाय सोडून जातात. कर्मचारी नियुक्ती या कार्यामुळे असे व्यवस्थापक व्यवसायात टिकवून ठेवणे सहज शक्य होते.

कर्मचारी भरती (Recruitment of Staff)

कोणत्याही उद्योगात कुशल व अकुशल मनुष्यबळाची गरज असते. ज्या वेळी संघटन रचना पूर्ण तयार केली जाते, त्या वेळी व्यवसायाला गरज असणाऱ्या अधिकारी व कर्मचारी यांच्या पदांची निश्चिती केली जाते. त्यामुळे त्या पदाला आवश्यक असणारी पात्रता व व्यक्तींची संख्या निश्चित करावी लागते. अन्यथा अतिरिक्त कर्मचारी भरती झाल्यास त्यांना कामावरून कमी करणे असते. शिवाय खर्चातही वाढ होते पर्यायाने संस्थेच्या नफ्यात घट होते म्हणून आवश्यक तेवढ्याच कर्मचाऱ्यांची भरती करणे योग्य होते.

भरतीच्या व्याख्या आणि अर्थ (Definition and Meaning of Recruitment)

१.एडविन बी. फिलप्पो : भरती ही संभाव्य कर्मचाऱ्यांना शोधून त्यांना संघटनेमधील रिकाम्या जागांसाठी अर्ज पाठविण्याकरिता प्रवृत्त करण्याची प्रक्रिया होय.

२.व्हर्थेर आणि डेव्हिस : कार्यक्षम व पात्र व्यक्तींना शोधून त्यांना संघटनेतील रिकाम्या जागांकडे आकर्षित करण्याची प्रक्रिया म्हणजे भरती होय. ही प्रक्रिया नवीन जागा तयार होणे येथून सुरू होते आणि त्यासाठी अर्ज जमा करून घेणे याठिकाणी संपते. याचा परिणाम म्हणजे नवीन कर्मचाऱ्यांची निवड होय.

वरील व्याख्यांवरून असे म्हणता येईल की 'कर्मचारी भरती' म्हणजे संघटनेतील रिक्त पदांवर योग्य व्यक्तीची निवड करणे होय.

३.२.४ कर्मचाऱ्यांच्या भरतीचे मार्ग/पद्धती/साधने (Recruitment - Sources and Methods)

व्यवसायाला आवश्यक असणारे कर्मचारी दोन मार्गांनी निवडता येतात.

१.अंतर्गत मार्ग   २. बहिर्गत मार्ग.

१. अंतर्गत मार्ग : काही वेळेला व्यवसायात आवश्यक मनुष्यबळ उपलब्ध असते, तेव्हा आधी व्यवसायाला आवश्यक असणारे कर्मचारी व्यवसायात उपलब्ध असणाऱ्या कर्मचाऱ्यांमधूनच भरले जातात. यालाच भरतीचे 'अंतर्गत मार्ग' असे म्हणतात.

(अ) बढती : सर्वांत सोपा आणि सर्वांत लोकप्रिय असा हा प्रकार आहे. यामध्ये व्यवसायात कार्यरत असणाऱ्या कर्मचाऱ्यांमधूनच योग्य पात्र आणि लायक कर्मचाऱ्यांना बढती देऊन या पदावर नियुक्त केले जाते. ज्या वेळी वरिष्ठ पातळीवर काही जागा निर्माण होतात त्या वेळी ही पद्धत सर्वसामान्यपणे वापरता येते. संघटनेत निकोप वातावरण तयार होण्यासाठी याचा उपयोग होतो.

(ब) बदली : काही वेळेला दुसऱ्या ठिकाणी व्यवसाय विस्तार करत असताना किंवा अंतर्गत विभागात एका ठिकाणाहून दुसऱ्या ठिकाणी कर्मचाऱ्यांना पाठविणे म्हणजे बदली होय. काही वेळेला अतिरिक्त कर्मचाऱ्यांना संरक्षण देण्यासाठी तर काही वेळेला नवीन जागी जुन्या आणि विश्वासू कर्मचाऱ्यांना पाठविण्यासाठी ही पद्धत वापरली जाते. बदली ही तात्पुरत्या स्वरूपाची किंवा कायम स्वरूपाची असू शकते.

(क) पदावनती : काही वेळेला काही कर्मचारी वरिष्ठ पदावर कार्य करत असताना आपली जबाबदारी पूर्ण कार्यक्षमतेने पार पाडत नाहीत अशा वेळी वारंवार सूचना देऊनही ते आपली चूक दुरुस्त करत नाहीत अशा वेळेला व्यवसायात त्या कर्मचाऱ्यांना कामावरून कमी करण्यापेक्षा त्यांची पदावनती करणे हा त्यांना शिक्षा करण्याचा एक मार्ग असतो.

अंतर्गत मार्गाचे खालील फायदे आहेत :

१. भरतीचा खर्च कमी होतो.

२. विशेष प्रशिक्षणाची गरज नसते.

३. माहितगार उमेदवार मिळतो.

४. कार्यक्षमता माहिती असते त्यामुळे योग्य जबाबदारी देता येते.

५. कर्मचाऱ्यांना प्रेरणा मिळते.

६. प्रामाणिकपणाला प्रोत्साहन देता येते.

७. व्यक्तींवर केलेल्या गुंतवणुकीचा फायदा होतो.

अंतर्गत मार्गाचे खालील तोटे आहेत :

१. नवीन सर्जनशीलता विकसित होत नाही.

२. एकप्रकारचे साचलेपण निर्माण होते.

३. कर्मचाऱ्यांच्यामध्ये मत्सर, असूया निर्माण होण्याची शक्यता असते.

२. बाह्य किंवा बहिर्गत मार्ग :

१. रोजगार विनिमय केंद्रामार्फत भरती (Recruitment Through Employment Exchange)

रोजगार विनिमय केंद्रामार्फत मोठ्या प्रमाणावर कर्मचाऱ्यांची भरती करता येऊ शकते. या केंद्राकडे बेकार व्यक्तींनी आपली नोंद केलेली असते. या केंद्रात कुशल, अकुशल, तांत्रिक इ. प्रकारे वर्गीकरण केलेले असते. त्याप्रमाणे संघटना आणि गरजू व्यक्ती यांची सांगड घालून त्याप्रमाणे भरती केली जाते. याशिवाय या केंद्रामार्फत कामगारांची मागणी व पुरवठा, रोजगारविषयक अंदाज, कामगारांची व्यावसायिक विभागणी, त्यांचे प्रमाण इ. बद्दल माहिती आणि आकडेवारी जमा केली जाते. या केंद्रामार्फत विविध प्रकारचे मार्गदर्शन व सल्ला नि:शुल्कपणे दिला जातो. थोडक्यात रोजगार विनिमय केंद्रे रोजगाराची गरज असणारे आणि त्यांना काम देणारे व्यवसाय यामध्ये समन्वयकाची भूमिका पार पाडतात.

२. प्रत्यक्ष भरती (Direct Recruitment)

कर्मचाऱ्यांची भरती करण्याचा सोपा व सरळ मार्ग म्हणजे प्रत्यक्ष भरती हा प्रकार होय. यामध्ये व्यवसायातील मानव संसाधन विभागातर्फे व्यवसायाला असणारी विविध विभागातील कर्मचाऱ्यांची गरज लक्षात घेऊन त्याप्रमाणे वर्तमानपत्रात जाहिरात देण्यात येते किंवा कारखान्याच्या नोटीस बोर्डवर कामगारांच्या भरतीची सूचना लावली जाते. त्याप्रमाणे जाहिरात वाचून इच्छुक उमेदवार नोकरी मिळविण्यासाठी योग्य त्या प्रकारे विशिष्ट मुदतीत अर्ज करतात, मुदत संपल्यानंतर त्या अर्जांची छाननी करून, परिपूर्ण अर्ज असलेल्या व्यक्तींना मुलाखतीसाठी किंवा लेखी परीक्षेसाठी बोलावले जाते; जर लेखी परीक्षा घेतली असल्यास त्यातून पात्र उमेदवारांना मुलाखतीसाठी बोलाविले जाते, मुलाखतीतून पात्र व योग्य उमेदवारांची निवड केली जाते. व्यवसायात साधारणपणे तांत्रिक क्षमतेचे कर्मचारी, वरिष्ठ अधिकारी व लिपिक यांची भरती या पद्धतीने केली जाते.

३. मध्यस्थ किंवा मुकादमातर्फे भरती (Employment Through Jobber or Inter Medianes)

ही भारतात वापरात येणारी सर्वांत जुनी पद्धत आहे. मुकादमांचा किंवा मध्यस्थांचा व्यवसायाशी जवळचा संबंध असतो किंवा त्यांचा समाजाशीसुद्धा जवळून संबंध असतो. त्यामुळे त्यांच्यामार्फत कर्मचारी

भरती करणे सहज शक्य होते. अनेकदा जुने निवृत्त कर्मचारी किंवा जास्त अनुभव आलेले कर्मचारी मुकादम म्हणून काम करतात. भारतातील निरनिराळ्या भागात मध्यस्थांना सरदार, चौधरी, जॉबर, मिस्त्री, मुकादम इ. नावाने ओळखले जाते.

४. करारावर किंवा ठेकेदारी पद्धतीने भरती (Recruitment through Contract)

विशिष्ट कामासाठी किंवा विशिष्ट कालावधीसाठी मजुरांचा पुरवठा करण्याचा करार ठेकेदाराबरोबर केला जातो, ज्या वेळी व्यवसायाला अकुशल कामगारांची गरज असते, त्या वेळी अशा पद्धतीने कर्मचारी भरती केली जाते. उदा :- साखर कारखाने, खाण व्यवसाय, बांधकाम व्यवसाय इ. या पद्धतीत कारखानदार कामगारांची गरज असल्याची निविदा काढतो. ज्या ठेकेदाराची निविदा कमी रकमेची असते, त्याला कर्मचारी भरतीचा ठेका मिळतो. यामध्ये कामगारांची सर्व जबाबदारी ठेकेदारावर असते. या पद्धतीत कामगारांवर ठेकेदाराचे पूर्ण नियंत्रण असते व कामगार कमी दरावर किंवा अल्प वेतनावर उपलब्ध होत असल्यामुळे कामगारांची पिळवणूक केली जाते.

५. शैक्षणिक संस्थांमधून भरती (Campus Recruitment through Educational Institute)

वरिष्ठ आणि उच्च अधिकारी, अभियंता यांची भरती या पद्धतीत केली जाते. देशातील नामवंत महाविद्यालये, शैक्षणिक संस्थांमधील हुशार व होतकरू विद्यार्थ्यांची माहिती मागविली जाते आणि त्या ठिकाणी जाऊन त्यांच्या मुलाखती घेऊन त्यामधून पात्र उमेदवार निवडले जातात. भारतात या पद्धतीने संगणक क्षेत्रांत, प्रशासकीय व्यवस्थापक आणि अभियंता यांची निवड केली जाते.

६. कारखान्याच्या दरवाज्यावर भरती करणे (Recruitment on the Factory Gate)

कारखान्यासाठी आवश्यक असणाऱ्या हंगामी कालावधीसाठी अकुशल कामगारांची भरती या पद्धतीने केली जाते. कारखान्याच्या मुख्य दरवाजावर 'कामगार पाहिजेत' अशी सूचना लावली जाते. या सूचनेवरून गरजू अकुशल कामगार ठरलेल्या दिवशी, ठरलेल्या वेळी हजर राहतात. या कामगारांमधून वरिष्ठ अधिकारी व व्यवस्थापक आवश्यक त्या कर्मचाऱ्यांची भरती करून घेतात. हंगाम संपल्यावर त्यांची सेवा आपोआप कमी होते.

७. बदली पद्धती (Exchange Method)

या पद्धतीत जे कर्मचारी किंवा कामगार बेकार होतात, ते आपली नावे बदली कामगारांच्या कचेरीत नोंदवितात. या कचेरीतून त्यांना एक बदली कार्ड दिले जाते. तरीदेखील या पद्धतीत कर्मचाऱ्यांना निवडीसाठी दररोज गेटवर हजर राहावे लागते. बदली कामगार दोन प्रकारचे असतात. श्रमिक व अस्थायी बदली कामगार स्थायी बदली कामगारांजवळ प्रशस्तीपत्रके असतात. त्यामुळे त्यांना सहज नोकरी मिळते. ही पद्धत मध्यस्थ किंवा मुकादमांचे उच्चाटन करण्यासाठी वापरली गेली; पण प्रत्यक्षात ही पद्धत तितकीशी वापरली जात नाही.

८. कामगार संघटनांमार्फत भरती (Recruitment Through Trade Unions)

हल्ली कामगार संघटनेमार्फत मोठ्या प्रमाणावर कर्मचारी भरती केली जाते. व्यवसाय संघटना आणि कामगार संघटना यांच्यामधील चांगल्या संबंधाचा हा परिणाम आहे.

९. कर्मचाऱ्यांच्या शिफारशीवरून भरती (Recruitment through Recommendation of Existing Staff)

सध्या व्यवसायात कार्यरत असणाऱ्या कर्मचाऱ्यांच्या शिफारशीवरून काही वेळेला भरती केली जाते. कर्मचाऱ्यांना विश्वासात घेऊन व्यवसायाची गरज सांगितली जाते, त्यावरून कर्मचारी पात्र व्यक्तींची नावे आपल्या नातेवाईक, मित्रमंडळींमधून व्यवसायाला देतात, त्यानुसार पात्र व्यक्तींची भरती व्यवसायात केली

जाते. या पद्धतीमुळे कर्मचारी, मालक यांच्यामधील संबंध अधिक दृढ होतात व चांगले औद्योगिक संबंध निर्माण होतात. वातावरण चांगले राहते.

१०. खाजगी व्यावसायिक संस्थांमार्फत भरती (Recruitment Through Private Agency)

आज अनेक खाजगी संस्था व्यवसायाला पात्र व्यक्ती पुरविण्यासाठी कार्य करतात. या पद्धतीत व्यवसाय आपली गरज खाजगी संस्थांकडे नमूद करतात त्यानुसार खाजगी संस्था मात्र उमेदवार व्यवसायाकडे नोकरीसाठी पाठवितात. या पद्धतीने उद्योगाला सर्व प्रकारचे कर्मचारी मिळू शकतात.

बहिर्गत मार्गांचे फायदे खालीलप्रमाणे आहेत :

१. नवीन कल्पना, सर्जनशील व्यक्ती मिळू शकतात.

२. समस्यांकडे बघण्याचा नवा दृष्टिकोन यातून मिळू शकतो.

३. अंतर्गत कर्मचाऱ्यांना जास्त जागरूकपणे कार्य करण्यासाठी प्रवृत्त करता येते.

४. योग्य व पात्र कर्मचाऱ्यांची मुबलकता.

५. व्यवसाय व्यक्तीविविधतेमुळे गुणवत्ता विविधता मिळविता येते.

बहिर्गत मार्गांचे खालील तोटे आहेत :

१. भरती खर्च जास्त येतो.

२. सध्या कार्यरत असलेल्या कर्मचाऱ्यांचे मनोधैर्य कमी होऊ शकते.

३. योग्य ती दक्षता न घेतल्यास अपात्र व्यक्ती निवडली जाऊ शकते.

४. प्रशिक्षणावर जास्त खर्च करावा लागतो.

५. कर्मचाऱ्यांचे शोषण होण्याची शक्यता वाढते.

प्रश्नावली

प्रश्न १. खालील प्रश्नांची २० शब्दांत उत्तरे लिहा.

१. संघटन म्हणजे काय?

२. संघटन रचना म्हणजे काय?

३. विभागीकरण म्हणजे काय?

४. अधिकार प्रदान म्हणजे काय?

५. केंद्रीकरण म्हणजे काय?

६. विकेंद्रीकरण म्हणजे काय?

७. सांघिक कार्य म्हणजे काय?

८. अधिकार म्हणजे काय?

९. जबाबदारी म्हणजे काय?

१०. कर्मचारी नियुक्तीची व्याख्या सांगा.

प्रश्न २. खालील प्रश्नांची ५० शब्दांत उत्तरे लिहा.

१. संघटन प्रक्रिया यावर टीप लिहा.

२. अधिकार प्रदानातील अडथळे सांगा.

३. विकेंद्रीकरणाचे फायदे सांगा.

४. संघटन रचनेची उद्दिष्टे सांगा.

५. सांघिक कार्याची आवश्यकता सांगा.

६. कर्मचारी नियुक्तीची गरज सांगा.

प्रश्न ३. खालील प्रश्नांची १५० शब्दांत उत्तरे लिहा.

१. संघटनेची तत्त्वे थोडक्यात सांगा.

२. विभागीकरणाचे महत्त्व सांगा.

३. विकेंद्रीकरणाचे तोटे सांगा.

४. संघटन रचनेतील पातळ्या सांगा.

५. अधिकार प्रदानातील घटक सांगा.

६. सांघिक कार्याचे फायदे सांगा.

७. कर्मचारी नियुक्तीचे महत्त्व सांगा.

प्रश्न ४. खालील प्रश्नांची ५०० शब्दांत उत्तरे लिहा.

१. विभागीकरणाचे प्रकार सांगा.

२. अधिकाराचे केंद्रीकरण व विकेंद्रीकरणाचे फायदे व तोटे सांगा.

३. कर्मचारी भरतीचे मार्ग/ पद्धती/ साधने सविस्तर स्पष्ट करा.

४

निर्देशन/संचालन व संदेशवहन
(Direction and Communication)

४.१ निर्देशन/संचालन (Direction)

४.१.१ निर्देशनाचा अर्थ व व्याख्या (Meaning of Direction and Definition)

व्यवस्थापनात नियोजन, नियंत्रण, निर्देशन, अभिप्रेरणा ही अत्यंत महत्त्वाची कार्ये आहेत. व्यवसायाची पूर्वनिर्धारित उद्दिष्टे साध्य करण्यासाठी नियोजन केले जाते. नियोजनानंतर विशिष्ट कामे करून घेण्यासाठी संघटनेची रचना केली जाते. संघटनेत योग्य व्यक्तींची योग्य ठिकाणी निवड केली जाते. त्याप्रमाणे व्यवसायातील विविध कामे करण्यासाठी निर्णयही घेतले जातात. परंतु केवळ संघटना निर्माण करून किंवा निर्णय घेऊन कामे आपोआप होत नाहीत. सहकारी व कनिष्ठांकडून कामे करवून घेण्यासाठी त्यांना आदेश द्यावे लागतात. त्यांना मार्गदर्शन करून त्यांच्या कामावर नियंत्रणही ठेवावे लागते. त्यामुळेच कर्मचाऱ्यांना ठरवून दिलेली कार्ये व त्यांच्यावर सोपविलेल्या जबाबदाऱ्या त्यांनी पार पाडाव्यात म्हणून जे आदेश देऊन मार्गदर्शन व दिग्दर्शन केले जाते, त्यालाच निर्देशन किंवा संचालन असे म्हणतात. सारांश रूपाने निर्देशनात कर्मचाऱ्यांना आदेश व सूचना देणे, काम ठरवून देणे, कार्यपद्धती समजावून सांगणे, कर्मचाऱ्यांना प्रत्यक्ष कामावर मार्गदर्शन करणे व यांच्या कार्यावर नियंत्रण ठेवणे इत्यादी बाबींचा समावेश होतो. निर्देशनामुळे संस्थेच्या विविध कार्यात सुसूत्रता निर्माण केली जाते व त्यामुळे पूर्वनिर्धारित उद्दिष्टे अपेक्षेप्रमाणे पार पाडता येतात.

निर्देशनाच्या व्याख्या (Definition of Direction)

निर्देशनाचा स्थूलमानाने अर्थ पाहिल्यानंतर निर्देशनात आदेश, सूचना, मार्गदर्शन व प्रेरणा देऊन कर्मचाऱ्यांकडून कामे करवून घेतली जातात. त्यासाठी कनिष्ठ कर्मचाऱ्यांना वरिष्ठांकडून निर्देशन केले जाते. निर्देशनाच्या विविध तज्ज्ञांनी दिलेल्या काही व्याख्या पुढीलप्रमाणे आहेत.

(१) ''व्यवस्थापनातील जबाबदाऱ्या पार पाडणाऱ्या स्त्री व पुरुष कामगारांना मार्गदर्शन करणे, प्रेरणा देणे व त्यांचे नेतृत्व करणे म्हणजे निर्देशन किंवा संचालन होय.'' **(उर्विक व ब्रेच)**

"Directing is the guidance, the inspiration the leadership of those men and women that constitute the real core of responsibilities of management." **(By Urwick and Brech)**

(२) ''संचालन हे क्लिष्ट काम असून त्यामध्ये दुय्यम अधिकाऱ्यांना दीर्घ व अल्प मुदतीत परिणामकारक व कार्यक्षमपणे काम करण्यासाठी प्रेरणा देणाऱ्या सर्व कार्याचा समावेश होतो.'' **(कूंटझ्‌ ओ डोनेल)**

"Directing is a complex function that include all those activities which are designed to encourage subordinates to work effectively and efficiently in both the short and long run.

(Koontz and O' Donnel)

(३) ''संघटनेतील कार्ये चांगल्या रीतीने पूर्ण व्हावीत म्हणून ज्या व्यवस्थापकीय प्रयत्नांनी कर्मचाऱ्यांना मार्गदर्शन करून प्रेरणा दिली जाते त्याला 'निर्देशन' असे म्हणतात.'' **(एस. एस. चॅटर्जी)**

"Directing is a the sum total of managerial efforts that is applied for guiding and inspiring the working team to make better accomplishment in the organisation."

(S. S. Chatterjee)

(४) ''दिग्दर्शन हे व्यवस्थापनाचे हृदय आहे. त्यामध्ये कृती ठरविणे, आदेश व सूचना देणे व गतिमान नेतृत्व देणे इत्यादींचा समावेश होतो.'' **(मार्शल डिमॉक)**

"The heart of management is the directing function-which involves determining the course, giving orders and instructions and providing dynamic leadership." **(Marshall Demock)**

(५) ''संचालन किंवा निर्देशनात कृती, प्रक्रिया, पद्धती किंवा तंत्र याद्वारे आदेश व सूचना दिल्या जातात व अगोदरच निश्चित केलेली कामे वा कृती मूलत: नियोजनाप्रमाणे पार पाडल्या जातात याची खात्री केली जाते. निर्देशन सर्व परिणामांचा केंद्रबिंदू आहे.'' **(थिओ हैमन)**

"Directing consists of the Process and techniques utilised in issuing instructions and making certain that operations are carried on as originally planned. Directing is the process around which all performance revolaves." **(Theo Haiman)**

(६) ''निर्देशन म्हणजे प्रत्यक्ष कृती सुरू करणे व कर्मचारी अभिप्रेरणा व शक्ती (उत्साह) निर्माण करणे होय.'' **(जॉर्ज आर, टेरी)**

निर्देशनाची वैशिष्ट्ये (Characteristics of Direction) : निर्देशनाचे वरील विवेचन व विविध व्याख्यांवरून निर्देशनाची वैशिष्ट्ये खालीलप्रमाणे सांगता येतील.

१. निर्देशन हे व्यवस्थापनाचे अत्यंत महत्त्वाचे कार्य आहे. निर्देशनामुळे संघटनेतील सर्व कार्ये व्यवस्थितरीत्या पूर्ण केली जातात. निर्देशनाभावी साहाय्यक अधिकाऱ्यांना आदेश मिळणार नाहीत व कोणते कार्य कसे करावे हे समजणार नाही.

२. निर्देशनात वरिष्ठ अधिकारी कनिष्ठ अधिकाऱ्यांना व कनिष्ठ अधिकारी त्याच्या हाताखालील कामगारांना आदेश व सूचना देतात. आदेश मिळाल्यानंतरच साहाय्यक अधिकारी किंवा कर्मचारी प्रत्यक्ष कार्याला सुरुवात करतात. कार्य सुरू झाल्यावर त्यावर वरिष्ठांना देखरेख ठेवावी लागते.

३. पूर्वनिर्धारित अपेक्षेप्रमाणे कार्य होण्याच्या दृष्टीने कर्मचाऱ्यांना मार्गदर्शन करणे हे निर्देशनाचे सार आहे. त्यामुळे कर्मचाऱ्यांना काम कोठे, कसे व केव्हा करावे याबद्दल माहिती मिळते. कधी कधी निर्देशनात कर्मचाऱ्यांना अल्पमुदतीचे प्रशिक्षणही दिले जाते.

४. निर्देशनात कनिष्ठांनी परिणामकारकरीत्या व कार्यक्षमपणे कामे करावीत म्हणून त्यांना वरिष्ठांमार्फत प्रेरणा दिल्या जातात. प्रेरणामुळे कर्मचारी मन लावून कार्य करतात. त्यामुळे औद्योगिक संबंधही सुधारतात.

५. व्यवसाय किंवा उद्योगात विभिन्न विभाग कार्यरत असतात. प्रत्येक विभागातील कामकाज अनेक प्रक्रियांतून होते. विविध विभाग व प्रक्रिया यामध्ये समन्वय असल्याशिवाय कार्यक्षमता वाढत नाही. निर्देशनामुळे विविध विभाग व प्रक्रियात समन्वय घातला जातो.

६. निर्देशन ही सतत चालणारी कृती आहे. वरिष्ठांनी एकदा निर्देशन केल्यानंतर पुन्हा निर्देशन करावे लागत नाही असे नाही. संघटना किंवा व्यवसाय अस्तित्वात असेपर्यंत निर्देशन करावे लागते.

७. निर्देशन हे व्यवस्थापनाच्या वरिष्ठ, मध्यम व कनिष्ठ स्तरांवर केले जाते. तसेच त्याचा व्यापही मोठा असतो. कारण त्यात आदेश व सूचना देण्याबरोबर मार्गदर्शन, प्रेरणा, निरीक्षण व संदेशवहन इत्यादींचाही समावेश होतो.

४.१.२ निर्देशनाचे घटक (Elements of Direction)

संचालनाचे स्वरूप पुढील मुद्द्यांच्या आधारे अधिक चांगल्या रीतीने स्पष्ट करता येईल.

१. **संचालनाचे व व्यवस्थापनाचे कार्यामधील सहसंबंध :** व्यवस्थापकाला व्यवस्थापनाबाबतची विविध कार्ये पूर्ण करावी लागतात. संचालन हे त्यापैकी एक महत्त्वाचे कार्य आहे. संचालनाचा व्यवस्थापनाच्या नियोजन, कर्मचाऱ्यांची नेमणूक, संघटन, अभिप्रेरण व नियंत्रण इत्यादी कार्याशी अत्यंत जवळचा संबंध येतो. व्यवस्थापक व्यवसाय चालविण्यासाठी आपल्या संपूर्ण कामाचे नियोजन करतो, काम करण्यासाठी योग्य कर्मचाऱ्यांची निवड करतो, व्यवसायासाठी, उद्योगासाठी योग्य प्रकारच्या संघटनेची रचना करून पूर्वनिर्धारित उद्दिष्टे साध्य करण्यासाठी उद्योगातील सर्व घटकांवर नियंत्रण ठेवतो. या सर्व बाबी संचालनामुळेच शक्य होतात.

२. **व्यवस्थापन कार्याचा क्रम ठरविणे :** उद्योगात व्यवस्थापकाला विविध कार्ये करावी लागतात. या कार्याचा निश्चित असा क्रम त्याला ठरवावा लागतो. व्यवस्थापकाला नियोजन, कर्मचाऱ्यांची नेमणूक, संघटन इत्यादी कार्यानंतर संचालनाच्या कार्याचा क्रम ठरवावा लागतो व त्यानंतरच नियंत्रणाचे कार्य करावे लागते. व्यवस्थापक जोपर्यंत संचालनाचे कार्य करीत नाही तोपर्यंत त्याला प्रभावी नियंत्रण ठेवता येणे अशक्य आहे. संचालनाच्या कार्यावरच नियंत्रण कार्याचा प्रभावीपणा अवलंबून असतो.

३. **संचालन व इतर कार्याची परिणामकता :** व्यवस्थापनामधील संचालन हे महत्त्वाचे कार्य असले तरी ते इतर कार्यापासून वेगळे किंवा स्वतंत्र स्वरूपाचे नाही. त्यांचा व्यवस्थापनाच्या इतर कार्याशी अत्यंत जवळचा संबंध असतो. इतर कार्य प्रभावीपणे करण्यात येत असतील व ती परिणामकारक असतील तर संचालन कार्यात व्यवस्थापकाला निश्चितच यश मिळते. तसेच दुसऱ्या बाजूने, संचालन कार्याची परिणामकता संघटन, अभिप्रेरणा व नियंत्रण इत्यादी कार्याचे यश निश्चित करते असे म्हणणे सयुक्तिक ठरते.

४. **दुहेरी उद्दिष्टे :** संचालन कार्याबद्दल अनेकदा गैरसमज निर्माण होतात. वर्चस्व गाजविता येते किंवा व्यवस्थापकाच्या अहंकारी व आक्रमक प्रवृत्तीमुळे सहकाऱ्यावर कार्याचे ओझे लादता येते इत्यादी. काम करवून घेण्यासाठी व्यवस्थापकांना वरीलप्रमाणे वागावे लगात असले तरी संचालनाचे दुसरे उद्दिष्ट विसरता येत नाही. दुहेरी उद्दिष्टांमध्ये कर्मचाऱ्यांकडून काम करवून घेणे, व्यवस्थापकांच्या कार्यक्षमतेत वाढ करणे, व्यवस्थापकाच्या कार्याची परिणामकता वाढविणे, पूर्वनिर्धारित इष्टांक साध्य करणे व कर्मचाऱ्यांना कार्यप्रवृत्त करणे इत्यादी उद्दिष्टे महत्त्वाची आहेत.

५. **आदेश देणे :** व्यवस्थापकांना संचालनात विविध कामे करावी लागतात. त्यामध्ये आदेश देणे हे अत्यंत महत्त्वपूर्ण कार्य आहे. व्यवस्थापकांना त्याच्या नियंत्रणासाठी असलेल्या सर्व कर्मचाऱ्यांना आदेश द्यावे लागतात. संघटनेची उद्दिष्टे साध्य करण्यासाठी व्यवस्थापकांना त्यांच्या हाताखालील कर्मचाऱ्यांना त्यांची कामे समजावून द्यावी लागतात. श्री. सायमन यांच्या मते, ''एका समूहाचे घटक असलेल्या व्यक्तीचे व्यवहार किंवा त्याची वागणूक हे संघटनेची उद्दिष्टे गाठण्यासाठी उपयोगात आणले जाणारे साधन असते.''

व्यवसायाचे संचालन करण्यासाठी व्यवस्थापकांच्या हातात आदेश हे अत्यंत प्रभावी साधन आहे. त्यामुळे कार्य सुरू करता येते व बंदही करता येते. कर्मचाऱ्यांच्या समूहाला कार्यप्रवृत्त केले जाते. यंत्राची गती चालू बंद करता येते. थोडक्यात, संचालनात आदेश हे प्रभावी शस्त्र आहे.

६. **व्यवस्थापनाच्या सर्व पातळ्यांवरील कार्य :** उद्योगात उद्योगाच्या आकारानुसार व्यवस्थापनाचे स्तर असतात. तरीपण सर्वसामान्यपणे उद्योगात उच्च व्यवस्थापन, मध्यम व्यवस्थापन व कनिष्ठ व्यवस्थापन असे व्यवस्थापनाचे स्तर असतात. उच्च व्यवस्थापन मध्यम स्तरावरील व्यवस्थापकांना आदेश देते. आदेश देण्याची प्रक्रिया प्रामुख्याने उच्च व्यवस्थापनाच्या स्तरापासून सुरू होते. मध्यमस्तरीय व्यवस्थापन कनिष्ठ व्यवस्थापनातील कर्मचाऱ्यांना आदेश देऊन कर्मचाऱ्यांकडून प्रत्यक्षात काम करवून घेते. संचालनाचे आदेश देण्याचे काम सर्वच पातळ्यांवरून होत असते. या कार्यात सातत्य असते. एकदा आदेश देऊन कोणतेही व्यवस्थापन थांबत नाही. आदेश देण्याची क्रिया निरंतर चालू असते.

७. **अधिकार प्रदान करणे :** उद्योगाची अपेक्षित उद्दिष्टे साध्य करण्यासाठी अधिकार प्रदानाची नितांत आवश्यकता असते. प्रत्येक कर्मचाऱ्याला त्याच्या जबाबदाऱ्या योग्य रीतीने पार पाडता याव्यात म्हणून त्याला अधिकार द्यावे लागतात. हे अधिकार कर्मचाऱ्यांची योग्यता व पात्रता पाहूनच द्यावे लागतात. कर्मचाऱ्यांना अधिकार मिळाल्यामुळे ते आपली जबाबदारी व्यवस्थितरीत्या पूर्ण करू शकतात. त्यामुळे व्यवस्थापकाने अधिकार व जबाबदाऱ्यांमध्ये समानता राहील ही काळजी घेणे आवश्यक आहे. अधिकाऱ्यांना अधिकार देताना कर्मचारी अधिकारांचा दुरुपयोग करणार नाही इतकेच मर्यादित अधिकार कर्मचाऱ्यांना देण्यात आले पाहिजेत.

८. **दुतर्फा संदेशवहन प्रक्रिया :** कोणत्याही कारखान्यात/उद्योगात दुतर्फा संदेशवहन आवश्यक आहे. एकतर्फी संदेशवहनात व्यवस्थापकाला चांगल्या मार्गदर्शकाची भूमिका पार पाडता येत नाही. एकतर्फी संदेशवहनात कामगार व मध्यम वर्गाची बाजू समजावून घेतली जात नाही. त्यामुळे न कळत त्या घटकावर अन्याय होतो.

दुतर्फा संदेशवहनामुळे वरिष्ठ व कनिष्ठ यांच्यात दोन्ही बाजूने संदेशवहन होते. म्हणजेच वरिष्ठ आदेश देतात व कर्मचारी त्याच्या समस्या वरिष्ठांपर्यंत पोहोचवू शकतात. त्यामुळे अपेक्षित कार्य तर वेळेत पूर्ण होतेच पण कामगारांचे व्यवस्थापनातील औद्योगिक संबंधही चांगले राहतात.

९. **समन्वय साधणे :** उद्योगात व्यवस्थापकाला अनेक घटकांमध्ये प्रभावीपणे समन्वय घालावा लागतो. कर्मचारी, यंत्रे, कच्चा माल, पक्का माल, उत्पादनाच्या प्रक्रिया, हिशेब ठेवणे इत्यादी अनेक प्रकारच्या कार्यात व्यवस्थापकाला समन्वय प्रस्थापित करावा लागतो. त्यामुळे समन्वय प्रस्थापित करणे हे व्यवस्थापनाचे महत्त्वाचे कार्य समजले जाते. प्रभावी समन्वयामुळे अनेक प्रकारच्या विसंगती किंवा संघर्ष दूर करता येतात.

१०. **साहाय्यकांना मार्गदर्शन व त्याच्यावर नियंत्रण :** संचालनाच्या कार्यात साहाय्यकांना मार्गदर्शन करण्याच्या क्रियेचाही समावेश होतो. व्यवस्थापकाने कर्मचाऱ्यांना त्यांचे काम समजावून सांगितले पाहिजे. त्यांच्या अडीअडचणी दूर केल्या पाहिजेत व शंकांचे निराकरणही केले पाहिजे. त्यामुळे कर्मचाऱ्यांना मार्गदर्शन करण्याची क्रिया ही निरंतर चालणारी असते.

व्यवस्थापकांनी कर्मचाऱ्यांना आदेश दिल्यानंतर त्याचे काम संपत नाही. कर्मचाऱ्यांच्या कामावर देखरेख ठेवण्याच्या क्रियेचाही संचालनात समावेश होतो. कधी कधी कर्मचाऱ्यांना प्रात्यक्षिक करूनही दाखवावे लागते. अपेक्षित कार्य करवून घेण्यासाठी व्यवस्थापकाला साहाय्यकांच्या कार्यावर सातत्याने बारकाईने देखरेख करावी लागते.त्याच्या कार्यावर नियंत्रण ठेवल्यामुळेच ते नियोजनाप्रमाणे कार्य करतात. थोडक्यात, साहाय्यकांना मार्गदर्शन करून त्यांच्या कार्यावर नियंत्रण ठेवण्याचे कार्य संचालनाचे आहे.

४.१.३ निर्देशनाची तत्त्वे किंवा सिद्धान्त (Principles of Direction)

निर्देशनाचा संबंध संघटनेतील मानवी बाजू म्हणजे कर्मचाऱ्यांशी येतो. कर्मचारी घटक असल्यामुळे त्यावर नियंत्रण ठेवणे ही अत्यंत गुंतागुंतीची बाब आहे व म्हणूनच वरिष्ठ व्यवस्थापकांना निर्देशनाची कला अवगत असणे आवश्यक आहे. ही कला अनुभव व अविरत कष्टाने साध्य करता येते. व्यवस्थापक कर्मचाऱ्यांना फक्त आदेशच देत असेल व प्रत्यक्ष कार्य करण्यासंबंधी कोणतेही मार्गदर्शन करीत नसेल तर संस्थेतील अपेक्षित उद्दिष्टे पूर्ण होणार नाहीत. व्यवस्थापकाला निर्देशनाची कला अवगत करून घेण्यासाठी तो निर्देशनाच्या पुढील तत्त्वांशी परिचित असला पाहिजे. ही तत्त्वे निर्देशनाच्या हेतूशी किंवा प्रक्रियेशी निगडित आहेत. ती पुढीलप्रमाणे आहेत.

(अ) निर्देशनाच्या हेतू किंवा उद्दिष्टांशी निगडित तत्त्वे (Principles Relating to the purpose of Direction) : निर्देशनाचा प्रमुख उद्देश कर्मचाऱ्यांना मार्गदर्शन व प्रेरणा देऊन त्यांचे नेतृत्व करण्याचा आहे. निर्देशनाचा उद्देश महत्त्वाचा असून त्यासंबंधी खालील तत्त्वे आहेत.

१. **कर्मचाऱ्यांच्या व्यक्तिगत सहभागाचे तत्त्व (Principles of Individual Contribution) :** प्रत्येक व्यवसायात व्यवसायाची काही उद्दिष्टे अगोदरच ठरविलेली असतात. ही उद्दिष्टे साध्य करण्यासाठी संघटनेद्वारे जास्तीत जास्त प्रयत्न केले जातात. तरीपण प्रत्येक कर्मचाऱ्यांमध्ये काही चांगल्या बाबी

किंवा गुण असतात. त्यांचा त्याने व्यवसायाला फायदा देऊन संघटनेची उद्दिष्टे पूर्ण करण्यास महत्तम मदत करणे आवश्यक आहे. व्यवसायाची उद्दिष्टे साध्य करण्यासाठी व्यवस्थापनामार्फत अनेक निर्णय घेतले जातात. या निर्णयांच्या पूर्ततेत कर्मचाऱ्यांनी वैयक्तिक सहभाग दिल्यास, निर्णयाची अंमलबजावणी प्रभावीपणे होते. त्यामुळे कर्मचाऱ्यांचा जास्तीत जास्त सहभाग राहील अशी निर्देशन प्रणाली व्यवस्थापकाने वापरणे आवश्यक आहे. कर्मचाऱ्यांच्या भावना जोपासून त्याचे सहकार्य मिळविले तर ते कार्याच्या किंवा निर्णयाच्या अंमलबजावणीत अधिक लक्ष घालतात. थोडक्यात, निर्देशनात कर्मचाऱ्याच्या वैयक्तिक सहकार्यास महत्त्व दिले पाहिजे.

२. **उद्दिष्टातील सुसंवादाचे तत्त्व (Principle of Harmony of Objective) :** संस्थेतील कर्मचाऱ्यांची स्वत:ची काही उद्दिष्टे असतात. ती उद्दिष्टे पूर्ण करण्यासाठी ते संस्थेत आलेले असतात. उदा. व्यवस्थापक म्हणून बढती मिळविणे, अधिक सन्मानाची किंवा पगाराची जागा मिळविणे, सामाजिक प्रतिष्ठा मिळविणे इत्यादी. परंतु कर्मचाऱ्यांनी त्यांच्या वैयक्तिक हिताबरोबरच संस्थेच्या उद्दिष्टांकडे विशेष लक्ष देणे आवश्यक आहे. कुटुंबातील प्रत्येक व्यक्तीची काही ना काही उद्दिष्टे असतात, परंतु कुटुंबाच्या सामूहिक उद्दिष्टांपुढे प्रत्येकजण आपले उद्दिष्ट गौण मानतो. त्याचप्रमाणे संस्थेच्या उद्दिष्टांना कर्मचाऱ्यांनी प्राधान्य देणे आवश्यक आहे. परंतु कर्मचारी त्याकडे दुर्लक्ष करण्याची शक्यता असते. म्हणूनच व्यवस्थापकाने कर्मचाऱ्यांचे वैयक्तिक उद्देश संस्थेच्या उद्देशावर अवलंबून आहेत अशी कर्मचाऱ्यांच्या मनात भावना निर्माण करणे आवश्यक आहे. त्यामुळे कर्मचारी संस्थेची उद्दिष्टे पूर्ण करण्यास अधिक प्रयत्न करतील व कर्मचारी आणि संस्थेच्या उद्दिष्टांमध्ये सामंजस्य निर्माण होईल.

३. **निर्देशन कार्यक्षमतेचे तत्त्व (Prinicple of Efficiency of Direction) :** संस्थेतील उत्पादन व उत्पादकता वाढवावयाची असेल तर प्रभावी निर्देशनाची गरज आहे. साधारणपणे ज्यावेळी व्यवस्थापनाच्या मार्गदर्शनामुळे कर्मचाऱ्यांमधील असंतोष कमी होऊन उत्पादन खर्च कमी होतात त्याला कार्यक्षम निर्देशन म्हणून ओळखले जाते. योग्य निर्देशन व परिणामकारक संदेशवहन पद्धती वापरल्यास कर्मचाऱ्यांतील असंतोष कमी होतो. तसेच व्यवस्थापकाने हाताखालील कर्मचाऱ्यांना योग्य वेळी सूचना देऊन मार्गदर्शन केले तर, कर्मचाऱ्यांच्या अडचणी दूर केल्या तर कर्मचाऱ्यांची कार्यक्षमताही वाढते.

(ब) निर्देशन प्रक्रियेशी निगडित तत्त्वे (Prinicples Relating to the Process of Direction) : निर्देशनाची प्रक्रिया किंवा कार्यपद्धतीचा अनेक बाबींवर प्रभाव पडतो त्या बाबींवर आधारित निर्देशनाची तत्त्वे खालीलप्रमाणे आहेत.

१. **आदेशातील एकवाक्यता (Principle of Unity of Command) :** आदेशातील एकवाक्यता म्हणजे कर्मचाऱ्यांना मिळणारे आदेश हे ठराविक किंवा एकाच अधिकाऱ्याकडून मिळाले पाहिजेत. एकाच वेळी अनेक वरिष्ठ अधिकाऱ्यांकडून कर्मचाऱ्यांना आदेश मिळाल्यास कोणत्या अधिकाऱ्याच्या आदेशाचे पालन प्रथम करावे व कोणत्या अधिकाऱ्याच्या आदेशाचे पालन नंतर करावे हा कर्मचाऱ्यांसमोर प्रश्न निर्माण होईल. याशिवाय अनेक अधिकाऱ्यांनी आदेश दिल्यास आदेशाची पुनरावृत्ती होऊन या आदेशांचा आशयही वेगवेगळा असू शकतो. त्यामुळे वरिष्ठ अधिकाऱ्यांमध्येही संघर्ष निर्माण होतील, संघटनेतील शिस्त नष्ट होईल. म्हणूनच हेन्री फेऑल यांनी ''आदेशातील एकवाक्यता या तत्त्वाची उपेक्षा झाल्यास अधिकाऱ्याला कमी लेखण्यात येऊन संघटनेतील क्रम विस्कळीत होऊन तिचे स्थैर्य कमी होते व परिणामी तिचे महत्त्वही कमी होते'' असे म्हटले आहे.

२. **प्रत्यक्ष निरीक्षण तत्त्व (Principle of Direct Supervision) :** वरिष्ठ अधिकाऱ्यांनी कर्मचाऱ्यांना आदेश किंवा सूचना देऊन मार्गदर्शन किंवा निर्देशन केले म्हणजे काम संपले असे नाही. कर्मचाऱ्यांना निर्देशन केल्यानंतरही त्यांच्या कार्याची तपासणी किंवा निरीक्षण करावे लागते. हे निरीक्षण व्यवस्थापकांनी स्वत: किंवा प्रत्यक्ष कामावर करणे आवश्यक आहे. त्यामुळे कर्मचाऱ्यांच्या चुका वेळीच त्यांच्या लक्षात आणून देता येतील व त्यांच्या कार्यात सुधारणा होऊन भविष्यकालीन खर्चातही कपात होईल. अशा रीतीने निर्देशनाचे यश निरीक्षणावर अवलंबून असते.

३. **संचालन कार्यातील सुस्पष्टता (Clarity in Direction) :** वरिष्ठांनी हाताखालील कर्मचाऱ्यांना आदेश किंवा सूचना देताना आदेश किंवा सूचना स्पष्ट असाव्यात. सूचना किंवा आदेश अपुरे असतील किंवा ते स्पष्ट नसतील तर कर्मचारी कामाची टाळाटाळ करतील. आदेश स्पष्ट असतील तर कर्मचाऱ्यांना काम करण्यास उत्साह वाटेल. त्यामुळे दर्जेदार व कमी श्रम व वेळेत अपेक्षित कार्य पूर्ण होईल.

४. **सुयोग्य काल/वेळ व कार्यपद्धती (Appropriate time and Procedure) :** आधुनिक काळात संस्थांना व्यावसायिक रीतीने कार्य करावे लागते. बाजारपेठेतील स्पर्धेमुळे योग्य वेळी माल तयार करून तो ग्राहकांपर्यंत पोहोचविणे आवश्यक आहे. त्यासाठी संस्थेत कर्मचाऱ्यांना योग्य वेळी आदेश मिळाले पाहिजेत. तसेच संस्थेतील काम करण्याची पद्धती किंवा कार्यपद्धतीबद्दल कर्मचाऱ्यांना अगोदरच माहिती देणेही गरजेचे आहे. आदेश योग्यवेळी दिले व कर्मचाऱ्यांना कार्यपद्धतीची माहिती योग्य रीतीने दिली तर नियोजनाप्रमाणे कार्यही अपेक्षित वेळी होते.

५. **सुयोग्य व्यवस्थापन पातळी (Appropriate Management) :** संघटनेत अपेक्षित कामकाज योग्य रीतीने होण्याच्या दृष्टीने व्यवस्थापनाचे स्तर निर्माण केलेले असतात. प्रत्येक स्तारवरून कोणत्या कर्मचाऱ्यांना आदेश, सूचना, हुकूम दिले जातील याचे नियोजन केलेले असते. या नियोजनामुळे योग्य स्तरावरून कर्मचाऱ्यांना आदेश मिळत असतात. त्यामुळे संबंधित कर्मचारी आदेशाचे वेळीच पालन करून त्यानुसार प्रत्यक्षात कामकाज केले जाते. त्यामुळे कर्मचाऱ्यांची जबाबदारीही निश्चित होते.

६. **योग्य निर्देशन तंत्र (Principle of Suitability of Direction) :** संघटनेतील कामकाज व्यवस्थितपणे होण्यासाठी योग्य तंत्राची आवश्यकता आहे. हे तंत्र कामाचे स्वरूप, वेळ व परिस्थितीनुसार ठरविले जाते. निर्देशनाची प्रमुख तंत्रे पुढीलप्रमाणे आहेत. (अ) हुकूमशाही किंवा एकतंत्री निर्देशन, (ब) सल्लामसलतीचे तंत्र, (क) मुक्त निर्देशन तंत्र, निर्देशाचे वरील प्रत्येक तंत्र व्यवस्थापकाने केव्हा वापरावे हे परिस्थितीनुसार ठरविता येते. जे तंत्र ज्यावेळी उपयुक्त आहे त्याचा वापर व्यवस्थापकाने करणे आवश्यक आहे.

७. **व्यवस्थापकीय संदेशवहनाचे तत्त्व (Principle of Managerial Communication) :** व्यवस्थापकीय संदेशवहन निर्देशनाचे प्रमुख अंग आहे. कोणत्याही संघटनेत व्यवस्थापनाची चांगली योजना असल्याशिवाय संघटनेची उद्दिष्टे साध्य होत नाहीत. व्यवस्थापनात उच्च व्यवस्थापनाकडून मध्यम व्यवस्थापनाकडे व मध्यम व्यवस्थापनाकडून कनिष्ठ व्यवस्थापनाकडे आदेश व सूचना पाठविल्या जातात. तसेच कनिष्ठ व्यवस्थापनाच्या अडचणी मध्यम व्यवस्थापनामार्फत वरिष्ठ व्यवस्थापनापर्यंत पोहोचविल्या जातात. आदेश, सूचना व अडचणी कळविण्यात संदेशवहन अत्यंत महत्त्वाचे आहे. ते प्रभावी असेल तर अपेक्षेप्रमाणे कामकाज होते.

८. **अनौपचारिक संघटनेच्या उपयोगांचे तत्त्व (Principle of use of Informal Organisation) :** व्यवसायातील कामकाज औपचारिक व अनौपचारिक संघटनेमार्फत होत असते. औपचारिक संघटनेत व्यवस्थापन नियम, कार्यपद्धती ठरवून देते. त्यामुळे कर्मचाऱ्यांना त्या विशिष्ट चौकटीतून कामकाज करावे लागते. परंतु अनेकदा औपचारिक संघटन पद्धतीचा वापर करणे अशक्य असते. म्हणूनच अनौपचारिक संघटन रचनेची गरज भासते. अनौपचारिक संघटन आपोआप निर्माण झालेले असते. त्यासाठी कोणत्याही नियम किंवा कार्यपद्धतीची आखणी केलेली नसते. कर्मचारी दैनंदिन व्यवहार, संबंध व गरजा लक्षात घेऊन कामकाज करतात. या अनौपचारिक संघटन रचनेचाही उपयोग निर्देशनात होत असतो.

९. **नेतृत्वाचे तत्त्व (Principle of Leadership) :** चांगले व प्रभावी नेतृत्व व्यवस्थापन अत्यंत महत्त्वपूर्ण भूमिका बजाविते. चांगल्या नेतृत्वामुळेच कर्मचाऱ्यांच्या कार्याला योग्य दिशा दाखवून पूर्वनिर्धारित उद्दिष्टे पूर्ण करता येतात. जर वरिष्ठ अधिकाऱ्याकडे नेतृत्वाचे गुण असतील तर कनिष्ठ कर्मचारी त्याला नेता म्हणून मान्यता देतात व वरिष्ठाच्या आदेशाचे पालन स्वेच्छेने करीत असतात. आज केवळ आदेश देऊन दुसऱ्याकडून काम करून घेणे अशक्य आहे. कर्मचाऱ्यावर नेतृत्वाचा प्रभाव पडतो. म्हणूनच निर्देशनात नेतृत्वाचाही विचार करावा लागतो.

१०. **सिंहावलोकन व पाठपुरावा (prinicple of Review and Follow up) :** व्यवस्थापनातील निर्देशन ही सतत चालणारी प्रक्रिया आहे. एकदा आदेश दिले म्हणजे वरिष्ठांचे काम संपले असे नाही. आदेश दिल्यानंतर अडचणी येत असल्यास त्यांना मार्गदर्शन करावे लागते. त्यांच्या कामाचा वेळोवेळी आढावा घ्यावा लागतो. दिलेले आदेश चुकीचे असल्यास त्यात सुधारणाही करावी लागते. थोडक्यात, निर्देशन ही सतत चालणारी प्रक्रिया असल्यामुळे व्यवस्थापकाने कर्मचाऱ्यांना वेळोवेळी प्रेरणा व मार्गदर्शन देऊन कर्मचाऱ्यांच्या कामाचा पाठपुरावा केला पाहिजे.

४.१.४ निर्देशनाची तंत्रे (Techniques of Direction)

संस्थेतील कनिष्ठ कर्मचाऱ्यांकडून पूर्वनिर्धारित उद्दिष्टे पूर्ण करून घेण्यासाठी निर्देशन तंत्राची मदत होते. त्यासाठी वरिष्ठ अधिकारी कर्मचाऱ्यांना आदेश व सूचना देतो, प्रेरणा देऊन मार्गदर्शन करतो व त्यांच्या कार्यावर नियंत्रण ठेवतो. वरील बाबी पूर्ण करण्यात त्याला निर्देशनाच्या खालील तंत्राची मदत होते.

(१) एकतंत्री किंवा हुकूमशाही तंत्र, (२) मुक्त संचालन तंत्र, (३) सल्ला मसलतीचे तंत्र

(१) एकतंत्री किंवा हुकूमशाही तंत्र (Autocratic or Authoritarian Direction Technique) : या तंत्रालाच सत्ताधारी किंवा एकतंत्री किंवा हुकूमशाही तंत्र असेही म्हणतात. या तंत्राचा प्रमुख अधिकारी सर्व निर्णय स्वतःच घेतो व कनिष्ठांना आदेश देतो. कर्मचाऱ्यांनी कोणते काम केव्हा, कसे, कोठे करावे इत्यादी बाबींच्या स्पष्ट सूचना त्यांना देण्यात येतात. कोणताही निर्णय घेण्यापूर्वी किंवा आदेश देण्यापूर्वी कर्मचाऱ्यांशी विचारविनिमय केला जात नाही. वरिष्ठांची केवळ आपणच निर्णय घेऊ शकतो ही भावना असते. त्यामुळे ते कनिष्ठांना अधिकार प्रदान करीत नाहीत. या तंत्रात सर्व सत्ता वरिष्ठ अधिकाऱ्याकडे केंद्रित झालेली असते. म्हणूनच त्याला सत्ताधारी तंत्र असे म्हणतात. या तंत्रात कर्मचाऱ्यांनी वरिष्ठ अधिकाऱ्यांचे हुकूम पार पाडावयाचे असतात. निर्देशनाचे सर्व कामकाज केवळ वरिष्ठांच्या मर्जीनुसार चालत असते.

सत्ताधारी तंत्राचे फायदे (Advantages of Autocratic Technique)

१. **त्वरित निर्णय :** सत्ताधारी तंत्रात सत्तेचे वरिष्ठ अधिकाऱ्याच्या हातात केंद्रीकरण झालेले असते. कोणत्याही बाबीवर त्वरित निर्णय घेतला जातो. या पद्धतीत कर्मचाऱ्यांशी सल्लामसलत केली जात नाही किंवा त्यांच्या म्हणण्याला महत्त्व नसते. त्यामुळे त्वरित निर्णय घेता येतात.

२. **कमजोर कर्मचाऱ्यांना उपयुक्त :** संघटनेत काही कर्मचारी कमजोर असतात. ते सत्तेचा वापर करण्यास, निर्णय घेण्यास किंवा जबाबदारी स्वीकारण्यास तयार नसतात. अशा कर्मचाऱ्यांना हे तंत्र अत्यंत उपयुक्त असते.

३. **नवीन कर्मचाऱ्यांना फायदेशीर :** या तंत्रात कर्मचाऱ्यांना निर्णयाची अंमलबजावणी करताना स्वत:च्या ज्ञानाचा उपयोग करावा लागतो. त्यांना वरिष्ठांचे आदेश किंवा आज्ञा पाळाव्या लागतात. त्यामुळे अनुभव नसलेले किंवा नवीन कर्मचारी या तंत्रात सफलतापूर्वक काम करू शकतात. त्यामुळे नवीन व अनुभव नसलेले कर्मचारी हे तंत्र अधिक पसंत करतात.

सत्ताधारी तंत्राचे दोष/तोटे (Disadvantages of Autocratic Technique)

१. **निर्णयास विलंब :** या तंत्रात वरिष्ठांकडे सत्तेचे केंद्रीकरण होत असल्यामुळे निर्णय शीघ्रतेने घेतले जातात असे प्रथमदर्शनी वाटत असले तरी प्रत्यक्षात निर्णय घेण्यास विलंब लागतो. वरिष्ठ अधिकारी निर्णय घेण्यापूर्वी सर्व संबंधित बाबींचा सखोल अभ्यास करतो. तो एकटाच निर्णय घेणार असतो. त्यामुळे निर्णयास उशीर लागतो.

२. **कार्यक्षम अधिकाऱ्यांचा विरोध :** अकार्यक्षम, मंद बुद्धीचे व अशिक्षित कर्मचारी सत्ताधारी तंत्र पसंत करित असले तरी, कार्यक्षम उच्च शिक्षित कर्मचारी वरिष्ठांच्या बंधनात कामे करणे पसंत करित नाहीत. किंबहुना ते वरिष्ठांच्या चुका काढतात किंवा त्यांच्या आदेशांना विरोध करतात.

३. **स्पर्धात्मक शक्ती कमी होते :** या तंत्रात कर्मचाऱ्यांना आपली बुद्धी व चातुर्य यांचा उपयोग करण्याची संधी मिळत नाही. त्यांना फक्त वरिष्ठांचे आदेशच पाळावे लागतात. आपणास निर्णय प्रक्रियेत समाविष्ट केले जात नाही अशी अनेक कर्मचाऱ्यांची खंत असते. कधी कधी तर कर्मचारी संस्थाही सोडतात. थोडक्यात, कर्मचाऱ्यांमध्ये अविश्वास निर्माण होऊन स्पर्धात्मक शक्ती कमी होते.

(२) मुक्त संचालन तंत्र (Free Rein Technique) : मुक्त संचालन तंत्रात कर्मचाऱ्यांना स्वातंत्र्य देण्यात येते. संस्थेचे अधिकारी संस्थेची नीती, धोरण, कार्यक्रम इत्यादींची आखणी करतात. धोरणांच्या व कार्यक्रमांच्या अंमलबजावणीत कर्मचाऱ्यांना पुढाकार घेण्याचे व त्यांच्या विचारशक्तीस पूर्ण स्वातंत्र्य दिले जाते. कार्य करित असताना कर्मचाऱ्यांस अडचणी येत असल्याचा त्यांनाच त्या स्वत:च्या बुद्धिसामर्थ्याने किंवा अनुभवाच्या आधारावर सोडविण्याचे स्वातंत्र्य असते. जे कर्मचारी सुशिक्षित, बुद्धिमान व हुशार असून जबाबदारी स्वीकारण्यास तयार असतात, अशा कर्मचाऱ्यांना या तंत्रात त्यांचे कौशल्य दाखविण्याची संधी प्राप्त होते. त्यातूनच त्यांना वरिष्ठ अधिकारी म्हणून बढती मिळण्याची संधी मिळते. कर्मचाऱ्यांमध्ये व्यवस्थापकीय योग्यता यावी व त्यांची चिंतनशक्ती वाढून ते निर्णयक्षम व्हावेत असे वातावरण निर्माण केले जाते. या तंत्रात पुढील घटक महत्त्वाचे समजले जातात.

(अ) सत्तेचे हस्तांतरण : मुक्त संचालन तंत्रात वरिष्ठ-कनिष्ठांकडे सत्तेचे हस्तांतरण करण्यास सदैव तयार असतो. कर्मचाऱ्यांच्या योग्यतेनुसार सत्तेचे क्रमाक्रमाने हस्तांतर केले जाते.

(ब) **कमीत कमी हस्तक्षेप :** या तंत्रात प्रमुख व्यवस्थापक कर्मचाऱ्यांच्या दैनंदिन कामकाजात कमीत कमी हस्तक्षेप करतो. कर्मचारी प्रत्यक्ष काम करीत असताना त्यांच्या कामावर अशा रीतीने नियंत्रण ठेवले जाते की, त्याच्या कार्यात कमीत कमी व्यत्यय येईल. त्यामुळे त्याचे स्वातंत्र्य अबाधित राहते.

(क) **मुक्त विचारविनिमय :** या तंत्रात व्यवस्थापक आपल्या हाताखालील कर्मचाऱ्यांना केव्हाही विचारविनिमय करण्यास तयार असतात. कर्मचाऱ्यांना संस्थेचे उद्देश व परंपरा याबद्दल अगोदरच माहिती असल्यामुळे त्या बाबी अबाधित ठेवून विचारविनिमय केला जातो व निर्णय घेतले जातात.

(ड) **मागील निर्णयांचे विश्लेषण :** प्रमुख व्यवस्थापक कर्मचाऱ्यांना आवश्यकतेनुसार कंपनीच्या भूतकालीन परिस्थितीची कल्पना देतो. त्यामुळे कार्य करीत असताना कर्मचाऱ्यांस अडचणी येत नाहीत. मागील माहितीच्या विश्लेषणाच्या आधारावर भविष्यकालीन निर्णय घेतले जातात.

मुक्त संचालन तंत्राचे फायदे (Advantages of Free-Rein Direction Technique)

१. **कार्यक्षम कर्मचाऱ्यांना अनुकूल :** कार्यक्षम व उच्च शिक्षित कर्मचाऱ्यांना अंमलबजावणीत स्वातंत्र्य मिळत असल्यामुळे ते कार्य पूर्ण करताना आपल्या बुद्धिचातुर्याचा वापर करतात. ते जबाबदाऱ्या पेलण्यास समर्थ ठरतात व त्यातूनच त्यांना बढतीची संधी प्राप्त होते. त्यामुळे कार्यक्षम कर्मचारी हे तंत्र अधिक पसंत करतात.

२. **कर्मचाऱ्यांच्या कार्याचे सरळ मूल्यांकन :** या तंत्रात प्रत्येक कर्मचाऱ्याची योग्यता त्याने केलेल्या कामावरून ठरविण्यात येते. वरिष्ठ कर्मचाऱ्यांच्या कामाचे सहजतेने प्रत्यक्षपणे मूल्यांकन करतात. कर्मचाऱ्यांचे दोष वेळीच त्यांच्या निदर्शनास आणले जातात.

३. **कर्मचाऱ्यांचे मनोधैर्य वाढते :** या तंत्रात कर्मचाऱ्याला विश्वासात घेतले जाते. त्यामुळे त्यांच्यामध्ये स्वतंत्रपणे विचार करण्याची प्रवृत्ती वाढीला लागून जबाबदारी स्वीकारण्याची व वरिष्ठ म्हणून काम करण्याची पात्रता निर्माण होते. त्यामुळे त्याचा आत्मविश्वास वाढून त्याचे मनोधैर्य वाढते.

४. **वरिष्ठ अधिकारी वेळीच मिळतात :** कनिष्ठ कर्मचाऱ्यांच्या गुणविकासास या पद्धतीत संधी दिली जाते. त्यामुळे संस्थेत पात्र व कार्यक्षम कर्मचारी तयार होतात. भविष्यात संस्थेत ज्यावेळी वरिष्ठ अधिकाऱ्यांची गरज भासते तेव्हा बाहेरच्या व्यक्तीपेक्षा संस्थेतील कर्मचाऱ्यांना प्राधान्य दिले जाते. त्यामुळे आवश्यकतेच्या वेळी अंतर्गत साधनातून अधिकाऱ्यांची नियुक्ती करता येते.

(३) **सल्लामसलतीचे किंवा विचारविमर्शाचे तंत्र (Consultative Direction Technique) :** एकतंत्री निर्देशन व मुक्त संचालन या निर्दशनाच्या दोन तंत्राचा सुवर्णमध्य गाठण्याचा प्रयत्न सल्लामसलतीच्या तंत्रात केल्याचे आढळून येते. कोणत्याही संस्थेत वरिष्ठांनी निर्णय घ्यावयाचे असतात. ही बाब सत्य असली तरी या तंत्रात वरिष्ठ निर्णय घेण्यापूर्वी त्याची कर्मचाऱ्यांना माहिती देतात. कनिष्ठांबरोबर विचारविनिमय करून त्यांचा सल्ला घेतला जातो. कर्मचाऱ्यांच्या सूचना असल्यास सूचनांचे काटेकोरपणे पालन करण्याचाही प्रयत्न केला जातो. त्यामुळे विचारांची देवाणघेवाण होऊन दुय्यम अधिकारी व कर्मचाऱ्यांनाही व्यवस्थापनात सहभाग मिळतो. त्यामुळे निर्णय योग्य पद्धतीने घेतले जातात.

सल्लामसलतीच्या तंत्रात औपचारिक परिषद व अनौपचारिक परिषद या माध्यमाने निर्णय घेतले जातात. औपचारिक परिषदेमध्ये कर्मचाऱ्यांना औपचारिकपणे नियंत्रित केले जाते. संस्थेचा विस्तार, संकोच, नवीन योजना, संघटन रचनेतील बदल, नवीन कार्यपद्धती इत्यादींवर औपचारिक परिषदेत विचारविनिमय होतो. अनौपचारिक परिषदेमध्ये कर्मचाऱ्यांच्या अडचणी दूर करून त्यांच्या कामात समन्वय घालण्याचा, त्यांच्यातील मतभेद दूर करण्याचा अनौपचारिक प्रयत्न केला जातो. अशा रीतीने विचारविनिमयाला या तंत्रात अत्यंत महत्त्वाचे स्थान आहे.

सल्लामसलतीचे फायदे (Advantages of Cunsultative Direction Technique)

१. **कर्मचाऱ्यांचे सहकार्य :** या तंत्रात निर्णय घेण्यापूर्वी किंवा प्रत्यक्षात काम करण्यापूर्वी कर्मचाऱ्यांशी विचारविनिमय केला जातो. कर्मचाऱ्यांचा सल्ला व सूचनांचा आदर केला जातो. संघटनेला आपल्याबद्दल आदर आहे ही कर्मचाऱ्यांमध्ये भावना निर्माण होते. त्यामुळे ते संस्थेला सहकार्य करतात.

२. **चांगल्या योजनांची निर्मिती :** या तंत्रात कर्मचाऱ्यांचे सहकार्य मिळत असल्यामुळे अधिक चांगल्या योजनांची निर्मिती होते. कोणतीही योजना करण्यापूर्वी तिचा सर्व बाजूंनी विचार केला जातो. त्यामुळे होणारी योजना निश्चितच चांगली तयार होते.

३. **निरीक्षणाचे कमी प्रमाण :** या तंत्रात कोणतेही कार्य करण्यापूर्वी किंवा निर्णय घेण्यापूर्वी कर्मचाऱ्यांचा सल्ला किंवा सूचना यांचा विचार केला जातो. कर्मचाऱ्यांना योजनेची प्रत्यक्ष माहिती असल्यामुळे योजनेच्या अंमलबजावणीच्या वेळी त्यांच्यावर नियंत्रण ठेवण्याची गरज नसते. त्यामुळे नियंत्रणाचा खर्चही कमी होतो.

४. **बढतीस उपयुक्त :** या तंत्रात कर्मचारी व वरिष्ठ यांचा अत्यंत जवळचा संबंध येतो. कर्मचाऱ्यांना व्यवस्थापकाच्या मार्गदर्शनामुळे संस्थेची, ध्येय-धोरणे व योजनांची पुरेपूर माहिती मिळते. त्यामुळे कर्मचाऱ्यांच्या ज्ञानात वाढ होते. ते जबाबदारी पेलण्यास समर्थ ठरतात व अशा रीतीने त्यांना बढतीची संधी प्राप्त होते.

सल्लामसलतीच्या तंत्राचे दोष (Disadvantages of Consultative Direction Techniques)

१. **अपूर्ण व अस्पष्ट आदेश :** निर्देशनाच्या या तंत्रात प्रथम दर्शनी कर्मचाऱ्यांना विश्वासात घेतले जाते असे वाटत असल तरी त्यांच्याशी चर्चा करून घेतलेले निर्णय तोंडीच असतात. कर्मचाऱ्यांना लेखी व स्पष्ट सूचना किंवा आदेश दिले जात नाहीत. अनेकदा तर कर्मचाऱ्यांना संस्थेबाबतही सर्व माहिती आहे, असे गृहीत धरून त्यांना माहिती दिली जात नाही.

२. **आज्ञेच्या उल्लंघनाची प्रवृत्ती :** या तंत्रात कर्मचाऱ्यांच्या सूचना विचारात घेतल्या जातात. आपणही अधिकाऱ्याप्रमाणे कार्य करू शकतो. अशी कर्मचाऱ्यांमध्ये भावना निर्माण होते. त्यामुळे अनेकदा कर्मचारी अधिकाऱ्यांच्या आदेशाचे उल्लंघन करतात.

३. **तंत्राचा दुरुपयोग :** कधी कधी या तंत्राचा दुरुपयोग केला जातो. उदा. अनेकदा कमी महत्त्वाच्या विषयावर किंवा संस्थेतील प्रमुख धोरणावर कर्मचाऱ्यांचा सल्ला घेतला जातो. परंतु कमी महत्त्वाच्या विषयावर अनावश्यक चर्चा होते तर संस्थेची काही गुपिते कर्मचाऱ्यांना समजतात. ते कधी कधी या तंत्राचा दुरुपयोग करतात.

४. **गोंधळाची परिस्थिती** : या तंत्रात निर्णय प्रक्रियेत कर्मचाऱ्यांना समाविष्ट केले जाते. परंतु कधी कधी एखाद्या मुद्द्यावर खूप वेळ उलटसुलट चर्चा होते. त्यामुळे निर्णय घेण्यास वेळ लागूनही निर्णय घेतले जात नाहीत. त्यामुळे संस्थेत गोंधळाचे वातावरण निर्माण होते. कर्मचाऱ्यांनाही निर्णय कोणत्या आधारावर घेतला याचे आकलन होत नाही.

४.१.५ निर्देशनाचे महत्त्व (Importance of Direction)

मार्शल डिमॉक यांनी निर्देशन हे व्यवस्थापनाचे हृदय आहे असे म्हटले आहे. निर्देशनाशिवाय व्यवस्थापनाच्या इतर कार्यांना अर्थ राहत नाही. कोणत्याही व्यवसायात विभाग किंवा उपविभागांची उद्दिष्टे साध्य होण्यासाठी समन्वय व नियंत्रणाची गरज असते. परंतु व्यवस्थापनातील विविध कार्ये व घटकांना कार्यप्रवृत्त करण्याचे कार्य दिग्दर्शन करते. त्यामुळे संचालन व्यवस्थापनाचे हृदय आहे हे म्हणणे सयुक्तिक वाटते. निर्देशनाचे महत्त्व किंवा फायदे खालीलप्रमाणे आहेत.

१. **कार्यप्रवृत्त करणे** : एखाद्या संस्थेत अत्यंत चांगल्या रीतीने नियोजन करण्यात येऊन प्रभावी अशा संघटनेची रचना केलेली असेल व संघटनेमध्ये कार्यक्षम व तज्ज्ञ कर्मचाऱ्यांची नियुक्ती केलेली असेल. परंतु वरील सर्व घटकांना कार्य प्रारंभ आदेश दिल्याशिवाय उत्पादनाला किंवा प्रत्यक्ष कामकाजाला सुरुवात होत नाही. निर्देशनात कर्मचाऱ्यांना स्वेच्छेने कार्यप्रवृत्त केले जाते. म्हणूनच निर्देशनाला व्यवस्थापनात महत्त्वाचे स्थान प्राप्त झालेले आहे. निर्देशनाअभावी संस्थेतील भौतिक व मानवी साधने सुस्त होतील.

२. **समन्वय घालणे** : संघटनेत विविध स्तरांवर अनेक लोक काम करीत असतात. हे सर्व लोक संस्थेची पूर्वनिर्धारित उद्दिष्टे पूर्ण करण्यासाठी एकत्र आलेले असतात. प्रत्येक व्यक्तीचा इतर व्यक्तींशी संबंध येतो. तसेच एकाचा दुसऱ्याच्या कार्यावर परिणामही होत असतो. म्हणून या सर्व कर्मचाऱ्यांच्या कार्यामध्ये समन्वय किंवा एकसूत्रीपणा आणणे आवश्यक असते हे कार्य निर्देशनामुळे होत असते.

३. **कार्यक्षमतेत वाढ करणे** : संस्थेतील प्रत्येक कर्मचाऱ्यांची कार्यक्षमता वेगवेगळी असते. तरीपण प्रत्येक कर्मचाऱ्यांमध्ये काही सुप्त शक्तीही असतात. निर्देशनाद्वारे या सुप्त गुणांचा शोध घेतला जाऊन प्रत्येक कर्मचाऱ्याच्या सुप्त शक्तीला आवाहन देण्याचा प्रयत्न केला जातो. हे कर्मचारी त्याला सुप्त शक्तीची जाणीव झाल्यानंतर अधिक चांगल्या रीतीने कार्य करतात. अशा रीतीने कर्मचाऱ्यांच्या सुप्त गुणांचा वापर करून संघटनेची उद्दिष्टे पूर्ण करण्याचा प्रयत्न केला जातो. त्यामुळे संस्थेची कार्यक्षमता वाढते.

४. **संघटनेतील बदल** : कोणतीही संघटना परिणामी ठरण्यासाठी तिच्यामध्ये वातावरणातील बदल पचविण्याची शक्ती असली पाहिजे. वातावरण किंवा पर्यावरणातील बदलामुळे संघटनेच्या रचनेत तसेच तिच्यामधील कर्मचाऱ्यांमध्येही बदल करावे लागतात. आंतरिक व बाह्य परिस्थितीतील बदलामुळे जुन्या योजनांच्या ठिकाणी नवीन योजना सुरू केल्या जातात. नियंत्रण, समन्वय व निरीक्षणाच्या पद्धतीतही बदल होतो. वरील सर्व बदलांचे अनुकूलतेमध्ये रूपांतर करण्यासाठी व्यवस्थापनाला कर्मचाऱ्यांना प्रेरणा देऊन मार्गदर्शन करावे लागते. हे काम निर्देशनाद्वारेच होत असते.

५. **संघटनेची स्थिरता व विकास** : संघटनेचे स्थैर्य व विकास तिच्या चालकावर अवलंबून असते. संघटना दीर्घकाळ राहावी, तिची सतत प्रगती व्हावी म्हणून तिला योग्य नेतृत्व मिळणे आवश्यक आहे.

संघटनेतील कामे परिणामकारक होण्यासाठी योग्य संदेशवहनाचीही गरज आहे. कर्मचाऱ्यांना प्रेरणा देऊन त्यांच्या कार्यक्षमतेतही वाढ करता येते. थोडक्यात योग्य नेतृत्व, संदेशवहन व प्रेरणा इत्यादी बाबी संघटनेला स्थैर्य प्राप्त करून देतात. परंतु वरील सर्व बाबींमध्ये प्रभावी समन्वय निर्देशनामुळे निर्माण केला जातो. त्यामुळे संघटनेच्या स्थैर्यामध्ये दिग्दर्शनाचा मोठा वाटा असल्याचे दिसून येते.

६. **कर्मचाऱ्यांना मार्गदर्शन व प्रेरणा देणे :** व्यवस्थापनात कर्मचाऱ्यांना अनेक प्रकारची कार्ये करावी लागतात. परंतु अनेक कामे गुंतागुंतीची व किचकट असतात. ही कामे योग्य रीतीने होण्यासाठी कर्मचाऱ्यांना वरिष्ठाकडून मार्गदर्शनाची अपेक्षा असते. तसेच त्यांना वित्तीय व अवित्तीय स्वरूपाच्या प्रेरणा दिल्यास त्यांच्या कार्यक्षमतेतही वाढ होते. निर्देशनाद्वारे कर्मचाऱ्यांना मार्गदर्शनही केले जाते व प्रेरणाही दिल्या जातात. म्हणूनच व्यवस्थापनात निर्देशन महत्त्वाचे समजले जाते.

थोडक्यात, संघटनेची उद्दिष्टे साध्य करण्यासाठी कर्मचाऱ्यांमध्ये एकतेची भावना निर्माण करण्यासाठी त्याच्यात प्रभावी संदेशवहन निर्माण होण्यासाठी व संघटना गतिमान करण्यासाठी निर्देशन महत्त्वाची भूमिका बजावीत असते. संघटनेत यंत्र, कच्चा माल इत्यादी भौतिक साधनांबरोबरच कर्मचारी हा घटकही काम करीत असतो. भौतिक घटकावर नियंत्रण ठेवणे सोपे आहे. पण मानवी घटक म्हणजे कर्मचाऱ्यावर नियंत्रण ठेवणे अत्यंत अवघड बाब आहे. तरीपण निर्देशनाद्वारे कर्मचाऱ्यांवर सुद्धा नियंत्रण ठेवले जाऊन त्यांना कार्यप्रवृत्त केले जाते. त्यामुळे निर्देशनाचे महत्त्व विचारात घ्यावेच लागते.

४.२ संदेशवहन (Communication)

सध्याच्या परिस्थितीत प्रत्येक बाब संदेशवहनावर आधारित आहे असे म्हणणे सयुक्तिक ठरते. निरनिराळ्या पाहणीनुसार व्यवस्थापक आपल्या वेळेपैकी ७०% ते ७५% वेळ संदेशवहनात घालवितात. संदेशवहनामुळेच व्यवस्थापक दुसऱ्याकडून व्यवस्थितपणे काम करवून घेऊ शकतात. संदेशवहनामुळे माहिती, विचार, मते इत्यादींचे आदान-प्रदान होते. दैनंदिन जीवनात सुद्धा बातमी, पत्रव्यवहार, टेलिफोन, संगणक, टेलेक्स, टेलिव्हिजन, रेडिओ इत्यादी माध्यमांनी संदेशवहन होत असते. संदेशवहनाद्वारे एका व्यक्तीचे विचार दुसऱ्या व्यक्तीपर्यंत पोहोचविता येतात. थोडक्यात, संदेशवहन ही एक महत्त्वाची गरज आहे.

४.२.१ संदेशवहनाचे अर्थ व व्याख्या (Meaning and Definition of Communication)

संदेशवहन (Communication) हा शब्द (Communis) या मूळ लॅटिन शब्दापासून तयार झालेला आहे. या शब्दाचा अर्थ समान कल्पना किंवा विचारांची देवाण-घेवाण असा आहे. संदेशवहनाच्या माध्यमाने दोन किंवा अधिक व्यक्तींमध्ये विचारांची देवाण-घेवाण होते. संदेशवहनाचा शब्दश: अर्थ माहिती देणे, सांगणे, दाखविणे किंवा पसरविणे असा होतो. त्यामुळे संदेशवहन विचारांची देवाण-घेवाण करून आपसात विश्वास व चांगले संबंध घडवून आणते. संदेशवहन तोंडी, लेखी व कृतीने व्यक्त होत असते. संदेशवहनांच्या वरील अर्थाबरोबरच खालील व्याख्यांच्या आधारे त्याचा अर्थ अधिक चांगल्या रीतीने स्पष्ट होईल.

व्याख्या (Definition)

(१) ''एखाद्या व्यक्तीने दुसऱ्या व्यक्तीच्या मनात विशिष्ट जाणीव निर्माण करण्याच्या हेतूने केलेल्या सर्व क्रियांची गोळाबेरीज म्हणजे संदेशवहन होय. संदेशवहन ही सांगण्याची, ऐकून घेण्याची व समजून घेण्याची एक पद्धतशीर व निरंतर चालणारी प्रक्रिया आहे.''   (लुईस ॲलन)

"Communication is the sum of all the things, one person does when he wants to create understanding in the mind of anoher. It incolves a systematic and continuous process of telling, listening and understanding."
(Louis Allen)

(२) ''दोन किंवा अधिक व्यक्तींमध्ये माहिती, कल्पना, मते, भावना किंवा संवेदना यांची देवाण-घेवाण म्हणजे संदेशवहन होय.''
(न्यूमन आणि समर)

"Communication is an exchange of facts, ideas, opinions or emotions by two or more persons."
(Newman & Summer)

(३) ''शब्द, पत्र, माहिती किंवा सूचना, मते किंवा विचार यांची देवाण-घेवाण करण्याची क्रिया म्हणेज संदेशवहन होय.''
(एफ. जी. मेयर)

"Communication is the intercourse by words, letters, messages, thoughts or opinion."
(F. G. Meyor)

(४) एका व्यक्तीकडून दुसऱ्या व्यक्तीकडे माहिती व विचार पाठविण्याची प्रक्रिया म्हणजे संदेशवहन होय.''
(किथ व डेव्हिस)

"Communication is a process of passing information and understanding from one person to another."
(Kith & Devis)

वरील व्याख्यांच्या आधारे संदेशवहनाची वैशिष्ट्ये खालीलप्रमाणे सांगता येतील.

१. **दुहेरी प्रक्रिया :** संदेशवहनात संदेश देणारा व संदेश प्राप्तकर्ता यांच्यामध्ये केवळ विचारांची किंवा माहितीची देवाण-घेवाण इतकेच समाविष्ट नाही. संदेश प्राप्तकर्त्याला संदेशाचा व्यवस्थित अर्थ समजला पाहिजे. तसेच संदेश देणाऱ्याला संदेश प्राप्तकर्त्याची प्रतिक्रिया समजली पाहिजे. तेव्हाच संदेशवहनाची प्रक्रिया खऱ्या अर्थनि पूर्ण होते. व्यापार व व्यवसायात व्यवस्थापक कर्मचाऱ्यांना आदेश व सूचना देतात तर कर्मचारी त्यांच्या अडचणी व्यवस्थापनापर्यंत पोहोचविितात. त्यामुळे संदेशवहन ही दुहेरी प्रक्रिया आहे.

२. **निरंतर चालणारी प्रक्रिया :** मानवी शरीरात रक्ताच्या प्रसारणास जितके महत्त्व आहे, तितकेच महत्त्व संदेशवहनाला व्यापार व व्यवसायात आहे. जोपर्यंत व्यवसाय अस्तित्वात आहे, तोपर्यंत संदेशवहनाची प्रक्रिया सतत चालू असते. त्यामुळे ती निरंतर चालणारी प्रक्रिया आहे.

३. **संदेशवहनाची माध्यमे :** संदेशवहन एका विशिष्ट माध्यमानेच होते असे नाही. ते लेखी किंवा तोंडी असू शकते. दैनंदिन जीवनात बरेचसे संदेशवहन तोंडीच असते. निरनिराळी चिन्हे, कृती, चेहऱ्यावरील हावभाव इत्यादी माध्यमाने सुद्धा संदेशवहन होत असते. त्यामुळे संदेशवहनाची विविध माध्यमे आहेत असे म्हणता येईल.

४. **संदेशाचा अर्थ :** संदेशाद्वारे माहिती व विचारांचे आदान-प्रदान होते. परंतु संदेशाचा अर्थ संदेशप्राप्तकर्त्या व्यक्तीला समजला तरच त्याला अर्थ आहे. संदेशवहनातील संदेशदाता व संदेश प्राप्तकर्ता वेगवेगळ्या ठिकाणचे किंवा देशाचे असतील व त्यांना एकमेकांची भाषाच कळत नसेल तर संदेशवहनाची प्रक्रिया पूर्ण होणार नाही.

५. **पूर्ण संदेश किंवा पूर्ण माहिती :** संदेश देणाऱ्याने संदेश प्राप्तकर्त्या व्यक्तीकडे पूर्ण माहिती देणे आवश्यक आहे. जर संदेशदात्याने अपूर्ण माहिती पाठविली किंवा त्यालाच पूर्ण माहिती नसेल तर संदेश

प्राप्तकर्त्या व्यक्तीच्या मनात अनेक शंका निर्माण होतील व त्यामुळे त्याच अपेक्षित प्रतिक्रिया संदेशदात्याकडे येणार नाही. म्हणजे ते अपुरे संदेशवहन होईल. म्हणून संदेश नेहमी पूर्ण असावा.

६. **किमान दोन पक्ष :** संदेशवहनात संदेश देणारा व संदेश प्राप्त करणारा असे किमान दोन पक्ष असणे आवश्यक आहे. कोणत्याही एका पक्षाच्या उपस्थितीला अर्थ नाही. कारण त्यामुळे संदेशवहनाची प्रक्रियाच पूर्ण होणार नाही. म्हणून संदेशवहनासाठी किमान दोन पक्षांची गरज आहे.

७. **व्यापक प्रक्रिया :** संदेशवहन केवळ निरंतर चालणारी प्रक्रिया नसून ती अत्यंत व्यापक स्वरूपाची आहे. व्यवस्थापनाचे पूर्वानुमान, नियोजन, संघटन, समन्वय, संचालन, नियंत्रण या प्रत्येक कार्यात संदेशवहनाची आवश्यकता आहे. त्यामुळेच संदेशवहन ही एक व्यापक प्रक्रिया आहे असे दिसून येते.

४.२.२ संदेशवहनाचे प्रकार (Types of Communication)

नोंदणी झालेल्या संस्थांमध्ये संज्ञापनाचे विविध प्रकार वापरण्यात येतात. सामान्यपणे ज्या संस्थांची नोंदणी कंपनी कायद्यातील तरतुदीनुसार झालेली असते किंवा सहकारी संस्थेच्या कायद्याअंतर्गत नोंदणी झालेल्या संस्था किंवा विशेष किंवा स्वतंत्र कायद्यातील तरतुदीनुसार नोंदविलेल्या संस्थांना नोंदणी झालेल्या संस्था असे म्हणतात. या सर्व संस्थांचा कार्याचा व्याप अमर्यादित स्वरूपाचा असतो व त्यामुळे त्यांचा कारभार कार्यक्षमतेने चालविण्यासाठी संज्ञापनाची मोठ्या प्रमाणावर आवश्यकता भासते. हे संज्ञापनही अंतर्गत व बहिर्गत स्वरूपाचे असते. बहिर्गत संदेशवहनात संस्थेचा इतर संस्था, बँका, सरकारी कार्यालये, विमा कंपन्या, वाहतूक कंपन्या, ग्राहक, सामान्य लोक इत्यादींचा समावेश होतो. अंतर्गत संदेशवहनात प्रामुख्याने एखाद्या संस्था किंवा संघटनेतील संज्ञापनाचा विचार केला जातो. संदेशवहनाच्या प्रकारांचा विचार करताना सुद्धा अंतर्गत संदेशवहनाचाच प्रामुख्याने विचार केला जातो. संस्थेतील संदेशवहन प्रामुख्याने औपचारिक किंवा अनौपचारिक स्वरूपाचे असते. औपचारिक संदेशवहनात विशिष्ट मार्गाने किंवा कार्य पद्धतीने संदेशाची देवाण-घेवाण केली जाते. मात्र अनौपचारिक संदेशवहनात विशिष्ट मार्ग किंवा साखळीचा उपयोग केलाच जातो असे नाही. कारण अनौपचारिक संदेशवहन ही उत्स्फूर्त घडलेली कृती असते. थोडक्यात, संदेशवहनाचे प्रकार खालील प्रकारचे असतात.

(१) अधोगामी संदेशवहन (Downward Communication)

अधोगामी संदेशवहन हे लेखी किंवा तोंडी स्वरूपाचे असू शकते. ज्यावेळी वरिष्ठ स्तरावरील अधिकारी आपल्या हाताखालील कर्मचाऱ्यांशी विविध मार्गांनी संदेशवहन करतात. त्यालाच अधोगामी किंवा वरून खाली होणारे संदेशवहन असे म्हणतात.

उदा. : व्यवस्था संचालक, विभागीय प्रमुख, व्यवस्थापक साहाय्यक, व्यवस्थापकांना, पर्यवेक्षकांना, फोरमन कामगारांना सूचना किंवा आदेश देऊन काम करून घेतात. त्यावेळी अधोगामी संदेशवहनाचाच वापर केला जातो. साधारणपणे त्या संघटनेत वरिष्ठांकडून कनिष्ठाकडे अशा प्रकारची रचना केलेली असते त्याच संघटनेत ही पद्धती वापरली जाते. मोठमोठ्या संस्थांमध्ये वरिष्ठांनी घेतलेल्या निर्णयांची माहिती कनिष्ठांना देण्यासाठी, आदेश किंवा सूचना देण्यासाठी कनिष्ठांना मार्गदर्शन तसेच अभिप्रेरणा देण्यासाठी व कर्मचाऱ्यांवर कारवाई करण्यासाठी अधोगामी संदेशवहनाचा उपयोग होत असतो.

संचालक मंडळ किंवा वरिष्ठ अधिकारी संस्थेच्या धोरणाप्रमाणे नियोजन करतात व त्याची अंमलबजावणी कनिष्ठ स्तरावरील कर्मचाऱ्यांकडून करून घेत असतात. प्रसंगी त्यांना मार्गदर्शन करून त्यांच्या अडचणी सोडवीत असतात. या प्रकारचे संदेशवहनाचे स्वरूप खालील तक्त्यावरून लक्षात येईल.

अधोगामी संदेशवहनाचे उद्देश (Objectives of Downward Communication)

(१) साहाय्यक किंवा कनिष्ठांनी विशिष्ट कामाबद्दल आदेश किंवा सूचना देणे.

(२) संघटनेच्या ध्येयधोरणाबद्दल माहिती देणे.

(३) संघटनेची उद्दिष्टे लक्षात घेऊन कर्मचाऱ्यांनी कोणत्या पद्धतीने काम करणे अपेक्षित आहे, याची माहिती देणे.

(४) संघटनेची उद्दिष्टे लक्षात घेऊन कर्मचाऱ्यांनी कोणत्या पद्धतीने काम करणे अपेक्षित आहे, याची माहिती देणे.

अधोगामी संदेशवहनात लेखी किंवा तोंडी दोन्ही प्रकारच्या साधनांचा वापर केला जातो. संघटनेतील महत्त्वाच्या बाबी साहाय्यक/कर्मचाऱ्यांना परिपत्रके, आदेश, बुलेटिन, नियतकालिके इत्यादींच्या माध्यमांनी लेखी स्वरूपात कळविल्या जातात. अधोगामी संदेशवहनात लेखी संदेशवहनापेक्षा तोंडीच संदेशवहनावर विशेष भर दिसून येतो. उदा. फोरमन हाताखालील कर्मचाऱ्यांना तोंडीच सूचना वारंवार देत असतात. व्यवस्था संचालकांना महत्त्वाची माहिती विभाग प्रमुखांना द्यावयाची असल्यास त्याची सभा घेऊन तोंडीच माहिती सभेत अनेकदा दिली जाते. व्यवस्था संचालनाला संस्थेतील सर्व कर्मचाऱ्यांशी हितगुज करावयाचे असेल तर जनरल सभा घेऊन त्यांना बऱ्याच बाबी तोंडीच सांगितल्या जातात.

अधोगामी संदेशवहनाचे तोटे

१. अधोगामी संदेशवहनात वरिष्ठ अधिकाऱ्याकडून अनेकदा अत्यंत त्रोटक/कमी माहिती कनिष्ठांना दिली जाते. काही वेळा तीच ती माहिती देऊन अतिरेकही झालेला दिसून येतो. थोडक्यात, कधी प्रमाणापेक्षा कमी तर कधी प्रमाणापेक्षा जास्तीची माहिती या पद्धतीत दिली जाते.

२. मोठमोठ्या संघटनेत अधिकारांची साखळी मोठी असते. त्यामुळे महत्त्वाची माहिती कनिष्ठ कर्मचारी/कामगारांपर्यंत जाण्यास खूपच उशीर होतो. त्यामुळे तिचे महत्त्वही आपोआप कमी होत जाते.

३. कधी कधी संपूर्ण माहिती शेवटच्या कर्मचाऱ्यांपर्यंत जातच नाही. कारण बऱ्याच वेळा तोंडीच माहिती दिली जाते. एका पाहणीनुसार, कनिष्ठ कर्मचाऱ्यांपर्यंत फक्त २०% पर्यंत माहिती पोहोचते असे दिसून आले आहे.

४. कनिष्ठ कर्मचारी/कामगार यांना फक्त आदेश किंवा सूचनाच मिळत असतात. त्याप्रमाणे त्यांना काम करावे लागते. परंतु त्यांना त्याच्या मतप्रदर्शनाचा अधिकार नसतो. त्याचे कोणीही ऐकून घेत नाही अशी त्यांची तक्रार असते.

(२) ऊर्ध्वगामी संदेशवहन (Upward Communication)

संघटनेत जसे वरून खाली संदेशवहन होत असते तसेच खालून वर संदेशवहन होण्याची आवश्यकता असते. कर्मचारी/कामगारांचे अनेक प्रश्न असतात, ते त्यांना वरिष्ठांपर्यंत पोहोचवयाचे असतात. म्हणून त्यांनाही संदेशवहनाची संधी प्राप्त करून दिली जाते. त्यामुळेच ज्यावेळी कर्मचारी/कामगार पर्यवेक्षक/फोरमनला, पर्यवेक्षक/फोरमन साहाय्यक व्यवस्थापकाला, साहाय्यक व्यवस्थापक त्याच्या प्रमुख व्यवस्थापकाला माहिती देतो. त्यालाच ऊर्ध्वगामी म्हणजे खालून वर होणारे संदेशवहन असे म्हटले जाते. थोडक्यात, या प्रकारात खालून वर टप्प्याटप्प्याने संदेशवहन होत असते. या संदेशवहनाची माहिती खालील आराखड्याच्या आधारे अधिक चांगल्या रीतीने स्पष्ट करता येईल.

ऊर्ध्वगामी संदेशवहनाचे उद्देश

(१) वरिष्ठांना कनिष्ठांच्या अडचणीबद्दल माहिती देणे.

(२) वरिष्ठांना कामाबद्दलचा अहवाल/माहिती देणे.

(३) कनिष्ठांचे उत्पादनाच्या/विभागाच्या सुधारणेबाबत मत जाणून घेणे. त्यांना निर्णय प्रक्रियेत समाविष्ट करण्याचा प्रयत्न करणे.

(४) कर्मचारी कामगारांच्या कार्यस्थितीबाबत माहिती देणे.

ऊर्ध्वगामी संदेशवहनाचे मार्ग

१. **मुक्त धोरण :** ज्यावेळी एखाद्या कर्मचान्याला किंवा कामगाराला व्यवस्थापनाकडे माहिती सांगावयाची असेल त्यावेळी कामगार व्यवस्थापकाला भेटू शकतात असे धोरण असते. त्यामुळे व्यवस्थापक व कामगार यांच्यातील संबंध वाढीला लागतात.

२. **सूचना पेट्या :** कारखान्यात किंवा कार्यालयात महत्त्वाच्या ठिकाणी सूचना पेट्या लावण्यात येतात. ज्या कामगारांना काही तक्रारी किंवा सूचना करावयाच्या असतात ते आपल्या लेखी सूचना या पेट्यांमध्ये टाकतात.

३. **सामाजिक मेळावे :** कारखान्यातील कामगार ज्या विभागात काम करतात त्या विभागात कामगारांचे मेळावे आयोजित करून त्यांच्या अडचणी समजावून घेतात. हे मेळावे अनौपचारिक स्वरूपाचे असल्यामुळे वरिष्ठ व कनिष्ठ मोकळेपणाने वागतात.

४. **अहवाल :** कामगारांना त्याच्या कामाबद्दलचे अहवाल वरिष्ठांना द्यावे लागतात. हे संदेशवहनसुद्धा ऊर्ध्वगामी स्वरूपाचे असते.

वरील सर्व उदाहरणे खालून वर होणाऱ्या संज्ञापनाची आहेत. परंतु सर्वसामान्यपणे कर्मचाऱ्यांच्या वेतन/मजुरी/महागाई भत्ता/बोनस इत्यादींसंबंधी कामगार आपल्या मागण्या वरिष्ठांकडे देत असतात. कधी कधी कारखान्यामध्ये आवश्यक सोयी उपलब्ध नसतात. अशा वेळी सुद्धा कर्मचारी तक्रारी करीत असल्याचे दिसते.

ऊर्ध्वगामी संदेशवहनाच्या मर्यादा/तोटे

१. व्यवस्थापक किंवा वरिष्ठांनी कामगारांना मुक्त प्रवेश देऊन ऊर्ध्वगामी संदेशवहनाचे आवाहन केले तरी कर्मचारी स्वतःला कमी समाजात व त्यामुळे ते मालकाकडे आपल्या तक्रारी देत नाहीत. शेवटी त्यांना व्यवस्थापक किंवा वरिष्ठांची भीती असते.

२. कर्मचाऱ्यांनी वरिष्ठांशी प्रत्यक्ष संपर्क साधल्यास त्याचा वाईट परिणाम कर्मचाऱ्यांवर होण्याची शक्यता असते. काही वरिष्ठ विनाकारण कर्मचाऱ्यांवर रागावतात. त्यामुळे कर्मचारी ऊर्ध्वगामी संदेशवहनास नाखुश असतात.

३. कधी कधी या पद्धतीचा कर्मचारी गैरफायदाही घेतात. ते आपल्या वरिष्ठांशी योग्य वर्तन ठेवत नाहीत. कारण वरिष्ठांच्या अधिकाऱ्यांशी ते भेटून आपल्या तक्रारी मांडतात. त्यामुळे मध्यम दर्जावरील वरिष्ठांना अयोग्य वागणूक मिळण्याची शक्यता असते.

(३) समपातळीवरील किंवा क्षैतीज संदेशवहन (Horizontal Communication)

ज्यावेळी संस्थेत समान स्तरावर संदेशवहन होत असते त्याला समांतर संदेशवहन असे म्हणतात. उदा. एक विभाग प्रमुख दुसऱ्या विभाग प्रमुखाशी, एक पर्यवेक्षक दुसऱ्या पर्यवेक्षकाशी, एक फोरमन दुसऱ्या फोरमनशी, एक कामगार दुसऱ्या कामगाराशी संदेशवहन करीत असतो त्याला समांतर संदेशवहन असे म्हणतात. या संदेशवहनाची माहिती पुढील आलेखावरून अधिक स्पष्ट होईल. समपातळीवरील संदेशवहनामुळे संघटनेतील सर्व विभाग समजावून घेतले जातात. उदा. विक्री विभागाला एखादा मोठा आदेश मिळाला तर खरेदी विभागाला त्यानुसार कच्चा माल खरेदी करावा लागेल व उत्पादन विभागाला त्यावर विशिष्ट वेळेत प्रक्रिया करून द्यावी लागेल.

म्हणजेच विक्री, खरेदी व उत्पादन विभागात समन्वय प्रस्थापित होऊन विशिष्ट उद्दिष्ट पूर्ण करणे शक्य होईल. समांतर संदेशवहनात समोरासमोर येऊन संदेशवहन करणे, टेलिफोनवरून संदेशवहन करणे, ठरावीक कालावधीनंतर सभा घेणे इत्यादींचा प्रामुख्याने विचार केला जातो. तरीपण अनेकदा काही अधिकारी समांतर संदेशवहनाच्या विरोधात असल्याचे दिसून येते. समांतर संदेशवहनामुळे कर्मचारी व अधिकाऱ्यांमध्ये मैत्रीपूर्ण संबंध प्रस्थापित होतात. त्यामुळे हेच कर्मचारी भविष्यात व्यवस्थापनामुळे अनेक प्रश्न निर्माण करतात असे काही अधिकाऱ्यांना वाटते.

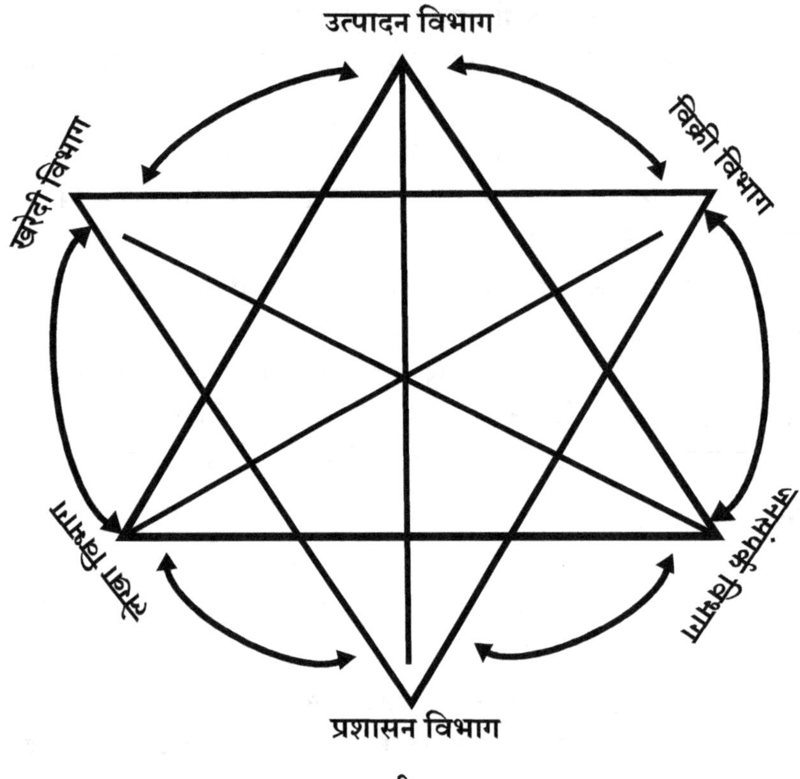

आकृती क्र. ३३

(४) औपचारिक व अनौपचारिक संदेशवहन

(अ) औपचारिक संदेशवहन (Formal Communication) : ज्यावेळी संदेशदाता व संदेशप्रास्कर्ता यांच्यामध्ये औपचारिक स्वरूपाचे संबंध असतात व संदेशाची देवाण-घेवाण करण्यासाठी विशिष्ट औपचारिक पद्धतीचा अवलंब केला जतो, त्याला औपचारिक संदेशवहन असे म्हणतात. औपचारिक संदेशवहन नेहमी लेखी स्वरूपात असते. उदा. जनरल मॅनेजरने आपल्या हाताखालील अधिकाऱ्यांना दिलेले आदेश औपचारिक पद्धतीचे असतात. या प्रकारच्या संदेशवहनात शब्दांची विशिष्ट पद्धतीने रचना केलेली असते. औपचारिक संदेशवहनामुळे अधिकाऱ्यांची जबाबदारी निश्चित केली जाते. त्यामुळे ते आपल्या कर्तव्यात कसूर करीत नाहीत.

(ब) अनौपचारिक संदेशवहन (Informal Communication) : ज्यावेळी संदेशदाता व संदेशप्रास्कर्ता यांच्यामध्ये कोणत्याही प्रकारचा औपचारिकपणा नसतो व अनौपचारिक पद्धतीने विचार, मते, कल्पना इत्यादींची देवाण-घेवाण होते त्याला अनौपचारिक संदेशवहन असे म्हणतात. व्यवस्थापनाच्या समान स्तरावर काम करणाऱ्या कर्मचाऱ्यांमध्ये अशा प्रकारचे संदेशवहन अनेकदा होत असते. कधी कधी व्यवस्थापनातील विविध स्तरावर सुद्धा अनौपचारिक संदेशवहन होत असते. परंतु या संदेशवहनाचा अतिरेक झाल्यास संस्थेतील शिस्त बिघडण्याची शक्यता असते. त्यामुळे प्रत्येक संस्थेत अनौपचारिक संदेशवहन ठराविक मर्यादेपर्यंतच असावे.

(५) लिखित किंवा लेखी संदेशवहन (Written Communication)

ज्यावेळी संदेश किंवा माहिती लेखी स्वरूपात देण्यात येते त्याला लेखी संदेशवहन असे म्हणतात. लेखी संदेशवहनात शब्दाची योग्य पद्धतीने निवड केलेली असून ते स्पष्ट स्वरूपात असल्यामुळे हे संदेशवहन अतिशय प्रभावी ठरते. पूर्वी भाषा अस्तित्वात नसल्यामुळे अनेकदा संदेशवहन आकृती, चित्रे, चिन्हे इत्यादी माध्यमाने होत असे. आजही प्रादेशिक परिवहन विभागात लिखित चिन्हांचा वापर करण्यात येतो. लिखित संदेशवहन प्रामुख्याने व्यापारी पत्रे, लेखी सूचना, विवरणे, अहवाल परिपत्रके, सभांची सूचना, कार्यक्रमपत्रिका व इतिवृत्ते, लिखित जाहिराती इत्यादी माध्यमाने होत असते.

कार्यालयात कर्मचाऱ्यांना देण्यात येणारे आदेश किंवा सूचना नेहमी लेखी स्वरूपात असतात. कर्मचाऱ्यांच्या कामाच्या नोंदी, त्यांच्या सेवाशर्ती, संस्थेतील हिशेबाच्या नोंदी, कर्मचाऱ्यांवर करण्यात आलेली कारवाई इत्यादींसारख्या अनेक बाबी लिखित स्वरूपातच असतात. संस्थेचा बाह्य जगाशी नेहमी संपर्क येत असतो. उदा. बँका, विमा कंपन्या, वाहतूक कंपन्या, पोस्ट, टेलिफोन, सार्वजनिक क्षेत्रात काम करणाऱ्या संस्था इत्यादींशी होणारा पत्रव्यवहार मोठ्या प्रमाणावर लेखी स्वरूपात असतो. वर्तमानपत्रे, नियतकालिके, मासिके इत्यादींमधील लेख किंवा जाहिराती या लेखी संज्ञापनात येतात. थोडक्यात, लेखी संदेशवहन संस्थेत अत्यंत महत्त्वाचे आहे. त्याचे फायदे-तोटे खालीलप्रमाणे आहेत.

लेखी संदेशवहनाचे फायदे : लेखी संदेशवहनाचे फायदे खालीलप्रमाणे आहेत.

१. **लेखी पुरावा :** संदेश लेखी दिल्यामुळे संदेशदात्याजवळ संदेश दिल्याबद्दलचा पुरावा असतो. लेखी संदेशवहन कायम स्वरूपाचे असल्यामुळे त्याचा भविष्यात केव्हाही पुरावा म्हणून वापर करता येतो. न्यायालयीन कामकाजात लेखी संदेशवहनाचा वापर केला जातो.

२. **अधिक प्रभावी किंवा परिणामकारक :** लेखी संदेशवहनात संदेशाची मांडणी विचारपूर्वक करण्यात आलेली असते. संदेशवहनातील प्रत्येक मुद्दा, तपशील कोणत्या क्रमाने व कोणत्या प्रमाणात घ्यावा याचे अगोदरच नियोजन केलेले असते. शब्दांची निवड काळजीपूर्वक केलेली असते. त्यामुळे लेखी संदेशवहनाचा इतरांवर चांगला प्रभाव पडतो.

३. **कमी श्रम व खर्च :** लेखी संदेशवहनाचा खर्च बरेचदा कमी येतो. ज्यावेळी एखादी माहिती अनेक लोकांना कळवावयाची असते त्यावेळी सूचना किंवा माहिती कारखान्यात मुख्य कलमावर लावली जाते. वर्तमानपत्रातील लेखी संदेशवहन लोक वाचतात. त्यामुळे आधुनिक संदेशवहनाच्या माध्यमापेक्षा हे साधन कमी खर्च व कमी श्रमाचे आहे.

४. **कायमचे अस्तित्व :** लेखी संदेशवहन दीर्घकाळ टिकणारे असते. लेखी संदेशवहनातील मजकूर संदेश प्राप्तकर्त्याला केव्हाही व कितीही वेळा वाचता येतो. त्यामुळे त्यात अधिक स्पष्टता येते. त्यांचा अर्थही व्यवस्थितरित्या लावण्यात येतो.

५. **संदेशदाता व संदेश प्राप्तकर्ता एकत्र येण्याची गरज नाही :** लेखी संदेशवहनात तोंडी संदेशवहनाप्रमाणे संदेशदाता व संदेश प्राप्तकर्ता एकत्र येण्याची गरज नसते. हे दोन्ही पत्रे एकत्र न येता संदेशवहनाची प्रक्रिया प्रत्येकाच्या सोयीने होत असते.

६. **संदेशातील स्पष्टपणा :** लिखित संदेशवहनात मजकूर लिहिल्यानंतर तो संदेश प्राप्तकर्त्याकडे पाठविण्यापूर्वी तपासून पाहण्यात येतो. संदेशात काही अपूर्णता असेल तर ती लगेच दुरुस्त केली जाते. काही महत्त्वाची

माहिती लिहावयाची राहून गेल्यास ती पण लिहिली जाते. थोडक्यात, लेखी संदेश तयार करण्यापूर्वी सर्व प्रकारची काळजी घेतली जाते. त्यामुळे संदेशात स्पष्टता येते.

लेखी संदेशवहनाचे तोटे

१. **गुप्ततेचा अभाव :** लेखी संदेश अनेक लोक वाचतात. गुप्त पत्रे तयार करण्यापूर्वी ती संबंधित कारकुनाला टाईप करावी लागतात. तसेच जावक करणारी व्यक्तीही हे संदेश वाचत असते. त्यामुळे लेखी संदेशवहनात नेहमीची गुप्तता राखता येते असे नाही.

२. **संदेश प्रसरणाला अधिक वेळ लागणे :** लिखित संदेश तयार करण्यास अनेकदा वेळ लागतो. संदेश तयार करण्यापूर्वी पूर्ण विचार करणे, संदेशांची मांडणी करणे, मसुदा तयार करून त्यावरून पक्का मसुदा तयार करणे, भाषेचे व व्याकरणाचे नियम पाहणे, शब्दांची अचूक पद्धतीने निवड करणे इत्यदी बाबींसाठी खूप वेळ लागतो. त्यामुळे संदेश तयार करणे व तो प्रसारित करणे याला खूपच वेळ लागतो.

३. **निरक्षर कर्मचाऱ्यांना अनुपयुक्त :** लेखी संदेशवहनाचा फायदा फक्त सुशिक्षित लोकांनाच होतो. जे अडाणी किंवा निरक्षर आहेत त्यांना लेखी संदेशवहनाचा फायदा होत नाही. संदेश कितीही प्रभावी असला तरी त्यांना तो समजत नाही. त्यामुळे संदेशवहनाचा उद्देश साध्य होत नाही.

४. **प्रतिक्रिया न समजणे :** तोंडी संदेशवहनात संदेश प्राप्तकर्त्याची प्रतिक्रिया ताबडतोब समजते. परंतु लेखी संदेशवहनात संदेश प्राप्तकर्ते ताबडतोब प्रतिक्रिया देत नाहीत. कारण ते समोरासमोर नसतात. कधी कधी लेखी पत्रांना अत्यंत विचारपूर्वक उत्तरे द्यावी लागतात. त्यामुळेही वेळीच प्रतिक्रिया मिळत नाही.

(६) तोंडी किंवा मौखिक संदेशवहन (Oral or Verbal Communication)

तोंडी किंवा मौखिक संज्ञापन दोन व्यक्ती बोलत असताना होत असते. या प्रकारात एक व्यक्ती आपले विचार, मते, सूचना, कल्पना, तक्रारी दुसऱ्या व्यक्तीला सांगत असते. दुसऱ्या व्यक्तीची प्रतिक्रियांची पहिल्या व्यक्तीला समजत असते. थोडक्यात, ज्यावेळी दोन घटकांत बोलण्याने संज्ञापन होते त्याला तोंडी संदेशवहन असे म्हणतात. हे संदेशवहन दोन प्रकारचे असते. उदा. प्रत्यक्ष व अप्रत्यक्ष तोंडी संदेशवहन.

ज्यावेळी संदेशवहनाचे संदेशदाता व संदेशप्राप्तकर्ता हे घटक समोरासमोर एकत्र येऊन संदेशवहन करीत असतात त्याला प्रत्यक्ष तोंडी संदेशवहन असे म्हटले जाते. उदा. सभा, कार्यशाळा, चर्चासत्रे इत्यादींमध्ये वक्ता व श्रोते समोरासमोर एकत्र येऊन चर्चा करतात. म्हणून त्याला प्रत्यक्ष तोंडी संदेशवहन असे म्हणतात. परंतु कधी कधी संदेशदाता व संदेशप्राप्तकर्ता समोरासमोर न येता संदेशवहन होते. उदा. रेडिओ, बिनतारी संदेश, टेलिफोन किंवा इंटरकॉमद्वारे होणारे संदेशवहन हे अप्रत्यक्ष स्वरूपाचे तोंडी संदेशवहन होय. अमेरिकेतील एका पाहणीनुसार, ७० ते ७५% संदेशवहन तोंडी स्वरूपाचे असते असे आढळून आलेले आहे. या संदेशवहनाचे फायदे-तोटे पुढीलप्रमाणे आहेत.

तोंडी संदेशवहनाचे फायदे

१. **वेळ व खर्चात बचत :** तोंडी संदेशवहनामुळे संदेशदाता व संदेश प्राप्तकर्ता यांच्या वेळेत बचत होते. उदा. सभा किंवा चर्चासत्रात एकच माहिती अनेक लोकांपर्यंत त्वरित व कमी खर्चात पोहोचविता येते. लेखी संदेशवहनाप्रमाणे संदेश तयार करण्यात वेळ जात नाही. तसेच स्टेशनरीत सुद्धा मोठ्या प्रमाणावर बचत होते.

२. **संदेशाचे जलद प्रसरण :** तोंडी संदेशवहनात संदेशाचे शीघ्र किंवा जलद प्रसरण होत असते. प्रत्यक्ष

समोरासमोर बोलणे किंवा टेलिफोनवर बोलणे या दोन्ही प्रकारात संदेश त्वरित संदेश प्राप्तकर्त्यांपर्यंत पोहोचविला जातो.

३. **निरक्षर लोकांना फायदा :** तोंडी संदेशवहनात समोरासमोर विचारांची देवाणघेवाण होत असते. त्यामुळे निरक्षर व्यक्तींनासुद्धा संदेशाचा अर्थ कळतो. त्यामुळे निरक्षर लोकांना तोंडी संदेशवहन उपयुक्त ठरते.

४. **प्रतिक्रिया मिळते :** तोंडी संदेशवहनानंतर संदेशप्राप्तकर्त्याची प्रतिक्रिया त्याच्या बोलण्यावरून किंवा चेहऱ्यावरून किंवा कृतीवरून ताबडतोब कळते. संदेशप्राप्तकर्त्याच्या काही अडचणी असल्यास त्या त्वरित दूर करता येतात.

उदा. किराणा मालाच्या दुकानदाराकडे फोन करून वस्तूची मागणी केल्यास त्याच्याकडे कोणत्या वस्तू आहेत व कोणत्या नाहीत हे त्वरित कळते.

५. **संदेशदाता व संदेशप्राप्तकर्त्यांमध्ये जवळीक :** तोंडी संदेशवहनाचा सर्वांत महत्त्वाचा फायदा म्हणजे संदेशदाता व संदेशप्राप्तकर्ता यांच्यातील जवळीक होणे हा आहे. या संदेशवहनात एकमेकांच्या अडचणींचे ताबडतोब निराकरण केले जाते. एकमेकांबद्दल आदर निर्माण होतो.

तोंडी संदेशवहनाचे तोटे

१. **पुराव्याचा अभाव :** तोंडी संदेशवहनात संदेश दिल्याचा संदेशदात्याजवळ पुरावा नसतो. एखाद्या कर्मचाऱ्याने संदेश मिळाल्यानंतरही तो मिळाला नाही असे सांगून जबाबदारी टाळली असेल तर संदेशदात्याजवळ त्याच्या विरुद्ध कारवाई करण्यासाठी पुरावा नसतो. त्यामुळे तोंडी संदेशवहनात नेमका दोषी कोण आहे हे सांगता येत नाही.

२. **संज्ञापनात प्रभावीपणा किंवा परिणामकारकता नसते :** तोंडी संज्ञापनात लेखी संज्ञापनाप्रमाणे प्रभावीपणा किंवा परिणामकारकता नसते. या संदेशवहनात संदेशदाता आपल्या मनातील विचार दुसऱ्यांना ऐकवीत असतो. ते विचार नियोजनबद्ध पद्धतीने मांडलेले असतातच असे नाही. कधी कधी तर अचानकच विचार मांडले जातात. तयारीशिवाय या संज्ञापनात बऱ्याच गोष्टी येत असल्यामुळे त्यात प्रभावीपणा नसतो.

३. **खर्चिक पद्धती :** लेखी संज्ञापनाच्या तुलनेत तोंडी संज्ञापन अनेकदा खर्चिक असल्याचेही दिसून येते. सभा किंवा चर्चासत्र कमी खर्चात विचार ऐकविता येत असली तरी अनेकदा तोंडी संज्ञापनासाठी टेलिफोन, बिनतारी यंत्रणा, रेडिओ, दूरदर्शन इत्यादींचा वापर करावा लागतो. ही साधने बरीच खर्चिक स्वरूपाची असल्याचे आढळून येते.

४. **संदर्भ म्हणून उपयोग न होणे :** लेखी संदेशवहनाचा भविष्यात केव्हाही पुरावा व संदर्भ म्हणून वापर करता येतो. परंतु तोंडी संदेशवहनात सर्व माहिती संदेशदात्याच्या स्मरणात असतेच असे नाही. प्रत्येकाच्या स्मरणशक्तीला मर्यादा आहेत. त्यामुळे जसेच्या तसे विचार भविष्यात सांगता येत नाहीत. तोंडी संदेशवहनाचा संदर्भ म्हणून वापर करता येत नाही.

५. **गैरसोयीची प्रतिक्रिया :** तोंडी संदेशवहनात संदेशदाता व संदेश प्राप्तकर्ता या दोघांचीही बौद्धिक पातळी सारखी असणे आवश्यक आहे. एखाद्या अनुभवी व्यवस्थापकाने नवीन लागलेल्या कर्मचाऱ्याला संदेश दिला असेल व तो लांबलचक असून त्यात काही तांत्रिक शब्द वापरल्यास त्याला कळणार नाही. त्यामुळे संदेशवहनाची प्रक्रिया योग्य प्रकारे होणार नाही.

(७) अशाब्दिक संदेशवहन (Visual Communication)

लेखी व तोंडी संदेशवहनाशिवाय संदेशवहनाचे तिसरे माध्यम म्हणजे अशाब्दिक संदेशवहन होय. यात लिहिणे किंवा बोलणे याचा वापर केला जात नाही. ही पद्धती भाषा अस्तित्वात येण्यापूर्वीच वापरण्यात येत होती. या संदेशवहनात देह-बोली, चिन्हे, खाणाखुणा, आलेख, चित्रे इत्यादींचा मोठ्या प्रमाणावर वापर केला जातो. उदा. आजही समोरच्या व्यक्तीला बोटाने इशारे करून कृती करण्यास आपण सांगतो. प्रादेशिक परिवहन कार्यालयात विविध प्रकारच्या खुणा बरेच कही सांगत असतात. धोक्याच्या चिन्हाची माहिती अनेक चित्रांवरून होत असते. अशाब्दिक संदेशवहनाचा देह-बोलीचा (Body Language) उपयोग मोठ्या प्रमाणावर होत असतो.

एखाद्या व्यक्तीच्या चेहऱ्यावरील प्रतिक्रिया बरेच काही सांगून जातात. डोळ्यांच्या हालचालीवरून राग, लज्जा, द्वेष, प्रेम इत्यादी भावना व्यक्त होत असतात. या प्रकारात संदेशवहनासाठी विशिष्ट चिन्हांचाही मोठ्या प्रमाणावर वापर केला जातो. उदा. रेड क्रॉसच्या चिन्हावरून वैद्यकीय सेवा उपलब्ध असल्याची माहिती मिळते. रस्त्याने किंवा चौफुल्यावर विद्यार्थ्यांच्या पाठीवर दप्तर असेल तर जवळपास शाळा असल्याचे निदर्शनास येते. धूम्रपानाच्या चित्रावरून धूम्रपानाच्या तोट्याची कल्पना येते. व्यावसायिक संस्थांमध्ये आलेख, तक्ते, वर्तुळे, चौकोन इत्यादींचा वापर करून विक्री, खरेदी, नफा, तोटा इत्यादींची माहिती कळू शकते. नकाशावरून पर्वत, नद्या, विमान मार्ग, रस्ते, रेल्वेमार्ग इत्यादींची माहिती कळू शकते. थोडक्यात, या प्रकारात कोणताही शब्द न वापरता विविध चिन्हे, नकाशे, आलेख इत्यादींच्या साहाय्याने संदेशवहन होत असते.

४.२.३ संदेशवहनाची प्रक्रिया (Communication Process)

अनेक लेखकांनी संदेशवहनाला प्रक्रिया म्हणून संबोधिले आहे. संदेशवहन सतत चालणारी प्रक्रिया असली तरी लवचीक असणे आवश्यक आहे. संदेशवहनाच्या प्रक्रियेत संदेशवहनाच्या घटकांचा अभ्यास केला जातो. संदेशवहनाची प्रक्रिया खालीलप्रमाणे असते.

१. **संदेशदाता (Communicator) :** जी व्यक्ती संदेश देते तिला संदेशदाता (Communicator) असे म्हणतात. संदेशदाता संदेशवहनाच्या प्रक्रियेला सुरुवात करतो.

२. **संदेश प्राप्तकर्ता (Communicatee) :** ज्या व्यक्तीला संदेश मिळतो, तिला संदेश प्राप्तकर्ता असे म्हणतात. संदेश प्राप्तकर्ता संदेशवहनाचे शेवटचे टोक असते. संदेशदात्याने संदेश दिल्यानंतर तो संदेश प्राप्तकर्त्याकडे जातो. संदेश प्राप्तकर्ते अनेक असू शकतात.

३. **संदेश (Message) :** संदेश देण्यासाठी संदेशदाता ज्या ज्या बाबींचा किंवा गोष्टींचा वापर करतो त्याला संदेश असे म्हटले जाते. संदेशात आदेश, सूचना, माहिती, विचार, मते, अहवाल इत्यादींचा समावेश होतो.

४. **संदेशाचे माध्यम (Medium of Communication) :** एका व्यक्तीकडून दुसऱ्या व्यक्तीस संदेश देण्यासाठी ज्या साधनांचा किंवा माध्यमांचा वापर केला जातो त्याला संदेशवहनाचे माध्यम म्हणून ओळखले जाते. उदा. पत्रे, आलेख, चित्रे, टेलिफोन, रेडिओ, टी.व्ही., सिनेमा इत्यादी.

५. **प्रतिक्रिया (Feedback or Response) :** संदेशदात्याने संदेश प्राप्तकर्त्या व्यक्तीला संदेश दिल्यानंतर संदेश प्राप्तकर्ता संदेशाबद्दल आपले मत प्रदर्शन करतो त्याला प्रतिक्रिया असे म्हटले जाते. ही प्रतिक्रिया अनुकूल किंवा प्रतिकूल असू शकते. संदेशदात्याने ज्या उद्देशाने संदेश दिला होता तो उद्देश पूर्ण होत असेल तर संदेश प्रभावी किंवा परिणामकारक होता असे म्हणता येईल. मात्र संदेशाचा परिणाम प्रतिकूल असला तरी संदेशवहन प्रक्रिया पूर्ण होते.

अशा तऱ्हेने संदेशवहनाची प्रक्रिया पूर्ण होण्यासाठी वरील घटकांची आवश्यता असते. त्यांच्या माध्यमानेच संदेशवहन प्रक्रिया पूर्ण होते.

४.२.४ संदेशवहनाचे महत्त्व (Importance of Communication)

संदेशवहन अत्यंत व्यापक स्वरूपाचे असून ते व्यवस्थापनाच्या नियोजन, समन्वय, संघटन व नियंत्रण इत्यादी कार्यात अत्यंत महत्त्वाचे आहे. व्यवस्थापनाचे कोणतेही कार्य संदेशवहनाअभावी व्यवस्थित होऊ शकत नाही. त्यामुळे चेस्टर बर्नॉर्ड यांनी 'संदेशवहनाची व्यवस्था निर्माण करणे आणि ती टिकवून ठेवणे हे व्यवस्थापकाचे प्रथम कर्तव्य आहे' असे म्हटले आहे. अलीकडे स्पर्धा, उत्पादनातील गुंतागुंत वैशिष्ट्यीकरण व मोठ्या प्रमाणावरील उत्पादन इत्यादींमुळे संदेशवहन हा व्यवस्थापनातील प्रथम क्रमांकाचा महत्त्वाचा प्रश्न आहे असेही काही तज्ज्ञांचे मत आहे. किथ डेव्हिस यांनी संदेशवहनाची तुलना मानवी शरीरातील रक्तवाहिन्यांशी केलेली आहे. 'मनुष्यशरीरात रक्तवाहिन्यांची जशी गरज आहे तशीच, व्यवस्थापनाला संदेशवहनाची गरज आहे.' व्यवस्थापनात उच्च अधिकाऱ्यांना अडचणी वरिष्ठ अधिकाऱ्यांपर्यंत पोहोचवाव्या लागतात. त्यामुळेच व्यवस्थापनात संदेशवहन निश्चितच महत्त्वाचे आहे. प्रभावी संदेशवहनामुळे गैरसमजही टाळता येतात. व्यवस्थापनाचा व्यवसायात जसा अंतर्गत संबंध येतो. हे संबंध दृढ करण्याचे कामही संदेशवहन करते. संदेशवहन फक्त व्यवसायातच उपयुक्त आहे असे नाही. आपल्या दैनंदिन जीवनात व्यक्तीचा सकाळी उठल्यापासून रात्री झोपेपर्यंत अनेक घटकांशी किंवा लोकांशी संबंध येतो. यामध्ये संदेशवहन मोलाची मदत करते. थोडक्यात, संदेशवहन अत्यंत महत्त्वाचे आहे. त्याचे महत्त्व पुढील मुद्द्यांवरून अधिक चांगल्या रीतीने स्पष्ट होते.

१. **योग्य नियोजन व समन्वयासाठी :** व्यवसायाचे यश नियोजनावर अवलंबून असते. नियोजन मागील आकडेवारी व माहितीवर अवलंबून असते. नियोजनामुळेच प्रत्येक कर्मचाऱ्याला केव्हा, कोठे, कसे काम करावे याबद्दल पूर्वसूचना मिळतात. अचूक नियोजनाची प्रभावी अंमलबजावणी व्हावी म्हणून प्रत्येक अवस्थेत संदेशवहन उपयुक्त ठरते. संदेशवहनामुळे उत्पादनाच्या प्रत्येक घटकाला त्याची भूमिका समजावून दिली जाते. त्यामुळे संदेशवहन नियोजनाचा आधार आहे असे म्हणता येईल. याशिवाय उत्पादनाच्या साधनात समन्वय घालावा लागतो. प्रामुख्याने कर्मचाऱ्यांच्या कार्यात समन्वय घालणे आवश्यक आहे. संदेशवहनामुळे कर्मचारी व अधिकारी यांच्या कामात समन्वय निर्माण केला जातो. त्यामुळे नियोजन व समन्वयात संदेशवहन महत्त्वाची भूमिका बजावीत असते.

२. **व्यवसायाचे यशस्वी संचालन करणे :** आजकाल औद्योगिक संस्थांचा आकार सतत वाढत असल्याचे दिसून येते. मोठ्या उत्पादनामुळे व्यवसायात अनेक विभाग व उपविभाग निर्माण केले जातात. प्रत्येक विभागात अनेक कर्मचारी कार्य करीत असतात. या कर्मचाऱ्यांकडून कार्य करवून घेण्यासाठी त्यांना निर्देशनाची गरज आहे. संदेशवहनाद्वारे कर्मचाऱ्यांना आदेश किंवा सूचना दिल्या जातात. आवश्यकतेच्या वेळी मार्गदर्शनही केले जाते. संदेशवहनाअभावी सर्वत्र गुंतागुंत निर्माण होईल. थोडक्यात, व्यवसाय चांगल्या रीतीने चालविण्यासाठी प्रभावी संदेशवहनाची गरज आहे.

३. **संघटनेची कार्यक्षमता वाढविणे :** व्यवसायात व्यवसायाच्या आकारानुसार संघटनेची रचना केली जाते. मोठ्या व्यवसायात संघटन रचना गुंतागुंतीची असते. अशा संघटनेत व्यवस्थापनाच्या गरजेनुसार स्तर निर्माण केलेले असतात. प्रत्येक स्तरावर काही अधिकारी व कर्मचारी काम करीत असतात. या सर्वांना संबंध प्रस्थापित करावा लागतो. सूचना व आचार विचारांची देवाण-घेवाण करावयाची असते. त्यासाठी संदेशवहन मदत करीत असते. त्यामुळे एच.एम.मर्फी यांनी 'प्रत्येक संघटनेत प्रभावी संदेशवहन

जीवनदायी रक्तासारखे काम करीत असते.' बर्नार्ड यांनी 'संघटनेची रचना, विस्तार व व्याप्ती संदेशवहनावर आधारित असतात' असे म्हटले आहे. यावरून संघटनेची कार्यक्षमता वाढविण्यासाठी प्रभावी संदेशवहनाची गरज आहे हे स्पष्ट होते.

४. **उत्पादन खर्चात कपात करणे :** चांगल्या व परिणामकारक संदेशवहनामुळे संस्थेतील खर्चात बचत करता येऊन उत्पादनात वाढ करणे शक्य होते. प्रभावी संदेशवहनामुळे उत्पादनाच्या सर्व साधनांमध्ये प्रभावी समन्वय घातला जातो. त्यामुळे कारखान्यातील यंत्रे, उपकरणे, साधने व कर्मचारी यांच्या शक्तीचा पुरेपूर उपयोग केला जातो. कर्मचाऱ्यांना कोणते काम केव्हा, कोठे करावयाचे आहे, त्यांची जबाबदारी कोणती? इत्यादी बाबी सांगितलेल्या असल्यामुळे ते जबाबदारीने काम करतात, पण वरील सर्व कार्यांमध्ये संदेशवहन अत्यंत महत्त्वाची भूमिका पार पाडीत असते. उत्पादनाच्या सर्व साधनांचा संदेशवहनामुळे यथाशक्ती वापर व उपयोग होत असल्यामुळे उत्पादन खर्चात बचत होते.

५. **व्यवस्थापकांच्या कार्यक्षमतेत वाढ :** व्यवस्थापक संघटनेची नीती, धोरण, उद्दिष्टे इत्यादी बाबींबद्दल संघटनेतील कर्मचाऱ्यांना माहिती देतात. प्रत्येकाला कामाचे वाटप केले जाऊन जबाबदाऱ्या निश्चित केल्या जातात. वेळोवेळी त्यांच्या कामाचे अहवाल घेतले जातात व या सर्व बाबी केवळ प्रभावी संदेशवहनामुळेच शक्य आहेत. काही लेखकांनी व्यवस्थापकाचा ७०% वेळ संदेशवहनात जातो असे म्हटले आहे. हे संदेशवहन जितके प्रभावी तितकीच व्यवस्थापकाची कार्यक्षमता उच्च दर्जाची असे समजले जाते. जॉर्ज टेरी यांनी 'संदेशवहन साधन आहेत, साध्य नव्हे, व्यवस्थापक प्रक्रिया सुरळीत चालण्यासाठी त्याचा वंगणासारखा उपयोग होतो', असे म्हटले आहे. थोडक्यात, व्यवस्थापकांची कार्यपद्धती संदेशवहनाच्या साधनावर अवलंबून असते.

६. **व्यवस्थापन व कर्मचारी संबंधात सुधारणा :** संस्थेतील अधिकारी व कर्मचारी एकाच रथाची दोन चाके आहेत. अधिकारी उच्च स्तरावर तर कर्मचारी कनिष्ठ स्तरावर काम करीत असतात. अनेकदा दोन्ही घटकांची धोरणे परस्परविरोधी असतात. परंतु संदेशवहनाच्या माध्यमाने त्यांच्यामध्ये विचारविनिमय होऊ शकतो. व्यवस्थापक कर्मचाऱ्यांच्या अडचणी संदेशवहनामुळे त्वरित जाणून घेऊ शकतात.

७. **नेतृत्वाचा आधार :** औद्योगिक संस्थेमध्ये उच्च व्यवस्थापनातील लोकांना नेतृत्वाचे कार्य करावे लागते. कुशल नेतृत्वाला संदेशवहनाची आवश्यकता असते. व्यवस्थापक, व्यवस्था संचालक किंवा अधिकाऱ्यांच्या नियंत्रणाखाली संघटनेत अनेक कर्मचारी कामे करीत असतात. कर्मचाऱ्यांना संघटनेची उद्दिष्टे संदेशवहनामार्फत समजावून सांगितली जातात. त्यामुळे कर्मचाऱ्यांचा व्यवस्थापक किंवा नेतृत्वावर विश्वास बसतो. म्हणूनच प्रभावी नेतृत्वाचा आधार संदेशवहन आहे असे म्हणणे सयुक्तिक ठरेल.

८. **लोकशाही व्यवस्थापन :** चांगले संदेशवहन लोकशाही व्यवस्थापनासाठी आवश्यक आहे. संदेशवहनाच्या माध्यमानेच व्यवस्थापक कर्मचाऱ्यांशी विचारविनिमय करून निर्णय घेऊ शकतात. कर्मचाऱ्यांचा असंतोष संदेशवहनाच्या माध्यमामार्फतच व्यवस्थापनापर्यंत पोहोचतो. त्यामुळेच कर्मचाऱ्यांना व्यवस्थापनात सहभाग दिला जातो. व्यवस्थापनात सहभाग मिळाल्यामुळे कर्मचाऱ्यांना व्यवस्थापनात प्रतिनिधित्व मिळते. अशा रीतीने संदेशवहनामुळे लोकशाही व्यवस्थापनास मदत होते.

९. **प्रेरणा व मनोबल बांधणी :** संदेशवहनाची प्रभावी यंत्रणा साहाय्यक व कर्मचाऱ्यांच्या प्रवृत्तीत बदल घडवून आणते. संघटनेतील अनेक संघर्ष मूळ नसून अज्ञान किंवा गैरसमजामुळे निर्माण झालेले असतात. सुयोग्य संदेशवहनामुळे योग्य वेळीच कर्मचाऱ्यांना माहिती मिळत असल्यामुळे मतभेद मिटतात किंवा कमी होतात. संदेशवहनामुळे संस्थेची संपूर्ण माहिती कर्मचाऱ्यांना होते.

१०. **कामाचे समाधान :** प्रभावी संदेशवहन कर्मचाऱ्यांमधील गैरसमज दूर करते. आपण आपले काम केव्हा, कोठे व कशा रीतीने पूर्ण केले पाहिजे याची कर्मचाऱ्याला जाणीव होते. त्यासोबतच त्याला त्याच्या जबाबदाऱ्यांचेही आकलन होते. कर्मचाऱ्यांच्या मनात वैमनस्याऐवजी सहकार्याची भावना निर्माण होते.

ही भावना कर्मचाऱ्यांचे मनोधैर्य वाढविते व त्याचबरोबर प्रत्येक कर्मचाऱ्याला त्याच्या कार्याबद्दल समाधानही मिळते. थोडक्यात, संदेशवहनामुळे चांगले औद्योगिक संबंध निर्माण होऊन कर्मचाऱ्याला जबाबदारीच्या जाणिवेमुळे कामाचे समाधान मिळते.

४.२.५ संदेशवहनातील अडथळे (Barriers to Communication)

संदेशवहनात आचार-विचार, मते, कल्पना, कृती, संदेश इत्यादींची देवाण-घेवाण केली जाते. संस्थेतील संदेशवहन प्रक्रिया योग्य प्रकारची असेल तर ती देवाण-घेवाण सुलभतेने होते. परंतु अनेकदा संदेशाच्या देवाण-घेवाणीत अडचणी येतात किंवा अडथळे निर्माण होतात. त्यालाच संदेशवहनातील अडचणी असे म्हणतात. या अडचणीचे यांत्रिक अडथळे (Mechanical Barriers), भौतिक अडथळे (Physical Barriers), मानसशास्त्रीय अडथळे (Psychological Barriers), शब्दार्थ किंवा बौद्धिक अडथळे (Semantic Barriers), दर्जा किंवा स्थानामुळे निर्माण होणारे अडथळे (Status Barriers) असे वर्गीकरण करता येते. संदेशवहनातील अडचणींमुळे संदेशदाता व संदेशप्रासकर्ता यांच्यात एकमत होत नाही त्यालाच संदेशवहनाची पोकळी (Communication Gap) असे म्हणतात. संदेशवहनातील अडथळ्यांमुळे संस्थेची पूर्वनिर्धारित उद्दिष्टे पूर्ण होत नाहीत. म्हणूनच संदेशवहनातील अडचणी किंवा अडथळे वेळीच दूर करण्यात आले पाहिजेत. संदेशवहनात येणाऱ्या अडचणी किंवा अडथळे खालीलप्रमाणे आहेत.

(अ) यांत्रिक अडचणी (Mechanical Barriers)

यांत्रिक अडथळ्यांमध्ये खालील अडथळ्यांचा समावेश होतो.

१. **वितरण साखळीतील दोष :** संदेशवहनाच्या वितरण साखळीतील अनेक नवनवीन साधनांचा वापर केला जातो. उदा. दूरदर्शन, रेडिओ, तार, संगणक, इंटरनेट इत्यादी. या साधनांच्या यांत्रिक व्यवस्थेत अडचणी आल्यास संदेशवहनात अडचणी येतात. उदा. रेडिओ किंवा दूरदर्शन रिलेमध्ये अडचणी आल्यास बातम्यांच्या किंवा प्रक्षेपणात दोष येतात. अर्थात त्यामुळे संदेशवहन योग्य प्रकारे होत नाही. संदेशवहनात पूर्णपणे अडथळे आल्यास त्याचा विपरीत परिणाम होत नाही. मात्र ज्यावेळी संदेशवहन अर्धवट स्वरूपाचे किंवा अपुरे हेते अशा वेळी संदेशवहनात वेगवेगळे अर्थ लावून त्याचे विपरीत परिणाम होण्याची शक्यता असते.

२. **आवाज :** संदेशवहनात संदेशप्रासकर्त्याला नीट ऐकू येणे अत्यंत आवश्यक आहे. परंतु आजकाल ध्वनी प्रदूषणात मोठ्या प्रमाणात वाढ होत आहे. त्यामुळे अनेकदा संदेशप्रासकर्त्याला संदेश मिळत नाही किंवा अस्पष्ट आवाजामुळे त्याचा नीट अर्थ कळत नाही. शेजारी आवाज करणारे कारखाने असतील तर त्यामुळेही ध्वनिप्रदूषण निर्माण होते. यंत्रातील बिघडामुळे ध्वनिप्रदूषण निर्माण होत असते.

३. **संघटन व संदेशवहन पद्धतीतील दोष :** मोठमोठ्या उद्योगात संघटन रचनेत निरनिराळे स्तर निर्माण केलेले असतात. त्यामुळे आदेश किंवा माहिती अनेक अधिकाऱ्यांमार्फत रवाना होत असते. प्रत्येक स्तरावर त्यातील माहितीचा अर्थ वेगवेगळा लावला जातो. माहितीबाबत कधी कधी आक्षेपही घेतले जातात. त्यामुळे संबंधित आदेश किंवा माहिती इच्छित स्थळी पोहोचण्यास बराच कालावधी जातो. त्यामुळे

संदेशवहनात पोकळी निर्माण झाल्याशिवाय राहत नाही. अधोगामी संदेशवहनात अनेकदा आदेश, सूचना, परिपत्रके, पत्रे, लिखित स्वरूपात वरून खाली पाठविण्यात येतात. परंतु अनेकदा वरील बाबींच्या वाचनाकडे दुर्लक्ष केले जाते. संदेश लांबलचक असेल तर तो वाचण्याचा कंटाळा केला जातो. अनेकदा तर उच्च अधिकारी सुद्धा सर्वच पत्रे मन लावून वाचत नाहीत. त्यामुळे संदेशवहनात अडचणी येतात. तसेच ऊर्ध्वगामी संदेशवहनात खालून वर संदेशवहन होत असते, पण कर्मचारी त्यांना लाभदायक माहितीच वर पाठवीत असतात असे अनेकदा निदर्शनास येते. कर्मचाऱ्यांना अनेकदा कोणती माहिती कमी महत्त्वाची व कोणती जास्त महत्त्वाची असेही वर्गीकरण करता येत नाही. त्यामुळे महत्त्वाची माहिती पाठविणेच विसरले जाते. थोडक्यात, संघटन रचनेतील व संदेशवहनाच्या पद्धतीतील दोषामुळेही संदेशवहनात अडचणी निर्माण होतात.

(ब) मानसिक व सामाजिक अडथळे (Psycho-Sociological Barriers)

संदेशवहनाच्या वेळी संदेशदात्याची व संदेश प्राप्तकर्त्याची मानसिक अवस्था योग्य प्रकारची असणे आवश्यक आहे. संदेशदात्याने रागारागाने संदेश दिला तर तो अपुरा असू शकतो व संदेशप्राप्तकर्ताही त्याच्याकडे दुर्लक्ष करू शकतो. या प्रकारच्या अडथळ्यात खालील अडथळे महत्त्वाचे आहेत.

१. **आत्मसंकुचित प्रवृत्ती :** एखादा संदेश ऐकून घेताना त्या संदेशावर संदेशप्राप्तकर्त्याच्या भावना, मते, विचार इत्यादींचा प्रभाव पडतो. त्याला जी बाब योग्य वाटते ती तो स्वीकारतो व जी बाब अयोग्य वाटते ती सोयीस्कररीत्या विसरली जाते. अशा प्रकारच्या प्रवृत्तीवर धर्म, राष्ट्रीयता, समाज, राहण्याची जागा, कौटुंबिक जागा, कौटुंबिक विचारसरणी इत्यादींचा परिणाम होत असतो. त्यामुळे संदेशवहनात परिपूर्णता येत नाही.

२. **समूह मूल्य :** आपण ज्या समूहात राहत असतो त्या सूमहाचा संदेशवहनावर परिणाम होत असतो. सूमहाची जी मानसिकता असते तिच्या विरोधात जाणे शक्य नसते. वास्तविक एखाद्या बाबीवर खोल विचार केल्यावर ती आपल्या मनाला पटत नाही, पण केवळ समूहाच्या विरोधात जाणे शक्य नसते. म्हणून आपल्या वैयक्तिक मताला किंमत नसते. उदा. देशात बँक किंवा रेल्वे कर्मचाऱ्यांनी संप केल्यास त्याचा देशाच्या आर्थिक बाबींवर परिणाम होऊन सर्वसामान्य लोकांचे हाल होणार आहे हे माहीत असूनही रेल्वे किंवा बँक कर्मचारी समूहाच्या दबावाखाली संपात सामील होतात. संपात सामील झालो नाही तर आपण समूहातून बाहेर फेकलो जाऊ ही भीती त्यांना असते.

३. **आत्मसन्मान किंवा आत्मप्रौढी :** कधी कधी कर्मचाऱ्यांना आत्मसन्मान किंवा आत्मप्रौढींचा अभिमान आलेला असतो. त्यामुळे त्याच्या मानसिक प्रवृत्तीमुळे संदेशवहनात अडचणी येतात. आत्मप्रौढी अनेक वर्षांच्या अनुभवानंतर येते व कधी कधी ती अतिशयोक्तीवर आधारित असते. त्यामुळे कर्मचारी इतरांचा विचार अजिबात करीत नाही. उदा. एखादा लेखापाल अनेक वर्षांच्या अनुभवानंतर आपल्या कामात तरबेज होऊन कार्यक्षमही असतो, त्यामुळे त्याला लेखाविभागाचा प्रमुख म्हणून निवडले जाते. त्याच्या हाताखाली पाच ते सहा लेखापाल असतात, पण त्याचवेळी त्याला मानवी संबंधाची जाणीव नसेल तर सहकाऱ्यांकडून काम करवून घेणे त्याला अडचणीचे होईल. कारण, सर्वच कामे तो एकटा करू शकत नाही. त्याला सहकाऱ्यांकडून काम करवून घेण्याची कला अवगत झाल्याशिवाय योग्य संदेशवहन होणार नाही.

४. **पदाचा अभिमान :** उच्च व्यवस्थापनात काम करणारे अधिकारी उच्च श्रेणीचे समजले जातात. आपणाला सर्व काही माहीत आहे अशी त्यांची धारणा झालेली असते. त्यामुळे कनिष्ठ स्तरावरील सहकाऱ्याने एखादी योजना सुचविली असेल किंवा काही विचार सुचविले असतील तर वरिष्ठ त्याच्याकडे तुच्छतेने पाहून दुर्लक्ष करीत असतात. त्याच्या पदामुळे त्यांची कनिष्ठाचे विचार ऐकून घेण्याची मानसिकता नसते.

व्यवस्थापक व कर्मचारी यांच्यात अंतर असते अशीही धारणा झालेली असल्यामुळे बऱ्याच वेळा संदेशवहनाबाबत अडचणी येतात.

५. **संदेशवहनाच्या कौशल्याचा अभाव :** संदेशवहनाच्या लिहिणे आणि बोलणे या दोन महत्त्वाच्या बाबी आहेत. ही कौशल्ये ज्या व्यक्तीला अवगत नसतात त्याला संदेशवहनात अडचणी आल्याशिवाय राहत नाहीत. तसेच वाचणे व ऐकणे या दोन्ही बाबींकडे अनेकदा उच्च अधिकारी दुर्लक्ष करतात. अयोग्य रीतीने ऐकणे व वाचनाची कमतरता या दोन्ही बाबी संदेशवहनातील मानसिक अडचणींमध्ये येतात.

(क) बौद्धिक किंवा शाब्दिक अडथळे (Semantic Barriers)

बौद्धिक किंवा शाब्दिक संदेशवहनात प्रामुख्याने भाषेविषयीच्या अडचणींचा अभ्यास केला जातो. संदेशदात्याला आपले विचार, भावना, कृती, कल्पना, आदेश, शब्द भाषेद्वारेच प्रगट करावे लागतात. मात्र भाषेचा उपयोग अत्यंत सावधानपणे करावा लागतो. कारण एकाच शब्दाचे अनेक अर्थ निघू शकतात. त्यात चूक झाल्यास मूळ संदेशाचा अर्थच बदलतो. संदेश प्रास्तकर्त्याची बौद्धिक पातळीसुद्धा विचारात घेणे आवश्यक असते. एखाद्या कामगाराला व्यवस्थापकाने दिलेला संदेश अचूक समजेलच असे नाही. भाषा संदेशप्रास्तकर्त्याला समजणारी असावी. वेगळ्या भाषेतून देण्यात आलेला संदेश संदेशप्रास्तकर्त्याला समजेलच असे नाही. इंग्रजी भाषेत शब्दाचा वापर करताना नाम, सर्वमान, क्रियापद इत्यादी बाबी अत्यंत जपून वापराव्या लागतात. कारण त्यामुळेही संदेशाचा अर्थ बदलू शकतो. थोडक्यात, संदेशदाता व संदेशप्रास्तकर्ता यांची बौद्धिक पातळी लक्षात घेऊन संदेशवहन होणे आवश्यक आहे.

(ड) इतर अडचणी

संदेशवहनाच्या यांत्रिक, मानसशास्त्रीय व बौद्धिक अडचणींशिवाय इतर प्रकारच्या अडचणीसुद्धा संदेशवहनात अडथळे निर्माण करतात. या अडचणी खालील प्रकारच्या आहेत.

१. **निश्चित उद्देशांचा अभाव :** संदेशाचा उद्देश निश्चित व स्पष्ट असावा. ज्यावेळी वास्तविक उद्देश प्रकट उद्देशापेक्षा भिन्न स्वरूपाचा असतो त्यावेळी संदेशवहनाच्याप्रक्रियेत अपेक्षित यश मिळत नाही. उदा. जर एखाद्या कारखान्यात मालक व कर्मचारी यांच्यात तणावपूर्ण स्वरूपाचे संबंध असतील व मालक कर्मचाऱ्यांना संघटनांपासून अलिप्त होण्यासाठी प्रशिक्षण किंवा इतर योजना आखत असतील व प्रत्यक्षात राबवित असतील तर या ठिकाणी मालकांचा उद्देश कामगारांची दिशाभूल करण्याचा असतो. कामगारांची कार्यक्षमता किंवा कौशल्य वाढविणे हा उद्देश नसतो. म्हणजेच प्रकट उद्देश व वास्तविक उद्देश यात फरक पडतो. त्यामुळे संदेशवहनाच्या प्रक्रियेत अडचणी येतात.

२. **भौगोलिक अंतर :** संदेशदाता व संदेश प्रास्तकर्ता जवळजवळ असतील तर संदेशवहनात अडचणी येत नाहीत. त्यामुळे एकमेकांच्या अडचणी किंवा शंकाकुशंकांचे त्वरित निराकरण होते. परंतु संदेशदाता व संदेश प्रास्तकर्ता यांच्यात जास्त भौगोलिक अंतर असेल तर संदेशवहनात अनेक अडचणी येतात. टेलिफोनद्वारे संदेशवहन होत असताना वेळेअभावी अनेक गोष्टी अधिक स्पष्ट करता येत नाहीत. तसेच, लेखी संदेशवहनाचाही अर्थ कधी कधी स्पष्ट नसतो. थोडक्यात, जास्त भौगोलिक अंतर संदेशवहनातील बाधा ठरते.

३. **ऐकण्याची क्रिया :** संदेशवहनात ऐकण्याच्या क्रियेला अनन्यसाधारण स्वरूपाचे महत्त्व आहे. म्हणून संदेश प्राप्तकर्त्याने संदेश नीट ऐकून घेतला पाहिजे. जर संदेशप्रास्तकर्त्याने संदेश नीट ऐकला नसेल तर त्याल संदेशाचा अर्थ कळणार नाही. त्यामुळे संदेशातील अपेक्षेप्रमाणे तो कामही करणार नाही. जोफेस

डूहर यांच्या मते, 'एखादा संदेश अर्धवट ऐकून क्रिया करणे हे वाहन न्यूट्रल गिअरमध्ये चालविण्यासारखे आहे. त्यामुळे पेट्रोलचा खर्च तर होईलच, पण अपेक्षित उद्दिष्ट गाठता येणार नाही. म्हणून प्रभावी संदेशवहनासाठी संदेश नीट ऐकणे व त्याचे आकलन होणे अत्यंत महत्त्वाचे आहे' असे म्हटले आहे.

४. **संदेश प्राप्तकर्त्यांची संख्या :** एखादा संदेश प्राप्तकर्त्यांची संख्या किती आहे, यावरही संदेशवहनाची परिणामकारकता अवलंबून असते. संदेश प्राप्तकर्त्यांची संख्या मोठी असेल व ते वेगवेगळ्या ठिकाणी राहत असतील तर विशिष्ट संदेश आपणासाठी नसून इतरांसाठी आहे असा समज होण्याची शक्यता असते. त्यामुळे संदेशाची अंमलबजावणी होत नाही. संदेशप्राप्तकर्त्यांची संख्या मर्यादित असेल तर वरील अडचण येत नाही.

५. **तांत्रिक ज्ञानाचा अभाव :** मोठमोठ्या संस्थांमध्ये कामे लवकर होण्यासाठी अनेक प्रकारची आधुनिक यंत्रे व साधने उपलब्ध करून दिली जातात. ही यंत्रे चालविण्यासाठी तज्ज्ञ व कुशल, अनुभवी कर्मचाऱ्यांची आवश्यकता असते. परंतु अशा कर्मचाऱ्यांची संख्या कमी असते. त्यामुळे संदेशवहनात अडचणी येतात. उदा. आज अनेक कार्यालयात संगणक किंवा इंटरनेटच्या सुविधा उपलब्ध आहेत. परंतु ते चालविण्यासाठी तांत्रिक ज्ञान असलेला कर्मचारी नियुक्त करण्यात आलेला नाही. पूर्वींच्याच कर्मचाऱ्यांना आधुनिक साधने हाताळण्यास सांगितले जाते. ते प्रशिक्षित नसल्यामुळे संदेशवहनात अनेकदा अडचणी निर्माण होतात.

६. **चुकीची वेळ :** संदेशाची परिणामकारकता तो कोणत्या वेळी पाठविण्यास आला यावर अवलंबून असते. तो योग्य वेळी पाठविण्यात आल्यास अपेक्षेप्रमाणे कार्य होते. कधी कधी कामाच्या व्यापामुळे संदेशदाता उशिरा संदेश पाठवितो किंवा संदेश पाठविण्याचे विसरले जाते. त्यामुळे संदेशप्राप्तकर्त्याला संदेश उशिरा मिळतात किंवा मिळतच नाही. त्यामुळे योग्य कार्यवाही करणे शक्य नसते. उदा. एखाद्या विद्यार्थ्याला मुलाखतीचे पत्र मुलाखत संपल्यानंतर मिळत असेल तर त्याला पत्राला काहीही किंमत नसते. चुकीची वेळ निवडल्यास संदेशाला अर्थ राहत नाही.

७. **संदेशदाता व संदेशप्राप्तकर्त्यांमधील संबंध :** संदेशाची अपेक्षेप्रमाणे पूर्ती होण्याच्या दृष्टीने संदेशदाता व संदेश प्राप्तकर्ता यांच्यातील परस्परसंबंध चांगले असणे आवश्यक आहे. त्यांचे परस्परसंबंध चांगले नसतील किंवा त्यांचा एकमेकांवर विश्वास नसेल तर संदेशाचा अर्थ चुकीचा लावला जाईल किंवा संदेश प्राप्त झाल्यावर संदेशप्राप्तकर्ता संदेशाबाबत उदासीन राहील. थोडक्यात, संदेशाची परिणामकारकता दोघांवरील संबंधावर अवलंबून असते.

८. **संदेश प्राप्तकर्त्यांची उपेक्षा :** उच्च व्यवस्थापनातील अधिकारी किंवा व्यवस्थापक आपल्या हाताखालील कर्मचाऱ्यांना नोकर समजून त्यांची उपेक्षा करतात. ते कर्मचाऱ्यांची मानसिक अवस्था समजावून घेत नाहीत किंवा त्यांच्या शंकांचे निरसन करीत नाहीत. त्यामुळे संदेश प्राप्तकर्ते उदासीन असतात. त्यामुळे संदेशवहनात अडचणी येतात.

९. **लिंगभेदाबाबतच्या अडचणी :** काही संस्थांमध्ये स्त्री व पुरुष एकत्र काम करीत असतात. त्यांच्यात बौद्धिक किंवा वैचारिक क्षमता सारख्याच असल्या तरी नैसर्गिक कारणांमुळे त्यांच्यात संदेशवहनाची देवाण-घेवाण स्पष्टपणे होत नाही. लिंगभेदामुळे काही गोष्टी उघडपणे बोलणेही शक्य नसते. त्यामुळे यांच्यात प्रभावी संदेशवहन होत नाही.

१०. **संदेशवहनाच्या माध्यमातील अडचणी :** प्रभावी संदेशवहनासाठी योग्य माध्यमाची गरज असते. उदा. टी.व्ही. किंवा टेलिफोनसाठी योग्य माध्यम असेल तर त्यात अडचणी येत नाहीत. परंतु माध्यमात अडचणी आल्यास संदेशाची देवाण-घेवाण होत नाही. तसेच एखादे पत्र पोस्टाद्वारे पोहोचले नाही तर संज्ञापन होणार नाही.

११. **गतिरोध :** व्यवसायात अंतर्गत व बाह्य स्वरूपाचे संदेशवहन होत असते. अंतर्गत संदेशवहनात संस्थेमधील संदेशवहनाचा समावेश होतो. बाह्य संदेशवहनात बँका, विमा कंपन्या, सरकार, वाहतूक संस्था, इत्यादींशी होणारे संदेशवहन येते. परंतु या घटकांना पोहोचणारे संदेशवहन कधी कधी पोहोचत नाही. त्यात अडथळे निर्माण होतात. थोडक्यात, गतिरोधामुळेही संदेशवहनात अडचणी येतात.

१२. **पिढीतील अंतर :** उद्योग व व्यवसायात काम करणाऱ्या कर्मचाऱ्यांमध्ये एकाच वयोगटातील कर्मचारी नसतात. कधी कधी तर एकदम तरुण वर्ग व दुसऱ्या बाजूला वयस्कवर्ग एकत्र काम करीत असतो. त्यांचे नाते पितापुत्रासारखे असते. साहजिक पिढीतील अंतरामुळे त्यांच्यात वैचारिक सामंजस्य नसते. तरुण पिढी अत्यंत साहसाने तर वयस्क पिढी अत्यंत सावधपणे काम करतात. विचारसरणीतील फरकामुळे त्यांच्यात प्रभावी संदेशवहन होणे शक्य नसते.

१३. **अकारण जास्त स्पष्टीकरण :** कधी कधी संदेशदाता एखाद्या संदेशाचे अकारणच जास्त स्पष्टीकरण देत असतो. त्यामुळे संदेशाची लांबी वाढून तो लांबलचक बनतो. लांबीमुळे तो वाचला जाण्याची शक्यता नसते. सर्वसामान्यपणे लांबलचक संदेशाकडे दुर्लक्ष करण्याची प्रवृत्ती असते. थोडक्यात, मर्यादिपेक्षा जास्त स्पष्टीकरण केल्यामुळे संदेशाची परिणामकारकता कमी होते व त्यामुळेही संदेशवहनात अडचणी येतात.

॥ प्रश्नावली ॥

प्र.१ खालील प्रश्नांची २० शब्दांत उत्तरे लिहा.
१) निर्देशन म्हणजे काय?
२) निर्देशनाची व्याख्या सांगा.
३) संदेशवहन म्हणजे काय?
४) संदेशवहनाची व्याख्या सांगा.

प्र.२ खालील प्रश्नांची ५० शब्दांत उत्तरे लिहा.
१) निर्देशनाचे घटक लिहा.
२) निर्देशनाचे महत्त्व सांगा.
३) निर्देशनाची वैशिष्ट्ये सांगा.
४) संदेशवहनाची प्रक्रिया सांगा.

प्र.३ खालील प्रश्नांची १५० शब्दांत उत्तरे लिहा.
१) निर्देशनाची तत्त्वे लिहा.
२) निर्देशनाची तंत्रे सांगा.
३) संदेशवहनाचे महत्त्व सांगा.

प्र.४ खालील प्रश्नांची ५०० शब्दांत उत्तरे लिहा.
१) निर्देशनाची तत्त्वे आणि तंत्रे सविस्तर स्पष्ट करा.
२) संदेशवहनाचे प्रकार सविस्तर स्पष्ट करा.
३) संदेशवहनाचे अडथळे सविस्तर स्पष्ट करा.

५

अभिप्रेरणा
(Motivation)

५.१ अभिप्रेरणा अर्थ आणि व्याख्या (Meaning and Definition of Motivation)

प्रस्तावना (Introduction) :

कोणत्याही वस्तू व सेवांच्या उत्पादनासाठी उत्पादन घटकांचा वापर करावाच लागतो. त्यापैकी कर्मचारी हा घटक अत्यंत महत्त्वाचा आहे. ह्या घटाशिवाय उत्पादन करणेच अवघड बनते. उद्योगातील उत्पादन, खरेदी, विक्री, हिशेब व गुदाम इत्यादी कोणत्याही विभागाचे कामकाज कर्मचाऱ्यांशिवाय होऊच शकत नाही म्हणूनच कर्मचारी ह्या घटकाला विशेष असे उत्पादनामध्ये महत्त्व प्राप्त होते. तो घटक सजीव आहे. त्याची मानसिक तयारी, स्वतःची मते, विचार, भावना इ.गोष्टींचा विचार करणे आवश्यक आहे.

याकरिता त्यांना आवश्यक ते वातावरण निर्माण करून देणे, त्यांना काम करण्यासाठी प्रेरणा देणे आणि त्यांनी केलेल्या कामापासून समाधान प्राप्त करून देणे ही सर्व जबाबदारी व्यवस्थापकाची असते. याकरिता अंगीकारलेल्या प्रक्रियेलाच 'अभिप्रेरणा' असे म्हणतात. अभिप्रेरणा हे आधुनिक व्यवस्थापकांना करावे लागणारे एक महत्त्वाचे कार्य आहे.

व्यवस्थापनाची व्याख्या करताना अनेक तज्ज्ञांनी इतर कर्मचाऱ्यांकडून काम करुन घेण्याची कला म्हणजे व्यवस्थापन होय असे म्हटले आहे. परंतु कर्मचारी हा घटक सजीव असल्यामुळे त्याला काम करण्यास उद्युक्त करावे लागते. कर्मचाऱ्यांनी जास्तीत जास्त काम चांगले काम करावे म्हणून उद्योगातील अनुकूल वातावरण निर्माण करणे आवश्यक असते. त्यासाठी कर्मचाऱ्यांना शिक्षण-प्रशिक्षण देऊन कार्यप्रवृत्त करावे

लागते. त्याच बरोबर त्यांना आर्थिक व आर्थिकेतर प्रेरणा द्याव्या लागतात. आर्थिक प्रेरणांमध्ये बोनस, पेन्शन, वैद्यकीय मदत, शैक्षणिक मदत, कर्ज योजना, पगारी सुट्ट्या यांचा समावेश होतो. आर्थिकेतर प्रेरणांमध्ये नोकरीतील स्थैर्य, बढती प्रशंसा, प्रतिष्ठा, व्यवस्थापनात सहभाग इ.चा समावेश होतो. या सर्व प्रेरणांमुळे कर्मचाऱ्यांना उत्तेजन मिळून त्यांची कार्यक्षमता वाढते. म्हणजेच कर्मचाऱ्यांना ज्या ज्या गोष्टी कार्य करण्यास प्रवृत्त करतात त्यांना अभिप्रेरणा असे म्हटले जाते.

व्याख्या :

१. विल्यम स्कॉट :अपेक्षित उद्दिष्टपूर्तीसाठी लोकांना कार्य करण्यास प्रोत्साहित करणारी प्रक्रिया म्हणजे प्रेरणा होय.

"Process of stimulating people to action to acconmplish desired goals is motivation."

२. स्टेनले वेन्स : कोणत्याही प्रकारची अशी भावना किंवा गरज की, जी एखाद्या व्यक्तीच्या इच्छेला कार्य करण्यास प्रेरित करते, तिला अभिप्रेरणा असे म्हणतात.

"Motivation implies any emotion or desire which so condition ones will that the individual is propelled into action."

अभिप्रेरणेच्या वरील व्याख्यांच्या आधारे असे स्पष्ट होते की, अभिप्रेरणा ही एक अशी प्रक्रिया आहे की जिच्या अंतर्गत कर्मचाऱ्यांना कार्य करण्यास प्रेरित केले जाते. अभिप्रेरणा कर्मचाऱ्यांना कार्य किंवा ध्येय अधिक चांगल्या रीतीने साध्य करण्यासाठी उत्तेजन देते. थोडक्यात अभिप्रेरणेचे महत्त्व खालीलप्रमाणे –

५.२ अभिप्रेरणेचे महत्त्व (Importance of Motivation)

व्यवस्थापनात नियोजन, संघटन, समन्वय व नियंत्रण इ.अनेक कार्यांचा समावेश होतो. यामध्ये अभिप्रेरणेलाही महत्त्वाचे स्थान आहे. अभिप्रेरणेमुळे कर्मचारी कार्यप्रवृत्त होतात; तरी त्यांच्या मनात कार्य करण्याची इच्छा निर्माण होते, हा महत्त्वाचा प्रश्न आहे. प्रत्येकाला गरजेतून अभिप्रेरणा निर्माण होत असते. कोणत्याही व्यवसायाचे यश हे भौतिक व मानवी साधन सामग्रीवर अवलंबून असते. मानवी साधने (कर्मचारी) हा अत्यंत संवेदनशील असा घटक आहे. यामुळेच व्यवस्थापक हे कुशल, निष्ठावंत व कार्यक्षम कर्मचाऱ्यांना अधिक महत्त्व देऊन सोडण्यास तयार नसतात. एकंदरीत व्यवस्थापनात कर्मचाऱ्यांचे स्थान महत्त्वाचे असून त्यांना देण्यात येणाऱ्या अभिप्रेरणेचे महत्त्व नाकारता येत नाही. ते पुढील मुद्द्याद्वारे अधिक स्पष्ट करता येईल.

१. औद्योगिक शांतता : व्यवस्थापन क्षेत्रात औद्योगिक शांततेचे वातावरण असेल तर उत्पादन वाढीस चांगली गती मिळेल; जर मालक व कर्मचारी यांच्यामध्ये संघर्ष निर्माण झाले तर कर्मचारी वर्ग अशांतता निर्माण करतात. यासाठी त्यांना आर्थिक व आर्थिकेतर प्रेरणांची नितांत गरज असते. थोडक्यात अभिप्रेरणा औद्योगिक शांततेसाठी मदत करते.

२. कार्यक्षमतेत वाढ : कर्मचाऱ्यांना आर्थिक व आर्थिकेतर प्रलोभने दाखवून त्यांच्यात प्रेरणा व उत्साह निर्माण करता येतो. त्यांचा संस्थेकडे पाहण्याचा दृष्टिकोन बदलतो. त्यामुळे कर्मचाऱ्यांची व संस्थेची कार्यक्षमता वाढते.

३. उत्पादनात वाढ : उत्पादन हे कर्मचाऱ्यांच्या कार्यक्षमतेवर अवलंबून असते. कर्मचाऱ्यांना आर्थिक व आर्थिकेतर प्रेरणा दिल्यास त्यांची कार्यक्षमता वाढते. त्यामुळे उत्पादनात वाढ होते. इतकेच नव्हे तर अभिप्रेरणेमुळे कर्मचारी वरिष्ठांच्या आदेशांची त्वरित अंमलबजावणी करतात. तसेच ते कच्च्या मालाची नासधूस करणे टाळतात. कमीत कमी खर्चात व कमीत कमी वेळात ते दर्जेदार उत्पादन करतात.

४. कर्मचाऱ्यांचे सहकार्य : विविध प्रेरणांमुळे कर्मचारी समाधानी राहतात. तसेच कामाची जबाबदारी घेण्यास ते उत्स्फूर्तपणे पुढे येतात. व्यवस्थापकाने दिलेले काम योग्य वेळेत पूर्ण करतात. काम करीत असताना संघटनेत काही बदल झाले तर कर्मचारी ते सहज स्वीकारतात. म्हणजेच अभिप्रेरणेमुळे कर्मचारी व्यवस्थापनाला सक्रिय सहकार्य करतात.

५. निष्ठा व आत्मीयता : संघटनेबद्दल निष्ठा असणे व आत्मीयता वाटणे ही व्यावसायिक हिताच्या दृष्टीने महत्त्वाची बाब आहे. अभिप्रेरणेमुळे कर्मचारी व संघटना यांच्यातील संबंध सुधारतात व कर्मचाऱ्यांची निष्ठा वाढते व त्यांना संघटनेबद्दल आत्मीयता वाटते.

६. गैरहजेरी व अदलाबदलीचे प्रमाण कमी : जर कर्मचारी समाधानी नसेल तर तो दुसरीकडे जाण्याचा प्रयत्न करतो. तसेच तो सतत गैरहजर राहतो. परंतु कर्मचाऱ्यांना योग्य प्रकारे प्रेरणा दिल्यास ते दुसऱ्या संस्थेत जाण्याचा विचार करीत नाहीत. तसेच त्यांचे गैरहजेरीचे प्रमाणही कमी होते. त्यामुळे कर्मचारी अदलाबदलीचे प्रमाण घटते.

७. संघटनेचा विकास : कर्मचाऱ्यांना दिल्या जाणाऱ्या प्रेरणेमुळे कर्मचाऱ्यांचा व संघटनेचाही विकास होतो. उत्पादनात वाढ होते व त्यामुळे संघटनेच्या नफ्यात वाढ होते.

८. सामाजिक स्वास्थ्य व विकास : अभिप्रेरणेमुळे उत्पादन व नफा वाढतो. पर्यायाने कर्मचाऱ्यांचे उत्पन्न वाढते. त्यामुळे त्यांचे जीवनमान सुधारते. कर्मचाऱ्यांच्या कार्यशक्तीमुळे वस्तूंना बाजारात मागणी वाढते. नवीन कारखाने स्थापन होतात. त्यामुळे रोजगाराच्या संधी उपलब्ध होतात. अशा प्रकारे सामाजिक स्वास्थ व विकास होतो. आर्थिकेतर अभिप्रेरणांमुळे कामगारांच्या कुटुंबीयांना विविध सुविधा उपलब्ध होतात.

९. नियोजन व कार्यक्रमांची अंमलबजावणी : अभिप्रेरणांमुळे, नियोजनाच्या अंमलबजावणीत कर्मचाऱ्यांचे पूर्ण सहकार्य मिळते. तसेच कर्मचाऱ्यांत शिस्त वाढीस लागते. उपलब्ध उत्पादन घटकांचा अधिक कार्यक्षम उपयोग केला जातो व संघटनेचा नावलौकिक वाढतो. त्यामुळे लोकांच्या मनात संघटनेविषयी चांगली प्रतिमा निर्माण होते.

५.३ अभिप्रेरणेचे विविध सिद्धान्त (Theories of Motivation)

प्रस्तावना (Introduction)

अभिप्रेरणेचा कामगारांच्या काम करण्याच्या इच्छेशी अतिशय महत्त्वाचा संबंध आहे. कर्मचाऱ्यांमध्ये स्फूर्ती व उत्साह निर्माण करण्याचे अभिप्रेरणा हे महत्त्वाचे साधन आहे. संस्थेची उद्दिष्टे साध्य व्हावीत म्हणून वरिष्ठ कनिष्ठांना प्रेरणा देत असतात. परंतु मानवी वर्तन व वागणुकीचा प्रेरणांवर प्रभाव पडतो, असा विचार सर्वप्रथम फ्रेडरिक टेलर यांनी मांडला. त्यानंतरही व्यवस्थापनातील विविध विचारवंतांनी अभिप्रेरणेची संकल्पना मांडली. त्यानंतर अभिप्रेरणेच्या विविध सिद्धान्तांना महत्त्व प्राप्त झाले. हे सिद्धान्त पुढीलप्रमाणे :

५.३.१. अब्राहम एच.मॅस्लो यांचा श्रेणीबद्ध गरजांचा सिद्धान्त (Abrahm H.Maslow's Need of Hierarchy Theory of Motivation)

ए. एच. मॅस्लो यांनी अभिप्रेरणेचा गरजविषयक सिद्धान्त मांडला. हा सिद्धान्त गरजांच्या शिडीच्या किंवा पिरॅमिडच्या (Hierarchy of Needs) संकल्पनेवर आधारित आहे. आज हा सिद्धान्त जगमान्य झाल्याचे दिसून येते. या सिद्धान्ताची वैशिष्ट्ये पुढीलप्रमाणे :

१. आपल्यासोबत काम करणाऱ्या कर्मचाऱ्यांच्या गरजा पूर्ण केल्या पाहिजेत हे अभिप्रेरणेचे मूळ सार आहे. कर्मचाऱ्यांच्या गरजा विविध प्रकारच्या व एकमेकांवर आधारित असतात. त्या पूर्ण करण्यासाठी कर्मचारी सतत धडपडत असतात.

२. मानवांच्या गरजांची रचना विशिष्ट क्रमाने केली जाते. प्राथमिक गरजा प्रथम व त्यानंतर सुरक्षा व सामाजिक गरजा व सर्वांत शेवटी अहंकारविषयक गरजा भागविण्याचा प्रयत्न केला जातो.

३. एक गरज पूर्ण झाली की दुसरी निर्माण होते.

४. ज्या गरजा अपूर्ण आहेत त्यांच्यामुळे प्रेरणा मिळते.

५. गरजा या एकमेकींवर अवलंबून असतात.

या सर्व वैशिष्ट्यांवरून असे म्हणता येते की हा सिद्धान्त मानवी गरजा, त्यांचे प्रकार यांच्या विशिष्ट क्रमाने उद्भवत जातात. त्याची रचना पुढीलप्रमाणे :

१. शारीरिक गरजा किंवा प्राथमिक गरजा (Primary Needs or Physiological Needs):

मानवी जीवनासाठी अत्यंत मूलभूत असणाऱ्या अन्न, वस्त्र, निवारा, हवा, पाणी इत्यादी गरजा प्रामुख्याने शारीरिक गरजा मानता येतील. या गरजा पूर्ण झाल्याशिवाय इतर गरजांची जाणीव त्याला होत नाही.

प्रा. मॅस्लो यांच्या मतानुसार मनुष्याला जोपर्यंत भाकरी मिळत नाही तोपर्यंत त्याच्या दृष्टीने भाकरीचेच महत्त्व अधिक असते.

२. सुरक्षा गरज (Safety Needs):

प्रत्येक मनुष्याला जीवनात धोक्यापासून संरक्षण हवे असते. आग, चोरी, अपघात, नोकरी जाणे, निवृत्तीनंतरच्या अडचणी यासारख्या प्रसंगांना तोंड देण्यासाठी मनुष्य उपाययोजना करीत असतो. यालाच सुरक्षिततेच्या गरजा असे म्हणतात. मॅस्लो यांनी या गरजांना दुसरा क्रमांक दिलेला आहे.

३. सामाजिक गरजा (Social Needs):

मनुष्य हा समाजप्रिय प्राणी आहे. इतरांच्यात राहणे त्याला आवडते. वरील गरजेत प्रेम, मैत्री, आपुलकीची भावना, सहानुभूती, दया इत्यादींची जाणीव त्याला होते. आपले कर्तृत्व इतरांपुढे यावे व इतरांच्या मनात आपलेपणा निर्माण व्हावा अशी त्यांची इच्छा असते. सामाजिक प्रतिष्ठा त्याला हवी असते. याकरिता तो प्रयत्न करतो. माणसाच्या सामाजिक गरजा पूर्ण न झाल्यास तो कार्यामध्ये सहकार्य करत नाही. त्यामुळे अडचणी निर्माण होतात.

४. प्रतिष्ठेच्या गरजा (Esteem Needs):

सामाजिक गरजांची पूर्तता झाल्यानंतर माणसाला प्रतिष्ठेच्या गरजांची जाणीव होते. या गरजांमध्ये सामाजिक प्रतिष्ठा प्राप्त करण्याची इच्छा, नावलौकिक इत्यादींचा समावेश होतो. कर्मचाऱ्यांना बढती किंवा अधिकार देऊन त्याच्या प्रतिष्ठेच्या गरजांची पूर्तता करता येते. आपण इतरांपेक्षा वेगळे आहोत याची जाणीव इतरांना करून देऊन स्वतःचे स्थान निर्माण करण्याची इच्छा त्यांच्या मनात असते.

५. आत्मविकासाच्या गरजा (Self Actualisation Needs):

इतर सर्व गरजांची पूर्तता झाल्यावर व्यक्तीविकासाच्या गरजा निर्माण होतात. आपल्या कौशल्याचा व सृजनशीलतेचा पुरेपूर वापर करता आला की माणसाला एक वेगळेच समाधान मिळत असते. जे जीवन ध्येय त्याने मनाशी जपलेले असते, ते साध्य करता यावे ही त्याची गरज असते व त्यासाठी तो प्रयत्न करीत असतो. यासाठी तो संघटनेत जबाबदारीचे पद स्वीकारतो. त्यामुळे त्याला व्यक्ती विकासाची संधी प्राप्त होते.

गरजांची मांडणी पुढील पिरॅमिडप्रमाणे करता येते –

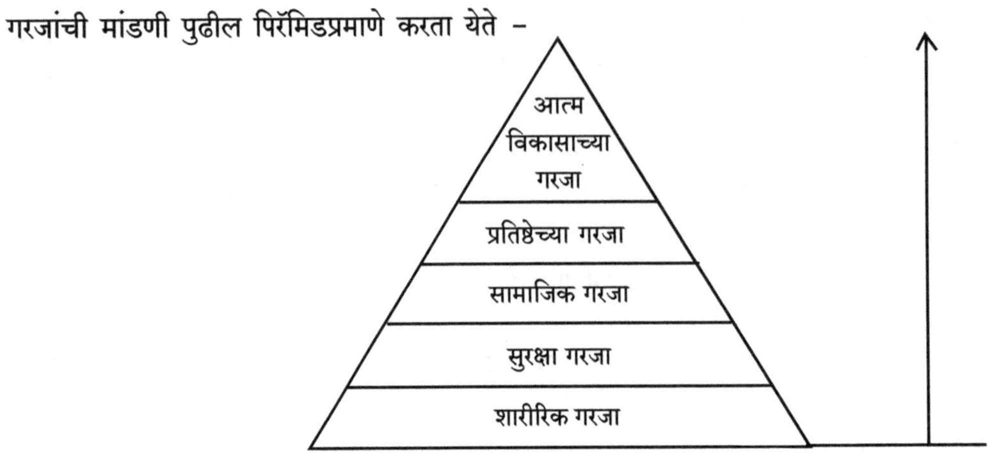

वरील पिरॅमिडच्या आकृतीनुसार मनुष्य सुरुवातील मूलभूत गरजा भागविण्याचा प्रयत्न करतो. त्यांची पूर्तता झाली की सुरक्षिततेच्या गरजा जाणवू लागतात. त्यानंतर सामाजिक गरजा व प्रतिष्ठेच्या गरजा व शेवटी आत्मविकासाच्या गरजा जाणवू लागतात.

मनुष्याच्या या गरजांमुळेच त्याला विशिष्ट दिशेने प्रयत्न करण्याची प्रेरणा मिळते. मॉस्लोच्या सिद्धान्तानुसार विविध स्तरांवर अभिप्रेरणेचे स्वरूप बदलत जाते. कनिष्ठ स्तरावर काम करणाऱ्या कर्मचाऱ्यांना शारीरिक गरजा व सुरक्षाविषयक गरजांमुळे अभिप्रेरणा मिळते. मध्यम स्तरावरील कर्मचाऱ्यांना सामाजिक गरजांमुळे प्रेरणा मिळते. वरिष्ठ स्तरावरील कर्मचाऱ्यांना आत्मविकास गरजांमुळे अभिप्रेरणा मिळते.

मॉस्लो यांनी गरजांची मांडणी वरीलप्रमाणे केली असून या गरजा विशिष्ट क्रमानेच उद्भवतात असे मत मांडले आहे. त्यामुळे कर्मचाऱ्यांना प्रेरणा देताना मानवी गरजांचा विचार करणे आवश्यक आहे असे मॉस्लो यांनी प्रतिपादन केले आहे.

मॉस्लोच्या सिद्धान्तावरील टीका

मॉस्लो यांचा सिद्धान्त अत्यंत सोपा आणि तर्कसंगत असल्याने मोठ्या प्रमाणावर मान्यता पावलेला आहे. परंतु या सिद्धान्तावर पुढीलप्रमाणे टीका करण्यात येत –

१. मॉस्लो आपल्या सिद्धान्तात, मनुष्याच्या विविध गरजा अभिप्रेरणा देतात. परंतु अभिप्रेरणांवर फक्त गरजांचाच प्रभाव पडत नाही तर ज्ञान, अपेक्षा, अनुभव यामुळे देखील अभिप्रेरणा निर्माण होऊ शकतात.

२. मॉस्लो यांनी आपल्या सिद्धान्तात, एखादी गरज पूर्ण झाली की, तिच्यापासून अभिप्रेरणा मिळत नाही. परंतु प्रत्यक्षात एखादी गरज पूर्ण झाल्यानंतर भविष्यकाळात ती निर्माणच होणार नाही असे नाही.

३. मॉस्लो यांनी आपल्या सिद्धान्तात, गरजांना श्रेणीबद्ध करण्याचा प्रयत्न केला आहे. त्यांनी त्यांचा क्रम ठरवून दिलेला आहे. परंतु सर्वच गरजा एकमेकांशी संबंधित असतात त्यामुळे विशिष्ट प्राधान्यक्रम देणे अयोग्य आहे.

४. गरजांचा क्रम व विश्लेषण देशातील आर्थिक, सामाजिक व राजकीय परिस्थितीनुसार बदलत असते. या बाबीकडे मॉस्लो यांनी दुर्लक्ष केलेले आहे.

५. मॉस्लो यांच्या अभिप्रेरणा सिद्धान्तानुसार, गरजांची रचना स्थिर स्वरूपाची असल्याचे दिसते. परंतु गरजांचा क्रम परिस्थिती व वेळेनुसार बदलतो, त्यामुळे गरजांची स्थिर स्वरूपाची रचना करणे चुकीचे वाटते.

५.३.२ फ्रेडरिक हर्झ्‌बर्ग यांनी मांडलेला आरोग्यविषयक अभिप्रेरणा सिद्धान्त (Herzberg's Motivation Hygine Theory)

फ्रेडरिक हर्झ्‌बर्ग यांनी हा सिद्धान्त विकसित केला आहे. त्यांनी अमेरिकेतील पिट्‌स्बर्ग क्षेत्रातील विविध कारखान्यांमध्ये काम करणाऱ्या २०० अभियांत्रिक व लेखापाल यांच्या १९६६ साली घेतलेल्या मुलाखतीतून मिळालेल्या माहितीच्या आधारे हा सिद्धान्त मांडला आहे. या सिद्धान्तात हर्झ्‌बर्ग यांनी समाधान मिळवून देणारे घटक व असमाधान देणारे घटक यांच्याबद्दल चर्चा केली आहे.

१.निर्वाह व आरोग्यविषयक घटक (Maintainance and Hygine Factory):

हर्झ्‌बर्ग यांच्या सिद्धान्तानुसार कर्मचाऱ्यांचे समाधान टिकवून ठेवण्यासाठी निर्वाह व आरोग्यविषयक घटकांची आवश्यकता असते. हे घटक उपलब्ध नसतील तर कर्मचारी असमाधानी होतात.

काम ज्या परिस्थितीत पूर्ण केले जाते, त्या परिस्थितीशी यांचा संबंध येतो. त्यामुळे त्यांना कामाच्या वातावरणासंबंधीचे घटक असे म्हणतात. या घटकांमध्ये खालील बाबींचा समावेश होतो :

- पगार किंवा वेतन Salary or Remuneration
- कामाबाबतची सुरक्षा Job Security
- प्रतिष्ठा Status
- कामाच्या ठिकाणी असलेली परिस्थिती Working Conditions
- वैयक्तिक जीवन Personal Life
- पर्यवेक्षण Supervision
- परस्परांमधील संबंध Interpersonal Relationships

वरील सर्व घटक अनुकूल असतील तर कामाबद्दल कर्मचाऱ्यांच्या मनात आस्था निर्माण होते. अन्यथा ते असमाधानी राहतात.

२.अभिप्रेरणाबाबतचे घटक (Motivational Factors) :

हे घटक कर्मचाऱ्यांना प्रेरणा देतात. त्यामुळे त्यांच्या मनात कामाविषयी ओढ निर्माण होते. या घटकांत खालील बाबींचा समावेश होते :

- प्रगती Advancement
- विकासाची संधी Opportunity For Growth
- जबाबदारी Responsibility
- सिद्धी Achievement

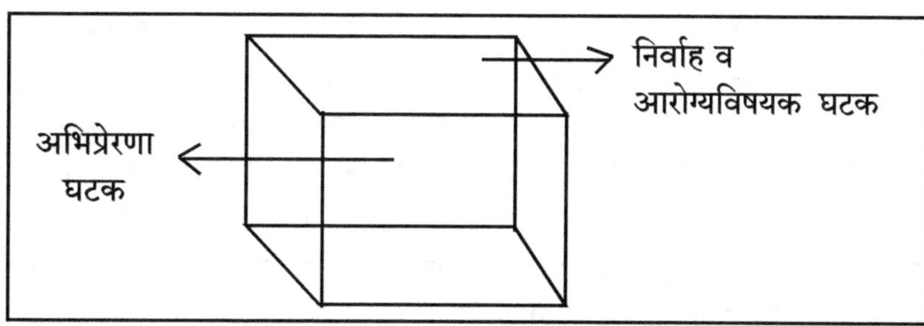

या सर्व घटकांमध्ये वाढ किंवा प्रगती झाल्यास कर्मचाऱ्यांचे समाधान वाढते व त्यांचा विकास होतो.

हर्झ्बर्गच्या सिद्धान्तावरील टीका :

१. हा सिद्धान्त अपुरा असल्याचे अनेकांचे मत आहे. हा सिद्धान्त फक्त २०० अभियंते व लेखापाल यांच्या मुलाखतीवर आधारित आहे. परंतु कारखान्यात शारीरिक श्रम करणारे अनेक कर्मचारी असतात; त्यांचाही विचार होणे आवश्यक आहे.

२. या सिद्धान्तात अभिप्रेरणेचे दोन घटकांत विभाजन केलेले आहे. परंतु हे विभाजन अनेक घटकांत करता येईल असे अनेकांचे मत आहे.

मॅस्लो आणि हर्झ्बर्ग यांच्या सिद्धान्ताची तुलना (Comparison of Maslow's and Herzberg's Theory of Motivation)

साम्य : मॅस्लो आणि हर्झ्बर्ग यांचे सिद्धान्त साधारणपणे सारखेच आहेत. हर्झ्बर्ग यांचे निर्वाह आणि आरोग्यविषयक घटक हे मॅस्लोच्या प्राथमिक गरजा व सुरक्षाविषयक गरजांच्या सारखेच आहेत. मॅस्लोच्या उरलेल्या वरील गरजा या हर्झ्बर्गच्या अभिप्रेरणेच्या घटकांसारख्या आहेत. हर्झबर्गच्या सिद्धान्तातील गृहीतके ही कर्मचाऱ्यांच्या अभिप्रेरणेवर कारखान्यातील वातावरण आणि कार्यपरिस्थितीवर परिणाम करते असे सांगते; म्हणजेच त्याच्या सिद्धान्तानुसार कारखान्यातील कार्य वातावरण व इतर घटक योग्य व पोषक असल्यास कर्मचारी कार्यप्रवृत्त होतात अन्यथा त्यांना अभिप्रेरणा मिळत नाही तर मॅस्लोच्या सिद्धान्तानुसार व्यक्तीच्या गरजा व्यक्तीला कार्यप्रवृत्त करतात त्यामुळे या सिद्धान्तात सकारात्मक दृष्टिकोन अंतर्भूत आहे. मॅस्लोच्या सिद्धान्तातील गरजांचे वर्गीकरण कनिष्ठ प्रतीच्या गरजा व उच्च प्रतीच्या गरजा असे केले जाते. जे हर्झ्बर्गच्या निर्वाह व आरोग्य विषयक घटक आणि अभिप्रेरणा घटक यांच्याशी मिळतेजुळते आहे.

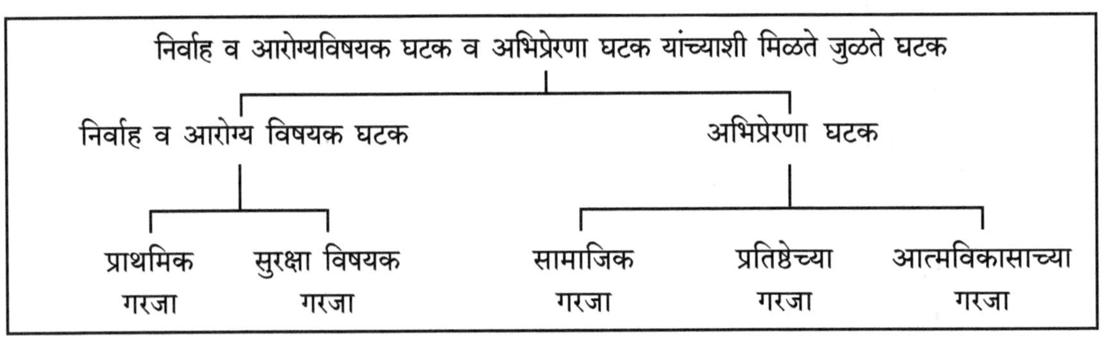

मॅस्लो आणि हर्झ्बर्ग यांच्यातील परस्परसंबंध वरील तक्त्यावरून स्पष्ट होते.

मॅस्लोच्या श्रेणीबद्ध गरजांच्या सिद्धान्तात आत्मविकासाची गरज इतर गरजांच्या तुलनेत सर्वांत वरती आहे. म्हणजेच इतर सर्व गरजांची पूर्तता झाल्याशिवाय आत्मविकासाची गरज निर्माण होत नाही. त्यामुळे हर्झ्बर्गच्या सिद्धान्तानुसार इतर सर्व गरजा या निर्वाह व आरोग्यविषयक घटकात समाविष्ट होतात तर आत्मविकासाची गरज ही उच्च प्रतीचे अभिप्रेरक म्हणून कार्य करते. प्रतिष्ठेच्या गरजेपैकी काही भाग हा अभिप्रेरक घटकात समाविष्ट होतो. उदा. प्रतिष्ठा, समाजमान्यता इ. त्याचप्रमाणे कर्मचाऱ्यांना मिळत असणारी बढती आणि संघटनेकडून स्वीकारले जाणे हे सुद्धा अभिप्रेरक म्हणून कार्य करतात.

फरक :– हे दोन्ही सिद्धान्त साधारणपणे सारखे असले तरी काही विशिष्ट फरक या दोन्ही सिद्धान्तात आहेत. मॅस्लो हा गरजांचे असमाधान हा प्रेरक घटक मानतो तर हर्झबर्ग हा कारखान्यातील कार्यवातावरण आणि कार्यपरिस्थिती ही कार्यप्रेरणेची गरज मानतो; पण अविकसित देशात प्रत्यक्षात कारखान्यातील कार्यवातावरण पुरेसे पोषक नसले तरी कर्मचाऱ्यांची कार्यक्षमता दिसून येते. त्यामुळे अविकसित देशात मॅस्लोचा श्रेणीबद्ध गरजांचा सिद्धान्त जास्त प्रभावीपणे वापरता येतो.

५.३.३ डग्लस मॅग्लस मॅकग्रेगर यांचा 'क्ष' आणि 'य' सिद्धान्त (Douglas McGregor's Theory 'X' and Theory 'Y')

डग्लस मॅकग्रेगर हे मानसशास्त्रज्ञ म्हणून अत्यंत प्रसिद्ध होते. व्यवस्थापन शास्त्रात त्यांनी केलेले योगदान हे The Human Side of Enterprise या ग्रंथाद्वारे मांडलेले आहे. प्रेरणेबरोबरच त्यांनी त्यांच्या व्यवस्थापनविषयक विचारांचेही स्पष्टीकरण केलेले आहे. त्यांच्या एकूण योगदानाचा विचार चार विचारांनी करता येतो.

(अ) मानवीय प्रकृती.

(ब) मानवीय गरजांची श्रेणी.

(क) औद्योगिक संघटनेचे स्वरूप.

(ड) 'क्ष' आणि 'य' सिद्धान्त.

या सर्व घटकांचा विचार 'क्ष' आणि 'य' सिद्धान्तात केला आहे.

सिद्धान्त 'क्ष' (Theory 'x') :

मॅकग्रेगरच्या मते सिद्धान्त 'क्ष' मध्ये पैसा हा कर्मचाऱ्यांना काम करण्यास प्रवृत्त करणारा एकमेव मार्ग आहे. जोपर्यंत व्यक्ती उदरनिर्वाहासाठी धडपडत असते तोपर्यंत या सिद्धान्तानुसार व्यक्तींवर नियंत्रण ठेवता येते.

जो व्यवस्थापक सिद्धान्त 'क्ष' ची बाजू धरतो तो साधारणपणे अत्यंत कडक नियंत्रण, केंद्रिभूत अधिकार, एकाधिकारशाही, नेतृत्व व निर्णय घेण्याच्या प्रक्रियेत लोकांचा किमान सहभाग या गोष्टींकडे झुकतो.

सिद्धान्त 'क्ष' ची गृहीतके पुढीलप्रमाणे :

१. सामान्यपणे कोणत्याही माणसाला कामाची आवड नसते; म्हणून तो शक्य तितके काम टाळण्याचा प्रयत्न करतो.

२. सामान्यपणे व्यक्ती महत्त्वाकांक्षी नसते. ती जबाबदारी स्वीकारण्याचे टाळते. दुसऱ्याने आपल्याकडून काम करून घ्यावे व नेतृत्व करावे अशी तिची अपेक्षा असते.

३. बहुतेक लोक हे स्वार्थी असतात. त्यामुळे संघटनेची उद्दिष्टे साध्य करण्याकडे त्यांचा कल नसतो. त्यामुळे त्यांच्या बाबतीत शिक्षेचा किंवा दबावाचा वापर करावा लागतो.

४. संघटनेतील सरासरी कर्मचारी बुद्धिमान नसतात. त्यांना फक्त त्यांच्या नोकरीची सुरक्षा हवी असते.

५. संघटनेतील बहुतांश कर्मचारी बदलांना विरोध करतात.

६. कर्मचाऱ्यांना दिशा देणे, त्यांना अभिप्रेरणा देणे, त्यांच्या कामावर नियंत्रण ठेवणे व त्यांच्या वागणुकीत बदल करणे या गोष्टी व्यवस्थापनात समाविष्ट असतात. म्हणजे काम करवून घेण्याची जबाबदारी पूर्णपणे व्यवस्थापनाची असते.

या सर्व गृहीतकांचा विचार केल्यास, सिद्धान्त 'क्ष' म्हणजे व्यवस्थापनाची पारंपरिक पद्धती आहे. या सिद्धान्तानुसार व्यवस्थापकाने हुकूमशाही तंत्राचा वापर करून कर्मचाऱ्यांकडून काम करवून घेतले पाहिजे.

वरील गृहीतकांपैकी काही गृहीतके माणसाच्या स्वभाव व वागणुकीसंबंधी असून काही गृहीतके व्यवस्थापनाच्या कृतीशी संबंधित आहेत. मानवी स्वभावासंबंधीची सर्व गृहीतके नकारात्मक स्वरूपाची आहेत. त्यामुळे व्यवस्थापकांना त्यांच्यावर नियंत्रण ठेवण्यासाठी हुकूमशाही किंवा एकाधिकारशाही तंत्र पद्धतीचा वापर करावा लागतो.

मॅकग्रेगर यांचा अभिप्रेरणांचा 'क्ष' सिद्धान्त अद्यापही अनेक व्यवस्थापक वापरत असल्याचे दिसून येते.

सिद्धान्त 'य' (Theory 'y') :

मॅकग्रेगर यांनी मानवी स्वभावाची दुसरी बाजू सिद्धान्त 'य' मध्ये मांडलेली आहे.

सिद्धान्त 'य' असे मानतो की, काम हे माणसाला समाधान देऊ शकते; म्हणून त्याला काम आवडते. त्यामुळे तो काम टाळू शकत नाही. स्वतःचे भले करण्याची गरज हीच माणसाला काम करण्याची सर्वांत मोठी प्रेरणा आहे. प्रत्येक वेळी मनुष्य पैशासाठीच काम करतो असे नाही.

सिद्धान्त 'य' ची गृहीतके पुढीलप्रमाणे :

१. खेळ किंवा विश्रांती या जशा नैसर्गिक आवडी आहेत, तसेच माणसाला कामही आवडते. त्यामुळे काम टाळण्याकडे त्याची प्रवृत्ती नसते.

२. योग्य परिस्थिती निर्माण केल्यास सर्वसाधारण माणसाला जबाबदारी स्वीकारण्यास आवडते.

३. व्यक्तीची संघटनेच्या उद्दिष्टांशी बांधिलकी असल्यास आत्मप्रेरणा व कामातील समाधान या गोष्टी आपोआप निर्माण होतात.

४. आत्मविकास व प्रशंसेसाठी प्रत्येक व्यक्ती संघटनेतील कामे व्यवस्थित करीत असतो. त्याच्यावर बाह्यनियंत्रण ठेवण्याची गरज नसते.

५. संघटनेचे प्रश्न सोडविण्यासाठी काल्पनिकता, नावीन्यता इ. बाबी लोकांमध्ये असतात असे गृहीत आहे.

६. प्रत्येक व्यक्तीची बौद्धिक क्षमता अमर्याद असते. परंतु तिचा कमीत कमी वापर संघटनेत केला जातो.

वरील गृहीतकांवरून असे म्हणता येईल की, सिद्धान्त 'य' प्रमाणे व्यवस्थापनाचा कल विकेंद्रित अधिकार, उदारमतवादी पर्यवेक्षण व कमीत कमी नियंत्रण, योग्य संदेशवहन, लोकशाही नेतृत्व, निर्णय प्रक्रियेत कर्मचाऱ्यांचा सहभाग इ. बाबींकडे असल्याचे दिसून येते.

प्रत्येक परिस्थितीत संघटनेतील वातावरण वेगळे असते त्यामुळे एका परिस्थितीत सिद्धान्त 'क्ष' उपयुक्त ठरतो तर दुसऱ्या परिस्थितीत सिद्धान्त 'य' उपयुक्त ठरतो.

५.३.४ औची यांचा 'ज्ञ' सिद्धान्त (Ouchi's Theory of Z) :

विल्यम औची यांनी आपल्या पुस्तकात १९८१ मध्ये हा सिद्धान्त 'ज्ञ' हा मांडला. ह्या सिद्धान्तामध्ये त्यांनी कामगारांच्या कल्याण विषयक प्रेरणा याचा उल्लेख केला आहे. त्यांनी अमेरीकन संघटन व जपानी व्यवस्थापन संघटन यांचा मिलाफ केल्याचे आढळून येते.

त्याने या सिद्धान्तात संघटनेतील कर्मचारी इच्छित ठिकाणी काम करण्यासाठी, सहकारी संबंध, उच्च पदवी यावर सुरक्षित रोजगार आणि सुविधा, प्रशिक्षण, नोकरी रोटेशन, कुटुंब जीवन, संस्कृती आणि परंपरा व

सामाजिक प्रतिष्ठा, नैतिक कर्तव्ये आणि स्वतःची शिस्त या सर्व घटकावर निर्णय हे विचार त्यांनी मांडलेले आहेत.

'ज्ञ' सिद्धान्त हा कामगार काम करण्याच्या प्रक्रियेत सहभागी होत असलेल्या व्यवस्थापनाचा एक प्रकार असून ह्या प्रकाराच कामगारास स्वातंत्र्य, सहकाऱ्यांवर विश्वास, निष्ठा आणि सांघिक भावना असेही विचार मांडलेले आहेत.

ह्या सिद्धान्तात संयोजन समर्थन; कामगार सांघिक काम आणि संस्थेवर मजबूत निष्ठा आणि स्वारस्य असे गृहीत घटलेले आहे.

जापनीज व्यवस्थापनेमध्ये कर्मचाऱ्यांचे गैरहजर प्रमाण, उच्च उत्पादकता, कामासंबंधी समाधान आणि इतर सर्व आर्थिक कामगिरी उत्तम असल्याचे दिसून आलेले आहे यामध्ये पुढील घटकांचा संबंध असतो.

१. अधिकार   २. काम   ३. अंदाजप्रक   ४. बढती
५. पैसा   ६. दंड   ७. प्राविण्यता   ८. मित्रत्व

'ज्ञ' सिद्धान्ताची वैशिष्ट्ये :

१. दीर्घ कालीन रोजगार व नोकरीची सुरक्षिता.

२. सांघिक/सामुहीक जबाबदारी.

३. स्पष्टता, औपचारीक नियंत्रण व उपाय.

४. सांघिक/सामुहीक निर्णय.

५. हळूवारपणे मुल्यमापन व प्रसार.

६. माफकपणे विशेष कारकिर्द.

७. संबंधीत व्यक्तींच्या कुटुंबाचा समावेश.

ह्या वरून असे वाटते. की मॅकग्रेगरचा 'य' व 'क्ष' या दोन्ही सिद्धान्ताचे एकत्रिकरण करून त्यामध्ये आधुनिक जपानी व्यवस्थापनेच्या घटकांचा समावेश केलेला आहे.

परंतु 'ज्ञ' सिद्धान्तात कर्मचाऱ्यांचा मोठ्या प्रमाणावर विश्वास व जबाबदारीची भूमिका असते. असे मांडलेले आहे तर मॅकग्रेगरच्या 'य' व 'क्ष' या सिद्धान्तामध्ये व्यवस्थापन व अभिप्रेरणा हे व्यवस्थापकांनी करावयाच्या आहेत हे मांडलेले आहे.

'ज्ञ' सिद्धान्तावरीला टीका :

१. सिद्धान्ता 'ज्ञ' हा जपानी व्यवस्थापनावर आधारित आहे. त्यामुळे तेथील वातावरणाचा प्रभाव दिसून येतो.

२. सिद्धान्त 'ज्ञ' ह्या मोठ्या प्रमाणावरील संशोधनामध्ये कमतरता दिसून येते ह्या सिद्धान्ताचा उपयोग मर्यादीत होतो.

३. सिद्धान्त 'ज्ञ' हा संघटनेमध्ये केव्हा अंमलबजावणी करावयाची या संदर्भात योग्य मार्गदर्शन करत नाही.

४. सिद्धान्त 'ज्ञ' ह्या एक औपचारिक रचना नाही जर तयार केली तर कृती मध्ये अनेक अडचणी निर्माण होतात.

५. भारतामध्ये मालक व भागधारक सिद्धान्त 'ज्ञ' स्विकारू शकत नाहीत कारण त्यांना टाळेबंदी मुळे नफा किंवा लाभांश कमी मिळतो.

६. जर संघटनेत कामगार बढती प्रतिबंध असेल तर अशा संघटेनत मोठ्या प्रमाणावर अडचणी कामगार संघटनेवरून केल्या जातात.

७. 'झ'सिद्धान्त हा व्यवस्थापनाटच्या प्रत्येक अडचणी सोडविण्यासाठी नाही परंतु आधुनिक संगणक युगात सिद्धान्त 'झ' हा एक चांगला पर्याय होऊ शकतो.

५.३.५ डेव्हिड मॅक्लेलँड यांचा संपादन किंवा सिद्धीविषयक अभिप्रेरणा सिद्धान्त (David McLelland's Achievement Theory of Motivation)

अमेरिकेतील हॉर्वर्ड विद्यापीठातील प्रा. डेव्हिस मॅक्लेलँड व त्यांच्या सहकाऱ्यांनी अभिप्रेरणेचा वरील सिद्धान्त मांडलेला आहे. त्यांच्या मते, मानवी गरजा खालीलप्रमाणे तीन प्रकारच्या आहेत.

(अ) संपादन करण्याची इच्छा (Need for Achievement) : अनेक लोकांना काहीतरी मिळवावे म्हणून संपादनाबाबतच्या तीव्र इच्छा असतात. अशा संपादनकर्त्यांची प्रमुख वैशिष्ट्ये खालील प्रकारे आहेत.

१. संपादनाची इच्छा असणारे लोक कमीत कमी धोका स्वीकारून सामान्य उद्दिष्टांच्या पूर्तीसाठी प्रयत्नशील असतात.

२. अशा लोकांची त्यांच्या क्रिया किंवा कृतीवर ताबडतोब स्पष्ट प्रतिक्रिया मिळाली पाहिजे अशी इच्छा असते. आपण किती चांगल्या रीतीने कार्य करीत आहे हे त्यांना जाणून घ्यावयाचे असते.

३. एखादे काम पूर्ण झाले म्हणजे आंतरिक समाधान मिळते. काम हे पैशासाठीच केले जाते असे नाही. कामाचे मूल्यमापन करण्याचे पैसा एक समाधान आहे.

४. उच्च संपादनाची इच्छा असणारे, उच्च संपादनाचे एखादे ध्येय ठरविल्यानंतर, ते यशस्वीपणे पूर्ण करण्यासाठी सतत प्रयत्न करतात. ध्येय गाठताना अडचणी आल्यास ते स्वत:च सोडवितात. मात्र, हे ध्येय त्यांच्या बाह्य व्यक्तिमत्त्वावर परिणाम करते व त्याचा त्यांच्या सहवासात येणाऱ्या लोकांवर नकारात्मक परिणाम होऊ शकतो.

अशा तऱ्हेने संपादनाची इच्छा असणारे बेचैनी, अशांत व स्वयंप्रेरित असतात. त्यांना जोखीम स्वीकारून उद्दिष्टे गाठण्यात आनंद वाटतो. कोणतीही गोष्ट ते देवावर ठेवीत नाहीत. ते धोका स्वीकारून परिणामाकडे अधिक लक्ष देतात.

मॅक्लेलँड यांच्या मते, संपादनाची इच्छा प्रशिक्षण व उत्तेजनाद्वारे वृद्धिंगत करता येते. त्यांच्या प्रयोग व अभ्यासाने सिद्ध केले आहे की, एखाद्या संघटनेची संपादनाची इच्छा तीव्र असेल तर अपेक्षित उद्दिष्ट चांगल्या रीतीने गाठता येतात. त्यासाठी त्यांनी अमेरिका, मेक्सिको व भारतीय उद्योगातील उच्च कार्यकारी अधिकाऱ्यासाठी संपादन विकास कार्यक्रम आयोजित केले. त्यांच्या या संपादन विकास कार्यक्रमात खालील बाबी समाविष्ट आहेत.

१. प्रत्येक व्यक्तीने स्पष्ट व नियमित प्रतिक्रियेची (Feedback) जबरदस्त इच्छा ठेवली पाहिजे.

२. प्रत्येक व्यक्तीने संपादन इच्छा आकृतिबंधाचा (Models) अभ्यास करून ज्यांनी योग्य कृती किंवा कार्य केले आहे त्यांचे अनुकरण केले पाहिजे.

३. प्रत्येकाने काळजीपूर्वक नियोजन करून वास्तववादी उद्दिष्टे ठरविली पाहिजेत.

(ब) **अधिकाराबाबतची इच्छा (Need for Power) :** लोकांना प्रभावी करून त्यांच्यावर नियंत्रण ठेवण्यासाठी अधिकारांची गरज असते. आपले उद्दिष्ट साध्य करण्यासाठी दुसऱ्याच्या क्रिया नियंत्रित करण्याचे अधिकार हे प्रभावी साधन आहे. सामान्यपणे ज्यांना नेतृत्व करावयाचे असते त्यांना अधिकाराची गरज असते. अधिकार प्राप्तीच्या तीव्र इच्छेमुळे ते नेतेपदापर्यंत पोहोचतात. नेते स्पष्ट व समर्थ असले पाहिजेत. थोडक्यात, नेत्यामध्ये अधिकाराची इच्छा निर्माण करण्याचे कार्य हा सिद्धान्त करीत असतो.

(क) **मान्यतेबाबतची इच्छा (Need for Affiliation) :** समाजातील लोकांशी येणाऱ्या संबंधाला मान्यतेची इच्छा प्रभावीत करते. समाजमान्यतेची इच्छा असणारे आनंददायी सामाजिक संबंधाला प्राधान्य देतात. त्यामुळे त्यांचे समाजाशी दृढ संबंध निर्माण होतात. या मान्यतेमुळे त्यांना आपली उद्दिष्टे पूर्ण करता येतात. सहकर्मचाऱ्यांच्या नियमित आंतरसंबंधामुळे असे लोक उत्तेजित होतात. समाजमान्यतेशिवाय अशा लोकांना काम करणे अशक्य वाटते.

मॅक्लेलँड यांच्या सिद्धान्ताने व संशोधनाने नेते व व्यवस्थापकासाठी मोठे योगदान दिलेले आहे. त्यांच्या मते, जर कर्मचाऱ्यांच्या प्रेरणांची तंतोतंत मोजणी केली तर कर्मचाऱ्यांची भरती व निवड तंत्रात सुधारणा होईल. उदा. एखाद्या उच्च संपादनाची इच्छा असणाऱ्या व्यक्तीची निवड करण्यात आल्यास, तो उच्च उद्दिष्टे गाठण्याच्या दृष्टीने प्रयत्न करील.

संपादनाच्या त्यांच्या तीव्र इच्छेमुळे उत्पादनात वाढ होईल व उत्पादनातील वाढ राष्ट्रीय विकासास मदत करील. त्यामुळे असे लोक/व्यवस्थापक संघटनेचा कणा म्हणून सिद्ध होतील. त्यामुळे संघटनेत उच्च संपादन इच्छा ठेवणे आवश्यक ठरते. असे असले तरी या सिद्धान्ताला खालील मर्यादा आहेत.

- उच्च संपादन इच्छा ठेवणारे लोक नेहमीच उच्च परिणाम म्हणजे उत्पादनाकडे लक्ष ठेवतात. त्यामुळे मानवी संबंधाकडे दुर्लक्ष होण्याची भीती निर्माण होते.

१. उच्च संपादन इच्छा ठेवणारे लोक नेहमीच उच्च परिणाम म्हणजे उत्पादनाकडे लक्ष ठेवतात. त्यामुळे मानवी संबंधाकडे दुर्लक्ष होण्याची भीती निर्माण होते.

२. या सिद्धान्तात प्रेरणांच्या प्रकारांचे स्पष्ट व सविस्तर वर्णन केलेले नाही. जे वर्णन केलेले आहे ते सामान्य व्यक्तीला समजणारे नाही.

३. 'संपादनाची इच्छा' अधिक प्रबळ करण्यासाठी प्रशिक्षणाची गरज आहे. परंतु प्रशिक्षणाला अधिक वेळ लागतो व त्यासाठी खर्चही जास्त करावा लागतो.

४. हा सिद्धान्त मांडण्यासाठी मॅक्लेलँड व त्यांच्या सहकाऱ्यांनी प्रयोग व संशोधन केलेले आहे. परंतु संपादनाची प्रेरणा/इच्छा देणारे संशोधनाचे पुरावे अपूर्ण व संशयास्पद आहेत.

या सिद्धान्तावर वरील प्रकारची टीका करण्यात येत असली तरी कार्याबद्दलची प्रेरणा देण्यासाठी हा सिद्धान्त उपयुक्त आहे.

प्र.१. खालील प्रश्नांची २० शब्दांत उत्तरे लिहा.

१) अभिप्रेरणा म्हणजे काय?

२) वित्तीय व अवित्तीय अभिप्रेरणा म्हणजे काय?

प्र.२. खालील प्रश्नांची ५० शब्दांत उत्तरे लिहा.

१) अभिप्रेरणेचा क्ष सिद्धान्त सांगा.

२) अभिप्रेरणेचा य सिद्धान्त सांगा.

३) अभिप्रेरणेची वैशिष्ट्ये सांगा.

४) अभिप्रेरणेचा ज्ञ सिद्धांत सांगा.

प्र.३. खालील प्रश्नांची १५० शब्दांत उत्तरे लिहा.

१) अब्राहम मॅस्लो यांचा सिद्धान्त स्पष्ट करा.

२) फ्रेडरिक हर्झबर्ग यांचा अभिप्रेरणा सिद्धान्त स्पष्ट करा.

३) डग्लस मॅग्रेगर यांचा अभिप्रेरणा सिद्धान्त स्पष्ट करा.

४) अभिप्रेरणेचे महत्त्व स्पष्ट करा.

५) विल्यम औची यांचा अभिप्रेरणेचा सिद्धांताची वैशिष्ट्ये लिहा.

प्र.४. खालील प्रश्नांची ३०० ते ५०० शब्दांत उत्तरे लिहा.

१) अभिप्रेरणा म्हणजे काय? त्याची वैशिष्ट्ये व महत्त्व स्पष्ट करा.

२) अभिप्रेरणा म्हणजे काय? अभिप्रेरणेचा क्ष व य सिद्धान्त स्पष्ट करा.

३) अभिप्रेरणेचे विविध सिद्धान्त स्पष्ट करा.

४) अभिप्रेरणा म्हणजे काय? अभिप्रेरणेचा ज्ञ सिद्धांत व त्यावरील टीका लिहा.

६

नेतृत्व
(Leadership)

६.१ नेतृत्व अर्थ आणि व्याख्या (**Meaning and Definition of Leadership**)

प्रस्तावना (**Introduction**)

व्यक्तिसमूहाला योग्य दिशा घ्यावयाची असते; म्हणूनच व्यवसायात प्रभावी नेतृत्वाची गरज असते. प्रभावी नेतृत्व असेल तर व्यवसायाला निश्चित यश मिळते. नेतृत्व व्यक्तिसमूहातील सभासदांना एकत्र आणून एकमेकांच्या सहकार्याने कार्य करवून घेण्याची कला आहे. व्यवस्थापक व्यक्तिसमूहाच्या क्रिया व प्रयत्न संघटित करून योग्य दिशा दाखवितो.

व्यवस्थापनाच्या नियोजन, संघटन, समन्वय व नियंत्रण इत्यादी कार्यांमध्ये नेतृत्वाला अत्यंत महत्त्वाचे स्थान आहे. उत्तम व प्रभावी नेतृत्व अचूक नियोजन करते. संघटनेतील सर्व घटकांचा कार्यक्षमतेने उपयोग करून घेते. निर्णय प्रक्रियेत उत्तम नेतृत्व योग्य दिशा दाखविते व नियंत्रण प्रक्रियेतही महत्त्वाची भूमिका बजावीत असते. कर्मचाऱ्यांना विश्वासात घेतले जाऊन त्यांना अनुयायी बनविता येतात व त्यामुळे व्यवस्थापन व कर्मचारी यांच्या संबंधात सुधारणा होऊन भविष्यकालीन कलह टाळता येतात. नेतृत्वाबद्दल आत्तापर्यंत अनेक विचारवंतानी त्याचे योगदान दिलेले आहे. नेतृत्वाची संकल्पना अधिक चांगल्या रीतीने स्पष्ट होण्यासाठी नेतृत्वाच्या व्याख्यांचा विचार करणे आवश्यक आहे.

व्याख्या

१. लिव्हिंगस्टन : सामूहिक उद्दिष्टांची पूर्तता करण्यासाठी इतरांच्या मनात इच्छा निर्माण करणे म्हणजे नेतृत्व होय.

"The ability to awaken in others the desire to follow a common objectives."

२. जॉर्ज आर.टेरी : पारंपारिक उद्देशांच्या पूर्तीकरिता स्वेच्छेने कार्य करण्यास प्रभावित करणारी योग्यता म्हणजे नेतृत्व होय.

"Leadership is the ability of influencing people to strive willingly for the mutual objectives."

३. **हॉज व जॉन्सन** : औपचारिक किंवा अनौपचारिक परिस्थितीमध्ये इतरांच्या प्रवृत्तीला व वागणुकीला आकार देण्याची योग्यता म्हणजेच नेतृत्व होय.

"Leadership is the ability to shape the attitude and behaviour of others whether formal or informal situation."

नेतृत्वाचा वरील व्याख्यांचा अभ्यास केल्यानंतर असे दिसून येते की, नेतृत्वसमूहाला कार्यप्रवृत्त करते. सामुदायिक उद्दिष्टांच्या प्राप्तीसाठी संघटनेतील विविध घटकांना एकत्र आणते. व्यवस्थापकात्मझ विविध घटकांकडून अपेक्षित कार्यपूर्ती करून घ्यावयाची असते. त्यामुळे व्यवस्थापकाला नेता म्हटल्यास ते चुकीचे ठरणार नाही. याच संदर्भात पीटर ड्रकर यांनी स्पष्ट केले आहे की, 'नेतृत्व म्हणजे व्यक्तीची दूरदृष्टीवस्था पातळीवर उंचावणे, व्यक्तीच्या कार्याची पातळी सतत उंच राखणे व व्यक्तीच्या व्यक्तिमत्त्वाचा विकास करणे होय.'

६.२ नेतृत्वाचे महत्त्व (Importance of Leadership)

व्यवस्थापनात नेतृत्व हा अत्यंत महत्त्वाचा घटक आहे. प्रभावी व चांगले नेतृत्व असेल तर व्यवसायाला निश्चितच यश मिळते. व्यावसायिक संस्थांमध्ये अनेक व्यक्तींच्या सामूहिक प्रयत्नाने व्यवसायाची पूर्वनिर्धारित उद्दिष्टे पूर्ण करावयाची असतात. या व्यक्तिसमूहाला योग्य मार्गदर्शन व नेतृत्व लाभले तर व्यवसायाची उद्दिष्टे पूर्ण होतात. नेता व्यक्तीसमूह कार्याच्या कार्यामध्ये समन्वय प्रस्थापित करतो. त्यामुळे कर्मचाऱ्याची कार्यक्षमता वाढते व उद्योगाची यशाकडे वाटचाल सुरू होते. आत्तापर्यंत अनेक उद्योगांना जे अपयश आले त्याचे प्रमुख कारण अकुशल नेतृत्व आहे असे पीटर ड्रकर यांनी म्हटले आहे. त्यावरून व्यवसायात नेतृत्वाला किती महत्त्वाचे स्थान आहे हे स्पष्ट होते. नेतृत्वाची आवश्यकता किंवा महत्त्वाची कल्पना पुढील मुद्द्यांवरून येते :

१. व्यवसायाची आवश्यक गरज : मोठ्या व्यवसाय संस्थेत कर्मचाऱ्यांची संख्या मोठी असते. या सर्व कर्मचाऱ्यांना कामाची योग्य दिशा देऊन तसेच त्यांना मार्गदर्शन करून त्यांच्याकडून कामे करवून घेणे हे चांगले नेतृत्वच करू शकते; म्हणून चांगले नेतृत्व ही व्यवसायाची गरज आहे असे म्हणतात.

२. सामूहिक प्रयत्नांसाठी चेतना : व्यवसायाची उद्दिष्टे साध्य करण्यासाठी सामूहिक प्रयत्न आवश्यक असतात. सामूहिक प्रयत्नांना योग्य दिशा देण्यासाठी व कार्याला उत्तेजन देण्यासाठी नेतृत्वाची गरज असते. नेता आपल्या सहकाऱ्यांवर योग्य प्रभाव पाडून त्यांच्याकडून अपेक्षित कार्य पूर्ण करवून घेऊ शकतो.

३. समन्वय शक्य : पूर्वनियोजित उद्दिष्टे साध्य करण्यासाठी विविध विभागांच्या कार्यात समन्वय साधणे आवश्यक असते. नेतृत्व प्रभावी नसेल तर विविध कार्यांमध्ये एकसूत्रीपणा आणणे कठीण होते व गोंधळ निर्माण होऊ शकतो.

४. अधिकारांचे साधन : नेतृत्वगुणामुळे व्यवस्थापकांना आपले अधिकार योग्य रीतीने अमलात आणता येतात. नेतृत्वामुळे अधिकारांचा प्रभावी वापर करणे शक्य होते. सहकाऱ्यांना योग्य मार्गदर्शन, सहकार्य देऊन कार्यप्रवृत्त करणे शक्य होते. त्यामुळे व्यवसायाचे उद्दिष्ट गाठणे सोपे होते.

५. कर्मचाऱ्यांना प्रेरणा देणे : योग्य व प्रभावी नेतृत्व आपल्या सहकाऱ्यांना कार्याची प्रेरणा देते. त्यामुळे कर्मचाऱ्यांचा उत्साह वाढून ते अधिक जबाबदारीने कार्य करतात. तसेच ते कामाचा दर्जा उंचावण्यासाठी प्रयत्न करतात.

६. कामगार व व्यवस्थापन संबंध : संघटनेची उद्दिष्टे गाठण्यासाठी कामगार व व्यवस्थापन यांच्यातील संबंध चांगले असले पाहिजेत. व्यवस्थापन व प्रभावी नेतृत्वामुळे कामगारांमध्ये विश्वासाचे वातावरण निर्माण होते. त्यामुळे कामगार व व्यवस्थापन यांच्यातील संबंध सुधारण्यास मदत होते.

म्हणजेच आपण म्हणू शकतो की, संघटनेचा कारभार कार्यक्षम व्हावा व कर्मचाऱ्यांना योग्य मार्गदर्शन मिळाने म्हणून परिणामकारक औपचारिक नेतृत्व महत्त्वाची भूमिका बजावते.

६.३ नेतृत्वासाठी आवश्यक गुण (Qualities of Leadership)

प्रभावी व चांगल्या नेतृत्वामुळे संस्थेला निश्चित यश मिळते. प्रभावी नेतृत्वासाठी नेत्यामध्ये काही गुण असणे आवश्यक आहे असे मानले जाते. पूर्वीच्या काळी असे म्हटले जात असे की नेते जन्मजात असतात ते घडविता येत नाहीत. आजकाल ही संकल्पना बदलली आहे. प्रशिक्षण, मार्गदर्शन व सतत प्रयत्न यामुळे नेतृत्व संपादन करता येते असेही सिद्ध झाले आहे.

आदर्श नेतृत्वासाठी नेत्यामध्ये कोणते गुण आवश्यक आहेत याबद्दल अनेक व्यवस्थापन तज्ज्ञांनी विविध मते मांडली आहेत. उदाहरणार्थ :

अ. ऑर्डवे टीड यांनी त्यांच्या The Art of Leadership या ग्रंथात नेतृत्वाचे १० गुण सांगितले आहेत –
   – शारीरिक व मानसिक शक्ती व क्षमता.
   – उल्हास.
   – उद्देश आणि कार्याची भावना.
   – मैत्री व स्नेह.
   – तांत्रिक ज्ञान व कौशल्य.
   – बौद्धिक ज्ञान.
   – चारित्र्य.
   – शिकविण्याची कला.
   – निर्णयक्षमता.
   – विश्वास.

ब. जॉर्ज टेरी यांनी व्यवस्थापकीय नेतृत्वाचे सात गुण सांगितले आहेत –
   – सामर्थ्य.
   – भावनात्मक स्थिरता.
   – मानवी संबंधाचे मानसशास्त्रीय ज्ञान.
   – प्रेरणा देण्याची क्षमता.
   – संज्ञापन कौशल्य.
   – शैक्षणिक योग्यता.
   – तांत्रिक योग्यता व सामाजिक कौशल्य.

क. एल. सी. उर्विक यांनी The Elements of Administration या ग्रंथात पुढील गुण सांगितले आहेत –
   – साहस.

– इच्छाशक्ती.

– ज्ञान.

– मानसिक लवचिकता.

– चारित्र्य.

वरील सर्व विवेचनांवरून नेत्यामध्ये नेमके कोणते गुण असावेत ते निश्चित सांगता येत नाही. पण सर्वसामान्यपणे नेत्यामध्ये पुढील गुणांची आवश्यकता असते :

१. तांत्रिक ज्ञान : नेता ज्या समूहाचे नेतृत्व करीत आहे, त्या समूहाच्या कार्याबाबत आवश्यक ते तांत्रिक ज्ञान नेत्यास असले पाहिजे. आजकाल उत्पादन क्षेत्रात नवनवीन शोध व पद्धती अस्तित्वात येत आहेत. व्यवस्थापकास या सर्व गोष्टींची संपूर्ण तांत्रिक माहिती असणे आवश्यक आहे.

२. संघटन कौशल्य : आपल्या सहकाऱ्यांना व विविध व्यक्तीसमूहांना संघटित करून अपेक्षित कार्य करवून घेण्याचे काम नेता करीत असतो. त्यासाठी नेत्याकडे संघटन कौशल्य असावे लागते. नेतृत्वाची परिणामकारकता नेत्याच्या संघटन कौशल्यावर आधारित असते.

३. मानसिक योग्यता व बुद्धिमत्ता : नेत्याला विविध परिस्थितीत काम करावे लागते. त्यामुळे नेता बुद्धिमान असणे आवश्यक आहे. त्याला कायदेशीर व आर्थिक बाबींचे ज्ञान असणे आवश्यक ठरते.

नेत्याला अनेक प्रकारच्या परिस्थितीत गुंतागुंतीचे निर्णय घ्यायचे असतात. तसेच कर्मचाऱ्यांना प्रोत्साहन देऊन त्यांचे मनोबल वाढवायचे असते. त्यामुळे नेता मानसिकदृष्ट्या खंबीर असावा.

४. आत्मविश्वास : नेत्याजवळ आत्मविश्वास असण्याची गरज असते. आत्मविश्वासाच्या आधारावर तो इतर कर्मचाऱ्यांचा विश्वास मिळवू शकतो. तसेच व्यवस्थापन करताना काही संकटे आली तर आत्मविश्वासाच्या आधारावर त्यावर मात करतो.

५. मानवी संबंधाचे ज्ञान : कोणत्याही संघटनेत मानवी संबंधांवर संघटनेची कार्यक्षमता अवलंबून असते. मानवी संबंधांना प्राधान्य देऊन निर्णय घेणाऱ्या नेत्याच्या निर्णयाची अंमलबजावणी त्वरित होते. मानवी स्वभाव, गरजा, अपेक्षा यांचे ज्ञान नेत्यास असेल तर असा नेता सहजपणे परिस्थिती हाताळू शकतो.

६. संदेशवहन कौशल्य : नेत्याला संघटनेतील लोकांकडून कामे करवून घ्यावी लागतात. त्यासाठी त्याला कर्मचाऱ्यांना आदेश व सूचना द्याव्या लागतात. त्यांच्या अडचणी समजून घ्याव्या लागतात. या सर्व गोष्टींसाठी त्याच्याकडे संदेशवहन कौशल्य असावे लागते.

७. निर्णयक्षमता : नेत्याला अनेकदा कठीण व गुंतागुंतीच्या परिस्थितीत निर्णय घ्यावे लागतात. अशा वेळी त्याने योग्य अयोग्य विचार करून निर्णय घ्यावा लागतो. म्हणजेच नेत्यामध्ये निर्णयक्षमता असावी.

८. जबाबदारीची जाणीव : कार्याची अंतिम जबाबदारी नेत्याची असते. जबाबदारी पार पाडण्याची क्षमता नेत्यामध्ये असावी. त्याने आपली जबाबदारी इतरांवर ढकलण्याचा प्रयत्न करू नये.

९. उत्साह : नेता हा नेहमी उत्साही असावा. नेत्याला अनेक प्रकारची कामे करावी लागतात व करवून घ्यावी लागतात. ही कामे करण्यासाठी नेत्यामध्ये शारीरिक उत्साह व जोम असावा.

१०. पुढाकार घेण्याची वृत्ती : प्रत्येक कामात नेत्याने प्रथम पुढाकार घेतला पाहिजे. त्यामुळे इतर कर्मचारी त्याचे अनुकरण करतात.

११. **सहकार्य व पाठिंबा** : नेत्याला आपल्या साहाय्यकांचे पूर्णपणे सहकार्य असेल तर तो चांगल्या प्रकारे नेतृत्व करू शकतो.

१२. **प्रेरणा देण्याची क्षमता** : अनेकदा कर्मचाऱ्यांना आर्थिक व आर्थिकेतर प्रेरणा देऊन प्रवृत्त करावे लागते. त्यामुळे नेत्यामध्ये कर्मचाऱ्यांना प्रेरणा देण्याची क्षमता असावी. नेत्याने कर्मचाऱ्यांना काम करण्यासाठी प्रभावित केले पाहिजे.

१३. **दूरदृष्टी** : आत्मविश्वासाबरोबरच नेत्याच्या अंगी दूरदृष्टी असली पाहिजे. त्याला भविष्यकालीन परिस्थितीचा अंदाज घेता आला पाहिजे. भविष्यकालीन परिस्थितीबद्दल शंका असल्यास तो त्याची वर्तमानकाळातच जागरूकता ठेवू शकतो.

१४. **चारित्र्य** : नेत्याला अनेक लोकांबरोबर काम करायचे असते. त्यामुळे तो चारित्र्यसंपन्न असला पाहिजे.

१५. **साहस** : नेता साहसी व खंबीर असला पाहिजे. कोणत्याही परिस्थितीत त्याने डगमगून जाता कामा नये.

१६. **लवचिकता** : संघटनेचे काम करीत असताना इतर अनेक बदलांना सामोरे जावे लागते. उदा. – सामाजिक, राजकीय, आर्थिक बदल इत्यादी.

या बदलत्या परिस्थितीनुसार नेत्याने आपल्या विचार व धोरणामध्ये योग्य ते बदल केले पाहिजेत.

६.४ नेतृत्वाची कार्ये (Functions of Leadership)

कोणत्याही संघटनेचे किंवा व्यवसायाचे यश, अपयश हे नेतृत्वावर अवलंबून असते. व्यवसायाचे नेतृत्व करणाऱ्या नेत्याला अनेक कार्ये करावी लागतात. नेत्याच्या कार्यांचे वर्णन करताना तज्ज्ञांमध्ये मतविभिन्नता आढळून येते. चेस्टर बर्नार्ड यांच्या मते संदेशवहनाची व्यवस्था निर्माण करणे, संघटनेची उद्दिष्टे ठरविणे व कर्मचाऱ्यांकडून कामे करवून घेणे ही नेत्याची कार्ये आहेत.

अमेरिकन मॅनेजमेंट असोसिएशनने नेत्याची पुढील कार्ये सांगितली आहेत –

    – उद्दिष्टे ठरविणे.

    – निर्णय घेणे.

    – सेवा प्रदान करणे.

    – कर्मचाऱ्यांच्या प्रतिक्रिया जाणून घेणे.

    – सहकार्याची भावना निर्माण करणे इत्यादी.

या विचारसरणीनुसार नेत्याची पुढील कार्ये सांगता येतात :

१. **पुढाकार घेणे** : वरिष्ठांनी सूचना देताच योग्य ती कृती करण्यामध्ये नेत्याने पुढाकार घेतला पाहिजे. ती कृती करताना त्याने इतरांना मार्गदर्शन केले पाहिजे. प्रत्येक कामात पुढाकार घेण्याची नेत्याची वृत्ती असली पाहिजे.

२. **मार्गदर्शन करणे** : व्यवसाय संस्थेतील कर्मचाऱ्यांना मार्गदर्शन करणे व संचालन करणे हे नेत्याचे प्राथमिक स्वरूपाचे कार्य असते. नेत्याजवळ आवश्यक ती बुद्धिमत्ता व मानसिक क्षमता असेल तर तो इतरांना योग्य मार्ग दाखवू शकतो.

३. **संघभावना निर्माण करणे** : व्यवस्थापक हा कर्मचाऱ्यांचा नेता म्हणून काम करतो. संघटनेत अनेक कर्मचारी काम करीत असतात. त्यांच्यात एकतेची भावना निर्माण करण्याचे काम नेता करीत असतो. तो विविध कर्मचाऱ्यांच्या कार्यात समन्वय साधण्याचा प्रयत्न करतो.

४. आदेश देणे : नेत्याला कर्मचाऱ्यांकडून काम करवून घेण्याची जबाबदारी पार पाडावी लागते. आदेशशिवाय कर्मचारी काम करू शकत नाहीत; म्हणून नेत्याला कर्मचाऱ्यांना आदेश द्यावे लागतात.

५. शिस्त राखणे : संस्थेतील नियम, आदेश, सूचना कर्मचाऱ्यांनी पाळाव्यात यासाठी शिस्त लावणे आवश्यक ठरते. शिस्तीमुळे संस्थेची उद्दिष्टे गाठणे सोपे जाते. कर्मचाऱ्यांच्या मनात स्वयंशिस्तीची भावना नेत्याने निर्माण केली पाहिजे.

६. निर्णय घेणे : निर्णय घेण्याचे अतिशय महत्त्वाचे काम नेत्याला करावे लागते. नेत्याला विविध परिस्थितींमधून निर्णय घ्यावे लागतात व त्यासाठी त्याला वर्तमानकालीन व भविष्यकालीन परिस्थितीचा विचार करावा लागतो.

७. संदेशवहन : नेत्याला आपले आदेश कर्मचाऱ्यांपर्यंत पोहोचवावे लागतात व त्यांच्या शंका व सूचना यांचा विचार करावा लागतो. यासाठी त्याला संदेशवहनाची विविध साधने वापरावी लागतात.

८. प्रेरणा देणे : विविध प्रेरणांच्या माध्यमातून कर्मचाऱ्यांचे मनोबल नेत्याने वाढविले पाहिजे.

९. अनौपचारिक संघटनांचा वापर करणे : संघटनेत काम करताना कर्मचाऱ्यांचे गट निर्माण होतात. या गटांनाच अनौपचारिक संघटना म्हणतात. या संघटनेमुळे सदस्यांच्या प्रति मैत्री, सुरक्षा या सामाजिक गरजांची पूर्तता होते व त्यामुळे त्यांची कार्यक्षमता वाढते. अनौपचारिक संघटनेचा वापर विधायक कामासाठी करणे हे नेत्याचे कार्य आहे.

१०. कर्मचाऱ्यांच्या भावना व अडचणी समजून घेणे : इतरांकडून कामे करवून घेत असताना त्यांच्या शंका, अडचणी, मते व विचार जाणून घेतले पाहिजेत. कर्मचाऱ्यांच्या भावनांची कदर केली पाहिजे. या सर्व गोष्टींचा परिणाम कामावर होतो; म्हणून नेत्याने कर्मचाऱ्यांना समजून घेतले पाहिजे. यामुळे तो कर्मचाऱ्यांचा विश्वास संपादन करू शकतो. त्यामुळे तो संघटनेतील वातावरण चांगले ठेवू शकतो.

६.५. नेतृत्वाचे प्रकार/नेतृत्वशैली (Leadership Styles)

नेतृत्वाचे विविध सिद्धान्त, नेत्याची गुणवैशिष्ट्ये व नेतृत्वाचे स्वरूप लक्षात घेतल्यास नेतृत्वाच्या विविध शैली किंवा प्रकार आढळून येतात. नेत्याचे यश तो संघटनेची उद्दिष्टेच कशा रीतीने पूर्ण करतो व ही उद्दिष्टे पूर्ण करताना कर्मचाऱ्यांशी कशा रीतीने मानवी संबंध ठेवतो यावर अवलंबून असते. कर्मचाऱ्यांची मानवी बाजू समजावून घेऊन, त्यांना स्वातंत्र्य देऊन अधिकार प्रदान करावे लागतात. प्रसंगी त्यांना मार्गदर्शन करून त्यांच्या कार्यावर नियंत्रण ठेवावे लागते. त्यामुळे नेतृत्वाचे उद्दिष्ट Task Oriented System व मानवी संबंध प्रधान नेतृत्व Human Relation Oriented System असे दोन प्रमुख प्रकार पडतात. नेतृत्वशैली व नेतृत्वप्रकार याबाबत तज्ज्ञांमध्येही भिन्नता आढळून येते. परंतु नेतृत्वाचे पुढील प्रकार सांगता येतील :

– उद्दिष्ट प्रधान नेतृत्व Task Oriented System of Leadership

   आणि

– मानवी संबंध प्रधान नेतृत्व Human Relation Oriented System

व्यवस्थापन शास्त्राचे विचारवंत आणि लेखक अल्फोर्ड बेट्टी, जॉर्ज टेरी, आरेन युशीस यांनी नेतृत्वाचे विविध प्रकार सांगितले आहेत. साहाय्यकांबाबतचा दृष्टिकोन व काम करवून घेण्याची पद्धती यांचा विचार करता नेतृत्वाचे पुढील प्रकार सांगता येतात :

१. प्रेरणा शक्तीवर आधारित नेतृत्व (Motivational Style)

कर्मचाऱ्यांकडून काम करवून घेणे हे नेत्याचे प्रमुख कार्य आहे. त्यासाठी त्याला कर्मचाऱ्यांना प्रोत्साहन देऊन प्रवृत्त करावे लागते किंवा कधी कधी त्यांना भीती दाखवूनही काम करवून घ्यावे लागते. त्यामुळे या प्रकारच्या नेतृत्वाचे दोन प्रकार पडतात –

अ. सकारात्मक नेतृत्व (Positive Leadership)

या प्रकारच्या नेतृत्वात नेता आपल्या हाताखालील कर्मचाऱ्यांना प्रेरणा व उत्तेजन देऊन अत्यंत खेळीमेळीच्या वातावरणात त्यांच्याकडून काम करवून घेतो. या पद्धतीत त्याचा सकारात्मक दृष्टिकोन असतो की, कर्मचाऱ्यांना योग्य मोबदला, बक्षिसे, अधिकार इ. दिले तर ते चांगलेच काम करतील. त्यामुळे नेतृत्वाच्या या प्रकारात कर्मचाऱ्यांप्रति आदर किंवा सहानुभूतीचा दृष्टिकोन ठेवून त्यांना विविध स्वरूपाचे लाभ दिले जातात.

ब. नकारात्मक नेतृत्व (Negative Leadership)

या प्रकारच्या नेतृत्वात नेत्याचा असा दृष्टिकोन असतो की कर्मचाऱ्यांवर दबाव किंवा दडपण आणल्याशिवाय ते काम करणार नाहीत. त्यामुळे यामध्ये नेता कर्मचाऱ्यांच्या अडचणी समजावून घेत नाही. त्यांच्या कार्यावर कडक नियंत्रण ठेवतो. त्यांच्या चुका झाल्यास त्यांना दंड किंवा शिक्षा केली जाते. मात्र या प्रकारचे नेतृत्व अशिक्षित कर्मचाऱ्यांबरोबरच यशस्वी होऊ शकते. तसेच या नेतृत्वाचा अल्पकाळात अपेक्षित परिणाम दिसून येत असला तरी दीर्घकाळात हे नेतृत्व प्रभावी ठरत नाही.

२. संबंधांवर आधारित नेतृत्व (Relationship Style)

या प्रकारामध्ये कर्मचारी व व्यवस्थापन यांच्यातील संबंध कसे आहेत यावर भर दिला जातो.

अ. व्यक्तिगत नेतृत्व : या प्रकारात व्यवस्थापक व कर्मचारी यांच्यात व्यक्तीगत स्वरूपाचे संबंध असतात. त्यामुळे व्यवस्थापक कर्मचाऱ्यांना तोंडीच आदेश देतात. त्यांचे पालन कर्मचारी करतात. उद्योगाचा आकार लहान असल्यास व कर्मचाऱ्यांची संख्या लहान असल्यास हे नेतृत्व उपयोगी पडते.

ब. अव्यक्तिगत नेतृत्व : या प्रकारात कर्मचारी व व्यवस्थापक यांच्यात कोणतेही वैयक्तिक स्वरूपाचे संबंध नसतात. उद्योगाचा आकार मोठा असल्यास व कर्मचाऱ्यांची संख्या जास्त असल्यास व्यवस्थापकाला व्यतिगत नेतृत्व प्रस्थापित करता येत नाही. त्यामुळे ते कर्मचाऱ्यांना लेखी आदेश पाठवितात. त्यामुळे व्यवस्थापन व कर्मचाऱ्यांचा प्रत्यक्ष संबंध येत नाही. एका विशिष्ट क्रमाने संघटनेतील कार्ये होत असतात.

३. नियंत्रणात्मक कार्यपद्धतीचे नेतृत्व (Supervisory Style)

हे नेतृत्व प्रामुख्याने नियंत्रण किंवा पर्यवेक्षणावर अवलंबून असते.

अ. कार्यकेंद्रित नेतृत्व (Job Centered Leadership) :

या प्रकारच्या नेतृत्वात कार्य करवून घेण्याकडे भर दिला जातो. या प्रकारात व्यवस्थापक कर्मचाऱ्यांकडून विशिष्ट उत्पादन, विशिष्ट काळात पूर्ण करण्याकडे लक्ष देतो. त्यामुळे तो कर्मचाऱ्यांची मानवी बाजू विचारात घेत नाही. कर्मचाऱ्यांच्या गरजा, अपेक्षा, अडचणी अजिबात विचारात घेतल्या जात नाहीत. या प्रकारात जास्तीत जास्त उत्पादन करण्यावर भर दिला जातो.

ब. कर्मचारी प्रधान नेतृत्व (Employee Oriented Leadership) :

या प्रकारात कर्मचाऱ्यांना प्रोत्साहन देऊन त्यांच्याकडून कामे करवून घेतली जातात. यामध्ये कर्मचाऱ्यांची

मानवी बाजू लक्षात घेतली जाते. कर्मचाऱ्यांच्या अडचणी सोडवून त्यांना मार्गदर्शन केले जाते. तसेच त्यांना अनेक सोयी सुविधा पुरविल्या जातात. त्यामुळे कर्मचारी आपोआपच चांगले काम करतात. म्हणजेच या प्रकारच्या नेतृत्वात कर्मचाऱ्यांना प्राधान्य दिले जाऊन उत्पादनात वाढ केली जाते.

४. बौद्धिक नेतृत्व (Intellectual Style) :

काही नेते हे असामान्य बुद्धिमत्तेचे असतात. त्यांचे ज्ञान व कौशल्य यामुळे ते सहजच इतरांचा विश्वास संपादन करतात. त्यामुळे कर्मचारी त्यांचा आदर करतात. या नेत्यांच्या बुद्धिमत्तेच्या आधारावर सहकाऱ्यांचे प्रश्न सोडविले जातात. नेत्याकडून योग्य सल्ला मिळतो अशी कर्मचाऱ्यांची खात्री असते.
मात्र या प्रकारचे नेतृत्व हे अल्पकाळ टिकणारे असते.

५. संस्थापक नेतृत्व (Institutional Style) :

हे नेतृत्व खुर्चीमुळे मिळणारे असते. यामध्ये नेत्याला आदर व बहुमान दिला जातो. त्यामुळे कर्मचाऱ्यांना त्याचे आदेश पाळावेच लागतात. हे नेतृत्व सदैव प्रभावी ठरतेच असे नाही.

६. निर्मितीजनक नेतृत्व (Creative Style) :

या प्रकारात लोकशाही पद्धतीचा पुरस्कार केला जातो. या प्रकारात नेता कर्मचाऱ्यांना नवनवीन संधी देत असतो. त्यांच्या नवीन कल्पना विचारात घेऊन त्या प्रत्यक्षात आणण्याचा सतत प्रयत्न केला जातो. कोणत्याही प्रकारचे दडपण कर्मचाऱ्यांवर आणले जात नाही.

या नेतृत्वात कर्मचाऱ्यांना नवनिर्मितीबाबत प्रोत्साहन दिले जाऊन त्यांच्या कल्पनांचा आदर केला जातो. म्हणून याला 'निर्मितीजनक नेतृत्व' असे म्हणतात.

७. सत्तेवर आधारित नेतृत्व (Power Style):

अ. हुकूमशाही नेतृत्व (Autocratic Leadership) :

या प्रकारच्या नेतृत्वामध्ये निर्णय घेण्याचे सर्व अधिकार व्यवस्थापकाकडे असतात. निर्णय घेण्यामध्ये कर्मचाऱ्यांचा सहभाग घेतला जात नाही. कर्मचाऱ्यांनी फक्त निर्णयांची अंमलबजावणी करावी असे अपेक्षित असते. तसेच कर्मचाऱ्यांकडून जबरदस्ती, भीती, दडपण अशा माध्यमातून काम करवून घेतले जाते.

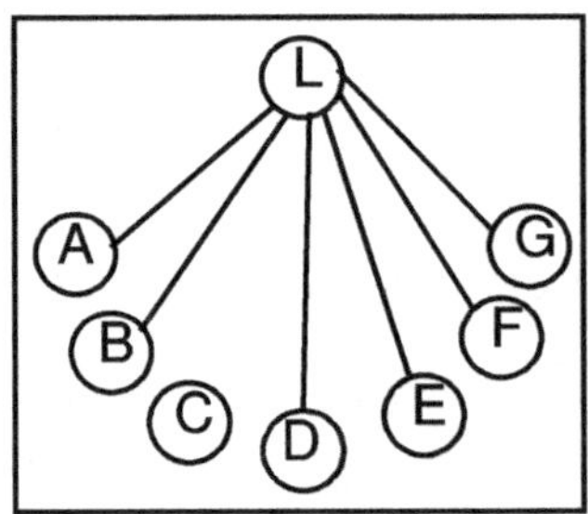

या प्रकारात कर्मचाऱ्यांना अजिबात स्थान दिले जात नाही. या प्रकारात यशाचे श्रेय व्यवस्थापनाला जाते. मात्र चुकांसाठी कर्मचाऱ्यांना जबाबदार धरले जाते. म्हणजेच या नेतृत्वात व्यवस्थापकांचे कर्मचाऱ्यांवर पूर्णपणे वर्चस्व असते.

हुकूमशाही नेतृत्वाचे फायदे :
१. आणीबाणी किंवा संकटसमयी हे नेतृत्व उपयोगी पडते.
२. व्यवस्थापक त्वरित निर्णय घेऊ शकतात.
३. अकार्यक्षम कर्मचारी व्यवस्थापकाच्या वर्चस्वाखाली काम करणे पसंत करतात.

हुकूमशाही नेतृत्वाचे तोटे :

१.   कर्मचाऱ्यांना दुय्यम दर्जाचे स्थान असल्याने कर्मचारी या प्रकारावर नाराज असतात.

२.   सध्याच्या परिस्थितीत कामगार वर्ग संघटित असल्याने या नेतृत्वाला विरोध केला जातो.

३.   या प्रकारात कर्मचाऱ्यांना प्रोत्साहन दिले जात नाही. त्यामुळे त्यांचे मनोधैर्य खालावते.

४.   कर्मचाऱ्यांना निर्णय प्रक्रियेत समाविष्ट न केल्याने ते कोणत्याही कामात पुढाकार घेत नाहीत. त्यामुळे भविष्यात वरिष्ठपदाची जबाबदारी घेण्यास ते असमर्थ ठरतात.

५.   या प्रकारात कर्मचाऱ्यांच्या आर्थिक व शारीरिक सामर्थ्यावर परिणाम होतो.

ब. लोकशाही नेतृत्व (Democratic Leadership) :

या प्रकारात कर्मचाऱ्यांचे सहकार्य घेतले जाते. त्यांना निर्णय प्रक्रियेत सहभागी केले जाते. त्यांची मते, सूचना यांचा विचार केला जातो. त्यामुळे या नेतृत्वाला सहभागी नेतृत्व (Participative Leadership) असे म्हटले जाते.

या प्रकारात कर्मचाऱ्यांना मैत्रीपूर्ण वागणूक दिली जाते. त्यामुळे ते जबाबदाऱ्या स्वीकारून खेळीमेळीच्या वातावरणात काम करतात.

लोकशाही नेतृत्वाचे फायदे :

१.   निर्णय प्रक्रियेत कर्मचाऱ्यांना विचारात घेतले जात असल्याने ते अत्यंत जबाबदारीने काम करतात.

२.   कर्मचाऱ्यांना विविध प्रेरणा दिल्या गेल्याने त्यांचे मनोबल वाढते.

३.   कर्मचाऱ्यांना निर्णय प्रक्रियेत सहभागी केल्याने त्यांच्यात संघर्ष निर्माण होत नाहीत.

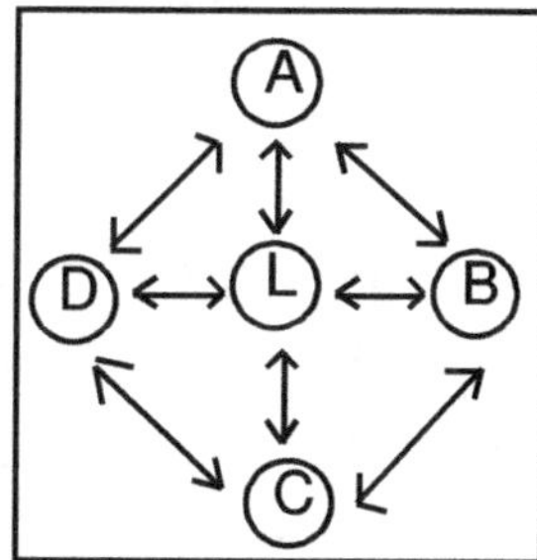

लोकशाही नेतृत्वाचे तोटे :

१.   काही वेळेस कर्मचाऱ्यांना संघटनेतील सर्व प्रश्नांचे ज्ञान नसते. त्यामुळे कर्मचाऱ्यांचा निर्णय प्रक्रियेतील सहभाग उपयुक्त ठरत नाही.

२.   या प्रक्रियेत अनेकदा सर्व कर्मचाऱ्यांना सहभागी करून घेणे कठीण जाते.

३.   कधी कधी नेत्यावर कर्मचाऱ्यांचा प्रभाव पडतो. त्यामुळे उत्पादनाचा दर्जा खालावतो.

क. स्वैर नेतृत्व – Free Rein Leadership

या प्रकारामध्ये साहाय्यकांना निर्णय घेण्याचे संपूर्ण अधिकार दिले जातात. व्यवस्थापक पुढाकार घेत नाही. साहाय्यकांनी इच्छा प्रदर्शित केल्यास नेता मार्गदर्शन करतो. साहाय्यक आपल्या मर्जीनुसार निर्णय घेतात. त्यामुळे नेतृत्व हे नामधारी असते. या नेतृत्वामुळे कर्मचाऱ्यांत पुढाकार घेण्याची वृत्ती निर्माण होते व नवीन नेतृत्व निर्माण होते.

मात्र साहाय्यक कर्मचारी अनेकदा आपल्या स्वातंत्र्याचा गैरफायदा घेतात.

ड. पितृतुल्य नेतृत्व – Paternalistic Leadership

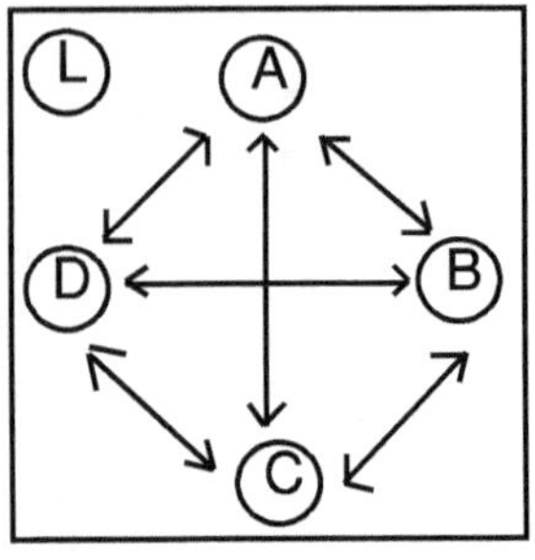

पिता आपल्या कुटुंबातील व्यक्तींना ज्याप्रमाणे संरक्षण, मुदत, सल्ला देतात त्याचप्रमाणे या प्रकारच्या नेतृत्वात व्यवस्थापक सहकाऱ्यांना मदत करीत असतो.

त्यामुळे सहकाऱ्यांच्या मनात व्यवस्थापकाविषयी आदर निर्माण होते. त्यामुळे ते व्यवस्थापकाचे आदेश पाळतात. परंतु या प्रकारात व्यवस्थापक निर्णय प्रक्रियेत कर्मचाऱ्यांना सामील करून घेत नाही. त्यामुळे कर्मचाऱ्यांमधील पुढाकाराची भावना नष्ट होते.

६.६. प्रभावी व्यवस्थापनेतील योगदान (Effective Contribution in Management)

६.६.१ महात्मा गांधी

महात्मा गांधी यांचे नाव मोहनदास करमचंद गांधी असे असून, त्यांचा जन्म २ ऑक्टोबर १८६९ रोजी झाला आहे. हे भारताच्या स्वातंत्र्य संग्रामातील प्रमुख नेते आणि तत्त्वज्ञ होते.

महात्मा गांधी यांचे प्राथमिक शिक्षण पोरबंदरमध्ये तसेच माध्यमिक शिक्षण राजकोट येथे पूर्ण झाले. ते एक साधारण विद्यार्थी होते. शालेय शिक्षण संपवून वयाच्या १९व्या वर्षी १८८८ मध्ये ते इंग्लंडमध्ये लंडनला युनिव्हर्सिटी कॉलेज, वकिलीचे शिक्षण घेण्यास गेले. तेथे त्यांनी इनर टेंपल या गावी राहून बॅरिस्टर होण्यासाठी भारतीय कायदा आणि न्यायशास्त्राचा अभ्यास केला.

दक्षिण आफ्रिकेतील–महात्मा गांधी

महात्मा गांधी यांनी आयुष्याची एकवीस वर्षे दक्षिण आफ्रिकेत घालवली. जेथे त्यांनी त्यांचे राजकीय दृष्टिकोन, नैतिक आणि राजकीय नेतृत्व कौशल्ये विकसित केली. दक्षिण आफ्रिकेत गांधींना गौरेत्तर लोकांबद्दल असलेल्या भेदभावाला सामोरे जावे लागले. तेथील भारतीयांना दिली जाणारी असमान वागणूक अनुभवली आणि त्यांनी स्वतःचे समाजातील स्थान आणि ब्रिटिश राज्यातील आपल्या लोकांची किंमत याबद्दल प्रश्न उपस्थित करण्यास सुरुवात केली. भारतीयांबद्दल वंशभेद, असमानता यांना सामोरे गेल्यावर गांधीजींनी या अन्यायाविरुद्ध आवाज उठवण्यास व समाजात स्वतःचे स्थान निर्माण करण्यास सुरुवात केली. त्यांनी इ. स. १८९४ मध्ये नाताळ भारतीय काँग्रेसची स्थापना केली, व याद्वारे दक्षिण आफ्रिकेतील विखुरलेल्या भारतीयांना त्यांनी एका राजकीय पक्षात परावर्तित केले. इ. स. १८९७ मध्ये काही काळाच्या भारतातील वास्तव्यानंतर डरबनमध्ये उतरत असताना काही गोऱ्या लोकांच्या जमावाने त्यांच्यावर हल्ला केला, व त्यांना जीवे मारण्याचा प्रयत्न केला; आणि केवळ पोलीस अधीक्षकाच्या पत्नीच्या सहकार्याने त्यांची सुटका झाली. या घटनेत त्यांच्या तोंडाला इजा आणि दोन दात तुटले पण त्यांनी न्यायालयात तक्रार करण्यास नकार दिला. वैयक्तिक त्रासाबद्दल न्यायालयात जाणे त्यांच्या तत्त्वांमध्ये नव्हते.

इ. स. १९०६ मध्ये ट्रान्सवाल सरकारने नवीन कायद्याची घोषणा करून तेथील प्रत्येक भारतीयाला स्वतःची नोंदणी करणे सक्तीचे केले. त्याला विरोध करण्यासाठी बोलवलेल्या सभेमध्ये, त्या वर्षीच्या ११ सप्टेंबरला गांधीजींनी, पहिल्यांदाच आपल्या अजूनही विकसित होत असलेल्या सत्याग्रहाच्या किंवा अहिंसात्मक कार्यप्रणाली सुरू केली. त्यांनी भारतीय बांधवाना अहिंसक पद्धतीने या कायद्यास विरोध करण्यास सांगितले,

असे करताना अनेक त्रास, छळ, आणि अत्याचार सहन करावा लागला. परंतु, तेथील समुदायाने साथ दिली. सरकारने भारतीय आंदोलकांचा हा विरोध यशस्वीरीत्या मोडून काढला; तरी पण या अहिंसक चळवळीची व लोकक्षोभाची नोंद घेण्यास आणि गांधींशी वाटाघाटी करण्यास स्वत: तत्त्वज्ञ असलेल्या दक्षिण आफ्रिकेतील नेता जॉन क्रिस्तिआन स्मट्स याला भाग पडले. त्यानंतर गांधींच्या कल्पनांनी आकार घेतला आणि सत्याग्रहाची संकल्पना या संघर्षादरम्यान परिपक्व झाली.

स्वातंत्र्य संग्रामातील महात्मा गांधी

इ. स. १९१५ मध्ये महात्मा गांधीजी भारतात परत आले तेव्हा एक प्रमुख भारतीय राष्ट्रवादी, थिओरिस्ट आणि संघटक अशी त्यांची आंतरराष्ट्रीय ख्याती होती. त्यांनी भारतीय राष्ट्रीय काँग्रेसच्या संमेलनातून सहभाग घेतला. त्यांना भारताचे राजकारण व समस्या यांचा परिचय श्री. गोपाळ कृष्ण गोखले यांनी करून दिला. गोखले हे तेव्हा भारतीय राष्ट्रीय काँग्रेसचे प्रमुख नेते होते. त्यांना संयम, संतुलन आणि व्यवस्थेच्या आतमध्ये राहून काम करण्याच्या आग्रहाबद्दल ओळखले जात. आजही महात्मा गांधींचे राजकीय गुरू म्हणून ते ओळखले जातात. इ. स. १९२० मध्ये लोकमान्य टिळकांचा मृत्यू झाल्यावर ते राष्ट्रीय सभेचे प्रमुख नेते बनले आणि काँग्रेसच्या नेतृत्वाची सूत्रे हाती घेतली.

गांधीजींना पहिले मोठे यश १९१८ मध्ये चंपारण्य आणि खेडामधील सत्याग्रहात मिळाले. त्या वेळी त्यांनी विविध घटकांकडून माहिती जमा करून तिचा सखोल अभ्यास केला; आणि तेथील समस्या सोडविण्यासाठी प्रयत्न केले. जेव्हा पोलिसांनी त्यांना प्रदेशात अशांतता निर्माण करण्याच्या गुन्ह्याखाली अटक केली; तो भाग सोडून जाण्यास सांगितले, तेव्हा हजारो लोकांनी या अटकेचा विरोध केला. न्यायालयाने शेवटी नाइलाजाने त्यांची मागणी मान्य केली. याच आंदोलना दरम्यान गांधीजींचा उल्लेख लोक 'बापू' आणि 'महात्मा' म्हणून करू लागले. खेडामध्ये सरदार पटेलांनी शेतकऱ्यांच्या बाजूने इंग्रजांसोबत वाटाघाटी केल्या. त्यानंतर कर रद्द करण्यात आला आणि सर्वांची तुरुंगातून सुटका करण्यात आली. या आंदोलनामुळे गांधीजींची प्रसिद्धी सर्व भारतभर पोहोचली. इ. स. १९२१ मध्ये भारतीय राष्ट्रीय काँग्रेसचे पूर्ण अधिकार गांधीजींना देण्यात आले. त्यांच्या नेतृत्वाखाली काँग्रेसची पुनर्बांधणी करण्यात आली. तेव्हा त्याचा मुख्य हेतू 'स्वराज्य' हा होता. गांधीजींनी अहिंसेच्या तत्त्वाला स्वदेशीची जोड दिली. त्यांनी सर्वांना परदेशी विशेषत: ब्रिटिश वस्तूंचा बहिष्कार करण्याचे आवाहन केले. असहकार चळवळीला, समाजातील सर्व स्तरांमधून उत्स्फूर्त प्रतिसाद मिळाला; पण उत्तर प्रदेशातील चौरा गावात चळवळीला मिळालेल्या हिंसक वळणामुळे जोमात असणारी असहकार चळवळ अकस्मात थांबविण्यात आली. त्यांना १९२२ मध्ये राजद्रोहाच्या आरोपाखाली अटक करण्यात आली व सहा वर्षांचा तुरुंगवास ठोठावण्यात आला; परंतु, आजारी असल्यामुळे दोन वर्षांच्या तुरुंगवासानंतर त्यांची सुटका करण्यात आली.

इ. स. १९३० मध्ये महात्मा गांधीजींनी मिठावरील कराच्या विरोधात सत्याग्रहाची घोषणा केली आणि त्याची परिणिती प्रसिद्ध दांडी यात्रेत झाली. ही यात्रा इंग्रजांची भारतातील पाळेमुळे उखडण्याच्या प्रयत्नांमधील सर्वांत यशस्वी प्रयत्न ठरला.

दुसऱ्या महायुद्धाच्या वेळेस जसजसे युद्ध पुढे सरकत गेले तसतसे गांधीजी स्वातंत्र्याची मागणी तीव्र करत गेले. त्यांनी एक ठराव मांडला ज्याद्वारे इंग्रजांना 'भारत सोडून जा' (भारत छोडो) असे ठणकावण्यात आले. हा गांधीजींचा आणि राष्ट्रीय काँग्रेस पक्षाचा ब्रिटिशांना भारतातून हाकलून देण्याचा सर्वांत स्पष्ट व अंतिम प्रयत्न होता. गांधीजी आणि त्याच्या सहकाऱ्यांनी हे स्पष्ट केले की, भारताला तत्काळ स्वातंत्र्य

दिल्याशिवाय भारत महायुद्धात मदत करणार नाही. गांधीजींनी हे सुद्धा स्पष्ट केले की, यावेळेस एखाद-दुसऱ्या हिंसक घटनेमुळे ही चळवळ मागे घेण्यात येणार नाही. आवारात ठेवलेल्या अराजकतेपेक्षा खरी अराजकता बरी, असे सुचवून त्यांनी काँग्रेस सदस्यांना अहिंसेचे पालन करण्याचे आवाहन केले आणि भारतीयांना 'करो या मरो' हा मूलमंत्र दिला.

दिल्लीच्या बिर्लाभवनच्या बागेतून लोकांबरोबर फिरत असताना गांधीजींची ३० जानेवारी १९४८ ला गोळी मारून हत्या करण्यात आली.

६.६.२ डॉ. बाबासाहेब आंबेडकर

डॉ. बाबासाहेब आंबेडकर यांचे नाव भीमराव रामजी आंबेडकर असे आहे. त्यांचा जन्म १४ एप्रिल १८९१ रोजी झाला. ते एक कायदेपंडित, राजकारणी आणि समाजसुधारक होते. त्यांना सर्वतोमुखी बाबासाहेब म्हणून ओळखले जाते. त्यांचे व्यक्तित्व हे एक कष्टाळू आणि अभ्यासू विद्वान असे होते.

बाबासाहेबांनी १९०७ मध्ये मॅट्रिकची परीक्षा उत्तीर्ण झाल्याने पुढील शिक्षणासाठी एलफिस्टन कॉलेजात प्रवेश घेतला. ते मुंबई विद्यापीठामध्ये अस्पृश्य समाजाचे पहिले विद्यार्थी होते. त्यांनी समाजशास्त्र, इतिहास, तत्त्वज्ञान आणि इतर विषयांचा अभ्यास म्हणून अँथ्रोपॉलॉजी सह अर्थशास्त्राचाही चांगला अभ्यास केला. सन १९१७ मध्ये त्यांनी अर्थशास्त्र विषयात पीएच.डी. प्राप्त केली.

डॉ. आंबेडकर यांनी आपले शिक्षण परदेशात पूर्ण करून भारतात परतल्यानंतर त्यांना बडोद्याच्या संस्थानामध्ये सचिव म्हणून नियुक्त करण्यात आले.

डॉ. आंबेडकर यांना वाटे की, फक्त शिक्षणाच्या व ज्ञानाच्या आधारेच अस्पृश्य वर्गासारख्या सर्व तळागळातील वर्ग-प्रवर्गांचा उद्धार होऊ शकेल. त्यांनी पहिली संघटना स्थापन केली ती म्हणजे बहिष्कृत हितकारणी सभा होय. तिचे ध्येय व उद्दिष्टे मुख्यत: अस्पृश्यांमध्ये शिक्षण प्रसार हेच होते. वसतिगृह उघडून तसेच वाचनालय, समाजकेंद्रे आणि अभ्यास मंडळे उघडून अस्पृश्यांना आधुनिक शिक्षण देण्याचा त्यांनी प्रयत्न केला. आंबेडकर यांनी सन १९२८ मध्ये दलित वर्ग शिक्षण संस्थेची स्थापना करून सदर वर्गाच्या शालेयशिक्षणावर भर दिला. त्यांनी तरुण वर्गाला 'शिका, संघटित व्हा आणि संघर्ष करा' हा उपदेश दिला.

डॉ. आंबेडकर हे भारतातील बहुविध समाज गटाच्या मर्यादा व शक्तिस्थळे यांची माहिती घेऊन यावर ब्राह्मण्यवादी माणसाचे व प्रवृत्तींचे सावट आहे. या प्रवृत्तींना आव्हान देण्यासाठी व ते समूळ नष्ट करण्यासाठी सुरुवातीला एक सामाजिक चळवळ उभारून नंतर राजकीय हक्क संरक्षणाची चळवळ यशस्वीपणे उभी केली. १९३० व १९४० च्या दशकामधील राजकीय आरक्षणाच्या मुद्द्याबरोबर त्यांनी सतत देशातील एकात्मतेचा विचार केला.

आंबेडकर यांच्या लिखाणात न्याय समाज व्यवस्था व त्याबद्दलचा अभिजन वर्गाचा एकांगी दृष्टिकोन वारंवार पुढे येतो. अन्यायकारक सामाजिक शक्ती, तिचे विविध घटक यांचे चिकित्सक पद्धतीने अन्वेषण केले आहे. त्यांच्या दैनंदिन जीवनातील परस्परसंबंधाच्या क्षेत्रांमधील स्पृश्य व अस्पृश्य जातीतील बलाबल व त्याचे उघड वा सुप्त प्रकटीकरण विशद करणे हे आंबेडकर यांचे मूलगामी योगदान म्हणावे लागेल. आंबेडकरांनी वेळोवेळी मंदिर प्रवेश असो वा चवदार तळे असो किंवा कामगारांचा प्रश्न असो की, राजकीय मुत्सद्देगिरी असो, प्रत्येक वेळेस वर्तमानपत्रांत लेख लिहून त्यांची भूमिका स्पष्ट केली आहे. आंबेडकर यांनी निर्माण केलेल्या चर्चाविश्वात मानव दु:ख निवारण, सर्वसमावेशक प्रगती हे केंद्रस्थानी आहे.

त्यांचे वक्तृत्व एवढे भारदस्त होते की, १७ डिसेंबर १९४६ रोजी घटना परिषदेचे अध्यक्ष डॉ. राजेंद्र प्रसाद यांनी अचानक भावी घटनेबद्दलचे आपले विचार मांडण्यासाठी घटना समितीसमोर डॉ.आंबेडकर यांचे नाव सुचविले तेव्हा त्यांनी बौद्धिकतेला आव्हान करत, एकजुटीच्या शक्यतेला आव्हान करत सुबोध भाषण केले. त्यामध्ये प्रबोधन व मनोवृत्ती बदलण्याची गरज, आधुनिक राष्ट्र– निर्मितीसाठी आवश्यक सामाजिक संरचनेतील मूलभूत बदल, उद्योगाचे व जमिनीचे राष्ट्रीयीकरण, भारतातील बहुविध संस्कृतीच्या प्रतिनिधीत्वाचा प्रश्न व त्यानुसार राजकीय पक्ष पद्धती अशा प्रकारे सुदृढ राष्ट्राने निर्माणासाठीचे सर्वसमावेशक भाषण, केले होते. स्वतंत्र भारताचे ते पहिले कायदामंत्री असून, त्यांच्या अध्यक्षतेखाली स्वतंत्र भारताची 'घटना मसुदा समिती' ही निर्माण केली. त्या समितीमध्ये सात सदस्य होते.

डॉ. बाबासाहेब आंबेडकरांच्या राजकीय विचारांचे व आदर्श भारतीय समाज जीवनाचे चित्र प्रतिबिंबित होते. ते 'रिपब्लिकन पार्टी ऑफ इंडिया' या राजकीय पक्षाच्या वैशिष्ट्ये आणि उपदेशांमध्ये आहे. अशा या महामानवाची ६ डिसेंबर १९५६ ला प्राणज्योत मावळली.

६.६.३ पंडित जवाहरलाल नेहरू

पंडित जवाहरलाल नेहरू हे स्वतंत्र भारताचे पहिले पंतप्रधान होते. ते भारतीय काँग्रेस पक्षाचे ब्रिटिश साम्राज्य विरोधातील स्वतंत्र चळवळीचे एक नेते होते. ते १९४७ ते १९६४ या कालावधीतील देशी व विदेशी धोरणाचे मुख्य प्रवर्तक होते. नेहरूंच्या अधिपत्याखाली पहिलीच पंचवार्षिक योजना सन १९५१ मध्ये तयार केली होती.

जीवन

पंडित जवाहरलाल नेहरू यांचा जन्म १४ नोव्हेबर १८८९ मध्ये सधन काश्मिरी ब्राह्मण कुटुंबात अलाहाबाद येथे झाला. त्यांचे वडील मोतीलाल नेहरू हे एक नावाजलेले प्रख्यात वकील व प्रभावी राजकारणी होते.

पंडित नेहरू यांच्या कुटुंबातील वातावरण हे समाजातील इतर कुटुंबापेक्षा वेगळे होते. ते इंग्रजी बोलत व त्यासाठी प्रोत्साहनही देत. त्यांचे वडील मोतीलाल नेहरू यांनी इंग्रजी व स्कॉटिश भाषा घरी शिकविण्यासाठी एका शिक्षकाचीही नेमणूक केली होती.

त्यांचे उच्च शिक्षण हे हॉरो (Harrow) स्कूल आणि त्यानंतर 'केंब्रिज विद्यापीठ', इंग्लड येथून झालेले आहे. त्यानंतर त्यांनी दोन वर्षे अभ्यास करून 'इन्नर टेम्पल' लंडन येथून बॅरिस्टर पदवी संपादन केली. काही काळ ते लंडन येथे राहील्यानंतर उदारवाद, समाजवाद आणि राष्ट्रवाद यांकडे आकर्षित झाले. सन १९१२ मध्ये ते भारतात परत आल्यानंतर त्यांनी अलाहबाद उच्च न्यायालयात वकिली सुरू केली.

स्वातंत्र्य लढा

सन १९१६ मध्ये नेहरू लखनौ येथील काँग्रेस अधिवेशनामध्ये सहभागी झाले. त्यानंतर त्यांना विविध कायदेभंगासाठी तुरुंगवास झाला. तुरुंगामध्ये असतानाच महात्मा गांधीजींचे चळवळीचे तत्त्व समजले. गांधीजींचे जात आणि अस्पृश्यता हे विचार ऐकून ते तर चकितच झाले.

सन १९२२ मध्ये मोतीलाल नेहरू व काही काँग्रेस सदस्य यांनी काँग्रेस सोडून त्यांनी 'स्वराज्य पार्टी'ची स्थापना केली. परंतु, जवाहरलाल नेहरूंच्या मनामध्ये काँग्रेस पार्टी सोडणे हा विचारसुद्धा आला नाही.

युरोपिय सहल

सन १९२६ मध्ये पंडित जवाहरलाल नेहरू, त्यांच्या पत्नी कमला नेहरू व मुलगी इंदिरा हे युरोपिय देशामध्ये जर्मनी, फ्रान्स आणि सोव्हिएट युनियन येथे भेटीसाठी गेले होते. तेव्हा तेथे विविध कम्युनिस्ट, सोशिऑलिस्ट आणि विविध नेत्यांना भेटण्याची संधी मिळाली.

सोव्हिएट युनियन येथील समाजवादातील आर्थिक पद्धतिमुळे ते प्रभावित झाले. ह्याच पद्धतीचा भारतात अवलंब करायचा हे त्यांनी ठरविले.

सन १९२८ मध्ये गुवाहटी अधिवेशनामध्ये म. गांधी यांनी काँग्रेस ही ब्रिटिश विरोधात मोठ्या प्रमाणात चळवळ उभी करेल असे जाहीर केले.

सन १९३० मध्ये म. गांधी यांनी पुढील काँग्रेस अध्यक्ष म्हणून पंडित नेहरू असतील असे जाहीर केले. तेथून पुढेच काँग्रेसमध्ये समाजवाद निर्माण झाला.

पंडित नेहरू–पंतप्रधान

१५ ऑगस्ट १९४७ रोजी स्वतंत्र भारताचे पहिले पंतप्रधान म्हणून पंडित नेहरू यांनी ब्रिटिश साम्राज्याकडून सूत्रे स्वीकारली. त्यांनी पहिले पंतप्रधान झाल्यानंतर राष्ट्राचा ध्वज व राष्ट्राला उद्देशून लाल किल्ल्यावर भाषण केले. त्या वेळी सधन राष्ट्र हे नवीन कल्पनेतील बनवायचे ठरविले.

सन १९४९ मध्ये जवाहरलाल नेहरू यांनी जेव्हा भारतामध्ये अन्नाचा तुटवडा निर्माण झाला त्यावर उपाय शोधण्यासाठी अमेरिकेला पहिल्यांदाच भेट दिली. सन १९५१ मधील पहिल्याच पंचवार्षिक योजनेमध्ये मोठ्या प्रमाणावर कृषी उत्पादन वाढविण्यावर भर दिला गेला.

नेहरूंचे परराष्ट्र धोरण

पंडित जवाहरलाल नेहरू हे वसाहतवाद विरोधात होते. जगातील लहान व इंग्रज वसाहतीतील देश स्वतंत्र व्हावेत यासाठी त्यांनी पाठिंबा दिला.

(प्रश्नावली)

प्र.१. खालील प्रश्नांची २० शब्दांत उत्तरे लिहा.

१) नेतृत्व म्हणजे काय?

२) नेतृत्वाची व्याख्या सांगा.

३) हुकूमशाही नेतृत्व म्हणजे काय?

४) लोकशाही नेतृत्व म्हणजे काय?

प्र.२. खालील प्रश्नांची ५० शब्दांत उत्तरे लिहा.

१) लोकशाही नेतृत्वाचे स्पष्टीकरण करा.

२) हुकूमशाही नेतृत्वाचे स्पष्टीकरण करा.

३) सकारात्मक व नकारात्मक नेतृत्व म्हणजे काय?

४) कार्यकेंद्रीत नेतृत्व म्हणजे काय?

५) कर्मचारी प्रधान नेतृत्व म्हणजे काय?

६) स्वैर नेतृत्व म्हणजे काय?

प्र.३. खालील प्रश्नांची १५० शब्दांत उत्तरे लिहा.

१) नेतृत्वाचे महत्त्व सांगा.

२) नेतृत्वासाठी आवश्यक गुणांचे वर्णन करा.

प्र.४. खालील प्रश्नांची ३०० ते ५०० शब्दांत उत्तरे लिहा.

१) नेतृत्व म्हणजे काय? त्याचे महत्त्व स्पष्ट करा.

२) नेतृत्वाचे महत्त्व सांगा व नेतृत्वासाठी आवश्यक असणारे गुण स्पष्ट करा.

३) नेतृत्वाची व्याख्या सांगा व नेतृत्वाचे विविध प्रकार स्पष्ट करा.

७

समन्वय आणि नियंत्रण
(Co-ordination and Control)

७.१   **समन्वय – अर्थ आणि व्याख्या** (Meaning and Definition of Co-ordination)

७.२   **समन्वयाची आवश्यकता** (Need for Co-ordination)

७.३   **समन्वयाची तंत्रे** (Techniques of Co-ordination)

७.४   **समन्वयातील अडचणी** (Difficulties in Co-ordination)

७.५   **नियंत्रण – अर्थ आणि व्याख्या** (Meaning and Definition of Control)

७.६   **नियंत्रणाची वैशिष्ट्ये व आवश्यकता/गरज/महत्त्व** (Need of Control)

७.७   **नियंत्रणातील पायऱ्या** (Steps in Controlling)

७.८   **नियंत्रणाची तंत्रे** (Techniques of Control)

७.१ समन्वय – अर्थ आणि व्याख्या (Meaning and Definition of Co-ordination)

प्रस्तावना (Introduction)

प्रत्यक्षात समन्वय व्यवस्थापनाचा अत्यंत मूलभूत, अविभाज्य व आवश्यक भाग आहे. व्यवस्थापनाचा प्रमुख उद्देश संघटनेतील मानवी साधने एकत्र आणून त्यामध्ये चांगले किंवा ऐक्याचे संबंध निर्माण करण्याचा आहे; हे कार्य समन्वय करीत असते. व्यवस्थापकाला व्यवसायातील सर्वच घटकांकडे लक्ष द्यावे लागून त्यामध्ये प्रभावी समन्वय घालावा लागतो. व्यवस्थापनाच्या प्रत्येक कार्यात समन्वयाला विशिष्ट स्थान आहे. नियोजनात व्यवसायाची उद्दिष्टे ठरविली जातात. उद्दिष्टे ठरविल्यानंतर माहिती गोळा करणे, तिचे विश्लेषण करणे, विभिन्न विकल्पांचे मूल्यांकन करणे व व्यूहरचना, विविध कार्यपद्धती इत्यादींचा विचार केला जातो. या सर्व घटकांना एकत्र आणण्याचे काम समन्वय करीत असतो. संघटनेत विविध विभाग व प्रत्येक विभागात अनेक कर्मचारी व काही वरिष्ठ अधिकारी असतात. निरनिराळ्या कार्यातील व विभागातील आंतरिक संबंध अधिकारांवर आधारित असतात. संघटनेतील सर्व कामे व्यवस्थित होण्यासाठी समन्वय प्रत्येक अवस्थेत मदत करतो. कर्मचारी विभागात मानवी बलाचे नियोजन, भरती, प्रशिक्षण, कर्मचाऱ्यांच्या कार्यांचे मूल्यमापन इत्यादी बाबी कर्मचाऱ्यांचे कौशल्य व कामाच्या आवश्यकता लक्षात घेऊन कराव्या लागतात. या सर्व कामांमध्ये सुसूत्रता आणण्यासाठी समन्वय आवश्यक आहे; इतकेच नव्हे तर संचालन व नियंत्रण या प्रत्येक कामामध्ये समन्वयाची मदत होते. त्यामुळे समन्वय व्यवस्थापनाचे केवळ एक कार्य आहे असे म्हणण्यापेक्षा तो व्यवस्थापनाचा आवश्यक भाग आहे असे म्हणणे अधिक योग्य ठरते.

सद्यः परिस्थितीत उत्पादनामध्ये श्रमविभागणीच्या तत्त्वाचा अवलंब केला जातो. प्रत्येक विभागात मुख्य उत्पादनाचा अत्यंत लहान हिस्सा किंवा भाग पूर्ण केला जातो. त्यानंतर लहान-लहान भागाचे एकत्रीकरण

करण्यात येऊन वस्तूची निर्मिती केली जाते. या सर्व विभागात समन्वय असल्याशिवाय वस्तूची अपेक्षेनुसार निर्मिती होऊ शकत नाही. तसेच कारखान्यात खरेदी विभाग, विक्री विभाग, उत्पादन विभाग, जाहिरात विभाग, गुदाम विभाग व हिशेब विभाग इत्यादींसारखे अनेक विभाग असतात. या सर्व विभागांचे कामही एकमेकांवर आधारित असते. त्यामुळेच त्यांच्या कार्यात समन्वय किंवा सुसूत्रीकरण प्रस्थापित करावे लागते. थोडक्यात संस्थेची, पूर्वनिधारित उद्दिष्टे अपेक्षेनुसार पूर्ण व्हावीत म्हणून संस्थेतील विविध विभाग, विविध कार्ये यामध्ये सुसंगतपणा किंवा समतोल निर्माण करणे म्हणजेच समन्वय होय. समन्वयाच्या काही व्याख्या पुढीलप्रमाणे आहेत –

व्याख्या (Definition)

१. **जेम्स लुंडी** : इच्छित उद्दिष्टे साध्य करण्यासाठी उद्दिष्टांमधील एकता विकसित करणे व योजनांची सुसंगत अंमलबजावणी करणे यांचा समन्वयात समावेश होतो.

"Co-ordination involves the development of unity of purpose and the harmonious implementation of plans for the achievement of desired goals."

२. **हेनरी फेयॉल**: संस्थेतील सर्व क्रियांमध्ये एकता किंवा सुसूत्रता प्रस्थापित करून संस्थेची कार्ये योग्य पद्धतीने यशस्वीरीत्या पार पाडणे म्हणजेच समन्वय होय.

"To co-ordinate is to harmonise all the activities of a company in order to facillitate its working and its success."

३. **डी.ई. मॅकफरलँड**:– समन्वय म्हणजे सर्वमान्य उद्दिष्टे साध्य करण्यासाठी ज्या प्रक्रियेचा वापर करून वरिष्ठ किंवा उच्च पदस्थ अधिकारी कनिष्ठ किंवा दुय्यम अधिकाऱ्यांच्या सामूहिक प्रयत्नांचे पद्धतशीर स्वरूप निश्चित करतात व त्यांच्या कार्यात एकसूत्रीपणा आणतात अशा प्रक्रियेला समन्वय किंवा सुसूत्रीकरण असे म्हणतात.

"Co-ordination is the process whereby an executive develops an ordered pattern of group effort among his subordinates and secures unity of action in the pursuit of common purpose."

७.२ समन्वयाची आवश्यकता (Need for Co-ordination)

उत्पादन विभागात कार्याचे नियोजन, वेळापत्रक व मार्गनिर्धारण केलेले असले तरी या प्रत्येक प्रक्रियेत समन्वय साधावा लागतो. समन्वयामुळे योग्य दिशेने काम होऊ उत्पादनाची उद्दिष्टे साध्य केली जातात. खेळामधील कॅप्टनला जशी प्रमुखाची भूमिका पार पाडावी लागते. त्याचप्रमाणे व्यवस्थापकला व्यवस्थापनात भूमिका पार पाडावी लागते. त्यामुळे अनेक लेखकांनी व्यवस्थापनातील समन्वयाच्या कार्याला विशेष महत्त्व दिलेले आहे. व्यवस्थापनाची ती प्रमुख आवश्यकता असल्याने समन्वय आत्मा किंवा हृदयाचे काम करतो असे म्हटले आहे. त्यामुळे निश्चितच व्यवस्थापनातील समन्वय ही क्रिया इतर कार्यापेक्षा वेगळी आहे. थोडक्यात व्यवसायाच्या प्रत्येक क्रिया-प्रक्रियांमध्ये समन्वयाची आवश्यकता आहे. त्याची कारणे पुढीलप्रमाणे आहेत :

१. **कर्मचाऱ्यांच्यात समन्वय :** संघटनेचा आकार जसजसा वाढत जातो तशी कर्मचाऱ्यांची संख्या वाढत जाते. संघटनेत अनेक विभाग तयार होतात. त्या प्रत्येक विभागातील कर्मचाऱ्यांमध्ये समन्वय साधणे गरजेचे

असते. समन्वयामुळे संघर्ष, गैरसमज व हेवेदावे कमी होतात. कर्मचाऱ्यांचा उत्साह वाढतो. त्यांचा आत्मविश्वास वाढतो. श्रमविभागणीचे तत्त्व, कर्मचाऱ्यांची संख्या वाढ त्यामुळे समन्वयाची गरज भासते.

२. उद्दिष्टांतील संघर्ष : प्रत्येक संघटनेत उद्दिष्टे ठरलेली असतात. प्रत्येक अधिकारी व कर्मचारी उद्दिष्टपूर्णता करण्यासाठी जबाबदार असतो. वैयक्तिक व विभागीय उद्दिष्टांची सांगड समन्वयाद्वारे घालणे शक्य होते. समन्वयाभावी उद्दिष्ट पूर्ण होणे शक्य होत नाही.

३. व्यावसायिक यश : व्यवस्थापनातील सर्व कार्ये नियोजन, संघटन, नियंत्रण, निर्णय घेणे यांच्यात समन्वय असावा लागतो. कार्यांची परिणामकारकता समन्वयावर अवलंबून असते. समन्वयामुळे उद्दिष्टे पूर्ण होतात. म्हणूनच व्यवसायाचे यश हे समन्वयावर अवलंबून असते.

४. वेळ, श्रम व पैशांची बचत : समन्वयामुळे जबाबदारी निश्चित होते. खरेदी, विक्री, उत्पादन या सर्व कार्यांमध्ये एकवाक्यता निर्माण होते. उत्पादनप्रक्रियेतील पुनरावृत्ती टाळता येते. म्हणूनच वेळ, श्रम व पैशांची बचत होते.

५. मानवी स्वभाव : संस्थेतील अनेक क्रिया एकमेकांवर आधारित असतात. प्रत्येक व्यक्ती काम करताना स्वतःची सोय पाहतो. दुसऱ्यांच्या कामाबद्दल विचार करत नाही; पण संस्थेमध्ये प्रत्येक काम हे सामूहिक असते. त्यामुळे कर्मचाऱ्यांच्यात समन्वय साधावा लागतो.

६. मतभिन्नता : आधुनिक व्यवसाय पद्धतीमध्ये तज्ज्ञ लोकांचे मार्गदर्शन वेळोवेळी घ्यावे लागते. तज्ज्ञ व्यक्ती ह्या बाहेरच्या असतात. तज्ज्ञ व्यक्तींच्या ज्ञानाचा फायदा करून घेणे संस्थेमध्ये आवश्यक असते; पण तज्ज्ञ व्यक्ती व प्रत्यक्षात काम करणाऱ्या अधिकाऱ्यांमध्ये मतभिन्नता आढळते. त्या दोघांमध्ये संघर्ष होण्याची शक्यता असते. त्यामुळे त्या व्यक्तींच्या ज्ञानाचा फायदा करून घेण्यासाठी समन्वय साधणे महत्त्वाचे आहे. वैशिष्ट्यीकरणामुळे तज्ज्ञ व्यक्तींचे मार्गदर्शन घेणे जरुरीचे ठरते.

७.३ समन्वयाची तंत्रे (Techniques of Co-ordination)

संघटनेमध्ये समन्वय साधणे हा व्यवस्थापकीय कार्याचा प्रमुख उद्देश आहे. त्यामुळे समन्वयाची खालील तंत्रे समन्वय साधण्यासाठी उपयोगी ठरतात.

१. धोरण व कार्यपद्धतीत एकवाक्यता : संस्थेमधील धोरण व कार्यपद्धतीत एकरूपता असणे आवश्यक आहे. धोरणामध्ये एकवाक्यता असेल तर जबाबदाऱ्या निश्चित होतात. त्यामुळे नियोजन करणे शक्य होते व समन्वय साधता येतो.

२. निश्चित उद्दिष्टे : प्रथम संस्थेची उद्दिष्टे निश्चित केली पाहिजेत. ही उद्दिष्टे स्पष्टपणे सर्व पातळ्यांवर समजली पाहिजेत. व्यवसायाच्या उद्दिष्टांमध्ये आपल्या विभागाचा वाटा समजला पाहिजे.

३. आदेशातील एकवाक्यता : संघटनेमध्ये उद्दिष्ट निश्चित केल्यानंतर प्रत्येक विभागाला आदेश दिले जातात. संघटनेमध्ये विभाग जर जास्त असतील तर देण्यात येणारे आदेश एकाच विभागाकडून आले पाहिजेत. आदेशात एकवाक्यता नसेल तर संस्थेमध्ये गोंधळ निर्माण होईल.

४. योग्य संदेशवहन : योग्य संदेशवहन असेल तर प्रत्येकाला आपली जबाबदारी समजते व कामात त्रुटी राहात नाहीत. कर्मचाऱ्यांना काय काम करायचे हे स्पष्ट होते.

५. योग्य नेतृत्व : संघटनेच्या उद्दिष्ट पूर्ततेची जबाबदारी व समन्वयाची जबाबदारी वरिष्ठ पातळीवर असते. त्याने कनिष्ठ पातळीवरच्या अधिकाऱ्यांना प्रेरणा दिल्या पाहिजेत. तरच उद्दिष्टपूर्णता होईल.

६. समितीद्वारे समन्वय : सभा व परिषदा घेतल्यामुळे समन्वय साधणे शक्य होते. अनौपचारिक संबंध वाढतात व हे संबंध समन्वय साधण्यास महत्त्वाचे ठरतात. तसेच समिती स्थापन करून समन्वय साधता येतो.

७. सहकार्य : समन्वयासाठी उच्च स्तरीय, मध्यम स्तरीय व कनिष्ठ स्तरीय कर्मचाऱ्यांमध्ये सहकार्याची भावना असावी लागते. कर्मचाऱ्यांनी स्वत:हून सहकार्य दिले पाहिजे. त्यासाठी कर्मचाऱ्यांना अभिप्रेरित केले पाहिजे.

७.४ समन्वयातील अडचणी (Difficulties in Co-ordination)

मोठ्या व्यवसायामध्ये अनेक विभाग असतात. उत्पादन विभाग, खरेदी विभाग, विक्री विभाग, वित्त विभाग, कर्मचारी संसाधन विभाग इत्यादी ह्या विभागाचे एकमेकांमध्ये एक प्रकारचे समन्वय होत असते. त्यासाठी त्याचे वेगवेगळे दृष्टीकोन व काम करण्याच्या पद्धती/शैली असतात. त्यामुळे समन्वयामध्ये पुढील अडचणी निर्माण होतात.

१. उद्दिष्टाधित (Orientation towards Particulars Goals) : प्रत्येक विभागाचे सदस्य हे आपआपल्या विभागाच्या विकासाठी नवनविन कल्पना व नवनवीन दृष्टिकोनोचा वापर करत असतात. उदा. विपणन विभाग हा नवनवीन आकार, रचनेचे उत्पादन ठेवणे पसंत करतात, वित्त विभाग हा मुल्य नियंत्रणात ठेवणे संघटनेचे यश मानतो. विक्री विभाग हा उच्च उत्पादक व त्यामध्ये वेगवेगळे पण असलेले उत्पादन लोकांसाठी ठेवण्याचे उद्दिष्ट्ये असते. त्यामुळे एकाच संघटनेमध्ये अनेक विभागाचे वेगवेगळे उद्दिष्ट्ये असतात. त्यामुळे समन्वयात अडचण निर्माण होते.

२. वेळेधिष्ठीत (Time orientation) : एकाच संघटनेतील काही व्यक्तींना एखादी समस्या लगेच सोडविता आली पाहिजे परंतु काही लोकांना दीर्घकाळ परंतु व्यवस्थीत सोडविता आली पाहिजे वाटेत उदा उत्पादक व्यवस्थापकाला उत्पादनाविषयकाची अडचण लगेच सोडविता आली पाहिजे असे वाटते तर संशाेधन व विकास विभागातील समुहाला (टीमला) तीच अडचण व्यवस्थीत सोडविता आली त्यासाठी दीर्घकाळ लागलाच तरी चालेल. म्हणजे वेयळधिष्ठीत मुळे समन्वयामध्ये अडचणी निर्माण होतात.

३. व्यक्तीबाह्याधिष्ठीत (Interpersonal Orientation) : काही संघटने मधील विभागामध्ये राखली जाते तर काही विभागमध्ये औपचारिका राखली जात नाही उदा संज्ञापन विभागामध्ये औपचारिकता राखली जाते तर संशोधन व विकास विभागामध्ये औपारिकता राखली जात नसते कारण त्यांना व्यक्तींच्या नवनविन कल्पना यावर चर्चा करावयाची असते. त्यामुळे समन्वयात अडचण निर्माण होते.

४. औपचारिक रचनेची अडचण (Formality of Structure) : एकाच संघटनेमधील प्रत्येक विभागाच्या उद्दिष्टासाठी वेगवेगळ्या पद्धती आणि मुल्यमापन मानके हे वापरली जातात. उदा उत्पादक विभाग यामध्ये संख्या व दर्जानुसार लगेच मुल्यमापन करता येते परंतु कर्मचारी विभाग याचे दुसऱ्याच्या कामगिरीवर अवलंबून असते त्यामुळे तेथील मुल्यमापन हळूवारपणे केले जाते.

५. प्रशासनेतील बौद्धीकतेची कमतरता : एकाच संघटनेतील प्रशासनासाठी असेलल्या अनेक व्यक्तीची बौद्धीका सारखीच असत नाही प्रशासनातील एखादी पद्धत एखाद्या व्यक्तीला लगेच समजेल त्यामुळे त्याचे यश दिसून येईल परंतु ज्याला समजणार नाही त्याला यश लगेच मिळणार नाही.

६. गैर समजूती : संघटनेमध्ये अनेक व्यक्ती काम करत असतात. ते एकमेकांना समजून घेत असतात. परंतु त्याच्या मध्ये गैरसमजूती निर्माण झालेल्यास समन्वयामध्ये अडचणी निर्माण होतात.

७.५ नियंत्रण अर्थ आणि व्याख्या (Meaning and Defination of Control)

नियोजनाची जबाबदारी उच्च व्यवस्थापनाची असते. नियोजात संस्थेची उद्दिष्टे ठरवून ती पूर्ण करण्यासाठी संस्थेतील साधनांचा कसा उपयोग केला जाईल हे ठरविले जाते. नियोजनाप्रमाणे संस्थेतील कामकाज होते किंवा नाही हे पाहण्याची जबाबदारी व्यवस्थापकांची असते. नियोजनातील उद्दिष्टांची अंमलबजावणी, कार्याचे मूल्यमापन, अडचणींवर उपाययोजना व पाठपुरावा इत्यादी बाबी नियंत्रणात येतात. दुसऱ्या शब्दांत प्रमाणे निश्चित करणे, प्रमाण व प्रत्यक्ष कार्याची तुलना करणे व तफावत असल्यास ती दूर करण्यासाठी उपाययोजना करणे इत्यादी बाबींचा नियंत्रणात समावेश होतो. जीवनाच्या प्रत्येक क्षेत्रातही नियंत्रणाची गरज आहे. सरकारी कार्यालये, सहकारी संस्था, परिवहन महामंडळे, रेल्वे, सार्वजनिक संस्था, शाळा व महाविद्यालये यांसारख्या अनेक क्षेत्रांत नियंत्रणाशिवाय अपेक्षित कामकाज होत नाही. ही वस्तुस्थिती आहे. थोडक्यात व्यवस्थापनात नियंत्रण ही प्राथमिक व अत्यावश्यक स्वरूपाची बाब आहे असे म्हणता येईल. व्यवस्थापनशास्त्रात 'नियंत्रण' हा शब्द विविध अर्थाने वापरला जाऊन त्याबद्दल विविध कल्पना अभिप्रेत आहेत. म्हणूनच नियंत्रणाचा अर्थ समजावून घेण्यासाठी विविध लेखकांनी दिलेल्या व्याख्यांचा अभ्यास करणे आवश्यक आहे. त्या व्याख्या पुढीलप्रमाणे आहेत-

१. ई. एफ. एल. ब्रेच : पर्याप्त प्रगती व समाधानकारक कार्य व्हावे यासाठी योजनेनुसार अपेक्षित कार्य व प्रत्यक्ष कार्य तपासून पाहणे म्हणजे नियंत्रण होय. प्रस्तुत योजनेच्या संदर्भात आपल्या अनुभवांची भविष्यकालीन उपयोगासाठी नोंद ठेवणे याचा देखील नियंत्रणात समावेश होतो.

"Controlling i.e. checking current performance against predetermined standard contained in the plans with a view of ensuring adequate progress and satisfactory performance, also recording the experience gained form working these plans so as to guide the possible future operation."

२. जॉर्ज टेरी : नियंत्रण म्हणजे काय साध्य केले जात आहे; याचा विचार करणे, कार्याचे मूल्यांकण करणे आणि आवश्यकता वाटल्यास योजनेप्रमाणे उद्दिष्टे साध्य व्हावीत म्हणून दुरुस्तीसाठी उपाययोजना सुचविणे होय.

"Controlling is determinig what is being accomplished that is evaluating the perfomance and, if necessery, applying corrected meusures so that the perfomance takes place according to plan."

७.६. नियंत्रणाची वैशिष्ट्ये व आवश्यकता/गरज/महत्त्व (Need of Control)

आधुनिकतेमध्ये स्पर्धांचा वाढता आलेख ग्राहकांचा कल, त्यांच्या आवडी-निवडीत होणारे बदल, तांत्रिक बदल, सामाजिक व राजकीय बदल अशा पार्श्वभूमीवर व्यवस्थापकाला अनेक समस्यांना सामोरे जावे लागते त्यामुळेच नियंत्रणांना अनन्यसाधारण महत्त्व प्राप्त झाले आहे. नियंत्रणाचा अभाव हीच अपयशाची पहिली पायरी आहे.

नियंत्रणाची गरज खालील मुद्द्यांवरून स्पष्ट करता येईल :

१. तीव्र स्पर्धा : सध्याचे युग हे स्पर्धेचे युग आहे. स्पर्धेत टिकाव धरणे, वस्तूंचा दर्जा वाढविणे, कामगारांची कार्यक्षमता वाढवणे, वस्तूंची किंमत कमी करणे, ग्राहकांना समाधान देणे या गोष्टी महत्त्वाच्या ठरतात. त्यासाठी नियंत्रण खूप आवश्यक आहे.

२. व्यवसाय विस्तार : औद्योगिक क्रांतीनंतर व्यवसाय खूप मोठ्या प्रमाणात वाढला, संघटनेचा विस्तार झाला. व्यवसायाने प्रचंड स्वरूप धारण केले आहे. संघटनेतील पातळ्यांवर वाढ झाली. अधिकार प्रदान वाढले. उत्पादन खूप मोठ्या प्रमाणावर होऊ लागले. त्यामुळे व्यवस्थापकाची जबाबदारी वाढली. कमी किमतीत मालाचा चांगला दर्जा पुरविणे, आंतरराष्ट्रीय बाजारपेठेत आपला टिकाव धरून ठेवणे या सर्व समस्यांना व्यावसायिकाला तोंड देता येणे खूप महत्त्वाचे असते. त्यामुळे नियंत्रणाचे महत्त्व खूप वाढले आहे. नियंत्रणामुळे उद्योगांच्या सर्व हालचालींवर, व्यवहारावर नियंत्रण ठेवून सर्व कार्ये सुरळीत पार पाडली जातात.

३. कामगारांचे मनोबल वाढविणे : नियंत्रण जर व्यवस्थित ठेवले तर कामगारांची कार्यक्षमता वाढते. प्रामाणिक, कार्यक्षम, निष्ठेने काम करणाऱ्या कामगारांना प्रोत्साहन मिळते. कामगारांचे मनोधैर्य वाढते. नियंत्रणामुळे कार्यक्षम कामगार व अधिकारी यांच्यामध्ये चांगले संबंध निर्माण होतात.

४. उद्योगात शिस्तीचे वातावरण निर्माण करणे : प्रत्येक उद्योगांमध्ये काही नियम व कार्यपद्धती ठरवलेल्या असतात. त्यामुळे कामगार उशिरा येणे, कामचुकारपणा करणे, काम न करणे, वेळ घालवणे, साहित्याची मोडतोड करणे या सर्व गोष्टींवर वचक रहाण्यास मदत होते. उद्योगामध्ये सर्वच बाबतीत शिस्तीचे वातावरण असावे लागते तरच उद्दिष्टे पूर्ण होतील. त्यामुळे नियंत्रण प्रक्रिया महत्त्वाची आहे. वस्तू खरेदी करण्यापासून विक्रीपर्यंत सर्वच कामांमध्ये शिस्तीचे वातावरण आवश्यक आहे.

५. अधिकारप्रदानात प्रभावीपणा आणण्यासाठी : व्यवसायाचा खूप मोठा विस्तार झाल्यावर अधिकाऱ्यांना आपले अधिकार इतरांना द्यावे लागतात. त्याला अधिकारप्रदान असे म्हटले जातो. अधिकारप्रदानात जबाबदारी प्रदान करता येत नाही. त्यामुळे अधिकाऱ्याला नियंत्रणाद्वारे अधिकार प्रदानाकडे लक्ष ठेवावे लागते.

६. अचानक येणारे संभाव्य परिणाम दूर करणे : व्यवसायाचे वातावरण कधी स्थिर असते तर कधी अस्थिर. सामाजिक व राजकीय बदल, आर्थिक घडामोडींचे परिणाम, ग्राहकांच्या आवडी–निवडीत होणारे बदल यामुळे व्यवसायात स्थिरता कमी व अस्थिरता जास्त असते. त्यामुळे व्यावसायिकाला भविष्यकालीन अंदाज द्यावा लागतो. त्यामुळे व्यवसायावर नियंत्रण ठेवणे गरजेचे ठरते. प्रतिकूल बदल करणे हे नियंत्रणामुळे शक्य होते.

७. कार्यातील त्रुटी दूर करणे : व्यावसायिकाला उद्दिष्टे पूर्ण करण्यासाठी खूप कार्ये करावी लागतात. ही कार्ये करताना कामांचे मूल्यमापन महत्त्वाचे आहे. प्रमाण ठरविणे, मूल्यमापन करणे ह्या सर्व गोष्टी नियोजनात केल्या जातात; जर प्रत्यक्ष केलेले काम व नियोजित काम यात फरक असेल तर नियंत्रणाद्वारे त्रुटी दूर केल्या जातात.

७.७ नियंत्रणातील पायऱ्या (Steps in Controlling)

नियंत्रण हे व्यवस्थापन प्रक्रियेतील शेवटचे कार्य आहे; पण व्यवसायाच्या यशाची गुरुकिल्ली म्हणून नियंत्रणाकडे पाहिले जाते. व्यवसायातील साधनसामुग्रीचा पुरेपूर वापर, वित्त वापर साठा या सर्व गोष्टींवर नियंत्रणाचा प्रभाव पडतो. नियंत्रण ही प्रक्रिया व्यापक आहे. ती प्रक्रिया सतत चालणारी आहे. नियंत्रणातील पायऱ्या म्हणजेच नियंत्रण प्रक्रिया, नियंत्रणातील टप्पे होय. नियंत्रणाच्या कार्यपद्धतीत पुढील टप्पे समाविष्ट आहेत.

१.प्रमाण निश्चित करणे (Setting of standards) :– नियंत्रण प्रक्रियेतील पहिला टप्पा म्हणजे प्रमाण निश्चिती. उद्देश पूर्ण करण्यासाठी नियोजन करावे लागते. नियोजनात प्रमाण ठरविणे गरजेचे असते. प्रमाण निश्चिती ही संख्यात्मक व गुणात्मक पद्धतीने करता येते.

प्रमाण निश्चिती

संख्यात्मक पद्धत (Quantitative)	गुणात्मक पद्धत (Qualitative)
परिव्यय प्रमाण (Cost Standard)	व्यवसायामध्ये अनेक ठिकाणी
उत्पादनखर्च मर्यादा ठरवणे	गुणात्मक प्रमाण ठरविले जाते.
महसूल प्रमाण (Revenue Standard)	उदा. कर्मचाऱ्यांचे मनोधैर्य,
वेळ प्रमाण (Time Standard)	कर्मचाऱ्यांना देण्यात येणाऱ्या
कार्य किती वेळात पूर्ण करणे.	प्रेरणा इ.

प्रमाण निश्चिती करताना खालील घटक विचारात घ्यावे :

१. प्रमाण हे उद्दिष्ट पूर्ततेला पूरक असावे.

२. प्रमाणाचे मोजमाप करता आले पाहिजे.

३. प्रमाण लवचीक असावे.

४. प्रमाण अचूक व वस्तुनिष्ठ असावे.

५. प्रमाण निश्चिती शास्त्रीय पद्धतीवर आधारलेली असावी.

६. प्रमाण हे समजण्यास सोपे असावे.

७. भविष्यकाळात तुलना करता येण्यासारखे असावे.

८. प्रमाण हे कमी खर्चाचे असावे.

९. प्रमाण सुलभ व गाठता येण्याजोगे असावे.

२. कार्याचे मोजमाप करणे (Measurement of Performance) : नियंत्रण प्रक्रियेतील दुसरा महत्त्वाचा टप्पा म्हणजे कार्याचे मोजमाप करणे होय. व्यवस्थापक संस्थेमध्ये मोजमाप करण्यासाठी जबाबदार असतात. मोजमाप करण्यासाठी निरीक्षण केले जाते. संख्यात्मक मापकांचे तंतोतंत मोजमाप करता येते जसे : उत्पादित वस्तूंची संख्या, विक्री केलेल्या वस्तूंची संख्या, उत्पादन खर्च, वापरलेला कच्चा माल, कामगारांना वस्तू उत्पादनास लागलेला वेळ.

परंतु गुणात्मक मापकांचे तंतोतंत मोजमाप करता येणे अवघड जाते जसे – कामगारांचे मनोबल, कामगारांची कार्यक्षमता इत्यादी; पण याही गोष्टीचे नियंत्रण आवश्यक असते. त्यासाठी खालील दोन पद्धतींचा वापर केला जातो.

१. लेखी अहवाल : व्यवसायात होणारे गंभीर प्रश्न/समस्या सोडविण्यासाठी एखादी व्यक्ती नियुक्त केली जाते व ती व्यक्ती परिस्थितीनुसार अहवाल देते व समस्या सोडवण्यास मदत करते. लेखी अहवाल नियंत्रणास उपयुक्त साधन आहे.

२. व्यक्तिगत अवलोकन व संपर्क : यात कामाचे स्वरूप समजावून घेऊन अडचणी सोडवल्या जातात व उपाययोजना सुचविण्यात येतात.

३. प्रमाण कार्य व प्रत्यक्ष कार्य यांची तुलना करणे : Comparision between Standard Performance and Actual Performance

नियंत्रण प्रक्रियेतील तिसरी पायरी म्हणजे प्रत्यक्ष व प्रमाणित कामाची तुलना करणे होय. यामध्ये तफावत शोधली जाते. जर तफावत नसेल तर पुढचे प्रश्न निर्माण होत नाहीत. पण नियोजित व प्रत्यक्ष काम यामध्ये खूप तफावत असेल तर तफावतीची कारणे शोधण्यात येतात. त्यावर उपाययोजना शोधल्या जातात. यामध्ये तफावत किती प्रमाणात आहे? तफावत दूर करता येणार की नाही? त्याचे परिणाम कुठले? ह्या सर्व गोष्टी विचारात घेतल्या जातात. तफावतीची कारणे शोधताना पुढील घटक विचारात घ्यावे लागतात.

१. नियंत्रित घटक : काही घटकांवर नियंत्रण प्रस्थापित करणे शक्य असते व ती तफावत कमी करता येते. तिला नियंत्रित तफावत म्हणतात.

उदा. कच्चा माल वेळेवर उपलब्ध न होणे, कच्चा माल वाया घालविणे,

उत्पादन वेळेत न होणे, इत्यादी.

२. अनियंत्रित घटक : व्यवसायाशी प्रत्यक्ष व अप्रत्यक्ष संबंधित असलेल्या काही घटकांवर नियंत्रण ठेवणे अवघड जाते.

उदा. सरकारी धोरण बदलणे,

भूकंप, प्रलय, अतिवृष्टी इ. नैसर्गिक आपत्ती.

वीजपुरवठा खंडित होणे.

यंत्रसामुग्रीत बिघाड होणे.

वरील घटकांची तुलना करताना काळजी घेणे आवश्यक असते. तसे न केल्यास संस्थेला मोठ्या प्रमाणात धोका निर्माण होण्याची शक्यता असते.

प्रत्यक्ष काम व प्रमाणानुसार काम यामध्ये तफावत नसेल तर नियंत्रणाची प्रक्रिया पूर्ण झाली असे समजावे. पण सहसा प्रमाणाइतके कामकाज किंवा परिणाम प्राप्त होत नाहीत. त्यामुळे नियंत्रण प्रक्रियेची पुढची पायरी लक्षात घ्यावी लागते.

३. दुरुस्ती किंवा सुधारणा सुचविणे (Taking Corrective action)**:** नियंत्रण प्रक्रियेतील शेवटचा टप्पा म्हणजे उपाययोजना सुचविणे. प्रत्यक्ष कार्य व नियोजित/प्रमाणित कार्य यामध्ये तफावत असेल तर याचे कारण शोधले जाते. त्यास कारणीभूत असलेले घटक शोधले जातात. त्यानंतर सुधारणा सुचविल्या जातात व उपाययोजना तयार केल्या जातात. उपाययोजना, प्रतिबंधात्मक किंवा सुधारणात्मक प्रकारची असू शकते.

उपाययोजनांची उदाहरणे – नियोजनात बदल, कर्मचाऱ्यांचे मनोधैर्य वाढविणे, कर्मचाऱ्यांमध्ये उत्साह निर्माण करणे, यंत्रसामग्री दुरुस्त करणे, कामगारांची बदली करणे, उपाययोजना केल्यामुळे भविष्यकाळात पुन्हा चुका होत नाहीत. नियोजन यशस्वी होते. सुधारणेचा महत्त्वाचा उद्देश निर्माण झालेले दोष किंवा तफावती भविष्यात पुन्हा निर्माण होऊ नयेत हाच असतो.

चांगल्या नियंत्रणाच्या आवश्यक बाबी (Essential of Effective Control)

नियंत्रणाची तत्त्वे :

नियंत्रण ही निरंतर प्रक्रिया उद्दिष्ट साध्य करण्यासाठी खूप महत्त्वाची आहे. नियंत्रण प्रक्रिया शास्त्रीय पद्धतीवर उभी असते. नियंत्रणामुळे नियोजित काम व प्रत्यक्ष झालेले काम यांची तुलना केली जाते व

तफावतीची कारणे शोधली जातात. त्यामुळे उद्दिष्टे गाठता येतात. व्यवस्थापकाची कार्यक्षमता योग्य नियंत्रणावर अवलंबून असते. त्यामुळे चांगल्या नियंत्रणासाठी काही आवश्यक बाबी किंवा तत्त्वे महत्त्वाची आहेत.

परिणामकारक नियंत्रणाची प्रमुख तत्त्वे

१. उद्दिष्टे व ध्येय निश्चित करणे : संस्थेची ध्येय व उद्दिष्टे स्पष्ट असावीत. ती मूर्त स्वरूपात असावीत. उद्दिष्टे स्पष्ट केली तर नियंत्रण तंत्राचा वापर करता येतो. त्यामुळे मूल्यमापन करणे शक्य होते. नियंत्रण उद्दिष्टांना अनुरूप असावे.

२. भविष्य काळाचा विचार : नियंत्रण पद्धतीत भविष्यकाळाचा वेध घेण्याचे तंत्र असावे. जर अंदाज बरोबर असेल तर नियोजित काम व प्रत्यक्ष झालेले काम यात फरक/तफावत येण्याची शक्यता कमी होते; जर फरक पडला तर उपाययोजना काय? याचा अंदाज बांधला पाहिजे. उदा: पुढील आठवड्यात किती रक्कम लागेल? हा अंदाज घेऊन त्याप्रमाणे तरतूद केली जाते.

३. काटकसर : नियंत्रणाचे महत्त्वाचे उद्दिष्ट म्हणजे खर्च कमी व नफा जास्त हे आहे; पण नियंत्रण पद्धत खर्चिक असेल व मिळणारा फायदा कमी असेल तर संघटनेस तोटा होईल. नियंत्रण व्यवस्था ही संस्थेचा आकार, संस्थेची कार्ये, गरज, साधनसामग्री यावर अवलंबून असते. त्यामुळे आर्थिक बचतीपेक्षा नियंत्रणाचा खर्च कमी असावा.

४. लवचिकता : नियंत्रण प्रक्रिया/पद्धत ही लवचीक असावी. काळानुसार व परिस्थितीनुसार त्यात बदल झाले पाहिजेत. कधी कधी नियंत्रण प्रक्रियेत अचानक बदल करावे लागतात. लवचीक नियंत्रण पद्धतीमुळे खूप समस्या निर्माण होतात; खर्च वाढतो. विस्कळीतपणा वाढीस लागतो. व्यवसायाच्या आवश्यकतेप्रमाणे व बदलत्या परिस्थितीप्रमाणे बदलता येणारी नियंत्रण पद्धती असावी.

५. अहवाल देण्याची सोय : जर प्रमाण कार्य व प्रत्यक्ष कार्य यांच्यामध्ये तफावत असेल तर त्याचा अहवाल ताबडतोब सादर केला पाहिजे. त्यामुळे सुधारणा करण्यासाठी पावले उचलता येतील; जर अहवाल उशिरा जात असेल तर नियंत्रण क्षमता अकार्यक्षम आहे असे म्हणतात.

६. तुलना व दुरुस्तीची क्षमता : नियंत्रण पद्धतीमध्ये प्रत्यक्ष झालेले कार्य व प्रमाण कार्य यांची तुलना करण्याची क्षमता असावी लागते. प्रमाण कार्य व प्रत्यक्ष झालेले कार्य यात जर फरक असेल तर तो लक्षात आणून देण्याची क्षमता त्यात असावी. तफावतीची कारणे शोधून अंमलबजावणी करण्याची क्षमता असणे खूप महत्त्वाचे आहे.

७. अपवादात्मक नियंत्रण : जर प्रमाण कार्य व प्रत्यक्ष झालेले कार्य यामध्ये खूप मोठी तफावत असेल तर त्याकडे लक्ष दिले पाहिजे. त्यावर उपाययोजना आखली पाहिजे. लहान तफावतीकडे लक्ष पुरविले तर वेळ वाया जातो. कमी महत्त्वाच्या बाबी कनिष्ठ लोकांकडे सोपविल्या पाहिजेत.

८. मानवी घटकांचा विचार : उद्योगांचे यश हे समाधानी कर्मचाऱ्यांवर अवलंबून आहे. मानवी घटक हा अत्यंत महत्त्वाचा घटक आहे. नियंत्रण प्रक्रिया ही कार्य केंद्रित असू नये. ती कर्मचारी केंद्रित असू नये. कर्मचाऱ्यांची झालेली चूक लक्षात आणून देण्याची क्षमता नियंत्रण प्रक्रियेत असावी. विनाकारण कर्मचाऱ्यांवर चूक लादणे गैर आहे.

९. अनुरूपता : प्रत्येक वेळी उद्दिष्टे व स्वरूप हे भिन्न प्रकारचे असते. एका उपक्रमाला असलेली नियंत्रण पद्धत दुसऱ्या उपक्रमाला उपयुक्त ठरेलच असे नाही; नियंत्रण पद्धती ही व्यवसायाचे स्वरूप, उद्दिष्ट, संघटनेचा प्रकार, संघटनेची रचना याला अनुरूप असावी.

१०.सोपेपणा : नियंत्रण पद्धत सर्वांना समजेल अशी असावी. ती क्लिष्ट असू नये. ती साधी व सरळ असावी. क्लिष्ट पद्धतीमुळे गोंधळ निर्माण होईल. ती पद्धत अंमलात आणणे कठीण होईल. नियंत्रण पद्धतीचा प्रभाव पडणे अवघड होईल.

७.८ नियंत्रणाची तंत्रे (Techniques of Control)

प्रभावी नियंत्रणासाठी व्यवस्थापकाला नियंत्रणाचे क्षेत्र व त्याच्या तंत्राची माहिती असावी लागते. या तंत्राचे दोन प्रकारात वर्गीकरण होते. जसे नियंत्रणाची परंपरागत तंत्रे व नियंत्रणाची आधुनिक तंत्रे. नियंत्रण कार्य यशस्वी होणे हे व्यवस्थापकाने वापरलेल्या तंत्रावर अवलंबून असते. नियंत्रणाची तंत्रे पुढीलप्रमाणे आहेत :

१. अंदाजपत्रकीय नियंत्रण (Budgetory Control): जॉर्ज टेरी यांच्या मते, 'अंदाजपत्रकीय नियंत्रण म्हणजे प्रत्यक्ष परिणाम व अंदाजपत्रकीय आकडेवारी यांची तुलना करण्याची प्रक्रिया होय; जर अंदाजपत्रकातील संख्या व प्रत्यक्ष संख्या यामध्ये तफावत असेल तर तफावतीची कारणे शोधून तफावत दूर केली जाते.'

यावरून असे दिसून येते की, प्रत्यक्ष परिणाम व अंदाज यांच्यामध्ये तुलना करण्याचे काम अंदाजपत्रकीय नियंत्रणाद्वारे केले जाते. अंदाजपत्रकाची काटेकोर अंमलबजावणी करणे अवघड असते. अंदाजपत्रक हे नियंत्रणाचे महत्त्वाचे तंत्र आहे. अंदाजपत्रक पैसा, उत्पादन, विक्री, नफा, उत्पादनखर्च यासाठी केले जाते. प्रत्येक विभागाच्या खर्चाचेसुद्धा अंदाजपत्रक केले जाते. अंदाजपत्रक ठराविक कालावधीसाठी केले जाते.

अंदाजपत्रकीय नियंत्रणाची वैशिष्ट्ये :

१. अंदाजपत्रक हे सर्व विभागांसाठी केले जाते. त्यामुळे सर्व विभागांवर नियंत्रण ठेवणे सोपे जाते. त्यामुळे संस्थेची उद्दिष्टे साध्य करता येतात.

२. अंदाजपत्रकीय नियंत्रणाद्वारे भविष्याचा वेध घेऊन त्याप्रमाणे वाटचाल करण्यात येते.

३. जर प्रत्यक्ष झालेले कार्य व अंदाजित परिणाम यात तफावत असेल तर लगेचच उपाययोजना केली जाते.

४. अंदाजपत्रकीय नियंत्रणामुळे सर्व विभागांचा सखोल अभ्यास केला जातो व खर्चावर नियंत्रण ठेवले जाते.

अंदाजपत्रकीय नियंत्रणाचे फायदे :

१. नियोजनाचा पाया म्हणून अंदाजपत्रकीय नियंत्रणाकडे पाहिले जाते. यात भविष्याचा वेध घेतला जातो.

२. अंदाजपत्रकीय नियंत्रणात प्रत्यक्ष परिणाम व अंदाज यामध्ये तुलना केली जाते. त्यामुळे सर्व घटकांवर व विभागांवर नियंत्रण ठेवले जाते.

३. अंदाजपत्रकीय नियंत्रणामुळे जबाबदारी निश्चिती करता येते.

४. अंदाजपत्रकीय नियंत्रणामुळे खर्च, उत्पादन, विक्री या सर्व गोष्टी अंदाजाप्रमाणे घडतात का? या गोष्टींचा आढावा घेतला जातो.

अंदाजपत्रकीय नियंत्रणाचे तोटे :

१. अंदाजपत्रकीय नियंत्रण पद्धती ही भविष्यकालीन अंदाजपत्रकावर अवलंबून असते; जर अंदाजच चुकीचे असतील तर ही पद्धत फायदेशीर ठरत नाही.

२. अंदाजपत्रकीय नियंत्रण पद्धती वेळ खाऊ व खूप खर्चिक आहे.

३. अंदाजपत्रकीय पद्धत ही विशिष्ट काळापुरतीच असते. पुन्हा पुन्हा अंदाजपत्रक करावे लागते त्यामुळे ही पद्धत वेळखाऊ आहे.

४. भविष्यात जर काही बदल झाले तर ही पद्धत अवलंबणे कठीण जाते.

५. अंदाजपत्रकीय नियंत्रणात लवचिकता नसेल तर विभागप्रमुखांच्या कार्यक्षमतेवर परिणाम होतो.

६. कधीकधी ह्या नियंत्रण पद्धतीला यांत्रिक स्वरूप प्राप्त होते.

२.परिव्यय नियंत्रण (Cost Control) :

आजकाल स्पर्धेच्या युगात टिकायचे असेल तर उत्पादन खर्च कमी करणे गरजेचे असते. कारखान्यात तयार झालेल्या वस्तूंच्या उत्पादन खर्चावर नियंत्रण ठेवण्यासाठी करण्यात येणाऱ्या प्रयत्नांना 'परिव्यय नियंत्रण' म्हणतात. कोणत्याही संस्थेचे उद्दिष्ट जास्तीत जास्त नफा मिळवणे हा असतो; पण नफा वाढवणे म्हणजे किंमत वाढ किंवा उत्पादनखर्च कमी करणे. स्पर्धा युगामुळे पहिला मार्ग अवलंबणे कठीण जाते. त्यामुळे उत्पादनखर्च कमी करण्यास प्राधान्य दिले जाते. हे नियंत्रण ठेवण्यासाठी परिव्यय लेखांचा (cost accountants) उपयोग होतो.

परिव्यय नियंत्रणाची कार्यप्रणाली :

१. परिव्यय प्रमाण निश्चिती (cost standards).

२. परिव्यय प्रमाण हे प्रत्येक विभाग, माल, कामगारांचा खर्च, इतर खर्च यासाठी निश्चित केले जाते.

३. तुलनेमध्ये जर फरक आला तर त्याची कारणे शोधली जातात.

४. परिव्यय प्रमाण व प्रत्यक्ष झालेले कार्य यात तुलना केली जाते.

५. जबाबदार घटक व व्यक्ती शोधल्यानंतर उपाय योजना ठरविली जाते.

परिव्यय नियंत्रणपद्धतीचे फायदे :

१. उत्पादन खर्चावर नियंत्रण ठेवता येते.

२. संस्थेची उत्पादनक्षमता समजते व संस्थेची कार्यक्षमता वाढविण्याचे प्रयत्न केले जातात.

३. कार्यक्षम व अकार्यक्षम घटकांचे मूल्यमापन केले जाते व अकार्यक्षम घटकांवर नियंत्रण ठेवता येते.

४. अंदाजपत्रक तयार करण्यासाठी याचा उपयोग होतो.

५. वस्तूंच्या किमती ठरविण्यास मदत होते.

परिव्यय नियंत्रण पद्धतीचे तोटे :

१. परिव्यय नियंत्रण पद्धती ही खूप खर्चिक आहे.

२. लहान संस्थांना ही पद्धती उपयुक्त ठरत नाही.

३. भविष्यात बदल झाले तर ही पद्धत अवलंबणे अवघड जाते.

४. या पद्धतीला यांत्रिक स्वरूप आले तर कामगारांच्या कार्यक्षमतेवर परिणाम होतो.

३. कार्यक्रम मूल्यमापन आणि परिक्षण पद्धती (Programme Evaluation and Review Technique सी. पी. एम. Critical Path Method)

PERT या पद्धतीचा सर्वप्रथम वापर अमेरिकेतील नौदलाने १९५८ साली केला. क्षेपणास्त्राच्या निर्मितीच्या प्रकल्पाचा कालावधी कमी करण्यासाठी या तंत्राचा वापर करण्यात आला. कोणतीही क्रिया करताना एक विशिष्ट वेळ खर्च होत असतो. कोणत्या घटना कोणत्या वेळेला घडवून आणाव्या लागतील याचा क्रम ठरविला जातो. प्रत्येक घटनेचा वेळ नकाशावर नोंदवला जातो. उदा. एखादे कार्य करण्यास प, फ , ब, भ, म आणि य या घटना घडवून आणाव्या लागत असतील तर...

पुढील आकृतीत प, फ , ब, भ, म आणि य या घटना वर्तुळात दर्शविल्या आहेत. तसेच दोन वर्तुळातील अंतर हे एका क्रियेनंतर दुसऱ्या क्रियेला किती दिवस लागतील हे दर्शवितात. घटनेची सुरुवात व शेवट वर्तुळाने दाखविला आहे. उदा.फ नंतर ब घटना. त्यामुळे वेळेची बचत होते.

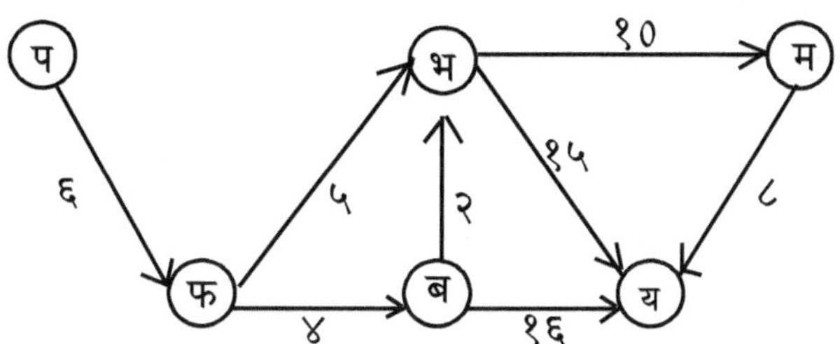

संस्थेला ज्या प्रकल्पाबद्दल पूर्वानुभव आहे असे प्रकल्प भविष्यात पूर्ण करण्यासाठी हे सी. पी. एम. तंत्र वापरले जाते. सी.पी.एम. म्हणजे निर्णायक मार्ग पद्धती. निर्णायक मार्ग पद्धती हे तंत्र PERT पेक्षा थोडे वेगळे आहे. मोठ्या औद्योगिक गुंतागुंतीच्या प्रकल्पाच्या नियंत्रणासाठी या तंत्राचा वापर केला जातो.

४. व्यवस्थापन तपासणी (Management Audit) :

या नियंत्रणपद्धतीची सुरुवात अमेरिका व स्विडनमध्ये झाली. व्यवस्थापनाने केलेल्या कार्याची तपासणी करणे किंवा व्यवस्थापकीय नियोजनाचे विश्लेषण करणे म्हणजेच 'व्यवस्थापन तपासणी' ही तपासणी खूप व्यापक आहे. यात विविध पद्धती, व्यवस्था, संस्थेची उद्दिष्टे, व्यवस्थापन संघटना, रचना, अधिकार व जबाबदाऱ्या, विभागवार कार्यक्षमता इ. तपासणी केली जाते. तपासणीतून व्यवस्थापनाच्या कार्यातील चुका लक्षात येतात व दक्षता कशी घ्यायची व सुधारणा कोठे करायची हे समजते.

५. हिशेबतपासणी (Audit) :
ताळेबंद व नफातोटा पत्रक हे काळजीपूर्वक करावे लागते. त्यासाठी हिशेबतपासणी करावी लागते. काळजीपूर्वक केलेले ताळेबंद व नफातोटा पत्रक सरकार, व्यवस्थापन, भागधारक यांना उपयोगी ठरते. हिशेबतपासणीत भ्रष्टाचार दूर होतो. अनेक प्रकारच्या चुका समजतात. चुका दूर करण्याच्या उपाययोजना सुचविल्या जातात.

६. गुण नियंत्रण (Quality control) :
वस्तू उत्पादन करताना त्या वस्तूचा दर्जा, रंग, चव, उपयोग ठरविला जातो. विशिष्ट दर्जा कायम ठेवण्याच्या प्रयत्नांना गुण नियंत्रण असे म्हणतात. वस्तूचे प्रमाप ठरविले जाते. ठरविलेल्या प्रमाणाप्रमाणे ती वस्तू नसेल तर कारणे शोधली जातात. उदा: लिज्जत पापड, लोणचे, चितळे बाकरवडी इ. ही जबाबदारी तज्ज्ञ व्यक्तीकडे सोपवली जाते.

गुण नियंत्रणातील बाबी :
१.वस्तू अनेक प्रक्रियेतून जात असेल तर प्रत्येक प्रक्रियेत गुणनियंत्रणाची सोय असावी.
२.कच्चा माल चांगल्या दर्जाचा असावा.
३.गुणनियंत्रणाचे प्रमाण काळजीपूर्वक ठरवावे.
४.गुणनियंत्रण योजनेत स्पष्टपणा असावा.

गुणनियंत्रणामुळे चांगल्या दर्जाच्या वस्तू तयार होतात; खर्च कमी होतो, ग्राहकांना समाधान मिळते व उद्योगधंद्याचा नफा वाढतो.

७.**उत्पादन नियंत्रण (Production Control)** : स्प्रिगेल व लान्सबर्ग 'उत्पादन नियंत्रण म्हणजे उत्पादनाच्या प्रक्रियांचे पूर्वनियोजन होय.' यामध्ये उत्पादन केव्हा करायचे? किती प्रमाणात करायचे? कोणी करायचे? कशा प्रकारे करायचे या सर्व गोष्टी ठरविल्या जातात. त्यासाठी लागणारी साधनसामग्री वेळेत उपलब्ध करावी लागते. उत्पादन नियंत्रणात खालील घटकांचा समावेश होतो –

१. मार्गनिर्धारण (Routine) : उत्पादन प्रक्रियेचा मार्ग ठरविणे.

२. उत्पादन वेळापत्रक (Scheduling) : उत्पादन संख्या, वेळ, क्रम ठरविला जातो. प्रत्येक क्रियेला लागणारा वेळ ठरविला जातो.

३. कार्य प्रारंभ आदेश देणे (Despatching) : मार्ग व वेळापत्रकानंतर उत्पादन सुरू करण्यासाठी आदेश व सूचना द्याव्या लागतात.

४. पाठपुरावा (Followup) : प्रत्यक्ष उत्पादनावर नियंत्रण ठेवण्याचे काम या प्रक्रियेत केले जाते.

उत्पादन नियंत्रणामुळे उत्पादन अखंडित व कमी खर्चात होते; उत्पादन वेळेत होते. जबाबदारी निश्चितीचा फायदा होतो व वस्तुला चांगली बाजारपेठ मिळते.

८.**वित्तीय अनुपात विश्लेषण किंवा वित्तीय नियंत्रण (Financial Ratio Analysis Financial Control)**:
व्यवसायाची आर्थिक स्थिती ताळेबंदानुसार दाखविली जाते; पण आर्थिक स्थितीचे विश्लेषण करण्यासाठी अनुपाताचा उपयोग केला जातो. याच्या आधारे नफ्याचे प्रमाण, उत्पादनखर्चाचे प्रमाण, स्थावर मालमत्तेचे प्रमाण दर्शविण्यात येते. काही महत्त्वाचे अनुपात खाली दिलेले आहेत.

१. चालू अनुपात (Current Ratio) : चालू संपत्ती व चालू देयता यांच्यातील संबंध स्पष्ट केला जातो.

$$\text{चालू अनुपात} = \frac{\text{चालू संपत्ती}}{\text{चालू देयता}}$$

२. तरल अनुपात (Liquid Ratio) : तरल संपत्ती व तरल देयत्ता यांच्यातील संबंध स्पष्ट केला जातो.

$$\text{तरल अनुपात} = \frac{\text{तरल संपत्ती}}{\text{तरल देयत्ता}}$$

वित्तीय अनुपातामुळे नफ्याचे प्रमाण वाढते. भांडवली खर्चाचा अंदाज घेतला जातो. धंद्याच्या आर्थिक प्रवृत्तीचे दर्शन घडते. वित्तीय अनुपातामुळे संस्थेला योजना ठरविता येतात व धोरणे ठरविता येतात. उत्पादनखर्चावर नियंत्रण ठेवता येते. नफा ठरविला जातो. वार्षिक विक्री व नफा यांची प्रवृत्ती माहिती होते.

९. **सामग्री किंवा मालसाठ्यावरील नियंत्रण (Inventory Control)** : वस्तूसाठा म्हणजे कच्चामाल, निर्मित माल, उपकरणे, सुटे भाग या मालाचा साठा केला जातो. दोन महत्त्वाची कारणे आहेत की त्यासाठी मालसाठ्यावर नियंत्रण केले जाते.

i. उत्पादन प्रक्रियेत खंड पडणार नाही.
ii. मालसाठ्यात कमी भांडवल गुंतविले जाईल.

या नियंत्रणामुळे चोरी, लबाडी कमी होते. माल तपासणीचे काम वर्षभर सुरू राहते. नियंत्रणासाठी वेगवेगळ्या पद्धती वापरल्या जातात. अ, ब, क पद्धत नियंत्रणासाठी वापरली जाते. 'अ' प्रकारच्या मालावर जास्त नियंत्रण लागते. कारण त्या गोष्टी मौल्यवान असतात. 'ब' गटात मध्यम किमतीच्या मालाचा समावेश

होतो व त्यावर मध्यम नियंत्रण ठेवले जाते. 'क' प्रकारच्या गटात कमी (खूप) किमतीच्या वस्तू असतात त्यामुळे त्यावरील नियंत्रण शिथिल केले जाते.

मालसाठ्यावरील नियंत्रणासाठी खालील बाबींचा विचार केला जातो.

अ. मालाचा जास्तीत जास्त साठा (Maximum Level) : यामध्ये मालाचा जास्तीत जास्त किती साठा असावा हे ठरवले जाते; नाही तर जास्त पैसा गुंतण्याची श्रयता असते.

ब. मालाचा कमीत कमी साठा (Minimum Level) : कारखान्यात उत्पादनामध्ये कधीही खंड पडणार नाही, त्यासाठी ह्या साठ्याची पातळी ठरविली जाते. ह्या पातळीवर माल जाण्यापूर्वीच नव्याने आदेश दिले जातात.

क. पुनर्दिश पातळी (Reorder Level) : ही पातळी जास्तीत जास्त साठा व कमीत कमी साठा यांच्यामधली असते.

१०. सांख्यिकीय नियंत्रण (Statistical Control) : यामध्ये भूतकाळातील माहिती व आकडेवारी, वर्तमानकालीन आकडेवारी गोळा करून भविष्यकालीन अंदाज घेतले जातात. काही वेळेस तक्ते, नकाशे व आलेख काढून प्रमाणाशी तुलना करून निष्कर्ष काढले जातात. धोरणे आखून निर्णय घेणे सोपे जाते.

व्यवसाय किंवा कारखान्यात निर्माण होणाऱ्या वस्तू पूर्वी ठरवून दिलेल्या दर्जा किंवा गुणाप्रमाणे आहेत किंवा नाही हे पाहिले जाते. यामध्ये फरक आला तर फरकाची माहिती संख्याशास्त्राद्वारे पाहिली जाते व गुण नियंत्रण केले जाते.

११. समविच्छेदन बिंदू विश्लेषण (Break Even Point) :– उत्पादन करणाऱ्या व्यवसायाला या बिंदूचा उपयोग होतो. कमीत कमी किती उत्पादन करायचे म्हणजे सर्व उत्पादनखर्च भरून निघेल याचे विश्लेषण होते. ह्या बिंदूला 'ना नफा-ना तोटा' असे म्हटले जाते. ह्या बिंदूवर उत्पादनखर्च व एकूण उत्पन्न हे समान असते. इफ –उत्पादन, इग-खर्च/विक्री, ब - स्थिर खर्च, ट-एकूण खर्च, प-विक्री रेषा, म समविच्छेदन बिंदू.

खालील आकृतीत 'प' ही विक्री रेषा 'ट' या एकूण खर्च रेषेला जेथे छेदते त्या बिंदूला 'म' समविच्छेदन बिंदू म्हणतात. ह्या बिंदूपर्यंत उत्पादन गेले की नफा पण होत नाही व तोटाही होत नाही. त्याच्या पलीकडे उत्पादन/विक्री गेली की नफा होतो. यापेक्षा उत्पादन कमी असल्यास तोटा होतो.

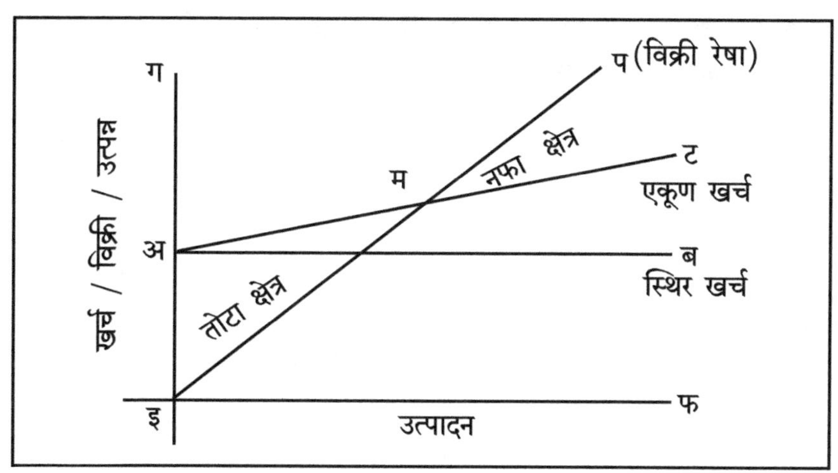

प्र.१. खालील प्रश्नांची २० शब्दांत उत्तरे लिहा.

१) नियंत्रणाचा अर्थ स्पष्ट करा.

२) नियंत्रणाची व्याख्या लिहा.

३) समन्वयाचा अर्थ स्पष्ट करा.

४) समन्वयाची व्याख्या द्या.

५) समन्वय हे व्यवस्थापनाचे महत्त्वाचे कार्य आहे का?

६) सांख्यिकीय नियंत्रण म्हणजे काय?

७) उत्पादन नियंत्रण म्हणजे काय?

प्र.२. खालील प्रश्नांची ५० शब्दांत उत्तरे लिहा.

१) सी.पी.एम., पी.ई.आर.टी.तंत्र स्पष्ट करा.

२) समन्वयाची आवश्यकता सांगा.

३) नियंत्रणाची वैशिष्ट्ये स्पष्ट करा.

४) अंदाजपत्रकीय नियंत्रणाचे फायदे सांगा.

५) प्रमाणांची निश्चिती म्हणजे काय?

प्र.३. खालील प्रश्नांची १५० शब्दांत उत्तरे लिहा.

१) उत्कृष्ट समन्वयाच्या आवश्यक बाबी स्पष्ट करा.

२) नियंत्र प्रक्रियेतील टप्प्यांचे वर्णन करा.

३) समन्वयाची गरज.

४) समन्वयातील अडचणी सांगा.

प्र.४. खालील प्रश्नांची ३०० ते ५०० शब्दांत उत्तरे लिहा.

१) नियंत्रणाची व्याख्या लिहा. नियंत्रणाची तंत्रे स्पष्ट करा.

२) नियंत्रण म्हणजे काय? त्याची वैशिष्ट्ये सांगून नियंत्रण प्रक्रियेतील विविध टप्प्यांचे वर्णन करा.

३) समन्वयाची आवश्यकता व तंत्रे सांगा.

८

व्यावसायिक व्यवस्थापनेतील नवीन प्रवाह
(Recent Trends in Business Management)

८.१ व्यावसायिक नीतिमूल्ये (Business Ethics)

प्रस्तावना (Introduction)

आत्तापर्यंत आपण व्यवस्थापनाची विविध तत्त्वे आणि कार्ये यांचा सखोल अभ्यास केला. जसजसा काळ पुढे सरकत राहिला तसतसा व्यवसाय व्यवस्थापनामध्ये आमूलाग्र बदल घडून आले. हे बदल त्या त्या वेळेच्या व्यवसायपद्धतीवर अवलंबून आहेत. जगामध्ये झालेल्या तांत्रिक उद्योगधंद्यांवर परिणाम झालेला दिसून येतो. उद्योगधंद्यांच्या पर्यावरणामध्येही खूप बदल झालेला दिसून येतो. या सर्व गोष्टींचा परिणाम म्हणून व्यवस्थापनामध्ये काही नवीन स्त्रोत/प्रवाह निर्माण झाले. प्रत्येक व्यवसायाच्या दृष्टीने या स्त्रोतांचा अभ्यास अनिवार्य ठरला आहे.

व्यवसायातील बदलत्या गरजांनुसार व्यवसाय व्यवस्थापनासमोर नवीन आव्हाने निर्माण झालेली आहेत. व्यवसाय ज्या समाजामध्ये चाललेला असतो त्या सामाजिक धोरणांचा परिणाम त्या व्यवसाय व्यवस्थेवर होत असतो. अशा वेळेस व्यवसायाच्या व्यवस्थापनाला जबाबदऱ्या पार पाडाव्या लागतात. त्याप्रमाणे व्यवसाय पर्यावरणाच्या अंतर्गत आणि मुख्यत्वे बहिर्गत घटकांच्या बदलांमुळे व्यवस्थापनाला स्वतःची धोरणे आणि तत्त्वे यात वेळोवेळी बदल करणे क्रमप्राप्त ठरते. कोणत्याही प्रकारच्या आपत्तीमध्ये अथवा संकटांना सामोरे जाताना आपला व्यवसाय कसा टिकून राहील, याचा विचारही व्यवस्थापनाला करावा लागतो. त्या दृष्टीने आपत्ती व्यवस्थापन महत्त्वाची भूमिका बजावते. सर्वसाधारणे व्यवस्थापन ही संकल्पना आता कालबाह्य झालेली आहे. व्यवस्थापनाला प्रसंगानुरूप आपली धोरणे स्वीकारावी लागतात. कोणत्याही एका विशिष्ट प्रसंगाचे व्यवस्थापन हा आजच्या काळाच्या दृष्टीने महत्त्वाचा आणि नवीन स्त्रोत निर्माण झाला आहे. या सर्व नवीन प्रवाहांचा विचार आपण आता टप्प्याटप्प्याने पाहू.

व्यवसायाची उद्दिष्टे साध्य करित असताना त्या व्यवसायाकडून अपेक्षाही असतात. नफा मिळविणे हे व्यवसायाचे प्राथमिक उद्दिष्ट असल्यास ग्राहकांची फसवणूक करून अथवा अवैध मार्गाने नफा मिळविण्यास हे व्यवसायाच्या दृष्टीने नीतिमत्तेला धरून होणार नाही. मालाची अथवा सेवांची खरेदी-विक्री करून योग्य तो नफा मिळविणे हे व्यवसायाचे अंतिम ध्येय असले तरी योग्य किमतीत गुणवत्तापूर्ण शुद्ध वस्तू अथवा सेवा पुरविणे ही व्यावसायिकांची जबाबदारी आणि कर्तव्य आहे. तसेच ग्राहकांच्या सेवेला आणि हिताला प्राधान्य दिले पाहिजे. वस्तू वाजवी किमतीत उपलब्ध करून दिल्या पाहिजेत. भागधारकांना लाभांशाच्या रूपाने त्यांच्या गुंतवणुकीवर योग्य मोबदला दिला पाहिजे. त्याचप्रमाणे कामगारांना योग्य वेतन देऊन त्यांच्या कौशल्याचा व गुणवत्तेचा योग्य वापर कामासाठी आणि त्यांच्याही सर्वांगीण विकास आणि कल्याणासाठी सर्वतोपरी प्रयत्न केले पाहिजेत. या सर्व बाबींकडे लक्ष देत असताना सरकारकडे योग्य वेळी कर भरणे आवश्यक आहे. उदा. विक्रीकर, आयकर, जकातकर इ. यावरून असे स्पष्ट होते की, व्यावसायिकांनी त्यांच्या वाजवी आर्थिक उद्दिष्टाबरोबर ग्राहक, कामगार, गुंतवणूकदार, सरकार आणि अर्थातच समाज इ. च्या अपेक्षांची पूर्तता केली पाहिजे.

८.१.१ व्यावसायिक नीतिमूल्ये – अर्थ व गरज (Meaning & Needs)

व्यावसायिक नीतिमत्तेचा आणि नैतिक मूल्यांचा स्वीकार प्रत्येक व्यावसायिकाने करणे आवश्यक आहे. नैतिकता ही कोणत्याही व्यवसायाचा आधारभूत स्तंभ असते. अगदी थोडक्यात सांगायचे झाल्यास एखाद्या गोष्टीची पूर्तता करण्यासाठी अस्तित्वात असलेले नियम, नियंत्रणे, गृहीते आणि अंदाज यांचा एकत्रित विचार म्हणजे नीतिमत्ता होय. नीतिमत्ता ही समाजाला कोणती गोष्ट अधिकाधिक चांगली आणि योग्य आहे, यावर अवलंबून असते. त्यामुळे व्यवसाय योग्य पद्धतीने करण्याच्या दृष्टिकोनातून कोणत्या गोष्टी अथवा नियम व्यवसायाला अनुकूल आणि सुयोग्य आहेत, यालाच व्यवसायाची नैतिक मूल्ये असे संबोधतात.

नीतिमत्तेची तत्त्वे खालीलप्रमाणे आहेत-

१. प्रामाणिकता Honesty

२. एकात्मता Integrity

३. वचनबद्धतेची पूर्तता Fulfilling Commitments

४. निर्णयक्षमता आणि त्याच्या परिणामांची जबाबदारी Being Accountable for Decisions and their Consequences

५. जबाबदार/सुजाण नागरिकत्व Responsible Citizenship

६. मानवीय सचोटीचा आदर Respect for Human Dignity

७. सातत्यपूर्ण गुणविधान Pursuit of Excellence

८. काळजी आणि सहानुभूती Caring & Compassion

९. चुका सुधारण्यासाठी त्या स्वीकारण्याची इच्छा. Being Fair and Open Minded and Willing to Admit Error

तसेच अनैतिक मूल्ये खालील तीन घटकांवर अवलंबून असतात.

१. कोणत्याही गोष्टीबाबत निष्काळजीपणा.

२. स्वार्थ.

३. चुकीची कारणमीमांसा.

या सर्व नैतिक तत्त्वांचा व्यवसायात वापर होत असतो.

''व्यावसायिक नीतिमूल्ये व्यावसायिक पद्धतीतील नीतिमत्तेशी निगडित आहेत. समाजात योग्य पद्धतीने जीवन जगण्यास समाजाने स्वीकृत केलेल्या नियमांचा व पद्धतींचा, प्रथांचा अवलंब व्यवसायामध्ये करावा लागतो. मानवी गरजा पूर्ण करण्यासाठी वापरण्यात येणाऱ्या वस्तू व तंत्रे यांच्याशी व्यावसायिक नीतिमत्तेचा संबंध होय.''

"Business Ethics deals with morality in the business environment. Business morality in the application of word principles to business problem. Morals refer to any generally accepted customs of conduct and right living in a society. It is concerned with the relationship of business goods and techniques to specific human".

व्यावसायिक नीतिमत्तेची गरज/आवश्यकता

व्यवसाय नीतीचा संबंध व्यवसायाची व्याप्ती, आचार-विचार, प्रथा, व्यवहार पद्धती, वर्तणूक आणि मूलत्वांवर आधारित असतो. मोठमोठ्या उद्योगधंद्यांमध्ये व्यवसायाची नैतिक मूल्ये पूर्णत: पार पाडली जातात. उद्योजक जातीने सर्व नैतिक बाबींच्या पूर्ततेकडे लक्ष पुरवित असतो. मात्र, व्यापारी पातळीवर नैतिकतेबद्दल जागृती करण्याची गरज अजूनही काही प्रमाणात भासते. व्यावसायिक नीतिमत्ता ही सक्तीची नसून ऐच्छिकरीत्या अवलंबिल्यास जास्त परिणामकारक ठरते.

व्यावसायिक नीतिमत्तेची आवश्यकता पुढील गोष्टींवरून स्पष्ट होते :

१. व्यवसायातील अनिष्ट व्यवहारपद्धती आणि गैरप्रकार यांना आळा घालण्यासाठी.

२. ग्राहकांचे हितसंबंध जपण्यासाठी.

३. व्यवसायातील गैरप्रकारांपासून ग्राहकांना संरक्षण देण्यासाठी.

४. कामगार, स्पर्धक, पुरवठादार आणि समाजाचे व्यवसायाच्या अनावश्यक अनुचित प्रथांपासून संरक्षण करण्यासाठी.

५. व्यवसाय आणि व्यावसायिकांबाबत विश्वासार्हता निर्माण करण्यासाठी.

६. व्यवसायाशी संबंधित सर्व घटकांचे हितसंबंध सुरक्षित राखण्यासाठी.

७. व्यवसायांच्या नावलौकिकात वाढ करण्यासाठी.

८. व्यवसाय आणि समाज यात सलोख्याचे संबंध प्रस्थापित करण्यासाठी.

९. व्यावसायिकांमध्ये नैतिक आणि सामाजिक जाणीव निर्माण करण्यासाठी.

समाजातील प्रत्येक घटकांशी निगडित विविध कायदे भारतामध्ये उपलब्ध आहेत. कायद्याच्या सक्तीपेक्षा प्रत्येक घटकांशी हितसंबंध सांभाळण्याची नैतिक जबाबदारी आज सर्वच उद्योजकांवर आहे.

८.१.२ व्यावसायिक नीतिमूल्यांची व्याप्ती व महत्त्व (Scope & Importance of Business Ethics)

व्यावसायिक नीतिमत्तेच्या व्याख्येवरून असे स्पष्ट होते की, उद्योग अधिकाधिक न्याय्य पद्धतीने म्हणजेच नैतिकदृष्ट्या करण्यासाठी व्यावसायिक नीतिमत्तेची गरज भासली. यामुळेच व्यावसायिक नैतिक मूल्यांची व्याप्ती सखोल वाढली. त्यामुळे व्यावसायिक नीतिमूल्यांमध्ये खालील गोष्टींचा समावेश होतो.

१. मानवी गरजांची आवश्यकता आणि पूर्तता : व्यवसाय ज्या समाजात व्यवहार करत असतो, त्या समाजाकडून अनेक वस्तू आणि सेवा स्वीकारत असतो. त्याच समाजाला अनेक वस्तू व सेवा प्रदान करीत असतो. या आदान–प्रदानातूनच व्यवसाय नफा आणि संपत्ती कमावीत असतो. थोडक्यात एक व्यवसाय रोजगार संधीही उपलब्ध करून देत असतो आणि योग्य किमतीत वस्तू उपलब्ध करून ग्राहकांच्या गरजांचे समाधान करत असतो. समाजामध्ये असणारा प्रत्येक मानव या घटकाशी व्यवसाय प्रत्यक्ष वा अप्रत्यक्षरीत्या निगडित असतो. त्यामुळे या सर्वांची गरज, आवश्यकता, पूर्तता आणि समाधान करण्याची नैतिक जबाबदारी प्रत्येक व्यवसायावर आणि उद्योगधंद्यावर आहे.

२. उपलब्ध साधनसामग्री : व्यवसायामध्ये चार महत्त्वाच्या साधनसामग्रींची गरज प्रामुख्याने भासते. त्या म्हणजे मानवीय साधनसामग्री, वित्तीय साधनसामग्री, यंत्रसामग्री आणि उत्पादनासाठी लागणारा माल. या सर्व उपलब्ध साधनसामग्रीचा पर्याप्त विचार वेळोवेळी उद्योजक करत असतात. या सर्व सामग्रींचा गैरवापर अथवा अपव्यय झाल्यास उत्पादकाचे आणि पर्यायाने समाजाचेही नुकसान होते. त्यामुळे या सर्व बाबींचा ताळमेळ करून योग्य वापर करणे ही व्यावसायिकाची नैतिक जबाबदारी आहे.

३. सुयोग्य वाटप : कोणत्याही व्यवसायाचा प्राथमिक आणि अंतिम उद्देश नफा मिळविणे हा असतो; परंतु केवळ नफा मिळविणे हे कोणत्याही व्यवसायाचे ध्येय नसते. व्यवसाय ज्या नियमांवर आधारित असतो ते पाळणेही अत्यंत महत्त्वाचे असते. हे सर्व घटक एकत्रित कार्यरत होत असतात. व्यवसायामध्ये केवळ आंतरिक नव्हे तर बाह्य घटकांचाही समावेश झालेला असतो. उदा. कामगारांना पुरेसे व योग्य वेतन मिळालो पाहिजे. सामान्य व्यक्तींना वाजवी किमतीत वस्तू मिळाल्या पाहिजेत. व्यावसायिक नीतिमत्तेमुळे या सर्व घटकांचे सुयोग्य पद्धतीने वाटप आणि नियोजन करता येते.

४. मानवी विकासाची जबाबदारी : सर्वसाधारण नफा मिळविण्याच्या उद्दिष्टाने वस्तूची निर्मिती करण्याकडे सर्व व्यवसायांचा कल असतो. कोणत्या वस्तूचे उत्पादन करावे हे व्यवसायाच्या व्यवहारपद्धतीवर अवलंबून असते. मानवी विकास साधण्यासाठी कोणत्या वस्तूचे उत्पादन करावे, त्याचे कशा पद्धतीने वितरण करावे आणि कोणत्या सेवा प्रदान कराव्यात यासाठी नैतिक मूल्ये मार्गदर्शन करतात.

५. समान संधी : व्यवसायामध्ये आणि वस्तूच्या उत्पादनप्रक्रियेमध्ये उत्पादक, गुंतवणूकदार, कामगार आणि सरकार हे चारही घटक एकमेकांशी पूरक असतात. व्यवस्थापनाचे अभ्यासक पीटर ड्रकर यांच्या मते व्यवसायात समाविष्ट होणाऱ्या या प्रत्येक घटकाला योग्य ती संधी उपलब्ध करून देणे आवश्यक असते.

६. शुद्ध व्यवहारपद्धती : कोणत्याही व्यवसायाचा व्यवसायामधील आणि व्यवसायाबाहेरील अनेक व्यक्तींशी

आणि घटकांशी संबंध येतो. उदा. पुरवठादार, भांडवल पुरविणारे, सरकार बँका, वित्तीय संस्था आणि ग्राहक तसेच कामगार या सर्वांशी व्यवहार करताना अतिशय दक्षता घ्यावी लागते.

७. व्यावसायिक कार्यक्षमता : व्यावसायिक कार्यक्षमतेमध्ये व्यावसायिक नीतिमत्तेचा विचार करावयास लागतो. थोडक्यात व्यवसायाच्या नैतिक मूल्यांवरच व्यवसायाची कार्यक्षमता पूर्णपणे अवलंबून असते.

८. व्यापक जबाबदारी :– व्यवसाय हा समाजामध्ये चाललेला असतो जे समाजाकडून घेतो तेच समाजामध्ये परत देणे हे व्यवसायाच्या नैतिक मूल्यांवर अवलंबून असते. समता आणि व्यावसायिक बंधने ही नैतिक मूल्यांमुळेच जपता येतात. यासाठी व्यावसायिक व्यापक जबाबदारीचा स्वीकार करतो.

वरील मुद्द्यांवरून असे स्पष्ट होते की, प्रत्येक उद्योजक/व्यावसायिक त्याच्या उद्योगाकरिता काय चुकीचे आणि काय बरोबर, याच्या नियमावलींची चौकट व्यवसायाभोवती करून घेतो आणि त्या मूल्यांची जपणूक करून तो मार्ग अवलंबितो. यालाच 'व्यावसायिक नैतिक मूल्ये' असे म्हणतात.

८.१.३ व्यावसायिक नीतिमूल्यांची मूलतत्त्वे (Principles of Business Ethics)

कोणत्याही व्यवसायाची धोरणे ही व्यवसायाच्या नैतिक मूल्यांवर आधारित असतात. व्यवसायाची नीतिमूल्ये ही नीतिधैर्यावर अवलंबून असतात. कोणत्याही व्यवसायात नीतिमूल्ये अनिवार्य असतात. नैतिक मूलतत्त्वे पुढीलप्रमाणे आहेत –

१. व्यवसायामध्ये नफ्याइतकेच किंबहुना जास्त सेवेला प्राधान्य देणे.

२. मानवी श्रमाची प्रतिष्ठा वाढविणे.

३. मानवी गरजांची पूर्तता करणे.

४. व्यवसाय हा पूर्ण स्वातंत्र्य व निकोप स्पर्धेतच चांगला वाढू शकतो. त्यामुळे केंद्रीकरण, मक्तेदारी टाळणे हे व्यवसायासाठी गरजेचे असते.

५. समाजात उपलब्ध असलेल्या साधनसामग्रीचा अधिक चांगल्या प्रकारे वापर करून ग्राहकांचे आणि समाजाचे जीवनमान उंचावणे.

आधुनिक काळामध्ये व्यावसायिक नीतिमत्ता अवलंबिण्याकरता वरील मूलतत्त्वांव्यतिरिक्त पुढील बाबींचाही विचार करावा लागतो –

१. गोपनीयतेमुळे गैरसमज आणि शंकास्पद स्थिती निर्माण होऊ शकते. असे वातावरण व्यवसायास घातक असू शकते; त्यामुळे ग्राहकांना आणि समाजात गैरसमज पसरू नयेत याकरिता प्रसार माध्यमांच्या साहाय्याने आणि योग्य परिपूर्ण माहिती सर्वांना देणे आवश्यक आहे.

२. हलक्या प्रतीच्या वस्तू विकणे, मालात भेसळ करणे हे नैतिक मूल्यांना धरून असू शकत नाही. ग्राहकांना उच्च दर्जाच्या वस्तू आणि सेवा पुरविल्या पाहिजेत आणि त्या योग्य किमतीच्या असल्या पाहिजेत.

३. व्यवसाय प्रामाणिकपणे चालविला तर तो समाजातील सर्व घटकांना आणि व्यवसायाला फायदेशीर ठरतो. समाजातील परिस्थिती सुधारण्याची सामाजिक जबाबदारी प्रत्येक व्यवसायावर असते.

४. ज्याप्रमाणे नफा मिळविणे हा व्यवसायाचा उद्देश असतो. त्याप्रमाणे ग्राहकांना आणि समाजाला चांगल्या प्रकारची सेवा उपलब्ध करून देणे हाही व्यवसायाचा प्राथमिक उद्देश असतो.

नैतिकतेमुळे व्यवसायाला वेगळी प्रतिष्ठा प्राप्त होते. या सर्व मूलतत्त्वांचा वापर व्यवसायात सातत्यपूर्ण केल्याने व्यवसायाचा उत्कर्ष होऊ शकतो.

व्यावसायिक नितीमत्तेचे महत्त्व

आत्तापर्यंतच्या चर्चेमधून आपणास असे निदर्शनास येते की, नीतिमत्तेचा व्यवसायामध्ये अनन्यसाधारण दर्जा आहे. व्यावसायिक नीतिमूल्यांचे महत्त्व पुढीलप्रमाणे वर्णन करता येईल.

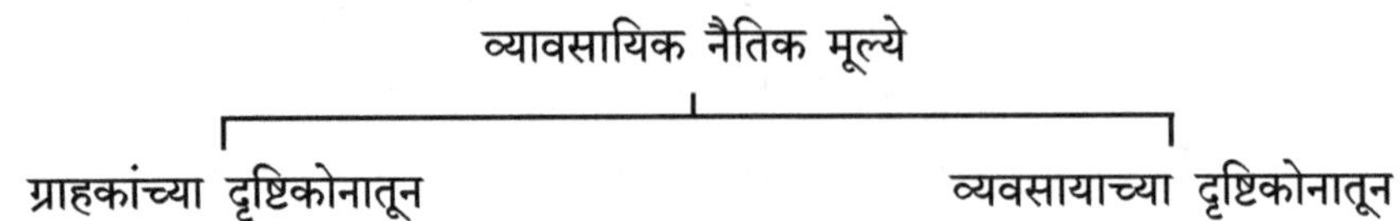

अ. ग्राहकांच्या दृष्टिकोनातून

व्यावसायिक नैतिक मूल्यांच्या अंमलबजवणीमुळे ग्राहकांचे अनेक फायदे होतात –

१. सचोटीने व्यवहार केल्यामुळे ग्राहकांची फसवणूक होत नाही.

२. चांगल्या दर्जाच्या वस्तू वाजवी किमतीत उपलब्ध होतात.

३. नैतिक मूल्याच्या अंमलबजावणीमुळे ग्राहकांना योग्य दर्जा मिळतो.

४. ग्राहकांना वस्तूची हमी मिळते.

५. नैतिक मूल्यांमुळे ग्राहकांच्या मूलभूत हक्कांचे संरक्षण होते.

६. व्यवसायामध्ये असलेल्या अनैतिक बाबींना आळा बसतो.

७. ग्राहकाला त्याच्या अपेक्षेप्रमाणे वस्तू व सेवा प्राप्त होतात.

ब. व्यवसायाच्या दृष्टिकोनातून

व्यवसायाच्या उत्पत्तीपासून ते शेवटपर्यंत नैतिक मूल्ये महत्त्वाची मानली जातात आणि व्यवसायात ती जपलीही जातात.

१. व्यवसायाचा नावलौकिक वाढतो.

२. ग्राहकांचा विश्वास संपादन करून ग्राहक टिकवून ठेवता येतात.

३. आर्थिक स्थिरता येते.

४. व्यावसायिक संबंध सुधारण्यास मदत होते.

५. व्यवसायातील सर्व घटकांमध्ये समन्वय प्रस्थापित होतो आणि एकमेकांचे हित साधले जाते.

६. निकोप स्पर्धा निर्माण करता येते आणि व्यवसायाचा विस्तार होतो.

या सर्व बाबींवरून व्यवसायाची पारदर्शकता दिसून येते.

थोडक्यात उद्योगाची ध्येये व धोरणे ही व्यावसायिक नीतिनियमांचा आणि नैतिक मूल्यांचा विचार करूनच निश्चित केलेली असतात. वाढते उदारीकरण आणि जागतिकीकरणाची आव्हाने पेलताना नैतिक मूल्यांचा उद्योगास अत्यंत उपयोग होतो. व्यवसायात शिस्त निर्माण करण्याच्या दृष्टीने नैतिक मूल्यांचे अवलंबन काटेकोरपणे करणे आवश्यक आहे. उद्योगामध्ये व्यवस्थापक व्यावसायिक नीतिनियमांचे पालन करून व्यवसाय अधिक कार्यक्षम बनविण्यावर अधिक भर देतो व आपल्या सहकाऱ्यांकडून ते उत्तमरीत्या करवून घेतो. कोणत्याही व्यवसायाची स्वतःची आचारसंहिता असते. भागधारक, ग्राहक, शासन, समाज आणि कर्मचारी या सर्व घटकांचा विचार करून पारदर्शकतेचे धोरण निश्चित करणे, प्रमाण निश्चित करणे आणि त्याची अंमलबजावणी करणे इ. सर्व बाबी नैतिक मूल्यांवर आधारित असतात. व्यवस्थापक या सर्व गोष्टी व्यवस्थित

अमलात आणत असतो. यासाठी तो अतिशय कौशल्यपूर्वक, कार्यक्षम आणि पारदर्शकरीत्या स्पर्धक वृत्तीने काम करत असतो. प्रत्येक उद्योगाचे स्वतःचे नियम असतात. या मूल्यांमुळे व्यावसायिक घटकांना एक वेग, दिशा व दृष्टी प्राप्त होते. निकोप वातावरणनिर्मिती झाल्याने सलोख्याचे संबंध प्रस्थापित होतात. उत्कृष्ट नैतिक मूल्यांचे पालन करणे म्हणजेच पारदर्शक सचोटीने व्यवसाय करणे ही व्यावसायिक नीतिमत्तेची महत्त्वाची बाब आता सर्वमान्य झालेली आहे.

८.१.४ व्यावसायिक सामाजिक जबाबदारी (Coporate Social Responsibility)

सामाजिक जबाबदारी ही संकल्पना आताच्या जगात सातत्याने आरूढ झालेली आहे. उद्योगजगतात ही संकल्पना या नावाने प्रचलित आहे. व्यावसायिक नीतिमूल्ये जपताना सामाजिक जबाबदारी ही त्याची दुसरी बाजू आहे, हे व्यवस्थापकास विसरून चालणार नाही. व्यवस्थापनशास्त्रात वापरली जाणारी ही एक व्यापक संकल्पना आहे. व्यवसायावर कोणती सामाजिक बंधने असावीत, ही बाब व्यतिसापेक्ष आणि कालसापेक्ष आहे. व्यवसायाची सामाजिक जबाबदारी ही प्रत्येक देशात, समाजात त्या त्या उद्योग पद्धतीनुसार वेगवेगळी असू शकते. सामाजिक जबाबदारीच्या वैध सिद्धान्ताप्रमाणे भागधारकांचे हितसंबंध सुरक्षित ठेवण्यास व्यवस्थापन जबाबदार आहे. कारण भागधारक हे कंपनीचे/व्यवसायाचे मालक असतात. त्याचप्रमाणे बाजारपेठेतील परिस्थितीचा आढावा घेऊनच कार्यक्षम व्यवस्थापन करणे ही व्यवसायाची आर्थिक जबाबदारी आहे. व्यवसायामध्ये कार्यरत असणाऱ्या कर्मचारीवर्गाचे हित जपणे हीसुद्धा जबाबदारीच आहे. व्यवसाय ज्या समाजात कार्य करतो त्या समाजाकरता योगदान देणे हीसुद्धा व्यवसायाची जबाबदारी आहे.

जे. आर. डी. टाटा यांच्या मते, उद्योग अथवा कोणत्याही व्यवसाय ज्या समाजात काम करत असतो/ व्यवसाय करत असतो. त्या समाजाकडून तो सतत काही ना काही तरी घेत असतो. त्यामुळे त्या समाजाचा तो ऋणी असतो. हे सामाजिक ऋण फेडण्यासाठी व्यवसायाला जबाबदारी उचलायला लागते. यालाच व्यवसायाची सामाजिक जबाबदारी असे म्हणतात.

थोडक्यात, व्यवसाय ही एक सामाजिक संघटना आहे. ज्या घटकांचा व्यवसायाशी संबंध येतो अथवा ज्या घटकांवर व्यावसायिक निर्णयांचा परिणाम होतो. आणि व्यवस्थापकीय निर्णय ज्या घटकांवर अवलंबून असतात. या सर्वांच्या बाबत सामाजिक जबाबदारी निर्माण होते. उदा. भागधारक, गुंतवणूकदार, ग्राहक, कर्मचारी, पुरवठादार, शासन, वित्तीय संस्था आणि समाज.

नफा मिळविणे हा व्यवसायाचा मुळ हेतू असला तरी स्वतःची नैतिक मूल्ये जपताना व्यवस्थापनाने सामाजिक जबाबदारीचे भान ठेवावे, असा विचार पुढे येऊ लागला आहे. वरील वर्णन केलेल्या सर्व घटकांच्या अपेक्षा पूर्ण करणे म्हणजेच सामाजिक जबाबदारीची भूमिका पार पाडणे.

अर्थ (Meaning)

सामाजिक जबाबदारी ही व्यापक संज्ञा आहे. काही अभ्यासकांच्या मते, वस्तू आणि सेवा निर्माण करणे, योग्य वेळी योग्य ठिकाणी वस्तूंचे वितरण करणे म्हणजे व्यवसायास योग्य नफा प्राप्त होईल असे सांगतात. काही तंज्ञांच्या मते आर्थिक व्यवहार सचोटीने करताना सामाजिक हित जपणे म्हणजे सामाजिक जबाबदारी होय. व्यवसायाने आरोग्य शिक्षण, रोजगारनिर्मिती, ग्रामीण विकास व इतर सामाजिक बाबींकडे लक्ष पुरविणे ही व्यवसायाची सामाजिक जबाबदारी आहे, असेही काही व्यवस्थापन अभ्यासकांचे मत आहे. व्यवसायाने मिळालेला नफा फक्त व्यवसायाच्या उन्नतीकरता न वापरता त्यातील काही भाग सामाजिक विकासासाठी वापरावा. व्यवसायाच्या वस्तूबद्दल आणि सेवांबद्दल चुकीचे समज पसरू नयेत याचीही जबाबदारी व्यवसायाने

घेतली पाहिजे. व्यवसाय समाजातील प्रत्येक घटकाशी निगडित असल्यामुळे प्रत्यक्ष वा अप्रत्यक्ष तो प्रत्येक घटकास जबाबदार असतो. सामाजिक विकासाबरोबरच समाजाचा सर्वसामान्य दर्जा उंचावण्याची नैतिक आणि सामाजिक जबाबदारी व्यवसायावर असते.

व्याख्या (Definition)

अनेक व्यवस्थापकीय विचारवंतांनी 'सामाजिक जबाबदारी' यावर व्याख्या दिलेल्या आहेत. काही थोर विचारवंतांच्या व्याख्या पुढीलप्रमाणे-

१. सामाजिक जबाबदारी ही प्रत्येकाची नैतिक जबाबदारी असून ती पार पाडताना आपला हेतूही साध्य करता आला पाहिजे व त्यामुळे सामाजातील इतर घटकांना कोणत्याही प्रकारची हानी पोहोचता कामा नये.
– कुन्टझ् आणि ओडोनेल

२. सामाजिक जबाबदारी म्हणजे व्यवस्थापकाने आपली धोरणे, आपले निर्णय व आपल्या कृती अशा पद्धतीने निश्चित कराव्यात, की जेणेकरून सामाजिक उद्दिष्टे आणि मूल्ये याला ते पूरक असतील.
– एच. ई. बोवेन

३. व्यवस्थापनाच्या दृष्टीने सामाजिक जबाबदारी हा मूल्यांचा संच असतो, की ज्यामुळे सामाजिक कार्यांची जपणूक आणि वृद्धी होते.
– जेरी ॲन्डरसन

४. सामाजिक जबाबदारी म्हणजे आपले कामकाज करताना सर्वसामान्य जनतेची उद्दिष्टे विकसित करण्यासाठी प्रयत्न करणे, समाजाला लागणाऱ्या मूलभूत सोई/सवलती पुरविणे, तसेच सामाजिक स्थिरतेसाठी प्रयत्न करणे होय.
– पीटर ड्रकर

५. ग्राहक, सभासद व कर्मचाऱ्यांच्या हितसंबंधाची जपणूक करीत असतानाच समाजाच्या गरजा व समाजाच्या हितसंबंधांचा विचार करून व्यवसायाची धोरणे आठवली पाहिजेत. त्यानुसार व्यवहार करून निर्णय घेतले पाहिजेत. वरील सर्व तत्त्वांची स्वीकृती म्हणजेच सामाजिक जबाबदारी होय.
– रामकृष्ण बजाज

सामाजिक जबाबदारी पार पाडण्यासाठी भाग पाडणाऱ्या शक्ती (Forces for Corporate Social Responsibility)

१. ग्राहकवाद – आजच्या बाजारपेठेत ग्राहक हा केंद्रस्थानी मानला जातो. ग्राहक हा राजा आहे, या उक्तीला अनुसरून ग्राहकाला योग्य वस्तू व सेवा उपलब्ध करून देणे आणि त्यांच्या हक्कांचे संरक्षण करणे ही व्यवसायाची सामाजिक जबाबदारी आहे.

२. कर्मचारी – सशक्त व शिक्षित कर्मचारी संघटना आणि कायदे कामगारकल्याण आणि विकासाच्या बाबी पूर्ण पाडण्यासाठी व्यवसायास भाग पाडतात.

३. जनमत आणि सहकारी/शासकीय नियंत्रण – या गोष्टीही व्यावसायिकाला सामाजिक जबाबदारी पार पाडण्यास भाग करतात. व्यवसायाच्या उदारीकरणाकरता व्यवसायाची सामाजिक जबाबदारी पार पाडणे व्यवस्थापनाच्या दृष्टीने महत्त्वाचे ठरले आहे.

४. विश्वस्त – व्यवस्थापक व्यावसायिक मालमत्तेचे रक्षक असतात. ही मालमत्ता सामाजिक मालमत्ता म्हणून सांभाळली जाते.

५. व्यावसायिकपणा – जागतिकीकरणाच्या जगात व्यावसायिकतेला अत्यंत महत्त्व प्राप्त झाले आहे. संयुक्त भांडवली संकल्पनेमुळे पगारी व्यवस्थापक निर्माण झाले आहेत. त्यामुळे दीर्घकालीन भूमिका पार पाडण्यासाठी हे व्यवस्थापक अधिक जबाबदार असतात.

सामाजिक जबाबदारीस पूरक असणाऱ्या बाजू/बाबी (Arguments for Social Responsibility)

खालील घटक सामाजिक जबाबदारीची बाजू पद्धतशीरपणे मांडतात.

१. संयुक्त व्यवहार/व्यवसाय.
२. संयुक्त भांडवलपद्धती.
३. व्यवसाय आणि समाज यातील हितसंबंध.
४. व्यवसायाचा सामाजिक दर्जा/गुणवत्ता.
५. समाजावरील व्यवसायाचा ठसा.
६. सामाजिक अधिकार आणि सामर्थ्य.
७. व्यवसायाचा कायदेशीरपणा.
८. वैधरीत्या व्यवहार करण्याची सचोटी/हातखंडा.
९. निकोप स्पर्धा वृत्ती.
१०. उदारीकरणाचे धोरण.
११. व्यावसायिकपणा.
१२. जनमानसाचा आरसा/ठसा.

सामाजिक जबाबदारीस अप्रेरक असणाऱ्या बाबी (Arguments Against CSR)

सामाजिक जबाबदारी या संकल्पनेचे समिक्षीकीकरण केल्यास खालील टीकात्मक बाजू पुढे येतात.

१. व्यापक संकल्पना असली तरी त्यात संदिग्ध व अस्पष्टपणा आहे.
२. आर्थिक उद्दिष्टे आणि ध्येये गौण मानली जातात.
३. सामाजिक कौशल्य आणि कुशलतेचा अभाव.
४. ग्राहकांवर बोजा.
५. सामर्थ्याशिवाय जबाबदारी.
६. जबाबदारीचा गैरवापर.

सामाजिक जबाबदारीचे क्षेत्र (Areas of CSR)

सामाजिक जबाबदारीचे क्षेत्र ठरविताना पुढील तत्त्वे लक्षात घ्यावी लागतात.

१. उपलब्ध राष्ट्रीय साधनसामग्रींचा योग्य तो महत्तम उपयोग व्यवसायाने केला पाहिजे.
२. मालक, कर्मचारी, ग्राहक आणि समाज या महत्त्वाच्या चार घटकांमध्ये सुसंवाद राखणे. त्यांचे एकमेकांशी आणि व्यवसायाशी असलेले संबंध जपणे आणि सलोखा वाढविणे.
३. व्यवसायासाठी तयार करण्यात आलेल्या विविध कायद्यांचे पालन करणे.
४. व्यवसायाच्या निर्णयांना कारणीभूत ठरणाऱ्या अंतर्गत आणि बहिर्गत वातावरणाचे/पर्यावरणाचे सुबद्ध नियोजन करणे.
५. व्यवसायामध्ये निकोप स्पर्धावृत्ती टिकवून ठेवली पाहिजे.

६. सामाजिक स्वास्थ्याच्या दृष्टीने व्यवसायाने सतत कार्यरत राहणे.

७. राष्ट्रीय ध्येयधोरणानुसार व्यवसाय कौशल्यपूर्वक करून राष्ट्रीय नफ्यामध्ये वृद्धी करणे.

८. राष्ट्रीय नीतिमूल्ये आणि तत्त्वज्ञान याबाबत आदर राखणे आणि त्याचे काटेकोरपणे पालन करणे.

९. उद्योग आणि वाणिज्य विकासाच्या व्याप्तीमुळे सामाजिक नुकसान होणार नाही, याच्याकडे काळजीपूर्वक लक्ष देणे.

१०. सरकारच्या सामाजिक प्रकल्पामध्ये आणि देशांतर्गत विकासामध्ये उद्योगक्षेत्राचा मोलाचा वाटा आहे आणि ती व्यवसायाची जबाबदारीही मानली गेलेली आहे.

सामाजिक जबाबदारीचे वर्गीकरण (Classification of CSR)

सामाजिक जबाबदारीची व्याप्ती समजून घेतल्यानंतर त्याच्या कार्यवाहीकरिता जबाबदारीचे वर्गीकरण करणे, व्यवस्थापकाच्या दृष्टीने महत्त्वाचे ठरते. किंबहुना, कार्यवाही करणे सोपे जाते. समाजातील सर्व घटकांना व्यवस्थापक जबाबदार असतो. त्यांचे हित जपण्यास त्याचे हित तो पणाला लावत असतो. जबाबदारीच्या सोईसाठी पुढीलप्रमाणे वर्गीकरण करता येते.–

सामाजिक जबाबदारी

व्यवसायाअंतर्गत सामाजिक जबाबदारी	व्यवसायाबाहेरील सामाजिक जबाबदारी
(१) मालकांबाबत आणि भागभांडवल धारकांबाबत असलेली जबाबदारी	(१) गुंतवणूकदार
(२) कर्मचाऱ्यांबाबत सामाजिक जबाबदारी	(२) ग्राहक
	(३) सरकार/शासन
	(४) वित्तपुरवठा संस्था
	(५) समाज आणि इतर

(अ) व्यवसायांतर्गत सामाजिक जबाबदारी

१. भागधारक/मालकांबाबत जबाबदारी

भागधारक हे व्यवसायसंस्थेचे मालक असतात. त्यांनी त्यांचे भांडवल व्यवसायात गुंतविलेले असते. या भांडवलाचा योग्य वापर करून त्यांना त्या बदल्यात योग्य मोबदला देणे ही व्यवस्थापनाची जबाबदारी आहे. भागधारकांची व्यवसायातील गुंतवणूक सुरक्षित ठेवणे ही व्यवस्थापनाची प्रमुख जबाबदारी आहे. कंपनी कायद्यानुसार भागधारकांना काही अधिकार प्राप्त झालेले असतात. व्यवस्थापनाने या अधिकारांचा आदर केला पाहिजे. कोणताही भागधारक त्याने गुंतविलेल्या व्यवसायाबाबत माहिती मिळवू शकतो. भागधारकांच्या मागणीनुसार त्यांना हवी ती व्यवसायाबाबत कायदेशीर माहिती पुरविणे ही व्यवस्थापनाची जबाबदारी मानली जाते. कंपनीला भांडवल पुरविणारे भागधारक हे असंख्य प्रमाणात दूरवर विखुरलेले असतात. म्हणून व्यवसाय योग्य आणि वैध मार्गाने चालविण्यासाठी त्यांना संचालक मंडळ स्थापन करावे लागते. संचालक मंडळ भागधारकांच्या वतीने कंपनीचा सर्व कारभार सांभाळते आणि वेळोवेळी त्यांना अहवाल पुरवीत असते. त्यामुळे कंपनीच्या मालमत्तेच्या आणि भांडवलाचा दुरुपयोग होऊ न देणे ही जबाबदारी व्यवस्थापनाची असते. व्यवसायाच्या दैनंदिन कारभारात भागधारक सक्रिय सहभाग घेऊ शकत नाहीत. त्यामुळे त्यांचा सक्रिय सहभाग

मिळविण्यासाठी व्यवस्थापनाने उत्तेजन दिले पाहिजे. या सर्वांवरुन असे नमूद करता येते की, भागधारकांना व्यवसायाच्या कारभाराबाबत व आर्थिक स्थितीबाबत सत्य आणि वास्तविक माहिती पुरविणे ही व्यवस्थापनाची कायदेशीर तसेच सामाजिक जबाबदारी आहे.

२. कर्मचाऱ्यांबाबत जबाबदारी

कर्मचारी हे व्यवस्थापनाचा महत्त्वाचा अंतर्भूत घटक आहेत. व्यवसायाची दैनंदिन कार्यवाही ही कर्मचाऱ्यांमार्फत केली जाते. व्यवसायामधील इतर घटक जसे की, कच्चा माल, यंत्रसामग्री, इमारत, जमीन आणि भांडवल हे सर्व निर्जीव असतात. हे घटक क्रियाशील आणि गतिमान करण्यासाठी कर्मचाऱ्यांचे सहकार्य अपेक्षित असते. किंबहुना, ते आवश्यक असते. व्यावसायिक यश, उत्पादन, विक्री, नफा या सर्वच गोष्टी कर्मचाऱ्यांच्या कुशलतेवर अवलंबून असतात. कर्मचाऱ्यांकडून कुशलतेने काम करवून घेणे हे व्यवस्थापनाचे कौशल्य असते. व्यवस्थापन कर्मचाऱ्यांशी निगडित असलेली जबाबदारी पुढीलप्रमाणे पार पडते –

१. कर्मचाऱ्यांना त्यांच्या कामाचा योग्य मोबदला देणे.

२. कर्मचाऱ्यांची कार्यक्षमता टिकविणे, वाढविणे आणि किमान गरजा भागविण्यासाठी चांगले वेतन देणे.

३. मानवी दृष्टिकोनातून कर्मचाऱ्यांना चांगली वागणूक दिली पाहिजे. कर्मचाऱ्यांशी हितसंबंध जपणे ही व्यवस्थापनाची जबाबदारी असते.

४. कर्मचाऱ्यांच्या गुणांचे, कौशल्याचे वेळोवेळी दखलपात्र कौतुक करणे आवश्यक असते. कामगारांच्या उत्कृष्ट कामाबद्दल, नैपुण्याबद्दल, विशेष प्रावीण्याबाबत त्यांना बक्षीस देऊन, गौरव करून उत्तेजन दिले पाहिजे.

५. काम करत असताना कर्मचाऱ्यांच्या सुरक्षिततेसाठी आवश्यक ती खबरदारी आणि उपाययोजना केली पाहिजे. कारखाना, यंत्रसामग्री हाताळताना, गोदामे आणि विक्री केंद्र इ. ठिकाणी अपघात होणार नाहीत याची खबरदारी व्यवस्थापनाने घेतली पाहिजे.

६. व्यवस्थापनाने आपल्या कर्मचाऱ्यांना योग्य त्या सोई-सवलती उपलब्ध करून दिल्या पाहिजेत. उदा. मोफत वैद्यकीय सोय, निवासव्यवस्था, प्रवास सोय इ.

७. कर्मचाऱ्यांचा कामाबाबत प्रतिसाद हा त्यांना कामातून मिळणाऱ्या समाधानावर अवलंबून असतो. त्यामुळे कामाची विभागणी करताना प्रत्येक कर्मचाऱ्याची आवड व पात्रता लक्षात घेऊन विभागणी आणि वाटप केले पाहिजे.

८. कर्मचाऱ्यांचे मानसिक संतुलन कायम राखण्याची जबाबदारी व्यवस्थापनाची असते.

९. कर्मचाऱ्यांमध्ये अंतर्गत गटबाजी, असंतोष, असहिष्णुता निर्माण होणार नाही याबाबत व्यवस्थापनाने विशेष दखल घेतली पाहिजे.

१०. कर्मचाऱ्यांच्या काही सूचना/सुझाव असतील, ते कंपनीच्या सर्वांगीण उत्कर्षासाठी असतील तर त्याची योग्य दखल घेणे आणि त्यावर विचारविनिमय करणे हीसुद्धा व्यवस्थापनाची जबाबदारी आहे.

११. मालक आणि कर्मचारी यांच्यात सलोख्याचे संबंध निर्माण झाल्यास त्याचा उत्पादनक्षमतेवर चांगला परिणाम होतो आणि उद्योगाचा विकास होतो. त्यामुळे मालक व नोकर ही भावना न ठेवता एकमेकांच्यात स्नेहाचे संबंध निर्माण करणे ही व्यवस्थापनाची जबाबदारी आहे. औद्योगिक संबंधावरच व्यवसायाचे धैर्य आणि विकास अवलंबून असतो, हे व्यवस्थापनाने कायम लक्षात ठेवले पाहिजे.

(ब) व्यवसायाबाहेरील सामाजिक जबाबदारी

१. गुंतवणूकदारांबाबत जबाबदारी

गुंतवणूकदार हा व्यवसायाचा भावी भागधारक असतो. त्यामुळे गुंतवणूकदाराला गुंतवणूक करण्यासाठी प्रोत्साहित करणे ही व्यवसायाची अर्थातच व्यवस्थापनाची जबाबदारी असते. कंपनीबाबत/व्यवसायाबाबत त्याच्या विकासाबाबत माहिती पुरविणे ही व्यवस्थापनाची जबाबदारी असते. असत्य आणि दिशाभूल करणारी माहिती पुरविल्यास व्यवसायाला नुकसान होऊ शकते.

२. ग्राहकांबाबत जबाबदारी

व्यवसायाचे यश हे ग्राहकांवरच अवलंबून असते. आपल्या ग्राहकांना उत्तम दर्जाच्या आणि उत्कृष्ट गुणवत्तेच्या वस्तूंचे मागणीप्रमाणे पुरवठा करणे ही व्यवस्थापनाची जबाबदारी आहे. व्यवस्थापनाने वस्तूंचा उत्पादनखर्च आणि विक्री किंमत वस्तूची गुणवत्ता आणि उपयुक्तता यांच्याशी निगडित असते. तरच ती ग्राहकाच्या पसंतीस उतरते. हे व्यवस्थापनाने लक्षात ठेवले पाहिजे. वस्तूंचा आणि सेवांचा दर्जा निश्चित करून दर्जा नियंत्रण करणे ही प्रत्येक व्यवस्थापनाची जबाबदारी आहे. ग्राहकांच्या आवडीनिवडी सतत बदलत असतात. व्यवस्थापनाने ग्राहकांच्या गरजा लक्षात घेऊन नवनवीन वस्तूंचे उत्पादन करावे आणि परिस्थितीनुरूप त्यामध्ये परिवर्तन करावे. वाजवी किमतीने विक्री करणे ही व्यवस्थापनाच्या विक्री विभागाची जबाबदारी आहे. व्यवस्थापनाने ग्राहकांना वस्तूबाबत सत्य आणि संपूर्ण माहिती पुरविली पाहिजे. उत्पादन आणि विक्री व्यवसायामध्ये जे आर्थिक शोषण होऊ शकते ते टाळण्यासाठी व्यवस्थापनाने काळजी घेणे आवश्यक आहे.

३. शासनाबाबत असणारी जबाबदारी

शासन देशातील सर्व व्यवसायांच्या व्यवस्थापनाचे पालकत्व करत असते. व्यवसायाच्या स्थापनेसाठी, विकासासाठी सुव्यवस्था तसेच सोई-सवलती सरकारतर्फे पुरविल्या जातात. त्यामुळे व्यवसायाचीसुद्धा शासनाबाबत जबाबदारी येते. विविध प्रकारचे कर उदा. विक्रीकर, उत्पन्नकर, जकातकर, संपत्तीकर, उत्पादनकर इ. प्रामाणिकपणे आणि नियमितपणे भरणे ही व्यवस्थापनाची पहिली जबाबदारी आहे. वेळोवेळी जाहीर केलेले औद्योगिक परवाना, आयात-निर्यात, आर्थिक आणि वित्तीय ध्येयधोरणे पाळणे ही व्यवस्थापनाची जबाबदारी मानली जाते. व्यवसायाच्या आणि देशाच्या विकासासाठी कर आणि विविध ध्येयधोरणांची अंमलबजावणी सरकार करत असते. त्याला पाठिंबा देणे ही व्यवस्थापनाची जबाबदारी मानली जाते. व्यवसायात एकसूत्रता राहण्यासाठी, शिस्त राखण्यासाठी अनेक प्रकारचे व्यापारी आणि औद्योगिक कायदे संमत केलेले आहेत. त्याचे पालन करून व्यवहार करणे ही जबाबदारी व्यवस्थापनावर येते. व्यवस्थापनाने सरकारलासुद्धा सत्य आणि खरी माहिती पुरविली पाहिजे. या माहितीच्या आधारेच सरकार देशाच्या विकासाची धोरणे व नियोजन आखत असते. लाचलुचपत आणि भ्रष्टाचार टाळणे आणि त्याला आळा घालणे ही व्यवस्थापनाची जबाबदारी आहे. उदा. बेळगाव येथील Business Aashram नावाची व्यवसाय संस्था सर्व कायदा आणि नियमांचे पालन करून सरकारप्रती आपली सामाजिक जबाबदारी पार पाडत आहे.

४. वित्तपुरवठा करणाऱ्या संस्थांबाबत जबाबदारी

कोणताही व्यवसाय उभारायचा असेल किंवा वृद्धिंगत करायचा असल्यास वित्त/पैशाची गरज लागते. स्वतःचा निधी गोळा करणं कधी कधी व्यवसायास अशक्य होते. त्यासाठी वित्त पुरविणाऱ्या संस्थांमार्फत निधी गोळा केला जातो. त्यामुळे व्यवस्थापनाची या संस्थांबाबत सामाजिक जबाबदारी ठरते. या संस्थांचे पैसे वेळोवेळी योग्य त्या आकारलेल्या व्याजदराने परत करणे ही जबाबदारी व्यवस्थापनाची असते.

५. समाजाबाबत असणारी जबाबदारी

व्यवसाय हा समाजाचा एक अविभाज्य घटक आहे. समाजातील अनेक स्तरांपासून आणि घटकांपासून व्यवसायाला फायदा होत असतो. त्यामुळे व्यवस्थापनाची समाजाबाबत असणारी जबाबदारी महत्त्वाची ठरते. ज्या समाजात व्यवसाय आपला व्यवहार करत असतो. त्या समाजाचे राहणीमान आणि एकूण जीवनमान उंचाविण्याच्या दृष्टीने व्यवस्थापनाने भरघोस प्रयत्न केले पाहिजेत. बेरोजगार कमी करण्याच्या दृष्टीने व्यवसायाने प्रयत्नशील असले पाहिजे. व्यवस्थापनाने समाजाच्या उन्नतीसाठी व्यवसायाचा विकास केला पाहिजे. व्यवस्थापनाचे संपत्तीचे विकेंद्रीकरण करणे गरजेचे आहे. तसेच रोजगाराच्या संधी उपलब्ध करून दिल्या पाहिजेत. समाजातील पुनर्वसन करण्याच्या दृष्टीनेही व्यवस्थापनाने प्रयत्नशील असायला पाहिजे. तसेच समाजकल्याणाच्या योजना राबविण्यासाठी सक्रिय सहभाग घेतला पाहिजे.

थोडक्यात, व्यवस्थापनाने सामाजिक घटकांमध्ये हितसंबंध राखण्यासाठी समन्वय साधला पाहिजे.

भारतातील व्यवसायाची सामाजिक जबाबदारी (Corporate Social Responsibility of Business in India)

भारतामध्ये अजूनही व्यवसायाची म्हणावी इतकी भरभराट झालेली नाही. काही ठराविक व्यवसायच फक्त देशाच्या आर्थिक आणि सामाजिक कल्याणासाठी योगदान करताना आढळतात. आत्ताच्या परिस्थितीनुरूप अजूनही नवीन व्यवसाय उदयास येत आहेत. भारतासारख्या मिश्र अर्थव्यवस्था असलेल्या देशात सामाजिक जबाबदारीची जाणीव ठेवणे व्यवसायाच्या दृष्टीने अनिवार्य आहे. भारतीय व्यवसायाच्या अनुषंगाने पुढीलप्रमाणे सामाजिक जबाबदारी सांगता येईल.

व्यवसायाने निर्यातवाढ आणि आयात कमी करून देशाला आर्थिकदृष्ट्या स्वयंपूर्ण करण्याची जबाबदारी घेतली पाहिजे. नैसर्गिक साधनसंपत्तीचा सदुपयोग केला पाहिजे. यामुळे सामाजिक जीवनमान उंचावविण्यास मदत होते. समाजाच्या आर्थिकदृष्ट्या दुर्बल घटक असलेल्या ठिकाणी आणि प्रादेशिक अस्थिरता असलेल्या ठिकाणी नवीन उद्योग निर्मिती करून रोजगाराच्या संधी उपलब्ध करणे. राष्ट्रीय आणि भौगोलिक असमानतेचा विचार करून पर्यावरणातील प्रदूषण टाळण्यासाठी प्रयत्नशील होऊ शकते. सामाजिक मूल्ये, व्यावसायिक नीतिमत्ता आणि सांस्कृतिक प्रतिष्ठा जपणे. सामाजिक जबाबदारी पार पाडण्यासाठी व्यवसाय खालील उपाययोजना करू शकते.

१. कंपनीच्या सर्वसाधारण सभेवर सामाजिक समूहाला प्रतिनिधित्व द्यावे.

२. सामाजिक अंकेक्षण करणे ही क्रमप्राप्त आहे.

३. घटनापत्रक आणि नियमावलीमध्ये सामाजिक जबाबदारीचे कलम समाविष्ट केले पाहिजे.

४. ग्राहक संघटनेमुळे व्यवसाय आपली सामाजिक जबाबदारी पार पाडू शकतो.

५. व्यापारी संघटना आणि चेंबर ऑफ कॉमर्स यांचे व्यवसायावर प्रभावी नियंत्रण असल्याने व्यवसाय सामाजिक जबाबदारी पार पाडू शकतात.

६. व्यवसाय संस्थेने संघटनात्मक संस्कृतीचा विकास केल्याने सामाजिक जबाबदारी व्यवसाय पार पाडू शकते.

८.२ सामूहिक कारभार/कंपनी कारभारविषयक नियमन (Corporate Governance)

प्रस्तावना (Introduction)

आधुनिक जागतिकीकरणाचा वाढता प्रभाव, आर्थिक क्षेत्रांत वाढणारी स्पर्धा या सर्व गोष्टीमुळे कंपनीच्या व्यवस्थापनावर कामाचा ताण वाढतो आहे. यासाठी संचालक मंडळानी कंपन्यांचा व्यवसाय चालविताना भागधारक, त्यांना अर्थसाहाय्य करणाऱ्या पतसंस्था व बँका, कच्च्यामालाचा पुरवठा करणाऱ्या संस्था इत्यादी महत्त्वपूर्ण घटकांचा विचार करणे अवश्यक असते. या सर्व गोष्टींमध्ये योग्य ते संतुलन घडवून आणणे हे आधुनिक व्यवस्थापनाचे कौशल्य आहे. यासाठी सर्व कंपन्यांना उत्तरदायित्वाची भूमिका करावी लागते आणि या घटकांमधूनच 'कंपनीच्या कारभाराविषयी नियमन' ही संकल्पना पुढे आली. कंपनी कारभारासंबंधीचे नियमन (Rules of corporate Governance) ही संकल्पना सर्वांत प्रथम अमेरिकेतील कॅलिफोर्निया विद्यापीठातील प्रा.ऑलिव्हर विल्यमसन यांनी अस्तित्वात आणली.

कंपनी कारभाराचे नियमन म्हणजे गेल्या काही वर्षांपासून सतत ऐकण्यात येणारा 'कॉर्पोरेट गव्हर्नन्स' हा शब्द होय. ही संकल्पना कॅडबरी कमिटीच्या अहवालातून स्पष्ट झाली. हा अहवाल इ. स. १९९२ मला इंग्लंडमध्ये सर्वप्रथम कॅडबरी कमिटीचा अहवाल प्रसिद्ध करण्यात आला. या अहवालाद्वारे कंपनीने पालन करावयाची आचारसंहिता स्पष्ट केली आहे. या अहवालात मुख्यतः कंपन्यांच्या आर्थिक व्यवहाराची पारदर्शकता व त्याबाबत कंपनी संचालकांच्या उत्तरदायित्वाची भूमिका, हिशेबतपासनीस यांची महत्त्वपूर्ण भूमिका याबाबत जबाबदारी स्पष्ट केली आहे.

अ) संचालक मंडळाची भूमिका व कर्तव्ये : यामध्ये संचालक मंडळाची रचना, संचालकांची संख्या, संचालक व व्यवस्थापकीय संचालक यांच्यातील समतोल, अध्यक्ष व कार्यकारी संचालक ही स्वतंत्र पदे अस्तित्वात आणली आहेत.

ब) इतर संचालकांची भूमिका : दुसऱ्या भागात संचालकांच्या (इतर) भूमिकेबाबत चर्चा केली आहे. बहुतेक इतर संचालक स्वतंत्र असावेत व त्याची नेमणूक विशिष्ट कार्यकरिता केली जावी त्याप्रमाणे त्यांची फेरनेमणूक करावयाची असेल तर ती त्याच्या कार्यावरून ठरविली जावी.

क) कार्यकारी संचालक व त्यांचा मोबदला : तिसऱ्या विभागांत कार्यकारी संचालक व त्यांना देण्यात येणारा मोबदला या गोष्टी विचारा घेण्यात आल्या आहेत. याबाबत इतर संचालकाची एक समिती असावी व त्यांना दिले जाणारे एकूण मानधन व फायदे पूर्णपणे घोषित करावेत.

ड) वित्तविषयक अहवाल : शेवटच्या भागात वित्तविषयक अहवाल तयार करणे व नियंत्रण याबाबत विचार केला आहे. संचालकांची एक हिशेबतपासणी समिती असावी व त्या अहवालात अंतर्गत आर्थिक नियंत्रण पध्दतीविषयक माहिती देण्यात यावी यामुळे आर्थिक सत्तेचे केंद्रीकरण होण्यापासून वाचेल.

८.२.१ कंपनी कारभारविषयक नियमन–अर्थ व गरज (Meaning & Need of Corparate Governance)

व्याख्या

'कंपनीच्या कारभाराचे नियमन करणे म्हणजे व्यवसायाची कंपनीच्या व्यवस्थापनातील सर्व घटकांच्या हिताच्या दृष्टीने विचार करून चालविण्यात येणारी प्रक्रिया अथवा पद्धत होय.'

८.२.२ कंपनी कारभारविषयक नियमन – उद्देश व व्यवहारपद्धती (Objectives of Corporate Governance)

उद्देशः

अ) परिणामकारकता पडताळून पाहणे : एकूण कामकाजामध्ये झालेल्या प्रगतीवर परिणामकारकता मोजण्यात येते यावरून संचालकांनी कंपनीला कोणत्या प्रकारचे नेतृत्व दिले; हे लक्षात येते. कंपनीच्या साध्य झालेल्या उद्दिष्ट्यांवरून कंपनीची परिणामकारता पडताळता येते.

ब) उत्तरदायित्व/जबाबदारी : ज्याची जबाबदारी कंपनीवर असते त्या सर्वांना कंपनीच्या कारभारासंबंधी माहिती देणे कंपनीच्या कार्यात कारभारात पारदर्शता व कौशल्य आणणे इ.

व्यवहार पद्धती

अ) भागधारक : भागधारकांच्या तक्रारी व अडचणींची दखल घेतली पाहिजे. त्यांना योग्य मोबदला दिला जावा यात बोनस भाग वाटणे, लाभांश देणे इ. गोष्टींचा समावेश असतो.

ब) ग्राहक : आधुनिक युगात सुयोग्य व्यापार व व्यवहार पद्धतीचा वापर करण्यात येईल; व्यवसायातील नीतिमुल्ये जपून ग्राहकांना योग्य व चांगल्या दर्जाचा माल व सेवा, योग्य किमतीत दिल्या जाव्यात.

क) समाज : सामाजिक जबाबदारीची जाणीव म्हणून व्यवसायाने शैक्षणिक कार्ये, आरोग्य सुविधा, स्वच्छता मोहीम, मनोरंजन सोयी-सुविधा पुरविण्यावर लक्ष दिले पाहिजे.

ड) शासन : व्यवस्थापकाने कर संबंधीच्या नियमांची वेळेत पूर्तता केली पाहिजे; सरकारी धोरणालची अवलंब केला पाहिजे. सरकारच्या आर्थिक विकासाबाबत असणाऱ्या योजनेत सहभाग घ्यावा.

इ) कर्मचारी वर्ग : व्यवसायात काम करणाऱ्या कामगारांना त्यांच्या कामाचा योग्य मोबदला दिला जावा; त्यांना विविध सोयीसुविधा पुरविण्यात याव्यात.

कंपनी कारभार नियमनातील महत्त्वपूर्ण घटक : यामध्ये प्रमुख्याने दोन गोष्टींचा समावेश करण्यात आला आहे.

अ) कंपनीच्या कारभात व्यवस्थापन व गुंतवणूकदार यांच्यात सुसंवाद साधणे. कंपनीच्या सर्व घटकांमध्ये भागधारक, कर्जदार, ठेवीदार, पुरवठादार यांच्यात समन्वय साधणे अशी प्रक्रिया निर्माण करणे.

ब) कायद्याप्रमाणे देण्यात येणारी माहिती व ती माहिती देण्याचा अधिकार कोणत्या पातळीवर आहे हे निश्चित करावे लागते.

कंपनीचा कारभार यशस्वीपणे चालविण्याची जबाबदारी ही संचालक मंडळाची आहे; यासाठी त्यांनी अटीचे काटेकोरपणे पालन केले पाहिजे; कंपनी व हितसंबंधी सर्व घटकांत योग्य समन्वय घडवून आणले पाहिजेत. भागधारकांनी योग्य अशाच व्यक्तीची संचालक म्हणून नियुक्ती करावी व हिशेबतपासनीसाची ही नियुक्ती करून कंपनीच्या कारभारावरील अटीनुसार चालतो याची खात्री करून घ्यावी अशी महत्त्वपूर्ण भूमिका निभावून न्यावी लागते.

व्यावसायिक आचारसंहितेची तत्त्वे :

    – सामाजिक – कंपनी संदर्भातील वैयक्तिक मूल्ये आत्मसात करण्याची आवश्यकता.

    – सामार्थ्य – व्यावसायिक सामर्थ्य मिळविणे आवश्यक असते.

– योग्यता – व्यावसायिक सेवा देण्यापूर्वी त्यात विशेष योग्यता प्राप्त करावी.

– गोपनीयता – व्यावसायिक गोपनीयता राखली पाहिजे.

– नीतिमूल्य – उच्च व्यावसायिक नीतिमूल्यांची जोपासना करणे.

– प्रतिष्ठा – कंपनीने आपल्या सेवेतून प्रतिष्ठा, आदर प्राप्त करावा.

प्रत्येक संस्थेने आपल्या व्यवसायाची नीतिमूल्ये निश्चित करावीत यामुळे सर्व घटकांना काम करण्याची, वागण्याची एक निश्चित दिशा प्राप्त होईल.

८.२.३ कंपनी कारभारविषयक नियमन प्रभावीपणे अंमलात आणण्यातील समस्या व अडचणी (Difficulties in Effective implimentation of Corporate Governance)

प्रभावी कंपनी कारभारविषयक नियमनाच्या बाबी–

१. एकूण मालमत्तेवर मिळणाऱ्या मोबदल्याविषयी दीर्घकालीन धोरण निश्चित करणे.

२. भागधारकांना सतत माहिती प्रकट करण्याचे धोरण.

३. दीर्घकालीन लाभांशविषयक धोरण.

४. विशिष्ट ध्येयाकरिता निर्माण केलेल्या निधीचा इतर कारणांकरिता उपयोग करणाऱ्या संस्थेच्या कार्याचे प्रकटीकरण.

५. व्यवसायक्षेत्र दुसरीकडे नेण्याबाबत व्यावसायिक धोरण.

६. कर्जे व उचल देण्यास संचालक मंडळाची दिलेली पूर्वसंमती व त्यासंबंधीचे प्रकटीकरण.

७. इतर संचालक व नामनिर्देशित संचालकांची जबाबदारी.

८. प्रभावी अंतर्गत नियंत्रण पद्धती.

९. आर्थिक अहवाल व हिशेबतपासणी पद्धतीची पारदर्शकता.

अडचणी/समस्या

१. भारतामध्ये बऱ्याच मोठ्या कंपन्या प्रवर्तकाच्या हितसंबंधाच्या दृष्टिकोनातून चालविण्यात येतात. त्यामुळे भागधारक, कर्मचारी, ग्राहक व इतर समाज यांचे हितसंबंधाचे रक्षण होत नाही.

२. अमेरिकेप्रमाणे भारतात मजबूत व प्रभावी संस्था सभासद यांचा अभाव.

३. व्यावसायिक व्यवस्थापकांची कमतरता.

थोडक्यात भारतीय परिस्थितीशी अनुरूप योग्य ठरणारे कंपनी कारभारासंबंधीचे नियम तयार करणे व चांगल्या आंतरराष्ट्रीय व्यवहार पद्धती प्रस्थापित करणे हे आधुनिक काळातील कंपन्यांच्या समोर मोठे आवाहन आहे; यासाठी कंपन्यांनी आपली व्यवहार पद्धती बदलली पाहिजे.

भारतात कंपनीने आपले कामकाज करताना व व्यवहार करताना पुढील कायद्याचे पालन करावे –

१) कंपनी कायदा १९५६

२) विदेशी चलन नियंत्रण कायदा १९७३ (FERA)

३) आजारी उद्योग कंपनी कायदा १९८५

४) मक्तेदारी आणि अनिष्ट निर्बंध व्यापार पद्धतीचा कायदा १९६९ (MRTP Act)

५) मध्यस्थ व सलोखा कायदा १९९६

६) भारतीय रोखे व चलन व्यवहार मंडळ कायदा – १९९२ (SEBI)

७) चलन व्यवहार नियंत्रण कायदा, १९५६

८) ग्राहक संस्था व सावकारीविषयक कायदे

९) ठेवीविषयक कायदा – १९९६

१०) भागबाजारात भागांच्या नोंदणीविषयक करार

या व्यतिरिक्त व्यवसायात जर काही गैरप्रकार, कर बुडविणे इत्यादी घटना घडत असतील तर सरकार व कंपनी या दोघांनी मिळून या गोष्टीकडे गांभीर्याने पाहिले पाहिजे. आपल्या गुणात्मक वाढ करण्यासाठी कंपनीने सर्व माहिती प्रसिद्ध करावी याच बरोबर चांगल्या पद्धतीची जाणीव करून घ्यावी यामुळे घटकांना फायदा मिळेल.

८.३ आपत्ती व्यवस्थापन (Disaster Management)

प्रस्तावना (Introduction)

आधुनिक काळात तंत्रज्ञानामध्ये अत्यंत वेगाने प्रगती झालेली आहे. तंत्रज्ञानाच्या बदलाचा परिणाम मानवी जीवनावरही झालेला आहे. या अद्ययावत तंत्रज्ञानाच्या साहाय्याने मानवाने प्रचंड प्रमाणावर प्रगती केलेली आहे. याचा परिणाम प्रत्येक क्षेत्रातच झाला आहे. विज्ञान आणि तंत्रज्ञानाने जी प्रगती केली, त्यामुळे मानवाने निसर्गाच्या पर्यावरणात हस्तक्षेप केला आहे. यामुळे विविध प्रकारच्या आपत्तींना तोंड द्यावे लागते. उदा. जागतिक तापमानवाढीच्या परिणामांना आज आपण सर्वच सामोरे जातोय.
नैसर्गिक साधनसंपत्तीचा मोठ्या प्रमाणावर ऱ्हास झाला आहे. काही ठिकाणी अतिवृष्टी, तर काही ठिकाणी तीव्र दुष्काळाला तोंड द्यावे लागत आहे. उदा नद्या आटत चालल्या आहे, तर बर्फ वितळत चालला आहे. या सर्वांबरोबरच लोकसंख्या वाढीलाही तोंड द्यावे लागत आहे. मानवाच्या प्रगतीमुळे राहणीमान आणि जीवनमान जरी उंचावले असले तरी त्याबरोबर येणाऱ्या विविध आपत्तींनासुद्धा तोंड द्यावे लागत आहे.

सर्वसामान्यपणे विपत्ती, येणारी संकटे म्हणजेच 'आपत्ती' होय. आपत्ती ही निसर्गनिर्मित किंवा मानवनिर्मित असते. आपत्ती निर्माण झाल्यास त्याची तीव्रता कमी करण्याच्या दृष्टीने प्रयत्नशील असावे लागते. तसेच आपत्ती निर्माण होऊ नये अथवा निर्माण झाल्यावर तिला समर्थपणे तोंड देता यावे यासाठीही उपाययोजना कराव्या लागतात. नियोजनबद्धता काटेकोरपणे करून त्याचे पालन करावे लागते. निर्माण होणाऱ्या अथवा उद्भवणाऱ्या आपत्तींना आणि संकटांना समर्थपणे तोंड देण्यासाठी ध्येयधोरणे आखावी लागतात. सुसंगतरीत्या नियंत्रित करावी लागतात. या सर्व प्रक्रियेला आपत्ती व्यवस्थापन असे म्हणतात.

८.३.१ आपत्ती व्यवस्थापन – अर्थ व व्याख्या (Meaning and Definition)

१.हेनरी फेयॉल : आपत्तीचे पूर्वानुमान नियोजन आणि संघटन करणे आणि आपत्तीकाळात विविध घटकांत समन्वय साधून आपत्तीवर नियंत्रण ठेवणे म्हणजे आपत्ती व्यवस्थापन होय.

२.जॉर्ज टेरी : आपत्तीच्या परिणामावर मात करण्यासाठी व्यक्ती व सामग्रीचा उपयोग करून नियोजन करणे, संघटन करणे, प्रोत्साहन देणे, तसेच समूहाच्या कार्यावर नियंत्रण ठेवणे इ. क्रियांचा समावेश असलेली आपत्ती व्यवस्थापन ही एक वेगळी अशी सर्वसमावेशक प्रक्रिया आहे.

३.संयुक्त राष्ट्रसंघ : आपत्ती म्हणजे अशी घटना की ज्यामुळे अगदी आकस्मिकपणे प्रचंड जीवितहानी आणि इतर प्रकारची हानी होते.

आपत्ती अचानकपणे येते. तिचा पूर्वअंदाज करता येत नाही. आपत्ती आल्यास ती मोठ्या प्रमाणावर जीवितहानी व इतर हानीस कारणीभूत ठरते. उदा त्सुनामी, भोपाळ गॅस दुर्घटना, वर्ल्ड ट्रेड सेंटरवरील दहशतवादी हल्ला, मुंबईतील हॉटेल ताजवरील दहशतवादी हल्ला इ. या सर्व आपत्तींमुळे मोठ्या प्रमाणावर जीवित आणि वित्तहानी झाली आहे. अशा प्रकारच्या आपत्तींवर मात करण्यासाठी व्यवस्थापनाच्या विविध कार्यांची प्रक्रिया अवलंबिली जाते. त्यास आपत्ती व्यवस्थापन असे म्हणतात.

८.३.२ आपत्तीचे व्यवस्थापनाचे प्रकार (Types of Disaster)

आधी चर्चा केल्याप्रमाणे आपत्ती ही नैसर्गिक अथवा मानवी चुकांमुळे येऊ शकते. अर्थातच आपत्तीचे वर्गीकरण करताना ते मुख्यत्वे पुढील प्रकारांत आढळून येते.

(अ) निसर्गनिर्मित आपत्ती :

१) पूर	२) दुष्काळ
३) त्सुनामी	४) भूकंप
५) चक्रीवादळ	६) ज्वालामुखी
७) दरडी कोसळणे	८) हिमवादळे
९) वणवा	१०) साथीचे/संसर्गजन्य रोग.

(ब) मानवनिर्मित आपत्ती :

१) वायूगळती	२) दहशतवादी कारवाया
३) कारखान्यातील अपघात	४) वाहनांचे अपघात
५) युद्धे	६) दंगली
७) जैविक संहार	८) किरणोत्सर्ग
९) शॉर्टसर्किट	

८.३.३ आपत्ती व्यवस्थापनाचे महत्त्व (Importance of Disaster Management)

मानवाने उत्तरोत्तर जरी प्रगती केलेली असली तरी नैसर्गिक शक्तीपुढे आणि सामर्थ्यापुढे माणसाला नेहमीच झुकावे लागले आहे. निसर्गापुढे मानवी शक्ती अतिशय मर्यादित आणि तोकडी आहे. विविध प्रकारच्या संकटांना सामोरे जाण्यासाठी मानवाला व्यवस्थापनाची गरज भासते. मानवाला विविध प्रकारच्या आपत्तींवर मात करण्याची तयारी करावीच लागते. नैसर्गिक आपत्तींना सामोरे जाणे अत्यंत कठीण आहे. एखादी आपत्ती निर्माण झाल्यास तिचा कालावधी किती असेल, याचा अंदाज घेणे अवघड असते.

आपत्तीचे निवारण करण्यासाठी आपत्तीचा संशोधनात्मक दृष्टीने विचार करणे गरजेचे ठरते. त्याचप्रमाणे आपत्तीच्या व्यवस्थापनाची योग्य व सुबद्ध संघटन आणि नियोजन करून आपत्तीपूर्व, आपत्तीच्या वेळी आणि आपत्तीनंतर कोणत्या उपाययोजना केल्या पाहिजेत याचा विचारही करणे आवश्यक आहे.

आपत्ती व्यवस्थापनामुळे जीवितहानी टाळता येऊ शकते. अलीकडे प्रत्येक आपत्तीचा वैज्ञानिक आणि संशोधनात्मक दृष्टीने अभ्यास केला जातो. पूर्वानुभवावरून आलेल्या आपत्तीची तीव्रता कमी करता येऊ शकते. आपत्तीबद्दल वेळोवेळी प्रबोधन करणे गरजेचे आहे. यामुळे नागरिकांमध्ये जबाबदारीची जाणीव निर्माण होऊ शकते.

आपत्ती व्यवस्थापनाचा उद्देश मानवी आणि नैसर्गिक संपत्तीची सुरक्षा करणे हा आहे. आपत्ती व्यवस्थापन जनमानसात सुरक्षा आणि विश्वासाची भावना निर्माण करते. उदा. आपत्ती आल्यानंतर ज्या निकडीने आणि सामर्थ्याने, धीराने मुंबईकर परिस्थितीला सामोरे जातात आणि एकमेकांना सहकार्य करतात.

अनेक स्वयंसेवी संघटना आणि संस्था एकत्र येऊन आर्थिक आणि इतर स्वरूपाची मदत आपत्कालीन ठिकाणी नेऊन देतात आणि उत्स्फूर्तपणे आपद्ग्रस्तांना मदत करतात.

आलेली नैसर्गिक आपत्ती टाळता येत नाही. मानवी आपत्तीचा अंदाज असल्यास ती टाळता येते. नैसर्गिक आपत्तीची तीव्रता कमी करता येऊ शकते. एखादी विपत्ती घडल्यानंतर शासन यंत्रणा, सामाजिक संस्था आणि नागरिक सामाजिक बांधिलकी या नात्याने स्वत: पुढाकार घेतात. आपद्ग्रस्तांना मदत करण्याचा प्रयत्न, त्यांना दिलासा देण्यासाठी विविध प्रकारचे प्रयत्न म्हणजेच 'आपत्ती व्यवस्थापन' होय.

आपत्तीचा अंदाज घेऊन पूर्वतयारी करून आपत्तीची तीव्रता कमी करण्यासाठी अथवा आपत्ती निवारण्यासाठी नियोजन केले जाते. नियोजनाचे तीन भाग पडतात –

१. आपत्तीपूर्व नियोजन.

२. आपत्तीकाळातील नियोजन.

३. आपत्तीनंतर नियोजन.

व्यवसाय करत असताना व्यवसायाभोवताली असणाऱ्या पर्यावरणाचाही सखोल अभ्यास करावा लागतो. आपत्ती निसर्गनिर्मित असो वा मानवनिर्मित त्याचा व्यवसायावर परिणाम होत असतो. त्यामुळे व्यवस्थापनाने याबाबत अत्यंत सतर्क असायला पाहिजे. अनेकदा धोक्यांची पूर्वकल्पना यावी म्हणून शास्त्रशुद्ध पद्धतीने अंदाज केले जातात. यामुळे संभाव्य संकटाची तीव्रता कमी करता येते. धोके किंवा आपत्ती अचानक उद्भवते. त्यामुळे आपत्तीनिवारणासाठी नियोजन परिस्थितीनुरूप केले जाते. नियोजनातही क्रमबद्धता पाळावी लागते. आपत्ती निवारणासाठी स्वतंत्र विभाग निर्माण केला जातो आणि निवारणयंत्रणा उभारली जाते. यंत्रणा उभारल्यानंतर त्याची अंमलबजावणी करणे महत्त्वाचे ठरते. प्रत्येक विभागाने आणि कर्मचाऱ्याने कसे वागावे आणि कसे वापरावे हे ठरविले जाते. आपत्तीनिवारणार्थ सरकारी व बाह्य यंत्रणा कोणती मदत करणार आहे, याचाही व्यवस्थापनाला विचार करावा लागतो.

थोडक्यात आपत्ती व्यवस्थापन हे अलीकडे अत्यंत गरजेचे बनले आहे आणि व्यवसाय व्यवस्थापनानेसुद्धा हे आकस्मात केले पाहिजे.

८.४ बदलाचे व्यवस्थापन (Management of Change)

प्रस्तावना (Introduction)

व्यापार, उद्योग आणि व्यवसायात सतत बदल होत असतात. त्यातील परिस्थिती कधीच स्थिरं राहत नाही त्यामुळे अनेकदा स्पर्धा, मंदी व मागणीतील बदल इत्यादींमुळे व्यवसायावर प्रतिकूल परिणाम होतात; पण त्यांना तोंड द्यावेच लागते. व्यवसायाची उद्दिष्ट्ये पूर्ण करण्यासाठी संघटना उभारावी लागते मात्र परिस्थिती बदलल्यास संघटनेमध्येही बदल करावे लागतात यालाच बलदाचे व्यवस्थापन म्हणून ओळखले जाते.

जोपर्यंत परिस्थितीत किंवा वातावरणात बदल होत नाहीत तोपर्यंत संघटनेमार्फत व्यवसायातील कामे व्यवस्थिररीत्या होत असतात परंतु सामाजिक आर्थिक व राजकीय परिस्थितीत बदल झाला तर त्याचा संघटनेवर परिणाम होतो. अनेकदा कर्मचारीसुद्धा बदलांमुळे अडचणीत येतात. उदा. संगणकीकरणामुळे कामगार कपात केली जाते. परिस्थितीतील बदलानुसार संघटनेतील कार्यपद्धती, संघटनेचे स्वरूप, रचना, भरती धोरण, प्रशिक्षण व विक्री धोरण इ. अनेक बाबतीत बदल करावा लागतो. यालाच 'संघटनात्मक बदल' असे म्हणतात.

'संभाव्य बदल ज्या प्रक्रियाद्वारे प्रत्यक्ष कृतीत आणले जातात त्यालाच बदलाचे व्यवस्थापन असे म्हणतात.'

८.४.२ बदलांची कारणे (Reasons of Change)

व्यवसायातील बदलांना अनेक घटक किंवा कारणे जबाबदार आहेत. त्याचे अंतर्गत घटक व बाह्य घटक असे वर्गीकरण करता येईल. अंतर्गत घटकांवर संघटनेचे किंवा व्यवस्थापनाचे नियंत्रण असते हे बदल व्यवस्थापनातील बदलामुळे होतात. तर बाह्य बदल हे आपोआप घडून येतात. यावर संघटनेचे नियंत्रण नसते.

अ) अंतर्गत बदलांची कारणे :

अंतर्गत बदल हे व्यवसायापुरते मर्यादित असतात. या कारणावर व्यवसायाला नियंत्रण ठेवता येते ही कारणे खालीलप्रमाणे –

१. कार्यात्मक बदल : उद्योगात कधी कधी यंत्ररचना, तिचा आराखडा, बाजारपेठेचे सर्वेक्षण व व्यवस्थापकीय कौशल्य इ. मध्ये बदल करावे लागतात. या बदलांना कार्यात्मक बदल असे म्हणतात.

२. यंत्रातील बदल : उद्योगात यंत्रांचा मोठ्या प्रमाणावर वापर केला जातो. उत्पादनात वाढ करण्यासाठी जुन्या यंत्रांच्या ठिकाणी नवीन यंत्र व संगणकीकरण इ. पद्धतीचा वापर करावा लागतो. त्यामुळे यंत्रांमुळे बदल करावे लागतात.

३. कार्यपद्धतीत व रचनात्मक बदल : वस्तू व सेवांच्या उत्पादनाच्या पद्धतीमध्ये जुन्या पद्धतीऐवजी नवीन पद्धती म्हणजेच आधुनिक व स्वयंचलित स्वरूपाच्या पद्धतीचा मोठ्या प्रमाणावर वापर होत आहे. कार्यपद्धतीमध्ये व रचनात्मक स्वरूपाचे बदल होत आहेत. त्यामुळे संघटनेत बदल करावा लागतो.

४. व्यवस्थापकीय बदल : संघटनेत अंतर्गत कारणामुळे व्यवस्थापनामध्ये किंवा कर्मचाऱ्यांमध्ये बदल करावे लागतात. संघटनेच्या कर्मचारी धोरणात, प्रशिक्षणाच्या पद्धतीत बदल केल्यास ते अंतर्गत बदल होत असतात.

ब) बाह्य बदलांची कारणे :

बाह्य बदलांची कारणे पुढीलप्रमाणे –

१.आर्थिक कारणे : सरकारच्या आर्थिक नियोजन या व्यापार व व्यवसायावर परिणाम होत असतो. उदा. दरडोई उत्पन्नात वाढ झाल्यास एकूण उत्पन्न व राष्ट्रीय उत्पन्न वाटते. तर कधी कधी आर्थिक नियंत्रणामुळे उत्पन्नात घट होते. आर्थिक नीतीवर उद्योगांचे नियंत्रण नसते त्यामुळे बदल करावे लागतात.

२.सामाजिक कारणे : उद्योग किंवा व्यवसाय हा समाजाचा एक भाग आहे. त्यामुळे समाजात बदल होतय त्याच्या उद्योगावर परिणाम होतो. रूढी, चालीरिती व परंपरा यातील बदलांचा उद्योग व व्यवसायावर अनुकूल किंवा प्रतिकूल परिणाम होत असतो.

३.सरकारी धोरणे : सरकारच्या धोरणात राजकीय पक्षातील बदलांप्रमाणे बदल होतात. सरकारची देशी-विदेशी व्यापाराची नीती, आयात-निर्यात धोरण व परकीय चलनाचे नियंत्रण इ. धोरणांचा व्यवसायावर परिणाम होतो. सरकारी धोरणांच्या बदलांप्रमाणे व्यवसायात अपरिहार्यपणे बदल होतात.

४.तांत्रिक बदल : अलीकडे व्यवसायात अनेक महत्त्वपूर्ण तांत्रिक बदल होत आहेत. नवीन तंत्रामुळे उत्पादन खर्च कमी होतो. उत्पादनात नावीन्यता आणता येते. तंत्रज्ञानातील बदलांचा व्यवसायावर परिणाम होत असतो.

५.बाजारपेठेतील परिस्थिती : बाजारपेठेतील परिस्थिती सतत बदलत असते. ग्राहकांच्या आवडी-निवडी, स्पर्धकांचे आगमन, स्पर्धकांचे उत्पादन व दर्जा इ. चा बाजारपेठेवर परिणाम होतो. हे बदल अपिरहार्यपणे घडत असतात.

६. वातावरणातील बदल : व्यावसायिक परिस्थितीत किंवा वातावरणातही सतत बदल होतात. व्यवसायाच्या आजूबाजूच्या वातावरणात जसा बदल होईल तसा बदल व्यवसायात करावाच लागतो. त्या बदलाची नोंद न घेतल्यास व्यवसायात टिकून राहणे अवघड होते.

८.४.३ बदलांच्या प्रक्रियेतील टप्पे/पायऱ्या (Steps in Management of Change process)

१. बदलांची आवश्यकता निश्चित करणे : कोणताही बदल करताना हा बदल होणे आणि करणे खरोखर आवश्यक आहे का, याचा विचार व्यवस्थापनास प्रथम करावा लागतो. केवळ बदलांसाठी बदल करावा का, हेही व्यवस्थापनास बघावे लागते. योग्य आणि आवश्यक बदल हे नेहमी स्वागताह असतात. बदल हे प्रतिकूल असतील तर व्यवस्थापनाने वेळीच सुधारणात्मक उपाययोजना केली पाहिजे. भविष्यातील परिस्थितीनुसार संघटनेमध्ये बदल होणे गरजेचे आहे, त्याचप्रमाणे संघटनेच्या उद्दिष्टातही बदल करावे लागतात. याचाच अर्थ बदलांची आवश्यकता निश्चित करावी लागते.

२. बदलांचे घटक ठरविणे : बदलांची आवश्यकता आणि उद्दिष्ट पूर्तीनंतर बदलांचे घटक ठरविणे हा महत्त्वाचा टप्पा असतो. आवश्यकता निश्चितीनंतर नेमक्या कोणत्या घटकात बदल करावयाचा आहे, हे समजू शकते. बदलाच्या प्रक्रियेवरून संघटनेत आणि एकूण व्यवस्थापनेतील संभाव्य बदलांचा अंदाज बांधता येतो, उदा. उत्पादनात घट झाल्यास त्यात बदल करणे आवश्यक आहे; परंतु उत्पादन वाढीसाठी नेमक्या कोणत्या घटकांत बदल घडवून आणणे योग्य आणि हितकारक आहे, हे ठरवावे लागेल. त्याशिवाय उपाययोजना करणे हितावह ठरणार नाही. कोणत्याही घटकात बदल करताना कार्याची व्याख्या, आराखडा, विभागीकरणाचा प्रकार, नियंत्रणाचे क्षेत्र, धोरणे आणि कार्यपद्धती या सर्व प्रवाहांचा विचार करावा लागतो.

३. बदलांचे नियोजन : हा प्रक्रियेतील तिसरा महत्त्वाचा टप्पा आहे. बदलांमुळे नेमका बदलण्याचा घटक कोणता हे लक्षात घेतल्यानंतर त्याचे सुयोग्य नियोजन करणे आवश्यक ठरते. कोणत्याही गोष्टीची अंमलबजावणी आणि पूर्तता ही नियोजनाशिवाय घडू शकत नाही. यामध्ये बदल कोणी करावयाचा? केव्हा करावयाचा? आणि त्याची पद्धती निश्चित करावी लागते. प्रमुख व्यवस्थापक आणि विभाग व्यवस्थापकाने याच्या योग्य अंमलबजावणीसाठी योग्य धोरणे आखली पाहिजेत. कोणत्याही बदलाची वेळ ही अत्यंत काळजीपूर्वक ठरवावी लागते. बदलाची कार्यवाही आणि कार्यपद्धतीही लक्षात घ्यावी लागते. त्यानुसार त्याचा क्रम ठरवावा लागतो. अल्पकालीन, मध्यमकालीन आणि दीर्घकालीन बदलांसाठी वेगवेगळे नियोजन करावे लागते.

४. बदलांवर परिणाम करणाऱ्या घटकांचे मूल्यमापन : प्रसंगानुरूप हा टप्पा बदलाचे घटक ठरविल्यानंतरसुद्धा करता येतो. जसा बदलाचा व्यवस्थापनेतील सर्व घटकांवर परिणाम होतो तसा घटकांचासुद्धा बदलांवर परिणाम होत असतो. बदलातील घटकांचे मूल्यमापन केल्यास काही घटक संघटनेच्या बाजूने, तर काही विरोधात असतात. नियोजनापूर्वी घटकांचे मूल्यमापन केल्यास त्याची दखल घेणे आणि त्याप्रमाणे ध्येय धोरणे आखणे रास्त ठरते.

५. बदलांची अंमलबजावणी करणे : कोणते बदल संघटनेच्या व्यवस्थापनाच्या आणि कर्मचाऱ्यांच्या अर्थातच व्यवसायाच्या दृष्टीने हितावह आहेत, याचे नियोजन झाल्यानंतर त्याची अंमलबजावणी करणे इष्ट

ठरते. अंमलबजावणी झाल्यानंतरच केलेला बदल योग्य आहे की नाही, हे समजू शकते. उदा. बदल केल्यानंतर व्यवस्थापनाच्या कोणत्या विभागातील कर्मचाऱ्यांना प्रशिक्षणाची गरज आहे, हे समजू शकते.

६. अंमलबजावणीचा पाठपुरावा : हा बदलांच्या व्यवस्थापन प्रक्रियेतील अंतिम टप्पा आहे. बदलांची अंमलबजावणी केल्यानंतर त्यांचा पाठपुरावा करणे महत्त्वाचे आहे. त्याशिवाय नियोजनांची योग्य प्रकारात आखणी झाली आहे की नाही, हे निदर्शनास येणार नाही; जर परिणाम हे योग्य नसतील तर त्यात वेळीच सुधारणा केली पाहिजे आणि हे अंमलबजावणीच्या पाठपुराव्यामुळे शक्य होते.

थोडक्यात व्यवसायात बदल होणे हे व्यवस्थापनाने गृहीत धरले पाहिजे. त्यामुळे ध्येयधोरणे आखणे सोपे जाते.

प्रश्नावली

प्र.१. खालील प्रश्नांची २० शब्दांत उत्तरे लिहा.

१) आपत्ती व्यवस्थापन म्हणजे काय?

२) बदलांचे व्यवस्थापन म्हणजे काय?

३) बदलांच्या व्यवस्थापनाचे अंतर्गत आणि बाह्य घटक नमूद करा.

४) व्यावसायिक नीतिमूल्ये म्हणजे काय?

५) व्याख्या द्या – अ) व्यावसायिक नीतिमत्ता
   ब) कंपनी कारभारविषयक नियमन

प्र.२. खालील प्रश्नांची ५० शब्दांत उत्तरे लिहा.

१) आपत्ती व्यवस्थापनाचे महत्त्व विशद करा.

२) व्यावसायिक नीतिमत्तेची आवश्यकता स्पष्ट करा.

३) आपत्तीचे प्रकार सांगा.

४) कंपनी कारभारविषयक नियमनाचे उद्देश लिहा.

प्र.३. खालील प्रश्नांची १५० शब्दांत उत्तरे लिहा.

१) व्यावसायिक नीतिमत्तेची व्याप्ती स्पष्ट करा.

२) टीप लिहा – आपत्ती व्यवस्थापन

३) व्यावसायिक नीतिमत्तेचे महत्त्व सांगा.

४) बदलांचे व्यवस्थापन प्रक्रियेतील महत्त्वाचे टप्पे सांगा.

प्र.४. खालील प्रश्नांची ३०० ते ५०० शब्दांत उत्तरे लिहा.

१) कंपनी कारभारविषयक नियमन प्रभावीपणे अंमलात आणण्यातील अडचणी कोणत्या?

१) बदलांचे व्यवस्थापनाची व्याख्या द्या. बदलांचे व्यवस्थापन कसे केले जाते, हे विशद करा.

२) कंपनी कारभारविषयक नियमनाच्या व्यवहार पद्धती लिहा.

३) व्यावसायिक आचारसंहितेची तत्त्वे सांगून अडचणी व कोणते कायद्याचे पालन करावे लागते ते लिहा.

पारिभाषिक शब्दावली
(GLOSSARY)

Architect - वास्तुशास्त्र

Authority - आदेश देण्याचा आणि काटेकोर आज्ञा देण्याची सामर्थ्यता

Business Ethics - व्यावसायिक नीतिमूल्ये

Corporate Governance - कंपनी कारभारविषयक नियमन

Decentralisation of Authority - अधिकाराचे विकेंद्रीकरण

Decision Making - विविध पर्यायातून योग्य पर्यायाची निवड

Delegation of Authority - अधिकार प्रदान

Department by Function - कार्यानुसार विभागीकरण

Departmentalization - विभागीकरण

Difficulties in Co-ordination - समन्वयातील अडचणी

Disaster Management - आपत्ती व्यवस्थापन

F.W.Taylor - शास्त्रीय व्यवस्थापनाचा जनक

Forecasting - पूर्वानुमान

Forms of Planning - नियोजनाच्या पातळ्या/स्तर

Function of Management - व्यवस्थापनाची कार्ये

Functions of Leadership - नेतृत्वाची कार्ये

Henry Fayot - श्रेष्ठ व्यवस्थापन तज्ज्ञ

Hierarchy Theory - श्रेणीबद्ध गरजांचा सिद्धान्त

Hygine Theory - आरोग्यविषयक सिद्धान्त

Importance of Leadership - नेतृत्वाचे महत्त्व

Management of Change - बदलाचे व्यवस्थापन

Management Training - व्यवस्थापन प्रशिक्षण

Nature of Performance Appraisal - कार्य मूल्यमापनाचे स्वरूप

Nature of Planning - नियोजनाचे स्वरूप

Organisation Process - संघटन प्रक्रिया

Process of Creating the Organisation Structure - संघटन रचना निर्माण करण्याची प्रक्रिया

Recruitment - कर्मचारी भरती

Stakeholder - भागधारक

Steps in Controlling - नियंत्रणातील पायऱ्या

Steps in Decision Making - निर्णय प्रक्रियेतील टप्पे

Steps in Management of Change Process - व्यवस्थापन बदलाच्या प्रक्रियेतील टप्पे

Team Work - सांघिक कार्य

Techniques of Control - नियंत्रणातील तंत्रे

Techniques of Co-ordination - समन्वयाची तंत्रे

Types of Disaster Management - आपत्ती व्यवस्थापनाचे प्रकार

संदर्भसूची
(REFERENCES)

1) Bill Gates Foundation - Super Highway

2) Esha Jain, 2012 - Principals of Management Text & Cases, International Book House Publication Ltd.

3) Indian Business leaders

4) Koontz & O' Donnel - Essentials of Management, TMH

5) Koontz & O'Donnel - Principles of Management

6) L. M. Prasad - Management

7) Makers of Modern India, NBT Publishers

8) Mritunjoy Banerjee - Business Administration

9) R S Davar - The Management Process

10) T N Chhabra - Principles & Practice of Management, Dhanapat Rai & Co.

11) T. Ramasamy, 2009 - Principals of Management, Himalaya Publication House.

१२) जयप्रकाश झेंडे, २००९ – महाराष्ट्रातील उद्योजक, डायमंड पब्लिकेशन्स.

१३) प्रा. डॉ. संजय कप्तान, जाने. २०११ – यशोगाथा उद्योजकांची, प्रथम आवृत्ती, डायमंड पब्लिकेशन्स.

१४) प्रा. रूपाली शेठ, प्रा. विदुला कुलकर्णी, प्रा. नेहा (दीप्ती) पुराणिक, प्रा. अस्मिता कुलकर्णी – व्यवसाय व्यवस्थापनाची तत्त्वे, डायमंड पब्लिकेशन्स.